அம்பேத்கர் கடிதங்கள்

அம்பேத்கர் கடிதங்கள்

சுரேந்திர அஜ்நாத் (பி. 1941)

தொகுப்பாசிரியர்

இயற்பெயர் சுரேந்திர குமார சர்மா. 26 ஏப்ரல் 1941இல் பஞ்சாப் மாநிலத்தில் பிறந்தவர். தந்தையார் வைத்திய ஸ்ரீ அமரநாத் சாஸ்த்ரி கடும் வைதீக சனாதன பிராமணிய இந்துக் கலாச்சாரத்தைப் பேணுபவர். அஜ்நாத் அவரோடு முரண்பட்டு நின்றார். அம்பேத்கரியராக மாறி, பின்னர் பௌத்தம் தழுவியபோது தனது பெயருக்கு பின்னால் இருந்த சாதியொட்டை நீக்கி 'ஏதுமற்ற' என்னும் பொருள் கொண்ட 'அஜ்நாத்' என்ற பெயரைச் சூடிக்கொண்டார். ஹிந்தி, சமஸ்கிருதம் ஆகிவற்றில் முதுகலைப் பட்டமும், முனைவர் பட்டங்களும் பெற்றவர்.

இந்தி, பஞ்சாபி, சமஸ்கிருதம், ஆங்கிலம் ஆகிய மொழிகளில் வெளிவந்துள்ள ஏறக்குறைய எழுபது நூல்களின் ஆசிரியர். மராத்தியிலும் குஜராத்தியிலும் இவரது நூல்கள் பெயர்க்கப்பட்டுள்ளன. அகில இந்திய சமதா சைனிக் தள், அம்பேத்கர் பவன் அறக்கட்டளை, பஞ்சாப் அம்பேத்கர் மிஷன் சொசைட்டி ஆகிய அம்பேத்கரிய அமைப்புகளில் எழுபதுகளிலிருந்தே பல்வேறு பொறுப்புகளை வகித்துள்ளார். அம்பேத்கரியம், பௌத்தம், பகுத்தறிவு, விஞ்ஞான சிந்தனை ஆகியவற்றுக்காக வாழ்நாள் முழுக்கவும் பெரும்பணியாற்றியுள்ளார். பாட்டியாலாவில் அமைந்துள்ள பஞ்சாபி பல்கலைக்கழகத்தில் ஹிந்தித் துறையில் 1974 முதல் துணைப் பேராசிரியராகப் பணியாற்றித் துறைத்தலைவராக 2008இல் ஓய்வு பெற்றார்.

தமிழில் வெளிவரும் இவரது முதல் நூல் இது.

தொடர்புக்கு: *soma_sablok@yahoo.co.in*

அ. ஜெகநாதன் (பி. 1978)

பதிப்பாசிரியர்

'இரட்டை வாக்குரிமை குறித்தான சில ஆய்வுகள்', 'மத அடையாள மீட்டுருவாக்கமும் அதன் பண்பாட்டு அரசியலும்' எனும் நூல்களின் ஆசிரியர். 'முதுகுளத்தூர் கலவரம்', 'முதுகுளத்தூர் பயங்கரம்' எனும் நூல்களின் பதிப்பாசிரியர். சில நூல்களைத் தொகுத்திருக்கிறார். தற்போது மதுரையில் வசிக்கிறார்.

தொடர்புக்கு: *ammujegan@gmail.com*

சிவசங்கர் எஸ்.ஜே (பி. 1976)

மொழிபெயர்ப்பாளர்

எழுத்து, காட்சி ஊடகம், ஆய்வு எனப் பன்முகத் தளங்களில் தொடர்ச்சியாக இயங்கிவருபவர். ஐந்து குறும்படங்களையும் இரண்டு ஆவணப்படங்களையும் வெளியிட்டுள்ளார்.

'கடந்தை கூடும் கேயாஸ் தியரியும்', 'சர்ப்பம் அவளை வஞ்சிக்கவில்லை', 'ரோஸ் கலர் ஆனை' ஆகிய மூன்று சிறுகதைத் தொகுதிகள், யா—ஒ (மறைக்கப்பட்ட மார்க்கம்) என்கிற மறை புனைவு, 'இது கறுப்பர்களின் காலம்', 'பிக்காஸோ ஓர் எருதை வரைகிறார்' ஆகிய மொழிபெயர்ப்புக் கவிதைத் தொகுப்புகள் இவருடைய ஆக்கங்கள்.

தொடர்புக்கு: *prismshiva@gmail.com*

அம்பேத்கர் கடிதங்கள்

தொகுப்பாசிரியர்
சுரேந்திர அஜ்நாத்

பதிப்பாசிரியர்
அ. ஜெகநாதன்

ஆங்கிலத்திலிருந்து தமிழில்
சிவசங்கர் எஸ்.ஜே

காலச்சுவடு பதிப்பகம்

அன்பார்ந்த வாசகருக்கு,

வணக்கம்.

காலச்சுவடு நூலை வாங்கியமைக்கு நன்றி.

நூலின் உள்ளடக்கம், உருவாக்கம், அட்டைப்படம் இன்ன பிற அம்சங்கள் பற்றிய உங்கள் கருத்துகளையும் ஆலோசனைகளையும் காலச்சுவடு வரவேற்கிறது. தகவல், எழுத்து, வாக்கியப் பிழைகள் தென்பட்டால் கட்டாயம் தெரிவித்து உதவுங்கள். நூல் தயாரிப்பில் கடும் குறைபாடு இருப்பின் மாற்றுப் பிரதி உங்களுக்குக் கிடைக்கக் காலச்சுவடு ஏற்பாடு செய்யும்.

மின்னஞ்சல்: publisher@kalachuvadu.com

காலச்சுவடு நாகர்கோவில் அலுவலகத்திற்குக் கடிதம் அனுப்பலாம்.

தங்கள்

எஸ்.ஆர். சுந்தரம் (கண்ணன்)

பதிப்பாளர் – நிர்வாக இயக்குநர்

அம்பேத்கர் கடிதங்கள் ❖ தொகுப்பாசிரியர்: சுரேந்திர அஜ்நாத் ❖ பதிப்பாசிரியர்: அ. ஜெகநாதன் ❖ ஆங்கிலத்திலிருந்து தமிழில்: சிவசங்கர் எஸ்.ஜே. ❖ தொகுப்புரிமை © சுரேந்திர அஜ்நாத் ❖ மொழிபெயர்ப்பு © சிவசங்கர் எஸ்.ஜே. ❖ முதல் (குறும்) பதிப்பு: பிப்ரவரி 2022, நான்காம் பதிப்பு: நவம்பர் 2023 ❖ வெளியீடு: காலச்சுவடு பப்ளிகேஷன்ஸ் (பி) லிட்., 669, கே. பி. சாலை, நாகர்கோவில் 629001

ampeetkar kaTitankaL ❖ Compiler: Surendra Ajnath ❖ Editor: A. Jeganathan ❖ Translated from English by: Sivasankar S.J. ❖ © Surendra Ajnath ❖ Translate © Sivasankar S.J. ❖ Language: Tamil ❖ First (Short) Edition: February 2022, Fourth Edition: November 2023 ❖ Size: Demy 1 x 8 ❖ Paper: 18.6 kg maplitho ❖ Pages: 424

Published by Kalachuvadu Publications Pvt. Ltd., 669, K.P. Road, Nagercoil 629001, India ❖ Phone: 91-4652-278525 ❖ e-mail: publications@kalachuvadu.com ❖ Printed at Mani Offset, Chennai 600077

ISBN: 978-93-5523-195-6

11/2023/S.No. 1072, kcp 4825, 18.6 (4) ass

அர்ப்பணம்

இளநிலைப் பொறியியல் படிப்பை முடித்தவுடன் பாபா சாகேப் பீம்ராவ் அம்பேத்கரைச் சந்தித்தவர். அவருடைய பேச்சை நேரடி யாகக் கேட்டவர். அவரைப் புகைப்படம் எடுத்து அதனைத் தனது வலிமைக்கும் தாக்கத்திற்கும் ஜீவ ஊற்றாய் வைத்திருந்தவர். கர்நாடக அரசின் பிரதானப் பொறியாளராய்ப் பணியேற்றுத் துங்க பத்ரா அணைக்கட்டு, நெடுஞ்சாலைகள், பாலங்கள், கட்டடங்கள் என்பதானப் பல்வேறு திட்டங்களுக்குப் பொறுப்பேற்று முடித்தவர். அமெரிக்காவின் வாஷிங்டனில் நடைபெற்ற பொறியியல் வல்லுநர் களின் மாநாடு உட்பட்ட பலவற்றில் இந்தியாவின் பிரதிநிதியாகக் கலந்துகொண்டவர்.

தாய்நாட்டிற்குச் சேவைசெய்து கர்நாடக அரசின் உள்துறைச் செயலராகப் பணிநிறைவு பெற்றவர்.

டாக்டர் பி.ஆர். அம்பேத்கர் மருத்துவக் கல்லூரி, மத்ருஸ்ரீ ராமாபாய் பல் மருத்துவக் கல்லூரி, அம்பேத்கர் தொழில்நுட்பக் கல்லூரி ஆகியவற்றை நிர்வகிக்கும் ஆனந்த் சமூகக் கல்வி அறக்கட்டளையைத் தோற்றுவித்தவர்.

கிராமப் புறங்களிலும் நகர்ப் புறங்களிலும் உயர்நிலைப் பள்ளிகள், சிறுவர்சிறுமியர் தங்கும் விடுதிகள், ஆதரவற்றோர் நிலையங்கள், குழந்தைகள் காப்பகங்களை நிறுவியவர்.

பெங்களூரின் ஏழைகளுக்கு உதவும் முதல் கூட்டுறவு வங்கியான ஆனந்த் கூட்டுறவு வங்கியையும் அம்பேத்கர் நினைவுக் கூட்டுறவுச் சங்கத்தையும் தொடங்கியவர்.

எம்மக்களின் நண்பனும் ஆசானுமானவர். எண்ணற்ற மனிதர் களுக்கு உதவியவர், வழிகாட்டி, தன்னம்பிக்கையின் ஊற்று, இளைஞர்களின் ஊக்க சக்தி, மூத்தவர்களின் ஆறுதல், குழந்தை களின் நம்பிக்கை நட்சத்திரம். வரலாற்றில் தனக்கென ஒரு மாடத்தை அமைத்துக்கொண்டவர். இந்தியாவிலும் வெளிநாட்டிலும் இருக்கும் பலருக்கும் கலங்கரைத் தீபம்.

'சிவாஜி' என அன்போடும் மதிப்போடும் அழைக்கப்படும் அரும்பெரும் ஆளுமை எல். சிவலிங்கையா அவர்களுக்கு அம்பேத்கரின் கடிதங்கள் தொகுப்பைத் துயரப்படும் நம் மக்களின் நன்றியின் அடையாளமாகச் சமர்ப்பிக்கிறேன்.

டாக்டர் சுரேந்திர அஜ்நாத்

பொருளடக்கம்

ஆங்கிலப் பதிப்பாளர் குறிப்பு 21

தொகுப்பாசிரியர் குறிப்பு 23

பதிப்புரை: முகவரியற்றதிலிருந்து முகவரிக்கு 29

தமிழ் மொழிபெயர்ப்பாளர் குறிப்பு 37

புதிய பதிப்பிற்கான பதிப்புரை 41

1913

1. நியூயார்க்கிலிருந்து அம்பேத்கர் ஜமேதாருக்கு 4, ஆகஸ்ட் 1913 43

1916

2. நியூயார்க்கிலிருந்து அம்பேத்கர், *தி க்ரானிக்கிள்* பத்திரிகை ஆசிரியருக்கு, மார்ச் 1916 46
3. ராபர்ட் ஜே. மோஃபால் அம்பேத்கருக்கு 14, மே 1916 49

1917

4. அம்பேத்கர் பூனா விளம்பரப்பிரிவு இயக்குநருக்கு, 5, டிசம்பர் 1917 51

1919

5. அம்பேத்கர் பரோடா கல்வி அமைச்சகத்திற்கு 17, செப்டம்பர் 1919 54
6. நாக்பூரிலிருந்து ஸ்ரீதர்.வி.கெட்கர் அம்பேத்கருக்கு 15, டிசம்பர் 1919 55

1920

7. பரோடாவிலிருந்து மகாராஜாவின் காரியதரிசி அம்பேத்கருக்கு 16, ஏப்ரல் 1920 56

8. பரோடாவிலிருந்து ஏ.பி கிளார்க் அம்பேத்கருக்கு 13, மே 1920	57
9. கோலாப்பூரிலிருந்து கோலாப்பூர் மகாராஜா அம்பேத்கருக்கு 23, ஜூன் 1920	58
10. பம்பாயிலிருந்து நவல் அம்பேத்கருக்கு 27, ஆகஸ்ட் 1920	59
11. லண்டனிலிருந்து அம்பேத்கர் "ப" விற்கு ஆகஸ்ட்/செப்டம்பர் 1920	60
12. நியூயார்க்கிலிருந்து எட்வின் ஆர். செலிக்மேன் அம்பேத்கருக்கு 25, அக்டோபர் 1920	62
13. லண்டனிலிருந்து அம்பேத்கர் "ப" விற்கு 11 நவம்பர் 1920	63

1921

14. லண்டனிலிருந்து அம்பேத்கர் கோலாப்பூர் மகாராஜாவிற்கு 4, செப்டம்பர் 1921	65

1924

15. லண்டனிலிருந்து தோழி அம்பேத்கருக்கு 15 மே, 1924	67

1925

16. லண்டனிலிருந்து எஃப்.எக்ஸ். அம்பேத்கருக்கு 11 மார்ச் 1925	68

1926

17. பம்பாயிலிருந்து அம்பேத்கர் ஆளுநரின் காரியதரிசிக்கு 28, பிப்ரவரி 1926	69
18. மெட்ராஸிலிருந்து சட்ட அறிக்கை அலுவலகம் அம்பேத்கருக்கு 17, மே 1926	70
19. பம்பாயிலிருந்து அம்பேத்கர் தத்தோபாவிற்கு 19, ஆகஸ்ட் 1926	71

1927

20. பம்பாயிலிருந்து அம்பேத்கர் தத்தோபாவிற்கு 7, பிப்ரவரி 1927	73
21. பம்பாயிலிருந்து அம்பேத்கர் கெய்க்வாட்டிற்கு 11, ஏப்ரல் 1927	74
22. பம்பாயிலிருந்து பி.ஜி. கெர், நயன்.ஹெச். பாண்டியா அம்பேத்கருக்கு, 22 ஏப்ரல் 1927	75

23. அம்பேத்கர் சங்கரதாஸ் நாராயணதாஸ் பார்வேக்கு 4, ஜூலை 1927	77
24. பம்பாயிலிருந்து அம்பேத்கர் அரசியல் துறை செயலாளருக்கு 20, ஆகஸ்ட் 1927	78
25. பம்பாயிலிருந்து அம்பேத்கர் தத்தோபாவிற்கு 23, அக்டோபர் 1927	80

1928

26. பம்பாயிலிருந்து அம்பேத்கர் வைத்யாவிற்கு 24, ஜனவரி 1928	81
27. பம்பாயிலிருந்து அம்பேத்கர் கல்வித்துறை செயலர்க்கு 9, பிப்ரவரி 1928	83
28. பம்பாயிலிருந்து அம்பேத்கர் தத்தோபாவிற்கு 27, பிப்ரவரி 1928	84
29. பம்பாயிலிருந்து அம்பேத்கர் பாவுராவிற்கு 29, பிப்ரவரி 1928	86
30. பூனாவிலிருந்து எஸ்.பி. திலக் அம்பேத்கருக்கு 6, மே 1928	87
31. பூனாவிலிருந்து எஸ்.பி. திலக் அம்பேத்கருக்கு 23, மே 1928	89
32. பூனாவிலிருந்து எஸ்.பி. திலக் அம்பேத்கருக்கு 25, மே 1928	90
33. சத்தாராவின் பயணிகள் கையேட்டில் அம்பேத்கரின் குறிப்பு 29, ஜூலை 1928	92

1929

34. அம்பேத்கர் பாவுராவிற்கு 2, மார்ச் 1929	93
35. பம்பாயிலிருந்து அம்பேத்கர் தத்தோபாவிற்கு 26, செப்டம்பர் 1929	94
36. பம்பாயிலிருந்து அம்பேத்கர் கெய்க்வாடிற்கு 8, அக்டோபர் 1929	96

1930

37. பம்பாயிலிருந்து அம்பேத்கர் பாவுராவிற்கு 11, பிப்ரவரி 1930	97
38. பம்பாயிலிருந்து அம்பேத்கர் பாவுராவிற்கு 20, பிப்ரவரி 1930	98
39. பம்பாயிலிருந்து அம்பேத்கர் பாவுராவிற்கு 18, மார்ச் 1930	100

40. பஞ்சவாதியிலிருந்து பி.கெ. கெய்க்வாட் அம்பேத்கருக்கு 19, மார்ச் 1930	101
41. அம்பேத்கர் பம்பாய் ஆளுநருக்கு 24, மார்ச் 1930	103
42. மஹத்திலிருந்து அம்பேத்கர் பாவுராவிற்கு 29, மார்ச் 1930	105
43. பம்பாயிலிருந்து அம்பேத்கர் பாவுராவிற்கு	107
44. பம்பாயிலிருந்து அம்பேத்கர் சர். பிரெட்ரிக் சைக்ஸ்க்கு ஏப்ரல் 11 1930	109
45. பம்பாயிலிருந்து அம்பேத்கர் பாவுராவிற்கு 18, ஏப்ரல் 1930	115
46. பம்பாயிலிருந்து அம்பேத்கர் பாவுராவிற்கு 16,மே 1930	116
47. பம்பாயிலிருந்து அம்பேத்கர் பாவுராவிற்கு 6, ஜூலை 1930	118
48. பம்பாயிலிருந்து அம்பேத்கர் பாவுராவிற்கு 2, ஆகஸ்ட் 1930	120
49. பம்பாயிலிருந்து அம்பேத்கர் சமூக தூய்மைக் கழகத்திற்கு 15, ஆகஸ்ட் 1930	121
50. பம்பாயிலிருந்து அம்பேத்கர் ஆர்.ஜி. சுபேதாருக்கு 2, செப்டம்பர் 1930	122
51. பம்பாயிலிருந்து அம்பேத்கர் பாவுராவிற்கு 6, செப்டம்பர் 1930	123
52. லண்டனிலிருந்து அம்பேத்கர் பாவுராவிற்கு 11, அக்டோபர் 1930	124
53. லண்டனிலிருந்து அம்பேத்கர் பாவுராவிற்கு 29, அக்டோபர் 1930	126
54. லண்டனிலிருந்து அம்பேத்கர் பாவுராவிற்கு 17, டிசம்பர் 1930	128

1931

55. லண்டனிலிருந்து ஆர்.எஸ். பாட்டீல் அம்பேத்கருக்கு 5, ஜனவரி 1931	130
56. லண்டனிலிருந்து அம்பேத்கர் 'ப'விற்கு 15, ஜனவரி 1931	131
57. லண்டனிலிருந்து அம்பேத்கர் பாவுராவிற்கு 15, ஜனவரி 1931	132

58. லண்டனிலிருந்து அம்பேத்கர் பாவுராவிற்கு
16, மார்ச் 1931 — 133

59. லண்டனிலிருந்து அம்பேத்கர் பாவுராவிற்கு
23, செப்டம்பர் 1931 — 134

60. லண்டனிலிருந்து அம்பேத்கர் பாவுராவிற்கு
14, அக்டோபர் 1931 — 136

1932

61. லண்டனிலிருந்து அம்பேத்கர் தத்தோபாவிற்கு
13, ஜனவரி 1932 — 138

62. லக்னோவிலிருந்து அம்பேத்கர் தத்தோபாவிற்கு
6, பிப்ரவரி 1932 — 139

63. கல்கத்தாவிலிருந்து அம்பேத்கர் பாவுராவிற்கு
21, பிப்ரவரி 1932 — 141

64. அம்பேத்கர் நாசிக் சத்தியாகிரஹ கமிட்டிக்கு — 142

65. அம்பேத்கர் பம்பாய் மாநில ஆளுநருக்கு — 143

66. பம்பாயிலிருந்து அம்பேத்கர் மான்செஸ்டர்
கார்டியன் ஆசிரியருக்கு 1932 — 144

67. பம்பாயிலிருந்து அம்பேத்கர் ராஜாராமுக்கு
20, மே 1932 — 145

68. லண்டனிலிருந்து அம்பேத்கர் தத்தோபாவிற்கு
15, ஜூன் 1932 — 146

69. பம்பாயிலிருந்து அம்பேத்கர் பாவுராவிற்கு
15, செப்டம்பர் 1932 — 147

70. அம்பேத்கர் பம்பாய் க்ரானிக்கிளுக்கு
19, செப்டம்பர் 1932 — 148

71. அம்பேத்கர் டைம்ஸ் ஆஃப் இந்தியாவிற்கு
19, செப்டம்பர் 1932 — 150

72. சையத் துறைமுகத்திலிருந்து அம்பேத்கர் தக்காருக்கு
14, நவம்பர் 1932 — 152

1933

73. லண்டனிலிருந்து அம்பேத்கர் பிரதமர்
ராம்சே மேக் டொனால்டுக்கு 5, ஜனவரி 1933 — 161

74. பம்பாயிலிருந்து அம்பேத்கர் சவார்க்கருக்கு
18, பிப்ரவரி 1933 — 165

75. பம்பாயிலிருந்து அம்பேத்கர் பாவுராவிற்கு
19, ஏப்ரல் 1933 — 166

76. லண்டனிலிருந்து அம்பேத்கர் தத்தோபாவிற்கு
   3, ஆகஸ்ட் 1933 — 168

1934

77. பம்பாயிலிருந்து அம்பேத்கர் பாவுராவிற்கு
   3, மார்ச் 1934 — 170
78. கோல்வாடிலிருந்து அம்பேத்கர் கமலகாந்திற்கு
   17, மார்ச் 1934 — 172
79. கோல்வாடிலிருந்து அம்பேத்கர் கமலகாந்திற்கு
   23, மார்ச் 1934 — 173
80. பாட்னாவிலிருந்து எம்.கே. காந்தி அம்பேத்கருக்கு
   9, ஏப்ரல் 1934 — 174
81. பம்பாயிலிருந்து அம்பேத்கர் மகாத்மாஜிக்கு
   15, ஏப்ரல் 1934 — 175
82. பம்பாயிலிருந்து அம்பேத்கர் தத்தோபாவுக்கு
   15, ஏப்ரல் 1934 — 176
83. பெனாரஸிலிருந்து எம்.எம். மாளவியா
   அம்பேத்கருக்கு 8, ஜூன் 1934 — 177
84. பம்பாயிலிருந்து அம்பேத்கர் தத்தோபாவுக்கு
   25, ஜூன் 1934 — 179
85. பம்பாயிலிருந்து அம்பேத்கர் தத்தோபாவுக்கு
   27, ஆகஸ்ட் 1934 — 181
86. பம்பாயிலிருந்து அம்பேத்கர் தத்தோபாவுக்கு
   21, செப்டம்பர் 1934 — 182

1935

87. பம்பாயிலிருந்து அம்பேத்கர் தத்தோபாவுக்கு
   3, மே 1935 — 184
88. பம்பாய் ஒடுக்கப்பட்டோர் இயக்கத்திலிருந்து
   அம்பேத்கருக்கு நவம்பர் 1935 — 185
89. பம்பாயிலிருந்து அம்பேத்கர் பாவுராவிற்கு
   8, நவம்பர் 1935 — 189
90. பம்பாயிலிருந்து அம்பேத்கர் பாவுராவிற்கு
   26, நவம்பர் 1935 — 190
91. லாகூரிலிருந்து சாந்த் ராம் அம்பேத்கருக்கு டிசம்பர் 1935 — 191

1936

92. லாகூரிலிருந்து ஜி.சி. நரங் அம்பேத்கருக்கு
   7, பிப்ரவரி 1936 — 193

93. ஜாத்–பாத்–தோடக்–மண்டல் உறுப்பினர்கள் அம்பேத்கருக்கு 27, மார்ச் 1936	194
94. லாகூரிலிருந்து ஹர் பகவான் அம்பேத்கருக்கு 14, ஏப்ரல் 1936	196
95. லாகூரிலிருந்து ஹர் பகவான் அம்பேத்கருக்கு 22, ஏப்ரல் 1936	198
96. பம்பாயிலிருந்து அம்பேத்கர் ஹர் பகவானுக்கு 27, ஏப்ரல் 1936	201
97. பம்பாயிலிருந்து அம்பேத்கர் பாவுராவிற்கு 20, ஆகஸ்ட் 1936	206
98. பம்பாயிலிருந்து அம்பேத்கர் பாவுராவிற்கு 25, ஆகஸ்ட் 1936	207
99. பம்பாயிலிருந்து அம்பேத்கர் பாவுராவிற்கு 27, செப்டம்பர் 1936	208
100. பம்பாயிலிருந்து அம்பேத்கர் பாவுராவிற்கு 13, அக்டோபர் 1936	209

1937

101. லண்டனிலிருந்து எஃப்.எக்ஸ் அம்பேத்கருக்கு 15, ஜனவரி 1937	210
102. பாட்னாவிலிருந்து ஜெகஜீவன் ராம் அம்பேத்கருக்கு 8, மார்ச் 1937	212
103. லண்டனிலிருந்து எஃப்.எக்ஸ் அம்பேத்கருக்கு 13, மே 1937	215
104. பம்பாயிலிருந்து அம்பேத்கர் கே.பி. மேனன் 8, ஜூன் 1937	216

1938

105. அம்பேத்கர் டைம்ஸ் ஆஃப் இந்தியாவிற்கு 19, மார்ச் 1938	217
106. கொல்லத்திலிருந்து ஸ்ரீ நாராயணன் சுவாமி அம்பேத்கருக்கு 24, நவம்பர் 1938	219
107. பம்பாயிலிருந்து அம்பேத்கர் மிஸ்."டி"க்கு 2, டிசம்பர் 1938	224
108. பம்பாயிலிருந்து அம்பேத்கர் மிஸ். ட்ரெஸ்சருக்கு 15, டிசம்பர் 1938	225

1940

109. அம்பேத்கர் டைம்ஸ் ஆஃப் இந்தியாவிற்கு 24, செப்டம்பர் 1940	226

1941

110. பம்பாயிலிருந்து அம்பேத்கர் சந்த் ராமுக்கு
15, ஏப்ரல் 1941 — 230

111. அம்பேத்கர் டைம்ஸ் ஆஃப் இந்தியாவிற்கு
18, ஜூன் 1941 — 231

1942

112. புதுதில்லியிலிருந்து அம்பேத்கர் பாவுராவிற்கு
9, ஆகஸ்ட் 1942 — 233

113. புதுதில்லியிலிருந்து அம்பேத்கர் எம்.பி. சமர்த்திற்கு
4, செப்டம்பர் 1942 — 235

114. புதுதில்லியிலிருந்து அம்பேத்கர் லின்லித்கோ
பிரபுவிற்கு 29, அக்டோபர் 1942 — 237

1943

115. அம்பேத்கர் பேராசிரியர் எம்.பி. சிட்னிசுக்கு
6, ஏப்ரல் 1943 — 241

116. புதுதில்லியிலிருந்து அம்பேத்கர் பாவுராவிற்கு
24, ஜூலை 1943 — 242

117. புதுதில்லியிலிருந்து அம்பேத்கர் பாவுராவிற்கு
26, அக்டோபர் 1943 — 244

118. டி.பி. சாப்ரு அம்பேத்கருக்கு 10, டிசம்பர் 1943 — 246

119. புதுதில்லியிலிருந்து அம்பேத்கர்
சர். தேஜ் பி. சாப்ருவிற்கு 16, டிசம்பர் 1943 — 248

120. புதுதில்லியிலிருந்து அம்பேத்கர் பாவுராவிற்கு
31, டிசம்பர் 1943 — 250

1945

121. தாதரிலிருந்து பி.கே. கெய்க்வாட் அம்பேத்கருக்கு
10, பிப்ரவரி 1945 — 254

122. அம்பேத்கர் டைம்ஸ் ஆஃப் இந்தியாவிற்கு 17, மே 1945 — 259

123. ஏ.வி. தக்கார் அம்பேத்கரின் மே 18, 1945 கடிதம் குறித்து — 262

124. புதுதில்லியிலிருந்து அம்பேத்கர் வேவல் பிரபுவிற்கு
7, ஜூன் 1945 — 265

1946

125. புதுதில்லியிலிருந்து அம்பேத்கர் ஜெ.என். மண்டலுக்கு
11, ஜனவரி 1946 — 270

126. புதுதில்லியிலிருந்து அம்பேத்கர் வேவல் பிரபுவிற்கு 3, மே 1946	271
127. புதுதில்லியிலிருந்து அம்பேத்கர் ஏ.வி. அலெக்ஸாண்டருக்கு 14, மே 1946	276
128. புதுதில்லியிலிருந்து அம்பேத்கர் பெதிக்-லாரன்ஸ் பிரபுவிற்கு 22, மே 1946	287
129. புதுதில்லியிலிருந்து அம்பேத்கர் பிரதமர் அட்லீக்கு 17, ஜூன் 1946	289
130. பாரிஸிலிருந்து பிரதமர் அட்லீ அம்பேத்கருக்கு 1, ஆகஸ்ட் 1946	291
131. பம்பாயிலிருந்து அம்பேத்கர் பிரதமர் அட்லீக்கு 12, ஆகஸ்ட் 1946	294
132. பெதிக்-லாரன்ஸ் பிரபு பிரதமர் அட்லீக்கு 3, செப்டம்பர் 1946	298
133. பெதிக்-லாரன்ஸ் பிரபு பிரதமர் அட்லீக்கு 9, செப்டம்பர் 1946	301
134. லண்டனிலிருந்து அம்பேத்கர் ஜாதவ்விற்கு 29, அக்டோபர் 1946	304

1947

135 பம்பாயிலிருந்து அம்பேத்கர் ஜெ.என். மண்டலுக்கு 2, ஜூன் 1947	306
136. புதுதில்லியிலிருந்து அம்பேத்கர் நேருவிற்கு 18, டிசம்பர் 1947	309
137. புதுதில்லியிலிருந்து நேரு அம்பேத்கருக்கு 25, டிசம்பர் 1947	316

1948

138. புதுதில்லியிலிருந்து அம்பேத்கர் கே.சி. நியோஜிக்கு 23, மார்ச் 1948	317
139. வல்லபாய் பட்டேல் அம்பேத்கருக்கு 15, ஏப்ரல் 1948	319
140. அம்பேத்கர் பட்டேலுக்கு 17, ஏப்ரல் 1948	320

1951

141. அம்பேத்கர் நேருவுக்கு 10, ஆகஸ்ட் 1951	321
142. நேரு அம்பேத்கருக்கு 10, ஆகஸ்ட் 1951	323
143. அம்பேத்கர் நேருவுக்கு 27, செப்டம்பர் 1951	325

144. நேரு அம்பேத்கருக்கு 27, செப்டம்பர் 1951	326
145. அம்பேத்கர் நேருவுக்கு 1, அக்டோபர் 1951	328
146. நேரு அம்பேத்கருக்கு 3, அக்டோபர் 1951	329
147. அம்பேத்கர் நேருவுக்கு 4, அக்டோபர் 1951	330
148. நேரு அம்பேத்கருக்கு 4, அக்டோபர் 1951	331
149. அம்பேத்கர் நேருவுக்கு 4, அக்டோபர் 1951	332

1952

150. அம்பேத்கர் தத்தா தேஷ்முக்குக்கு 29, மார்ச் 1952	333
151. தில்லியிலிருந்து அம்பேத்கர் தத்தா தேஷ்முக்குக்கு 1, ஏப்ரல் 1952	334
152. புதுதில்லியிலிருந்து எஸ். ராதாகிருஷ்ணன் அம்பேத்கருக்கு 26, மே 1952	336
153. தில்லியிலிருந்து அம்பேத்கர் ராதாகிருஷ்ணனுக்கு 27, மே 1952	337
154. பம்பாயிலிருந்து அம்பேத்கர் ஜோகலேக்கருக்கு 29, மே 1952	338

1953

155. தில்லியிலிருந்து அம்பேத்கர் ஜாதவ்விற்கு 24, பிப்ரவரி 1953	339
156. அம்பேத்கர் ராமகிருஷ்ண ராவுக்கு ஆகஸ்ட் 1953	341
157. தில்லியிலிருந்து அம்பேத்கர் பிந்துவிற்கு 6, நவம்பர் 1953	343

1954

158. அம்பேத்கர் கேசரி, மராத்தாவிற்கு 15, ஜுலை 1954	345
159. தில்லியிலிருந்து அம்பேத்கர் ஹெச்.டி. அவோடேக்கு 24, நவம்பர் 1954	346

1955

160. ஔரங்காபாத்திலிருந்து அம்பேத்கர் என்.ஆர். பிள்ளைக்கு 9, டிசம்பர் 1955	347
161. ஹைதராபாத்திலிருந்து ராம் மனோகர் லோஹியா அம்பேத்கருக்கு 10, டிசம்பர் 1955	349
162. ஔரங்காபாத்திலிருந்து அம்பேத்கர் நானக் சந்த் ராட்டுவுக்கு 20, டிசம்பர் 1955	351

1956

163. அம்பேத்கர் நேருவுக்கு 17, ஜனவரி 1956	353
164. தில்லியிலிருந்து அம்பேத்கர் பி.டி. கோப்ராகடேவிற்கு 22, ஏப்ரல் 1956	354
165. அம்பேத்கர் ஃப்ரீ பிரஸ் பத்திரிகையில் பிரசுரமானது 31, மே 1956	356
166. தில்லியிலிருந்து அம்பேத்கர் எஸ். ரெகேவுக்கு 12, ஜூன் 1956	358
167. தில்லியிலிருந்து அம்பேத்கர் டபிள்யூ.எம். கோட் போலேவுக்கு 8, செப்டம்பர் 1956	359
168. தில்லியிலிருந்து அம்பேத்கர் நேருவுக்கு 14, செப்டம்பர் 1956	360
169. தில்லியிலிருந்து நேரு அம்பேத்கருக்கு 15, செப்டம்பர் 1956	361
170. தில்லியிலிருந்து அம்பேத்கர் பிக்கு சந்திரமணிக்கு 24, செப்டம்பர் 1956	362
171. தில்லியிலிருந்து அம்பேத்கர் டாக்டர் லோஹியாவிற்கு 24, செப்டம்பர் 1956	364
172. ஹைதராபாத்திலிருந்து டாக்டர் லோஹியா அம்பேத்கருக்கு 1, அக்டோபர் 1956	366
173. புதுதில்லியிலிருந்து அம்பேத்கர் முன்னுரிமை அதிகாரிக்கு 5, அக்டோபர் 1956	368
174. தில்லியிலிருந்து அம்பேத்கர் டாக்டர் லோஹியாவிற்கு 5, அக்டோபர் 1956	369
175. கான்பூரிலிருந்து விமல் மல்ஹோத்ரா அம்பேத்கருக்கு 15, அக்டோபர் 1956	370
176. கான்பூரிலிருந்து காமத் அம்பேத்கருக்கு 27, அக்டோபர் 1956	374
177. தில்லியிலிருந்து அம்பேத்கர் வி.எஸ். கர்டாக்கிற்கு 4, டிசம்பர் 1956	375
178. அம்பேத்கர் ஜோஷி/ஆத்ரே இருவருக்கும் 4, டிசம்பர் 1956	376

பிற்சேர்க்கை I

2*a*. லயோனல் ஆபிரகாம் அம்பேத்கருக்கு 30, ஜூன் 1916	378
3*a*. பி.ஹெச். ஹர்டாக் அம்பேத்கருக்கு 19, ஜூலை 1917	379

62*a*. அம்பேத்கர் ஜி.ஏ. கவாய்க்கு 13, பிப்ரவரி 1932	380
75*a*. பம்பாயிலிருந்து அம்பேத்கர் தத்தோபா பவாருக்கு 24, ஏப்ரல் 1933	382
128*a*. பெதிக்-லாரன்ஸ் பிரபு அம்பேத்கருக்கு 28, மே 1946	383
137*a*. லக்ஷ்மி கபீருக்கு அம்பேத்கர் 1, ஜனவரி 1948	385
137*b*. லக்ஷ்மி கபீருக்கு அம்பேத்கர் 8, பிப்ரவரி 1948	386
137*c*. லக்ஷ்மி கபீருக்கு அம்பேத்கர், மார்ச் 1948	388
பிற்சேர்க்கை II	389
பின்னிணைப்பு I	392
பின்னிணைப்பு II	407
அருஞ்சொற்பொருள்	415
சுட்டி	417

ஆங்கிலப் பதிப்பிற்கான பதிப்பாளர் குறிப்பு

சில பத்தாண்டுகளுக்கும் முன்னரே டாக்டர் அம்பேத்கரின் கடிதங்களைச் சேகரிக்கத் தொடங்கியிருந்தோம். அது அத்தனை எளிதானதாக இல்லை. அம்பேத்கரின் கடிதங்களைப் பத்திரப்படுத்தியிருந்த அமைப்புகளுக்கு அவற்றைப் பிரிய மனமில்லை. அதை யாரிடமும் பகிராமல் ஒரு புதையல்போலக் கருதினர். அப்போது ஒளியச்சு இல்லாத காலம். சில அரிய கடிதங்களைத் தட்டச்சுச் செய்தும் சில கடிதங்களைப் புகைப்படம் எடுத்தும் திருப்திகொள்ள வேண்டியதாயிற்று.

பல வருடங்களுக்கும் முன்பே இது போன்ற தொரு புத்தகத்தை வெளியிடுவதாக விளம்பரம் செய்திருந்தோம். ஆனால் அந்தப் பணியை முன்னெடுத்த நபர் நீண்ட காலதாமதம் செய்தார். பணியைச் செய்யாததோடு கடிதங்களைத் திருப்பித் தரவும் இல்லை. இது வெளியீட்டை மேலும் தாமதப்படுத்தியது.

இப்போது இந்தப் புத்தகம் வெளிவந்திருப்பது மிகுந்த உற்சாகத்தைத் தருகிறது. வெளியிடுவதாய் இருந்த முந்தைய தொகுதியைவிட இது சிறந்ததாகவும் வித்தியாசமாகவும் வெளிவருகிறது. இந்த அளப்பரிய பணியைச் சிரத்தையோடு செயல்படுத்தித் தந்த டாக்டர் சுரேந்திர அஜ்நாத்திற்கு மனப்பூர்வமான நன்றி.

டாக்டர் அம்பேத்கரின் ஏனைய கடிதங்கள் கிடைக்குமாயின் நிச்சயம் விரைவில் இரண்டாம் தொகுதியையும் வெளியிடுவோம். அதற்கு எல்லாத் தரப்பினரும் உதவ வேண்டும் என அன்போடு கேட்டுக்கொள்கிறோம்.

எல்.ஆர். பாலி

பீம் பத்ரிகா அலுவலகம், பதிப்பாளர், ஆசிரியர்
ஜலந்தர், 144003 (இந்தியா) பீம் பத்ரிகா பப்ளிகேஷன்ஸ்

தொகுப்பாசிரியர் குறிப்பு

எப்போதுமே கடிதங்களுக்கு நீண்டதும், வசீகரமானதுமான வரலாறு இருக்கிறது; கூடவே அவற்றிற்கான இலக்கிய, வரலாற்று மதிப்பும். வரலாற்று ஆசிரியர்களுக்கும் சரிதை எழுதுபவர் களுக்கும் கடிதங்கள் பயன்படுகின்றன. நார்ஃபோல்க் குடும்பமொன்றின் மூன்று தலைமுறைப் பரிமாற்றங் களைச் சொல்லும் பாஸ்டன் கடிதங்கள் (*C.1422–1509*) பிரபலமானது. மொசார்ட், கீட்ஸ், ஃப்ளவர், ஹொராஸ் வால்போல் கடிதங்களும் பிரபலமானவை.

கடிதங்களின் இலக்கிய முக்கியத்துவம் மத்திய கால ஆவணங்களில் நிரம்ப இருந்த போதும், மத்திய காலக் குரல்களாய் இருந்த ஆய்வுக் கட்டுரைகளின் மூலங்களாய்க் கடிதங்கள் இருந்ததை வைத்து அறியலாம். கடிதங்கள் கடித இலக்கியங்களாக மட்டுமின்றிப் பிற இலக்கிய வகைமைகளையும் பாதித்துள்ளது. நிரூபப் புதினங்கள் (epistolary novels) ஒரு உதாரணம்.

ஃபேபரின் கடிதங்கள் என்ற புத்தக முன்னுரை யில் அதன் தொகுப்பாசிரியர் ஃபைலிக்ஸ் பிரையர் “பெரும்பான்மையான கடிதங்கள் சலிப்பூட்டக் கூடியவை” என்கிறார். இதுகுறித்து ஒரு விமர்சகர் சொல்கையில் தனக்குத் தானே எழுதிக்கொள்ளும் கடிதங்கள் சலிப்பூட்டுபவைதான்; ஆனால் மற்றவர் களுக்கு எழுதுவது சுவாரசியமானது, குறிப்பாக அவர்கள் அதைப் படிக்காமல் இருக்கும்போது என்கிறார்.

இந்த உளவியல் பரிணாமம் சந்தேகமின்றி முக்கியத்துவம் வாய்ந்ததுதான்; ஆனால் எது சுவாரசியமானது, எது சலிப்பூட்டுவது என்பவை பல்வேறு காரணிகளால் ஆனவை. யார் எழுதுகிறார்,

எதை எழுதுகிறார், யாருக்காக எழுதுகிறார், எப்படி எழுதுகிறார் என்பதையும் பொறுத்தது.

மொழியின் உலகை, அதன் அர்த்தத்தைத் திறந்து காட்டும், கவிதையின் உண்மையைச் சொல்லும் ஜான் கீட்ஸின் கடிதங்கள் மிகுந்த சுவாரசியமானவையாகக் கருதப்படுகின்றன. ஜான் கீட்ஸ் தனது காதலி ஃபேனி பிரவுன், அவரது பதிப்பாளர் ஆகியோரைக் குறித்து வெளிப்படுத்துகையில் அதனைத் திறந்த மனத்தோடு, பெரும்பாலும் மனத்தடைகள் இன்றிப் பேசுகிறார். அதே நேரம் எலியட்டின் நீள் கடிதங்களில் பொதிந்திருக்கும் மனத்தடை பெரும் சலிப்பைத் தருகிறது. கீட்ஸ் நபர்களை முன்னிறுத்துகிறார். எலியட் வரும் தலைமுறைகளை நோக்கிப் பேசுகிறார். கடிதம் எழுதும் ஆங்கிலக் கவிகள் குறித்த பதிவேற்றப்படாத உரையொன்றில் அவர் சொல்வதிலிருந்து இது நிரூபணமாகிறது. "கடிதம் எழுதும் ஆசையானது யாருக்கு எழுதுகிறோமோ அவரைத்தவிர மற்ற யாரும் பார்க்கக்கூடாத, அழிக்கக்கூடாத, ஆனால் யாரோ முகம்தெரியாத ஒருவர் அதை வாசிப்பதும், பாதுகாப்பதும் தவிர்க்கமுடியாதது. நாம் சில நண்பர்களுக்கு எழுத விரும்புவோம், எனினும் அவற்றை அவர்கள் பெற்றுக் கொள்வது சந்தேகமே." ஆக, பிரையரின் பார்வை தன்னிச்சையானது எனக் கொண்டால் இதை மறுப்பதாகச் சொல்லப்படும் உளவியல் பரிமாணமும் சார்பானதே.

புனைவு எழுத்தாளர்களின் கடிதங்கள் பல தொகுப்புகள் வெளிவந்துள்ள நிலையில் சுவாரஸ்யமான கடிதங்களை புனைவெழுத்தாளர்களே எழுதியிருப்பார்கள் என எண்ண முடியாது. ஓவியர் வான்கா தன் சகோதரன் தியோவுக்கு எழுதிய கடிதங்கள் அற்புதமானவையாகக் கருதப்படுகின்றன.

விஞ்ஞானிகளும் சுவாரசியமான கடிதங்களைத் தந்துள்ளனர். அவர்களுக்குள் எழுதிக்கொண்ட கடிதங்கள் புதிய கண்டுபிடிப்பு களுக்கு, அனுபவங்களுக்கு வித்திட்டுள்ளன. அவற்றில் சில புத்தகங்களாக வெளிவந்துள்ளன. மற்றவை அழிக்கப்பட்டன, மறைக்கப்பட்டன. மன்ஹாட்டன் திட்டம்[1] குறித்த கடிதப் பரிமாற்றங்கள் நமக்குக் கிடைத்திருக்குமானால் அவை அபூர்வமாக இருந்திருக்கும்.

---

1. இரண்டாம் உலகப்போரில் அணுகுண்டு தயாரிப்பதற்காக ரகசியமாகச் செயல்படுத்தப்பட்ட திட்டம். இத்திட்டம் அமெரிக்காவின் தலைமையில் இங்கிலாந்தும் கனடாவும் இணைந்து 1942லிருந்து 1946வரை இயங்கியது. மேஜர் ஜெனரல் லெஸ்லி க்ரூவ்ஸ் தலைமையில் மன்ஹாட்டன் மாவட்டத்தில் செயல்பட்டுவந்த இத்திட்டம் மிக ரகசியமாகப் பேணப்பட்டது. பத்தாயிரம் பணியாளர்கள் செயல்பட்டு வந்தபோதும் ரகசியத்தை மீறுபவர்களுக்குப் பத்தாண்டு சிறைத்தண்டனை என அறிவிக்கப்பட்டு இயங்கிவந்த திட்டம் இரண்டாம் உலகப்போருக்குப்பின் கலைக்கப்பட்டது. (மொ–ர்)

அரசியல் தலைவர்கள், விடுதலைப் போராட்ட வீரர்களின் கடிதங்களும் வெளிவந்துள்ளன. ஜவஹர்லால் நேருவின் கடிதங்கள், பல்வேறு தலைப்புகளில் வெளியிடப்பட்ட காந்தியின் கடிதங்கள். பிறகு துர்கா தாஸ் பதிப்பித்த சர்தார் பட்டேலின் பத்துத் தொகுதிகள், ஜி.எம். நந்தூர்கர் தொகுத்த சர்தார் பட்டேலின் நூற்றாண்டுக்குப் பிந்தைய அறியப்படாத கடிதங்களின் மூன்று தொகுதிகள் போன்றவையும் வெளிவந்துள்ளன.

பாரத ரத்னா பீம்ராவ் ராம்ஜி அம்பேத்கர் (1891–1956) தன்னளவிலேயே அபூர்வமான ஆளுமை மிக்கவர். அரசியல் தலைவர். ஒடுக்கப்பட்ட மக்களின் செயல்வீரர், பௌத்தத்தை அதன் சொந்த தேசத்துக்குள் புனரமைத்தவர், இந்திய அரசியலமைப்புச் சட்டத்தின் சிற்பி, சுதந்திர இந்தியாவின் முதல் சட்ட அமைச்சர். அவர் மராத்தியிலும் ஆங்கிலத்திலும் ஏராளமான கடிதங்களைச் சுதந்திரத்திற்கு முன்னும் பின்னுமாக எழுதியிருக்கிறார். நண்பர்களுக்கும் கட்சித்தோழர்களுக்கும் பத்திரிகை ஆசிரியர்களுக்கும், அரசின் உயர்மட்டப் பதவிகளில் இருந்தோருக்கும், எதிர்க்கட்சித் தலைவர்களுக்கும் எனப் பல்வேறு கடிதங்கள்.

மராத்தியில் மூன்று தொகுதிகளாக அவரது கடிதங்கள் தொகுக்கப்பட்டிருக்கின்றன. ஆனால் ஆங்கிலத்தில் அவரது கடிதங்களைத் தொகுக்கும் முயற்சிகள் எதுவும் இத்தனை காலக் காத்திருப்புக்குப் பின்னும் இதுவரை நடந்தேறவில்லை. இந்தப் பணிவான முயற்சி அத்திசையில் ஒரு சிறு முதலடி.

இத் தொகுப்பின் முழுமையைக் கணக்கிட்டு டாக்டர் அம்பேத்கருக்கு மற்றவர்கள் எழுதிய கடிதங்களும் இதில் இணைக்கப்பட்டுள்ளன. அவை பிரச்சினைகளின் மறுபக்கத்தைத் திறந்துகாட்டுவனவாகவும், நமது பார்வைக்குத் துணை செய்வனவாகவும் இருக்கின்றன.

அம்பேத்கர் எழுதிய கடிதங்களைவிட அவருக்கு எழுதப் பட்ட கடிதங்கள் சில நேரங்களில் நடந்த உண்மைகளைத் தெள்ளத்தெளிவாக வெட்ட வெளிச்சமாக்குகிறது. உதாரணமாக அம்பேத்கரின் ரகசியத் திருமணம் குறித்த வதந்திக்கு எஃப்.எக்ஸ் எழுதிய கடித எண்: 101 முற்றுப்புள்ளி வைக்கிறது. அதில் அவரே இதை மறுக்கிறார். இவை மாதிரியான குறிப்பிட்ட சிக்கல்களுக்குச் சரியான புரிதலை இக்கடிதங்கள் தருகின்றன.

இலத்தீன் உரைநடையாளர்கள் அந்தரங்கக் கடிதங்கள், அலுவலகக் கடிதங்கள் எனக் கடிதங்களை இருவிதமாகப் பிரித்தறிவித்திருந்தனர். மூன்றாவது வகையாக பொதுக் கடிதங்கள் அல்லது திறந்த மடல்கள் எனச் சொல்லலாம். தனிநபருக்கோ

அல்லது பிரசுரம் வேண்டிப் பத்திரிகை ஆசிரியருக்கோ எழுதுவது இவ்வகை. இந்த வகைப்படுத்தல் முழுமையானதல்ல. எடுத்துக்கொண்ட பொருளிலிருந்து விலகாமலிருக்க மற்றொரு சந்தர்ப்பத்தில் அவற்றைப் பார்க்கலாம். இந்தத் தொகுப்பின் கடிதங்களைக் கீழ்க்காணும் வகையில் பிரித்துக்கொள்ளலாம். (1) டாக்டர் அம்பேத்கர் எழுதியது (எ.கா:1) (2) அவர் பதில் எழுதியவை (எ.கா:7) (3) அவருக்குப் பதில் கடிதங்களாக எழுதப்பட்டவை (எ.கா:10) (4) நேரிடையாக அவருக்கு எழுதப் படாவிட்டாலும் அவரது கடிதங்களுக்கான எதிர்வினைகள். (எ.கா: 123 & 132) (5) மற்றவர்கள் அம்பேத்கருக்கு எழுதியவை. (எ.கா:6) (6)பத்திரிகை ஆசிரியர்களுக்கு எழுதியவை. (எ.கா:2) இவற்றோடு ஒன்றிரண்டு விண்ணப்பங்கள், தந்திகள், ஒரு சான்றிதழும் தொகுக்கப்பட்டிருக்கின்றன. சில நீள் கடிதங்கள், ஒரு வட்டக் கையெழுத்துக் கடிதம் ஆகியவையும் சேர்க்கப் பட்டுள்ளன.

மராத்தியில் எழுதப்பட்ட கடித எண்: 32ஐத் தவிர மற்ற எல்லாக் கடிதங்களும் ஆங்கிலத்தில் எழுதப்பட்டவை.

இக்கடிதங்கள் காலவரிசையில் அடுக்கப்பட்டவை. ஆதலால் அம்பேத்கரின் வாழ்வில் நடந்ததையும் அந்தக் காலத்தையும் தொகுத்துச் சொல்வனவாகவும் அவரது உள்ளுணர்வை நுட்பமாக வெளிப்படுத்தும் கலங்கரை விளக்காகவும் அமைகின்றன.

அந்தக் காலச் சூழலையும் சூழலின் இடைவெளிகளையும் நிரப்பும்விதமாக அடிக்குறிப்புகள், மேற்குறிப்புகள் கொடுக்கப் பட்டுள்ளன. மேற்குறிப்புகள் அடைப்புக்குறிக்குள்ளும் தேதியிடப்படாத கடிதங்களில் மற்ற சான்றாதாரங்கள் ஆவணங்கள் கொண்டு சரிபார்க்கப்பட்டுத் தகுந்த தேதிகளும் குறிப்பிடப்பட்டுள்ளன. கடிதங்களில் குறிப்பிடப்பட்டுள்ள நபர்களின் முழுப்பெயர்களை அடிக்குறிப்புகளில் காணலாம்.

எல்லாக் கடிதங்களுமே தனித் தலைப்பிடப்படாதவை; எனினும் பத்திரிகைகளில் வெளிவந்த கடிதங்கள் விதிவிலக்கானவை. அச்சு ஊடகங்களிலிருந்து தேர்ந்தெடுக்கப்பட்டதால் அவ்வாறே அவை பயன்படுத்தப்பட்டிருக்கின்றன. கடித எண்: 70, 71 ஆகியன பேசும் செய்திகள் ஒன்றெனினும் வெவ்வேறு பத்திரிகைகளில் வெளிவந்தவை; அவை திருத்தம் செய்யப்பட்டிருக்கலாம்.

மார்கோட் அஸ்கோய்த்தின் சுயசரிதையில் ஆசிரியர் கண்ணியமின்றிக் கேட்பார் "அதாவது நீங்கள் ஜார்ஜ் எலியட், மாத்யூ அர்னால்ட், ஸ்வின்பர்ன், டென்னிசன் ஆகியோரின் கடிதங்கள் அனைத்தையும் எரித்துவிட்டீர் என்கிறீரா?'' ஜோவட் பதிலளிப்பார்: "ஜார்ஜ் எலியட், பிளாரன்ஸ் நைட்டிங்கேல்

ஆகியோரின் ஒன்றிரண்டு கடிதங்களை வைத்திருக்கிறேன். ஆனால் ஒன்று. சிறந்த மனிதர்கள் ஒருபோதும் சிறந்த கடிதங்களை எழுதுவதில்லை.''

டாக்டர் அம்பேத்கரின் கடிதங்கள் மேற்சொன்ன கூற்றுக்குச் சவாலானவை. அவர் சிறந்த மனிதர், சிறந்த கடிதங்களையும் தந்திருக்கிறார். இவற்றைப் படிக்கும் எவராலும் கடித எண்: 127 ஐக் குறிப்பிடாமல் இருக்கவே முடியாது. அதில் செயல்பாட்டில் ஈடுபடும் வலிமையின் இதயத்தைக் கொண்டவரையும், ஒடுக்கப்பட்டோரின் விடுதலை வேண்டுபவரையும், மாயைகளை உடைப்பவரையும், நகைச்சுவை உணர்வும் பகடியும் கைவரப்பெற்ற மனிதரையும் காணமுடியும். வடிவத்திலும் பொருளிலும் வலுவான கடிதமது. கடித எண்:113 கொலை மிரட்டல்களை அம்பேத்கர் எவ்வளவு இயல்பாகக் கடந்துசென்றார் என்பதையும் அந்தச் சூழலிலும் அவர் கைவிடாத நகைச்சுவை உணர்வையும் சொல்லும்.

அவரது நேர்மையை, சமூக நீதிக்கான இச்சையை, மனிதர்களைப் படிக்கும் கலையை, அறம்கொண்ட சமூகக் கட்டமைப்பின் மீதான விருப்பை, தைரியம் கொண்ட குற்றச்சாட்டுகளை, புலமையை, விவேகத்தை, மனிதநேயச் சமயக் கொள்கையை, எல்லாவற்றிற்கும் மேலாக எளிமையான மனிதர்களை உயர்நிலைக்குக் கொண்டுவருவதன் மூலம் இவ்வுலகை மறுகட்டமைப்புச் செய்யும் அவரது நோக்கத்தைப் பறைசாற்றும்விதமாக இந்தத் தொகுதி எங்கும் கடிதங்கள் விரவிக்கிடக்கின்றன.

இக்கடிதங்கள் எல்லாம் சமூக அரசியல் பொருளாதாரத் தேடல்களைக் கொண்டிருப்பதால் தன்னளவில் வரலாறாகவே அறியப்படுகின்றன. டாக்டர் அம்பேத்கரின் வாழ்வு, அவரது காலம், பணிகள், கருத்துகள் குறித்த ஆய்வுகளுக்குத் தேவையான பல்வேறுத் தரவுகள் இவற்றில் நிரம்பிவழிகின்றன.

கடிதங்களை எழுதுகையில் ஒருவர் அதனது வரலாற்று முக்கியத்துவத்தைக் குறித்துப் போதம் கொள்வதில்லை; வருங்காலத்தில் அதன் பொருத்தப்பாடு குறித்தும் கவனம் கொள்வதில்லை. அரசு அலுவலகங்களுக்கோ பத்திரிகை ஆசிரியர்களுக்கோ எழுதுகையில் சம்பிரதாயமாகவே எழுத முடியும். ஆனால் நண்பர்களுக்கும் சக பணியாளர்களுக்கும் அணுக்கமானவர்களுக்கும் எழுதும்போது ஒருவர் இயல்பாகவும் நெகிழ்வாகவும் தன்னை வெளிப்படுத்திக்கொள்வார். இந்த நெகிழ்வில் சில முக்கியப் புள்ளிகளைத் தரிசிக்க முடியும். 1930வரையிலான டாக்டர் அம்பேத்கரின் கடிதங்களில் 'ஜெய் பவானி' என்கிற முத்திரை அச்சிடப்பட்டிருப்பதைக் காணலாம். ஆனால் மே 1930க்குப் பிறகான கடிதங்களில் இந்தத் துதியை

அம்பேத்கர் நீக்கிவிடுகிறார். இது அவர் மீதான எதிர்த்தரப்பின் சுயசாதி குறித்த விமர்சனங்களுக்கான வாய்ப்பின் வெளிப்பாடா அல்லது மதத்திலிருந்து விடுபட்டுப் பகுத்தறிவு நோக்கிய அவரது பயணத்தின் வெளிப்பாடா என்று ஆய்வாளர்களே அவதானிக்க முடியும்.

எப்போதும் போராட்டத்திலேயே உழன்று கசப்பின் தழும்புகளைக் கொண்டிருந்த டாக்டர் அம்பேத்கரைக் 'கசப்பானவர்' என்றே பலரும் சொல்வர். உண்மையில் அவர் மிகவும் மென்மையானவர். அவரது வாழ்க்கைக்குறித்த தரிசனம் சாதி, மத, குல, இன, பிரதேச, மொழி, பாலின வேறுபாடுகளைக் கடந்த மொத்த மனிதகுல நேயத்திற்கானது. அவரது அன்பான இதயம், விலங்குகளின்மீதும்கூட நேசத்தையே சுரந்தது. கடிதம் 16இல் அவர் தன் வீட்டில் பராமரித்துவந்த காயம்பட்ட மான் மரித்தபோது உள்ளான வேதனையைக் குறிப்பிடுகிறது. காயம்பட்ட அன்னத்தை மருந்திட்டுக் குணப்படுத்திய புத்தனின் கருணையை ஒத்தது இந்நிகழ்வு.

அம்பேத்கரின் பல்வேறு பரிமாணங்களை இத்தொகுதி வெளிக்கொணர்கிறது. அதுகுறித்த சுருக்கத்தைத் தருவது நம் நோக்கமல்ல. இத்தொகுதி அச்சில் இருக்கையில்கூடக் கடிதங்களைத் தேடும் முயற்சி கைவிடப்படவில்லை. புத்தகம் அச்சிட்டப் பிற்பாடு கிடைத்த கடிதங்களைப் பிறசேர்க்கையில் சேர்க்க வேண்டியதாயிற்று. எனினும் பின்னிணைப்பில் அவற்றையும் இணைத்துள்ளோம்.

இத்தொகுதியை வெளியிடுவதோடு மட்டுமின்றித் தோளோடு தோள் நின்றும் தன்னுடைய பெரும் முயற்சியால் சேகரித்து வைத்திருந்த தரவுகளை வழங்கியும் உதவிய திரு. எல்.ஆர்.பாலி அவர்களுக்கு என் நெஞ்சார்ந்த நன்றி. பிழைதிருத்தத்தோடு அருஞ்சொற்பொருள், சுட்டி ஆகியவற்றையும் தயாரித்துத் தந்த என் மனைவி சோமா சாபலாக்கிற்கும், ஆவணங்களைப் பிரதி எடுத்து உதவிய மகன் மானவாவிற்கும் பெரும் ஆளுமையின் கடிதங்களை அமைதியாகப் பார்த்தபடி ஒத்துழைத்த என் குட்டிப் பையன் அபிநவ்விற்கும் என் நன்றிகள்.

இத்தொகுதியை உருவாக்குவதில் பல்வேறு உதவிகள் நல்கிய திரு. சியான்சிங்பால்றி. C.S, பேராசிரியர் கேவால்சிங்பரவானா, டாக்டர் ராஜேஷ் கே. பல்லன், திரு. கவுதம் ஷிண்டே, திரு. கே.சி. சுலேக், திரு. ராகுல் குமார் பேலி, திரு. அமான் சாயின் தல்கான், திரு. சுர்ஜித்சிங், திரு. ரமேஷ் குமார் மாஹே ஆகியோருக்கும் என் நன்றி

பங்கா (பஞ்சாப்) **சுரேந்திர அஜ்நாத்**

பதிப்புரை

முகவரியற்றதிலிருந்து முகவரிக்கு

பின்பனிக்காலச் சோம்பலை முறித்து அந்த நாள் பிறப்பெடுத்தது. மதன்லால் ஜெயின் எனும் மனிதன் தனது மருமகனைச் சேர்த்துக் கொண்டு நீதிமன்றப் பணியாளர் மூவர் சூழ, இருபது முரடர்களையும் அழைத்துக்கொண்டு திமு திமுவென அந்நிலத்திற்குள் புகுந்தான். அந்த நிலம் மெசியாவின் துகிலிடம். அங்குதான் மெசியா வியாபித்திருந்தார். அந்த நிலம்தான் ஏதிலிகளின் ஜெருசலேம். இதை அறிந்தும் இந்திய நீதிமன்றம் ஒன்று அந்நிலத்திற்கு எதிராகத் தீர்ப்பொன்றை வழங்கியிருந்தது. சாசனத்தை வடித்தவர்க்கு எதிராகவே தீர்ப்புகள் வந்து சேரும் முரண்நகை நாடு இது. இதனிடம் வேறென்ன எதிர்பார்க்க முடியும்? இப்போது அந்நிலத்தில் நிறுவப்பட்ட பங்களா நவீன முதலாளியால் கைப்பற்றப்பட்டது. மெசியாவின் வேலைக்காரரிடமிருந்து சாவிகள் கொத்தாகப் பறிக்கப்பட்டன; அறைகள் சிதறடிக்கப்பட்டன. மெசியா சுவாசித்த, இறுதி மூச்சை விட்டுச்சென்ற நூலகம் சிதிலமாக்கப்பட்டது. ஆவணங்கள் உட்பட்ட அனைத்தும் இடறிவீசியெறியப்பட்டன. மெசியாவைத் தாங்கிய புல்வெளிகள் இப்போது அவரது சுவாசக் குவியலான எழுத்துக்களையும் தனதாக்கி அரவணைத்தன. மழைக்குத் தெரியா தல்லவா? மெசியாவின் சுவாசம் புல்வெளியில் இடறப்பட்டதென்று? எல்லாருக்குமான மழை அன்று மெசியாவின் எழுத்துக்களை, ஆவணங்களை, கடிதங்களைச் சேதப்படுத்தி ஓய்ந்தது.

இந்திய வாழ்வைத் தொடங்கிய தருணத்தில் ஒரு பார்சி விடுதியில் இருந்து விரட்டப்பட்ட மனிதர் பின்னாளில் மீட்பராக மாறி மரித்த பத்தாண்டுகளுக்குப் பின்னர் ஒரு பங்களாவிலிருந்தும் வீசப்பட்டார். வானத்துப் பறவைகளுக்கு கூடுகளுண்டு, மானிடமகனுக்கோ தலைசாய்க்கக்கூட இடமில்லை என்ற வரலாறு *1967* ஜனவரி *20* அன்றுதான் நடந்தது.

26, அலிப்பூர் சாலை, சிவில் லைன்ஸ், புதுதில்லி – ராஜஸ்தானைச் சேர்ந்த சிரோஹி மஹோராரோ சாஹிப் என்பவர்க்கானது. பத்து அறைகள்கொண்ட பங்களாவில்தான் அம்பேத்கர் குடியேறினார். பங்களாவின் பெரிய அறையை நூலகத்திற்காக ஒதுக்கினார். சொந்தப் புத்தகங்கள் தாண்டி ராம்ஜி மெக்டொனால்ட், காந்தி, வின்ஸ்டன் சர்ச்சில் ஆகியோருடனான கடித ஆவணங்கள், வட்ட மேசை மாநாடு, பூனா ஒப்பந்தம், காலாராம் கோவில் நுழைவு, மஹத் போராட்டம், மதமாற்ற அறிவிப்பை வெளியிட்ட யவேலா மாநாட்டின் உரைகள், முடிவுபெற்ற – முடிவு பெறாத நூல்களின் கையெழுத்துப் பிரதிகள், அம்பேத்கர் பயன்படுத்திய பொருட்கள், அவருக்குக் கிடைத்த திரளான பரிசுகள், அம்பேத்கரைச் சந்தித்த அறிவாளுமைகளின் நினைவலைகள், இறுதியாக அம்பேத்கரின் ஸ்பரிசம் . . . இப்படித்தான் அந்தப் பங்களா ததும்பிக் காட்சி தரும்.

ooo

தனிமனிதனுக்கு முகவரி எத்துணை முக்கியமானது? முகவரி எத்துணை அழகானதோ அத்துணைச் சங்கடமானது. இத்தொகுப்பில் அம்பேத்கரின் முகவரிகளும் நமக்கு அதைத்தான் உணர்த்துகின்றன.

தொகுப்பின் முதல் கடிதம் *1913* ஆகஸ்ட் *4* எனத் தொடங்குகிறது. இரண்டாவது கடிதம் *1916* என்பதாகத் தென்படுகிறது. முதல் இரண்டு கடிதங்களுக்கும் இடைப்பட்ட கால இடைவெளி மூன்றாண்டுகள். முகவரியும் மூன்றாகக் காட்சி தருகிறது. மூன்று முகவரிகள் அமெரிக்காவிற்கானவை. அமெரிக்காவிலிருந்து லண்டன் சென்று ‘லண்டன் ஸ்கூல் ஆப் எகானாமிக்ஸ்’இல் தனது *M.Sc* பட்டத்தைத் தொடர்கிறார். உதவித்தொகை முறிவால் அம்பேத்கர் இந்தியா திரும்பினார்.

*1917*ஆம் ஆண்டு அம்பேத்கர் சிடன்ஹாம் வணிகவியல் கல்லூரியின் பேராசிரியர் பணிக்கு விண்ணப்பிக்கிறார். இப்போது அவரிடம் இந்திய முகவரியாக ஏதுமில்லை. மாறாகப் பாதுகாவலர் முகவரியோடுதான் அம்பேத்கரின் விண்ணப்பம் சென்றது. அம்பேத்கருக்கும் உதவித்தொகை கொடுத்த

நிறுவனத்திற்கும் பணத்தைத் திரும்பச் செலுத்துவது தொடர்பான கடிதங்கள் பரிமாறப்பட்டன. பரோடா அரசனின் கல்வித்துறை ஆணையர் சிடன்ஹாம் கல்லூரி முதல்வருக்கு அம்பேத்கரின் படிப்பிற்குச் செலவிட்டத் தொகை குறித்து முறையிடுகிறார். கல்லூரியின் முதல்வரோ "அம்பேத்கர் முகவரி எதையும் விட்டுச் செல்வதில்லை. எழுத்துமூலம் அவரைத் தொடர்புகொள்ள இயலாது" எனப் பதிலிடுகிறார். முகவரியற்ற நிலையில்தான் அம்பேத்கர் தனது இந்திய வாழ்வைத் தொடங்கினார்.

முகவரியற்ற நிலையில் இருந்த அம்பேத்கர் அதன் பின்னர் இந்தியாவின் முகமாக உருப்பெற்றார். வட்டமேசை மாநாடுகளுக்கு முகவரியானார். தொழிலாளர் துறையின் முகவரியானார். இறுதியில் அந்த முகவரியற்ற முகம்தான் அரசியல் சாசனத்தின் முகவரியானது. நவீன இந்தியாவின் லட்சினையாக முகவரியற்ற முகமே உருப்பெற்றது. இப்பண்பு மாற்றத்திற்குப் பின்புலமாக அம்பேத்கரின் தன்னிலை உந்துதலும் தலித் மக்களின் வீரம் செறிந்த போராட்டமும் காரணமாகத் திகழ்ந்தன.

இந்தியாவின் சட்ட முகமான அம்பேத்கர் இந்து சட்டமசோதா விவகாரத்தில் விடை பெறுகிறார். அதன் பின்னர் இத்தொகுப்பு அம்பேத்கரின் முகவரியாக 26, அலிப்பூர் சாலை, சிவில்லைன்ஸ், புதுதில்லி எனக் காட்சிப்படுத்துகிறது. அந்த முகவரியில் இருந்துதான் அம்பேத்கர் தலித் அடையாளத்தின் நவீன அடையாளமாகப் பௌத்தத்தை உருவாக்கினார். அதனை நவயானம் என்றார். அந்த நவயானத்தில் சாதி இல்லை என்றார். அதனாலே 'பட்டியல் சாதி சம்மேளனம்' என்பதை 'இந்திய குடியரசுக் கட்சி'யாக உருமாற்றினார். அக்கட்சியைச் சோசலிசச் சாய்வோடு வார்த்தெடுக்க விரும்பினார்.

அம்பேத்கர் வாழும்போதே 26 அலிப்பூர் முகவரிக்கு மின்சாரம் துண்டிக்கப்பட்டது. அம்பேத்கர் தனது உதவியாளரான நானக் சந்த் ராட்டுக்கு இவ்வாறு எழுதுகிறார்: "பாலு அங்கிருந்து வந்தபோது மின்னிணைப்பு துண்டிக்கப்பட்டிருந்ததாகச் சொன்னார். மின்னிணைப்பைப் பொறுத்தவரை என் ஓர்மையில் நாம் ஏதும் நிலுவை வைத்ததாகத் தெரியவில்லை. மின்சாரத் துறையைப் புரிந்துகொள்வது சிரமமாக இருக்கிறது" (க.எ. 162) என்று இலகுவாக எழுதிச் செல்கிறார்.

இந்த முகவரியில் இருந்துதான் ராம் மனோகர் லோகியாவைச் சந்திக்க முயன்றார் அம்பேத்கர். அவரின் நேரு எதிர்ப்பை ஓர்மைப்படுத்த வேண்டும் என எண்ணுகிறார். அதன்

வாயிலாகவே லோகியாவின் கட்சித் திட்டங்களை, அக்கட்சியின் சோசலிசக் கருத்துருவை அறிய முயன்றார். இந்நிலையில் லோகியாவைச் சந்திக்க இருமுறை ஆசைப்பட்டார். ஆனால் லோகியா சாமர்த்தியமாக நழுவிச்சென்றார். அம்பேத்கருக்கு எழுதும்போது இந்தியாவின் தலைசிறந்த அறிவாளி என்று அழைக்கும் லோகியா, அவர் இறந்த பின்னர் 'நவீனக் கல்விகற்ற ஹரிஜன்' என்பதான குசும்பு வரியை வெளிப்படுத்தினார்.

இந்த முகவரியில் இருந்துதான் நவீன பௌத்தத்தின் அரசியல் சாசனமான 'புத்தரும் அவரது தம்மமும்' எனும் நூலை உருவாக்கினார். அதனை வெளியிடுவதற்கான முன்பணத் தேவைக் கடிதங்களை நேருவிற்கும், பர்மீய உயர்நீதிமன்ற நீதிபதிக்கும் எழுதுகிறார். அம்பேத்கரின் கோரிக்கையை நேரு சாமர்த்தியமாக நிராகரித்தார். பர்மீய உயர்நீதிமன்ற நீதிபதியான சந்தூன் அவர்களோ "பௌத்தம் குறித்த உங்கள் வெளியீட்டின் தொகைக்கான நன்கொடையைப் பொறுத்தவரை ஆசிய பவுண்டேஷனில் புதிய நிர்வாகி மாறிவிட்டதால் இப்போதுள்ளவர் இதுமாதிரியான விஷயத்துக்கு முக்கியத்துவம் கொடுப்பதில்லை" என்பதாக நழுவிச் செல்வார். நேருவின் சாமர்த்தியமும் சந்தூனின் நழுவலும் நேர்க்கோட்டில் இணைவதை அவதானிக்கலாம்.

26, அலிப்பூர் சாலை முகவரி இவ்வாறான சங்கடங்களை அம்பேத்கர் வாழும்போதே வழங்கியது. மின்னிணைப்பு துண்டிக்கப்பட்ட முகவரி, சோசலிசச் செயல்பாட்டாளர்களால் உரசப்பட்ட முகவரி, நவீன பௌத்த சாசனத்தை வெளியிட நிதியற்றுத் திணறிய முகவரியிலிருந்து நிரந்தரமாக அவர் *1956* டிசம்பர் *6*இலும் எஞ்சிய அவரது ஸ்பரிசங்கள் *1967* ஜனவரி *20*இலும் என்றென்றைக்குமாக வெளியேற்றப்பட்டது. அவரது முகவரி நிரந்தரமாக இல்லாமலாக்கப்பட்டது. இருப்பினும் அம்பேத்கரின் முகமே முகவரியானது. முகமற்றவர்கள் ஒரு முகத்தை மட்டும் தங்களது அகல்விளக்காகக் கைகளில் ஏந்தி அடுத்தடுத்த தலைமுறைக்குக் கடத்திவந்தனர். இப்போது மக்கள் ஒளியின் கடவுளைக் காத்தனர். அதனைத் தங்களது முகவரியாக்கினர். எத்தனையோ முகவரிகள் நவீன இந்தியாவில் ஆளுமைகளாகின. ஆனால் கடந்த ஏழு ஆண்டுகளாக உருப்பெற்றுவரும் பாசிச சக்திகளுக்கு எதிராக அம்பேத்கர் எனும் ஒளி முகவரியாக மாறியது. முகவரியற்ற மனிதனின் முகவரிதான் எத்துணை அழகானது?

○○○

அலிப்பூர் சாலையில் அமைந்திருந்த பங்களாவின் முன்னர் பஞ்சாப்பைச் சேர்ந்த தலித் இளைஞர்கள் கூடுவது வழக்கம்.

அங்கு அவர்கள் அரட்டையடித்துக்கொண்டிருப்பார்கள். கொஞ்சமாக எழுத்து, அரசியல் ஆகியனவற்றில் கவனம் குவிப்பார்கள். சில நேரங்களில் சில அடி தூரத்தில் இருந்து மீட்பர் அவ்விளைஞர்களை அவதானித்துக்கொண்டிருப்பார். இன்னும் சில நேரங்களில் 'எனது நேசத்துக்குரிய புதல்வர்களே' எனும் மொழிகளால் வசீகரிப்பார். இளைஞர்கள் மீட்பரின் அருகே அமர்ந்து அவரது வார்த்தைகளுக்குச் செவிகொடுப்பர்.

அரசியல் சாசன அவை உரையாடல்கள், காங்கிரஸ் அரசின் செயல்பாடுகள், இடதுசாரிக் கட்சிகளின் முன்னெடுப்புகள், உருவாகிவரும் இந்துப் பெரும்பான்மைவாதம் முதலானவை குறித்து உரையாடிய பின்னர் 'குழந்தைகளே கவனமாக வாழுங்கள்' என்ற நேச மொழிகளோடு அம்மீட்பர் அறையை நோக்கி நகர்வார்.

ஓர் அந்திமப் பொழுதில் மீட்பர், நெகிழ்ந்திருந்த புல்தரையில் நாற்காலியில் அமர்ந்திருந்தார். முகவாட்டத்தோடு தளர்வும் தென்பட்டது. இளைஞர்கள் மீட்பருக்கு முன்னர் அமைதியாயினர். 'இன்னும் சில நாட்கள் மட்டுமே நான் வாழ்வேன்' என்பதான அமைதிக் குலைவு வார்த்தைகள் மெல்லியதாக வெளியாயின. பெரும் அமைதி எங்கும் நிரவியது. பிறிதொரு மெல்லிய குரல் இவ்வாறு உதிர்த்தது: "நீங்கள் எங்களது விடுதலை வீரர். நான் உங்களது பக்தன். உங்களது கருத்துகளை என் மூச்சடங்கும்வரை பரப்புவேன்." இரண்டுமாதம் கழித்து அம்பேத்கர் காலமானார். மெல்லிய குரலிற்குச் சொந்தமான எல்.ஆர். பாலி தான் பார்த்துவந்த அரசு வேலையை உதறிவிட்டுத் தனது ஊரான ஜலந்தர் சென்றார்.

1930ஆம் ஆண்டு ஜலந்தரில் ஒரு தலித் குடும்பத்தில் லாகோரி ராம் பாலி பிறந்தார். 1958ஆம் ஆண்டு *பீம் பத்ரிகா* என்ற உருதுப் பத்திரிகையை வெளியிட்டார். தனது நண்பர்களோடு இணைந்து பத்திரிகைகளில் வெளிவந்திருந்த அம்பேத்கரின் பேச்சுகள், எழுத்துகளை *பீம் பத்ரிகாவில்* மீள்பிரசுரித்தார். பஞ்சாப்பில் உள்ள இந்தியக் குடியரசுக் கட்சியில் செயல்பட்ட எல்.ஆர். பாலி ஏழு ஆண்டுகளுக்குப் பின்னர் அக்கட்சியில் இருந்து வெளியேறி அம்பேத்கரின் இலக்கியத்தைப் பரவலாக்குவதையே முழுநேரத் தொழிலாகக் கொண்டார்.

ஒருமுறை கைதுசெய்யப்பட்டிருந்தபோது சிறையில் இந்தியையும் ஆங்கிலத்தையும் படித்தார். உருது இதழான *பீம் பத்ரிகா* இப்போது இந்தி, ஆங்கில இதழாக உருமாறியது.

1963ஆம் ஆண்டு எல்.ஆர். பாலி பீம் பத்ரிகா எனும் பதிப்பகத்தை உருவாக்கினார். அதன் வாயிலாக 'சாதியை

அழித்தொழித்தல்' எனும் நூலின் பல மொழிபெயர்ப்புகளை வெளியிட்டார். இதனால் அம்பேத்கர் குடும்பம் பாலிமீது வழக்குத் தொடுத்தது. பீம் பத்ரிகா பதிப்பகம் வாயிலாக அம்பேத்கரின் உரைகள், எழுத்துகளை வெளியிடத் திட்டமிட்டார் எல்.ஆர். பாலி. பகவன் தாஸ் மூலம் அம்பேத்கர் தொகுதிகளைக் கொண்டுவந்தார். அம்பேத்கர் இறப்புக்குப் பின்னர் ஆங்கிலத்தில் வந்த முதல் தொகுப்பு என்ற புகழை பகவன் தாஸ் தொகுப்பு பெற்றது. அந்த வரிசையில் சுரேந்திர அஜ்நாத் 1993ஆம் ஆண்டு 'அம்பேத்கர் கடிதங்கள்' எனும் தொகுப்பைக் கொண்டுவந்தார். ஆங்கிலத்தில் வெளியான முதல் கடிதத் தொகுப்பு என்ற புகழை இத்தொகுப்பு பெற்றது.

○○○

சுரேந்திர அஜ்நாத் 1993ஆம் ஆண்டு ஜூலை மாதம் பீம் பத்ரிகா வாயிலாக அம்பேத்கர் கடிதங்களின் தொகுப்பைக் கொணர்ந்தார். அதன் பின்னர் 2019ஆம் ஆண்டு 'அம்பேத்கர் கடிதங்கள்' மறு அச்சாகத் தில்லியிலுள்ள சம்யக் பிரகாசன் பதிப்பகம் வெளியிட்டது. இத்தமிழ் மொழிபெயர்ப்பு பீம் பத்ரிகா பதிப்பகத்தால் வெளியிடப்பட்ட ஆங்கில மூலத்தை ஆதாரமாகக் கொள்கிறது. 2006இல் மகாராஷ்டிர அரசு அம்பேத்கரின் கடிதங்களை 21வது தொகுப்பாக வெளியிட்டது. ஆனால் அதில் இடம்பெற்ற கடிதங்கள் தாதா சாஹேப் என்று மகாராஷ்டிர தலித்துகளால் அழைக்கப்படுபவரும், அம்பேத்கருக்குப் பின்னர் இந்தியக் குடியரசுக் கட்சியை உருவாக்கி அதன் தலைவராக செயல்பட்டவருமான கெய்க்வாட்-டுக்கு மட்டும் அம்பேத்கரால் எழுதப்பட்டவை. எனவே சுரேந்திர அஜ்நாத் தொகுப்புத்தான் அம்பேத்கர் கடிதங்கள் தொகுப்பின் முழு வடிவம்.

○○○

அம்பேத்கர் கடிதங்கள் நூலின் தமிழ் மொழிபெயர்ப்பை வெளியிடுவதற்கு ஒப்புதல் கொடுத்த பேராசிரியர் சுரேந்திர அஜ்நாத்துக்கு நன்றி.

தமிழ் மொழிபெயர்ப்பு வருவதற்குக் காரணமானவர் எனது இனிய நண்பர் மைராம். மதுரை காமராஜர் பல்கலைக்கழகத்தில் சமஸ்கிருதத் துறையில் துறைத் தலைவராகப் பணியாற்றுகிறார். அம்பேத்கரின் எழுத்துகளில் ஆழம் கண்டவர். பௌத்தர். பௌத்தம் குறித்து ஆய்வு செய்பவர். சுரேந்திர அஜ்நாத்தின் இளைய நண்பர். தமிழ் மொழிபெயர்ப்புக்கான ஒப்புதலைப் பெற்றுக் கொடுத்ததோடு தொகுப்பிற்கான மேலதிகத்

தகவல்களையும் மைராம்தான் வழங்கினார். எனது அன்பு எப்போதும் அவருக்கானதாக இருக்கும்.

ஆய்வாளராக ஜெர்மனியில் உள்ள கோடிங்ஙன் பல்கலைக்கழகத்தில் பணிபுரிந்துவரும் நண்பர் கார்த்திகேயன் தாமோதரன் இத்தொகுப்பில் இருக்கும் லண்டன் முகவரிகளைத் தெளிவாக்கியவர். இவர் கொடுத்த ஜோகிர் நாத் மண்டல் குறிப்பை அப்படியே இத்தொகுப்பில் சேர்த்திருக்கிறோம். இவர்தான் எல்.ஆர். பாலி, ப்ரான்செஸ் ஃபிட்ஜெரால்ட் ஆகியோரை அறிந்துகொள்வதற்கான கட்டுரைகளை அனுப்பியவர். இத்தொகுப்போடு பயணித்த இன்னுமொரு அழகிய ஆன்மா. கார்த்திக்கு எனது அன்பு. ஹைதராபாத்திலுள்ள *English and Foreign Language* பல்கலைக்கழகத்தில் உதவிப் பேராசிரியராகப் பணியாற்றும் நண்பர் மு. பார்த்தசாரதி. அம்பேத்கரின் ஆங்கிலக் கடிதத் தொகுதியான 21ஆம் தொகுதியை அனுப்பியவர். அவர் பரிந்துரைத்த கட்டுரைகள், உரையாடல்கள் அம்பேத்கரை அறிய வலுசேர்த்தன. அவருக்கு நன்றி. அம்பேத்கர் குறித்தான உரையாடலில் ஆழமான தனது பக்கக் கருத்தை வலுவாக முன்வைக்கும் நண்பரும், துப்புரவுப் பணியாளர்களுக்கான தேசிய கமிஷனின் சேர்மனுமான ம. வெங்கடேசன் நன்றிக்குரியவர். எனது ஆங்கிலப் புத்தகத் தேடலைச் சாத்தியமாக்கும் தம்பி முனைவர் முனீஸ்வரனுக்கும் நன்றி.

அம்பேத்கரின் தமிழ்மொழியை சிவசங்கர் எஸ்.ஜே.யின் படைப்பு மொழியில் படிக்க ஆசை. அதை நிறைவேற்றியதோடு பதிப்பாசிரியர் எனும் பெரிய பொறுப்பைக் கொடுத்து மகிழ்ந்த நண்பன் அவன். எல்லாப் புகழும் அவனுக்காகட்டும்.

அம்பேத்கர் கடிதங்கள் தொகுப்பைக் காலச்சுவட்டில் வெளியிட ஆலோசனை கூறிய அண்ணன் வி. சிவராமன், பதிப்பாசிரியராக என்னை ஏற்றுக்கொண்டு காலச்சுவடு வாயிலாக வெளியிடுபவரும், எப்போதும் நட்புப் பாராட்டுபவருமான கண்ணன், அட்டை வடிவமைத்த ஓவியர் றஷ்மி, காலச்சுவடு அலுவலகப் பணியாளர்கள் ஆகியோர் நன்றிக்குரியவர்கள்.

எனது நண்பர்களான ம. புவேனஸ்வரன், ஜெ. பாலசுப்பிர மணியம், பொ. ரமேஷ், க.சி. பழனிக்குமார், அன்புசெல்வம் ஆகியோருக்கு அன்பு.

வாய்க்கும் பொழுதுகளனைத்தையும் காதலால் இட்டு நிரப்பும் மனைவி சி. ஜான்சி செல்வராணி, மகன்கள் அவலோகிதன், வசுபந்தன் சித்தார்த் ஆகியோருக்கு எனது ப்ரியம்.

எனது ஆசிரியர்களான ந. முத்துமோகன், இ. முத்தையா, இனிய நண்பர் ச. கிருஷ்ணசாமி ஆகியோருக்கு அன்பு.

நீண்டகாலம் கடிதம் வாயிலாக அம்பேத்கர் என்னுள் வியாபித்திருந்தார். சில நேரங்களில் அசரீரியான மொழியில் உரையாடவும் செய்தார். ‘நீ சரியாகத்தான் புரிந்து கொண்டிருக்கிறாய்’ என்ற குரல் எனது அறையில் ஒலித்தது தற்செயல் நிகழ்வா என்ன? இப்போது நானும் ஒருமுறை கூறிக்கொள்கிறேன். அன்பே பீம்.

மதுரை **அ. ஜெகநாதன்**
30.12.2021

தமிழ்
மொழிபெயர்ப்பாளர் குறிப்பு

"Translation is at best an echo"
– **George Borrow** (1803-1881)

இந்தப் பெரும்பணியை என்னை நம்பி ஒப்படைத்த அன்புக்குரிய நண்பன் அ. ஜெகநாதனுக்கு முதற்கண் அன்பு.

பலராலும் கசப்பானவர் என விமர்சிக்கப்பட்ட அண்ணல் மிகக் கசப்பான ஒரு காலகட்டத்திலேயே என்னை வந்தடைந்தார். மிகக் கடுமையான உடல்நலக்குறைவும் அதையொட்டிய பொருளியல் நெருக்கடியும் ஒன்றையொன்று தின்றுதீர்த்த நாட்கள். அண்ணல் என்னை இயல்புக்குத் திருப்பினார். உயிர்வாழ்தலின் இன்றியமையாமையை உணர்த்தினார். சுயத்தையும் சுயமரியாதையையும் இன்னும் கூர்மைப்படுத்தினார். அவரின் கைப்பற்றியே அந்தக் கசப்பான பொழுதுகளைக் கடந்தேன்.

பணி அத்துணை எளிதானதில்லை. தமிழில் முதன்முறை பெயர்க்கப்படுவதால் ஒப்பீட்டுக்கு வழியிருக்கவில்லை. முதல் கடிதத்திலேயே சவால் காத்திருந்தது. ஜமேதாருக்கு எழுதிய கடிதத்தின் அடிக்குறிப்பில் அண்ணல் '*ticket boys*' என்ற வார்த்தையைப் பயன்படுத்துகிறார். இது எந்தத் துறை சார்ந்தது என்பதில் குழப்பம். அகராதிகளிலும் இணையத்திலும் தென்படவில்லை. அப்படியே கிடப்பில் போட்டுவிட்டேன். அடுத்த வாரத்தில்

ஒரு நாள் நண்பர் பாலசுப்ரமணியன் பொன்ராஜின் 'கனவு மிருகம்' சிறுகதைத் தொகுப்பை வாசித்துக்கொண்டிருக்கையில் கிடைத்தது விடை. மில் தொழிலாளர்கள் ஷிப்ட் மேனேஜரை குறிக்கப் பயன்படுத்தும் பழைய வார்த்தைதான் 'ticket boys'. அதன் பிறகு எந்தச் சிக்கலும் இல்லை. முதல் சறுக்கல் முதல் சறுக்கலாகவே முற்றுப்பெற்றுவிட்டது.

மொழிபெயர்ப்பின் முறையியல் குறித்துச் சொல்வது ஒருவித ஒப்புதல் வாக்குமூலம். அபுனைவு/புனைவு இரண்டையும் மொழிபெயர்க்கையில் புனைவில் மூல ஆசிரியர் பயன்படுத்தும் அதே அடுக்கை, இணைத்தொடரைப் பயன்படுத்துவது வழக்கம். அண்ணலின் கடிதங்களை அபுனைவாக ஒப்ப முடியவில்லை. அவரது அதே வார்த்தைகள், அதே தொனியில், அதே அடுக்குமுறையில் வெளிவர வேண்டும் என முயன்றிருக்கிறேன். அதற்காகவே அண்ணல் பயன்படுத்தும் பழமொழிகளைக்கூடத் தமிழ்ப் படுத்தவில்லை. இந்த மொத்த நூலும் ஓர் எதிரொலி அவ்வளவே.

பெயர்த்தல் என்றால் பெரும்பாலும் அது தமிழ்மயப்படுத்து வதாகவே பயிலப்படுகின்றது. கடித எண் 43இல் 'கடைசி வைக்கோல் ஒட்டகத்தின் முதுகை ஒடித்த கதையாக' என்கிற பழமொழியைப் 'பீலிபெய் சாகாடும்' என்கிற குறளால் தமிழ்ப்படுத்தியிருக்கலாம். ஆனால் அம்பேத்கரின் மராட்டியப் பண்பாட்டு உயிர்ப்பை இது சிதைத்ததாகிவிடும். அதுபோலவே அந்தக் காலகட்டத்துக்கான சொற்களையே பெரும்பாலும் பயன்படுத்தியுள்ளேன். Cyclostyling என்பதைச் சுழலச்சு என்றும், Round robin–ஐ வட்டக் கடிதம் என்றும் Epistolary novel–ஐ நிரூபப் புதினம் என்றும் பெயர்த்திருக்கிறேன்.

ஏற்கெனவே 'சாதியை அழித்தொழித்தல்' நூலில் வெளிவந்த கடித எண் – 96இல் எல்லாராலும் அந்தர் பல்டி / திடீர் மாற்றம் என்று மொழிபெயர்க்கப்பட்ட volte face–ஐ வட்டாரவழக்கான முகமாற்று என்று பெயர்த்திருக்கிறேன். குறிப்பிடும்படியாகத் தாழ்த்தப்பட்ட சமூகம், பட்டியலினச் சமூகம் ஆகியன, அண்ணலின் மூல எழுத்துகளில் இல்லை. இனம் என்கிற பதத்தையே அண்ணல் ஏற்கவில்லை. தீண்டப்படாதவர், ஒடுக்கப்பட்டோர், பட்டியல் சாதி எனவே அவர் பயன்படுத்துகிறார்; அவையும் அவ்வவ்வாறே பெயர்க்கப்பட்டுள்ளன.

நெருங்கிய நண்பர்களுக்கும் உடன் செயற்படுபவர்களுக்கும் எளிமையான ஆங்கிலத்தில் எழுதும் அண்ணல், அரசியல் தலைவர்களுக்கு, குறிப்பாக காந்திக்கு எழுதும்போது கடினமான

பதங்களை, சொற்றொடர்களைப் பயன்படுத்துவது கவனிக்கத் தக்கது. அலுவலகக் கடிதங்களே பெரும்பாலானவை. அவற்றில் இயல்பாகத் தென்படும் வறட்டுத்தனம் அப்படியே இருக்க, புனைவு எழுத்தாளனாக அந்தரங்கக் கடிதங்களில் அண்ணலின், அண்ணலோடான நெருக்கத்தை இயன்ற அளவு வெளிப்படுத்தி யிருப்பதாக நம்புகிறேன்.

உண்மையில் அண்ணல் இறந்தது அறுபத்தைந்து வருடங்களுக்கு முன்பாக இருந்தாலும் அவரது கடைசிக் கடிதத்தைப் பெயர்த்து முடித்த அன்று என்னையறியாமல் கண்களில் நீர் கசிந்தது. கிட்டத்தட்ட இரண்டு மாதங்கள் என்னோடு ரத்தமும் சதையுமாகத் துணைநின்றிருந்தவர் திடீரென விட்டுப்போனதைப் போன்ற உணர்வு என்னை ஆட்கொண்டது. அண்ணலின் வாழ்வு, நட்பு, அறிவு, ஆற்றல், ஆளுமை, அரசியல், அறவுணர்வு, காதல் என்னை வழிநடத்தட்டும்.

அறிஞர் டாக்டர் சுரேந்திர அஜ்நாத்திடமிருந்து இத்தொகுப்பின் தமிழ் மொழிபெயர்ப்புக்கான காப்புரிமை பெற்றுத்தந்த நண்பர் மைராம் அவர்களுக்கு மதிப்புமிகு நன்றி. இத்தொகுப்பின் உருவாக்கத்தில் மானசீகமாகத் துணைநின்ற நண்பர்கள் பலருண்டு; பட்டியலிட இடம் போதாது.

நேரடி மொழிபெயர்ப்புகளுக்குச் சமர்ப்பணம் செய்யும் மரபு இல்லை; இருந்திருந்தால் என் எல்லா நண்பர்களுக்கும் இத்தொகுப்பைச் சமர்ப்பித்திருப்பேன். நண்பர்களாலானது வாழ்வு.

அன்பின் வழித்துணைகள் எழில், ராகேஷ் நந்தன், விஷ்வா நந்தன், சகோதரிகள் உமாதேவி, விமலாராணி யாவருக்கும் அன்பு.

பதிப்பாளர் என்பதையும் தாண்டித் தனிப்பட்ட முறையில் என் நலன்மீது அக்கறை செலுத்தும் காலச்சுவடு கண்ணன், ஆங்கில ஒப்பீடு செய்த தோழர் கவிதா முரளிதரன், செம்மையாக்கம் செய்த நண்பன் செந்தூரன், தட்டச்சு செய்த ஹெமிலா, ஸ்டெனோலின், அண்ணன் சுகுமாரன், தோழர் களந்தை பீர்முகம்மது, வள்ளியூர்பெருமாள், கலா முருகன், தோழர் ஜெபா, நிஷா, ஆகியோருக்கும் என் மனம்நிறை நன்றி.

அண்ணல் வழியில் ஒருமுறை ஜெய்பீம்.

அன்புடன்,

சிவசங்கர் எஸ்.ஜே

புதிய பதிப்பிற்கான பதிப்புரை

அன்பே பீம், சற்று நீங்கள் ஓய்வெடுங்கள் எனச் சொல்லி முடிக்கவில்லை. மீண்டும் பீம் அசைவாட ஆரம்பித்தார். புத்தகச் சந்தையின்போதே அவசரமாக அனுப்பப்பட்ட இரண்டு குறும்பதிப்புகளுக்குப் பிறகு மூன்றாவது திருத்தப்பட்ட பதிப்பிற்கான காலச்சுவடு அழைப்பு சடுதியாய் வந்துசேர்ந்த தருணத்தில் கையெழுத்துப் பிரதியாய் மெல்ல உட்புகுந்தார். கைஎழுத்தைப் போலத்தான் தலைஎழுத்தும் என்பார்களே. இந்தியாவின் தலைஎழுத்தை உருவாக்கிய கையெழுத்தின் வரி ஒழுங்கில் தன்னை இழந்து நீந்திக் கொண்டிருந்தேன்.

சுதந்திரத் தொழிலாளர் கட்சி, பட்டியல் வகுப்பு சம்மேளனத்தின் தலைவர். சுமைசுமந்து சோர்திருப்போரே என்னிடம் வாருங்கள் என்று சொன்ன நவீன மெசியாவின் ஆன்மா. பீம் நம்முள் நினைவாகிப்போனத் தருணத்தில் பீமின் கனவுத்திட்ட அரசியல் வடிவமான இந்தியக் குடியரசுக் கட்சியை கட்டி எழுப்பியவர். நவீன மெசியாவின் சீர்மிகு மாணவன். பாபுராவ் கெய்க்வாட்.

அம்பேத்கர் கெய்க்வாட்டிற்கு எழுதிய கைப்பிரதி கடிதத்தொகுப்புதான் இக்காலத்தில் வந்தடைந்தது. இப்போது சுரேந்திர அஜ்நாத் தொகுப்பில் உள்ள கெய்க்வாட்க்கான கடிதங்கள் ஒப்பிடப்பட்டன. க.எண் 51இல் சிலவரிகளும், பின்குறிப்பும் விடுபட்டிருந்தது. க.எண். 57இல் முதல் பத்தியும் இறுதி பத்தியும் காணவில்லை.

க.எண்.69இல் முதல் பத்தியும் க.எண்.100இல் பின்குறிப்பும் சேர்க்கப்படவில்லை. சில வரிகள், பின்குறிப்புகள், சில பத்திகள் விடுபட்டதைப் போன்று ஒரு கடிதத்தின் தேதியும் மாதமும் மாறியுள்ளன. க.எண்.62 ல் கடித த் தேதி 6–2–32 என்றுள்ளது. அம்பேத்கரின் கைப்பிரதி கடிதத் தொகுப்பில் அக்கடிதத் தேதி 6/1/32 என்றிருக்கிறது. கைப்பிரதி கடிதத்தொகுப்பின் தேதியை சரி என்க. மேற்சொன்ன விடுபடல்களை அடிக்குறிப்பாக மட்டுமே நாங்கள் சேர்த்துள்ளோம். விடுபடல் பகுதிகளை சேர்க்கவில்லை. அதைத்தாண்டி இரண்டாவது தொகுப்பில் சில எழுத்துப் பிழைகள், வாக்கியப் பிழைகள் சரிசெய்யப்பட்டுள்ளன.

நண்பன் சிவசங்கர் எஸ்.ஜே. மொழிபெயர்ப்பு வேலை தாண்டி இந்நூலை சீர்படுத்துவதில் தொடர்ந்து உழைப்பவன். அவனுக்கு எனது அன்பு.

அம்பேத்கர் கடிதங்கள் வெளிவந்த ஐந்து மாதத்தில் இப்புதிய பதிப்பு வருகிறது. பீம்மை தன்னுள் பொதித்துக் கொண்ட அனைவருக்கும் நன்றி. அம்பேத்கர் கைப்பிரதி கடிதத் தொகுப்பை கண்டடைந்த புதுதில்லி பல்கலைக்கழக ஆய்வு மாணவி ஜோதி, அவரைத் தொடர்புகொண்டு நூல்களை வரவழைத்த தம்பி சந்ருமாயவன் ஆகியோருக்கு நன்றி.

நண்பரும் காலச்சுவடு ஆசிரியருமான கண்ணன், தோழர் களந்தை பீர்முகமது, காலச்சுவடு பணியாளர் கலா ஆகியோர் நன்றிக்குரியவர்

மதுரை
31.05.2022

அ. ஜெகநாதன்

1

கொலம்பியா பல்கலைக்கழகம்
நியூயார்க்

4 ஆகஸ்ட் 1913,
554, மேற்கு, 114வது தெரு,
நியூயார்க், யு.எஸ்.ஏ.

அன்புக்குரிய ஜமேதார்,[1]

என் மீதான உங்கள் வழமையான அன்பிற்கு நான் பெரிதும் கடமைப்பட்டிருக்கிறேன். என்னை வழியனுப்ப வந்தபோது உங்கள் கண்களில் வழிந்த கண்ணீரில் தெரிந்த தகப்பனின் வாஞ்சையை எப்போதும் நினைவில் வைத்திருப்பேன். நீங்கள் என்னை வழிநடத்தியது போலவே எனது மற்றச் சகோதரர் களையும் அதே கருணையோடு அணுகுவீர்கள் என நம்புகிறேன். அவர்களுக்குத் தேவைப்படும் நேரத்தில் உரிய வழிகாட்டுதலை அளிப்பீர்கள் என்றும் நம்புகிறேன். உங்கள் கனிவான அணுகுமுறை மட்டுமல்ல உங்கள் சீர்திருத்தச் சிந்தனை முறையே உங்களைப் போன்றோர் இன்னும் நிறையப் பேர் முன்வர வேண்டும் என என்னைத் தூண்டியிருக்கிறது. வீழ்ந்துகிடக்கும் மக்களின் நலன் விரும்பும் நானும் என்னைப் போன்றோரும் மிகவும் துயருறுவது சொந்த மக்களே வீழ்ச்சியி லிருந்து தங்களை விடுவித்துக்கொள்வது குறித்து அக்கறை இல்லாதிருப்பதைக் கண்டே. பெரும்பான்மையான சுபேதார் களும் ஜமேதார்களும் இந்தத் துரதிர்ஷ்டவசமான சமூகத்தின் உறுப்பினர்களாக இருந்தபோதும் அவர்கள் செய்த தவறுகளைச் சரிப்படுத்தும் ஆற்றல் உங்களுக்கு உண்டு என அறிவேன்.

---

1. டாக்டர் அம்பேத்கரின் தந்தை சுபேதார் ராம்ஜி சக்பால் அவர்களின் நண்பர்களில் ஒருவரான திரு ஷிவ்னாக் கௌனாக் ஜமேதார் அவர்கள்.

“மனிதர்களின் செயல்களில் ஏற்ற இறக்கம் உண்டு. அது ஆற்றின் போக்கில் அடித்துச்சென்றால் அதிர்ஷ்டத்தைக் கூட அடையலாம்; செயல்படாமலிருந்தாலோ பயணத்தைத் தவிர்த்தாலோ, அது துயரத்திலும் ஆழமற்றவைகளிலும் கட்டிப் போட்டுவிடும்” என்று ஷேக்ஸ்பியர் சொல்வது இப்போது ஜமேதார், சுபேதார் இளைஞர்களுக்கு மிகச்சரியாகப் பொருந்து கிறது. இருந்தும் பெற்றோர்களையே நான் இதற்குப் பொறுப்பாளி எனக் குற்றம் சாட்டுவேன். பெற்றோர்கள் பிறப்பையே (ஜென்மா) தரமுடியும்; வினைகளை (கர்மா) அல்ல என்கிற கருத்தை நாம் விட்டொழித்தே ஆக வேண்டும். அவர்களால் தங்கள் குழந்தைகளின் விதியை மாற்ற முடியும், நம்மால் இந்தக் கொள்கைகளைப் பின்பற்ற முடிந்தால் நல்ல எதிர்காலத்தை நாம் காண முடியும். ஆண்களைக் கல்வியின்பால் திருப்புவதன் மூலமும் படிப்படியாகப் பெண்கல்வியை ஊக்குவிப்பதன் மூலமும்; நம் வளர்ச்சியையும் முன்னேற்றத்தையும் நம்மால் விரைவுப்படுத்த முடியும். இதை உங்கள் மகளிடம்[2] நீங்கள் உணரலாம்.

எனவே உங்கள் நோக்கம் நெருங்கியவர்களிடமும் தொடர்பில் இருப்பவர்களிடமும் கற்பிப்பதாக, கல்வியைப் பரப்புவதாக இருக்க வேண்டும் என வேண்டிக்கொள்கிறேன். தனிப்பட்ட விவரங்களை இக்கடிதத்தில் தேடிச் சலித்துப் பொறுமை இழந்திருப்பீர்கள், அவற்றுக்குள் நுழைகிறேன்.

ஜுலை 21, திங்கள்கிழமை, மதியம் பன்னிரண்டு மணி அளவில் எஸ்.எஸ். அன்கோனா கப்பலில் பத்திரமாக நியூயார்க்கை வந்தடைந்தேன். பல்வேறு நபர்களிடம் விசாரித்தறிந்து பல்கலையில் அனுமதியைப் பெற்றுவிட்டேன். இருந்தும் கோடைக்கால வகுப்புகள் முன்னமே தொடங்கிவிட்டன. தாமதித்தாலும் தொடக்கப் பயிற்சியாக இருக்கட்டுமேயெனச் சேர்ந்திருக்கிறேன். இங்குள்ள உணவு பிடிக்கவில்லை. இனியும் பிடிக்குமென்று தோன்றவில்லை. மோசமான சமையல், பெரும்பாலான உணவுகளில் மாட்டுக்கறி கலந்திருக்கிறது. இந்த உணவுகளினால் உடல்நலத்தைப் பேண முடியவில்லை, எனினும் நீங்கள் கவலைகொள்ள வேண்டாம். அநேகமாக செப்டம்பரில், இலையுதிர்காலத்தை ஒட்டி என் முறையான வேலைகள் தொடங்கும். முதல் ஒரு வாரம் பல்கலைக்கழக விடுதியான ஹார்ட்லி ஹாலில் தங்கியிருந்தேன். தற்போது

---

2. மஹர் சமுதாயத்தில் முதன்முதலில் நான்காம் வகுப்பு பயின்ற ஜமேதாரின் மகள். அவரது பெயர் கங்கு.

காஸ்மொபோலிடன் க்ளப்பில் எண்: 564[3] மேற்கு 114வது தெருவில், இந்திய மாணவர்கள் சிலர் வசிக்கும் இடத்தில் தங்கியுள்ளேன். அதிர்ஷ்டவசமாக சதாரா உயர்நிலைப்பள்ளியில் என்னோடு உடன்பயின்ற நண்பர் ஒருவர் இங்கிருக்கிறார். டைம் அலுவலகத்தின் பணியாளர்களுக்கும் உங்கள் குடும்பத்தாருக்கும் என் அன்பையும் வாழ்த்தையும் சொல்லுங்கள்

தங்களின் நேசமுள்ள,
பீம்ராவ் அம்பேத்கர்

பின்குறிப்பு:

மேற்காணும் முகவரியை நம் அலுவலகப் பணிப்பங்கீடு மேலாளர்[4] நண்பர்களுக்கு அளியுங்கள், அவர்கள் ஒருவேளை எனக்கு எழுத விரும்பலாம்.

3. கடிதத்தின் தொடக்கத்தில் 554 மேற்கு என்பது இங்கே 564 மேற்கு என்று ஆங்கிலத்தில் உள்ளவாறு பதிப்பிக்கப்படுகிறது. (மொ.பெ)

4. 'Ticket Boys' என அம்பேத்கர் குறிப்பிடுகிறார். இது 'Shift Manager' என்பதற்கான பழைய வார்த்தைப் பிரயோகம். (மொ–ர்)

2

மார்ச், 1916.

பெறுநர்:
ஆசிரியர் க்ரோனிகல்,
பம்பாய்.

ஐயன்மீர்,

    சமூக, பொருளாதார, அரசியல் ரீதியாக மிக மோசமாக நிலைகொண்டிருக்கும் இந்தியா போன்ற ஒரு நாட்டில் தற்போதைய உடனடித் தேவை புனருத்தாரணத்தை முன்னிறுத்தும் தலைவர்களே என நான் முன்மொழிந்தால் அதை நீங்கள் ஒத்துக்கொள்வீர்கள்தானே. நம்முடைய பிரச்சினைகள் குறித்துச் சிரத்தையும் தியாகமும் ஒருங்கே கொண்ட அப்படியான தலைவர்களாக திருவாளர்கள் கோகலேயும் பி.எம். மேத்தாவும்[1] அறியப்பட்டிருந்தனர். நமது நோக்கத்தைப் பிரதிநிதித்துவப்படுத்தும் தியாகமும் ஆர்வமும் கோகலேயையும், மேத்தாவையும் எப்போதும் நன்றிக்குரியவர்களாக வைத்திருக்கும். மக்களோடு அவர்கள் அடையாளப்படுத்திக்கொண்ட விதமும் மக்கள் அவர்கள்மீது வைத்த நம்பிக்கையும் முழுமையாக இருந்தது. அதன் காரணமாகவே அவர்களுடைய திடீர் மரணங்கள் இயற்கையின் விளையாட்டுப்போலத் தோன்றின. நம்முடைய பல்வேறு பிரச்சினைகளுக்கு முகம் கொடுத்துப் பலவற்றுக்குத் தீர்வு கண்டு சிலவற்றை நமக்கு விட்டுச் சென்றிருக்கின்றனர். அவர்களுடைய பணிகளின் மீதான நன்றியுணர்வும் செய்ய வேண்டிய பணிகளின் மீதான கடமையுணர்வும் அவர்கள் மீதான மரியாதை நிமித்தம் பொங்கி நிற்கிறது. ஆகவே நாம் எதிர்கொண்டிருக்கும் பிரச்சினைகள் ஒரு புறமிருக்க, கடும் முயற்சியெடுத்து நம்மைப் பிரதிநிதித்துவப்படுத்திப் பணியாற்றிய

---

1. சர். பெரோஷா மேத்தா: இந்திய தேசிய காங்கிரசின் முக்கிய தலைவர்களில் ஒருவர்.

இவர்களுக்குச் சிறப்பான முறையில் நினைவிடங்கள் அமைப்பதும் நம் பணிகளில் ஒன்றாகிறது.

இந்தியப் பத்திரிகைகளில் இந்த நினைவிடங்கள் குறித்துப் படிக்கையில் பெரும்பாலானவை திருவாளர் கோகலேயை நினைவுகூரும் விதமாக இந்தியப் பணிவிடையாளர் சங்கத்தின் கிளைகளைப் பல்வேறு இடங்களில் நிறுவச் சொல்லியும், பி.எம். மேத்தாவைப் பொறுத்தமட்டில் பம்பாய் மாநகராட்சி அலுவலகத்தின் முன்பு அவரது நினைவாகச் சிலையொன்றை எழுப்பச் சொல்லியும் குறிப்பிட்டுள்ளன.

தனிப்பட்ட முறையில் சொல்வதென்றால் பி.எம். மேத்தாவின் இந்த வடிவிலான நினைவேந்தல் உண்மையில் மிகச் சாமான்யமானது எனக் கருதுகிறேன். அவரது நினைவைத் தாங்கி நிற்கும் சின்னம் வரும் தலைமுறைக்குப் பயனுடையதாகவும், அவருக்கான உண்மையான நினைவேந்தலாகவும் அமைய வேண்டுவதே என் உணர்வு. இந்த இரு காரணங்களையும் இணைத்து பி.எம். மேத்தாவின் நினைவிடம் பம்பாயில் ஒரு பொதுநூலகமாக அமைந்தால் பொருத்தமாக இருக்கும் என்பது என் பணிவான கருத்து. ‘சர். பெரோஸ் ஷா மேத்தா நூலகம்’ என அது அழைக்கப்படலாம்.

துரதிர்ஷ்டவசமாகச் சமூகத்தின் வளர்ச்சிக்கும் முன்னேற்றத்திற்கும் முக்கியப் பங்களிப்பு செய்யும் நூலகங்களின் மதிப்புக் குறித்து நாம் குறைந்த அக்கறையே கொள்கிறோம். பம்பாய் போன்ற படிப்பறிவுமிக்க பொதுமக்களைக் கொண்ட சமூகத்தில் தரம்மிக்க மேம்படுத்தப்பட்ட ஒரு பொது நூலகம் இல்லாதது துர்ப்பாக்கியமானது. விரைவில் நாம் அதை நிறைவேற்ற வேண்டும்.

சுயேச்சையாக இயங்கும் சில தனியார் நூலகங்கள் பம்பாயில் செயல்பட்டுக்கொண்டிருக்கின்றன. சீரற்ற நிர்வாகங்களால் இயங்கும் இவற்றையெல்லாம் பி.எம். மேத்தாவின் நினைவுநிதி மூலம் ஒரே குடைக்குள் இயங்கவைத்தால், பம்பாய் நகரம் இந்தத் தேவையை நிறைவேற்றிக்கொள்ளும். புத்தகக் கொள்முதலுக்கும் நூலகத்தை நவீனப்படுத்துவதற்கும் பல அறக்கொடையாளர்கள் முன்வருவார்கள் என்ற நம்பிக்கை இருக்கிறது.

அமெரிக்காவின் மிகப்பெரிய பல்கலை ஒன்றின் மாணவனாக இருக்கும் என்னால் அறிவுத்தளத்திலும் சமூகத்தளத்திலும் மக்களின் மேம்பாட்டிற்கு நூலகத்தின் பங்களிப்பை முழுமையாக உணர முடிகிறது. பம்பாய் நகரத்தில் அப்படியான ஒரு நூலகம்

இல்லாதிருப்பது என்னை உள்ளபடியே வருந்தவைக்கிறது. நவீன இந்திய வரலாற்றின் தளகர்த்தர்களில் ஒருவருக்கு இதுவே ஆகச்சிறந்த நீண்டகால நினைவேந்தலாக இருக்க முடியும் என்று இந்தச் சந்தர்ப்பத்தில் பம்பாய் மக்களுக்குப் பகிர்ந்து கொள்கிறேன்.

பத்தாயிரம் மைல் தொலைவில் இருப்பதால் தாய்நாட்டுச் செய்திகள் என்னை வந்தடையச் சற்றே காலதாமதமாகிறது. இந்த வேண்டுதலைத் தாமதத்தோடே முன்வைக்கிறேன். எப்போதும் இல்லாமலிருப்பதற்கு இப்போதாவது தொடங்குவோம்.

பீம்ராவ் ஆர். அம்பேத்கர்,
லிவிங்க்ஸ்டன் ஹால்,
கொலம்பியா பல்கலைக்கழகம்,
நியூயார்க், யு.எஸ்.ஏ.

3

கேம்பஸ் க்ளப்
மினஸோட்டா பல்கலைக்கழகம்

மே 14, 1916

அன்பின் அம்பேத்கர்,

வந்திருந்த கடிதங்களைப் புரட்டிக் கொண்டிருக்கையில் நாலாம் தேதி நீ எழுதியிருந்த கடிதத்தை இப்போதுதான் படிக்க நேர்ந்தது. மே மாத மத்தியில் தேர்வுகளுக்குத் தயாராகிவிட்டதாக எழுதியிருக்கிறாய். இப்போது தேர்வுகள் முடிவடைந்துவிட்டனவா? உன்னுடைய பட்டமேற்பு நிகழ்ந்துவிட்டதா? பிரெஞ்சும் ஜெர்மனும் மற்ற எல்லாத் தயாரிப்புகளும் எந்த நிலையில் இருக்கின்றன?

தேர்வுகளுக்கான நல்வாழ்த்துகளை உனக்குச் சொல்லத் தேவை இல்லை. எப்போதும் அதிர்ஷ்டம் உனக்குத் தேவை இல்லாதது. உன் வழக்கமான பங்களிப்பைச் செய்தாலே எல்லாம் நன்றாக நடைபெறும். நீ அதை ரசித்துச் செய்திருப்பாய் என்பதை அறிவேன்.

நீ இங்கிருந்து தாய்நாட்டுக்குத் திரும்புவதற்குள் உன்னைச் சந்திப்பதற்கு விருப்பம். நீ ஏன் இந்தப்பக்கமாக ஒரு பயணம் மேற்கொள்ளக் கூடாது? கிழக்குக் கரையைவிட விரிந்த அமெரிக்காவை இங்கு தரிசிக்கலாம். பிட்ஸ்பர்க், சிக்காகோ வழி ஒரு சுற்றுப்பயணத்தைத் திட்டமிடு. கனடாவழி திரும்பிப் போகலாம். குட்டோரிஸ்வழி என் வீட்டுக்கு ஜூன் மத்தியில் நீ வருவாய் என எதிர்பார்க்கலாமா? நீ ஜூன் ஒன்றாம் தேதி லண்டனுக்குப் போய்விட்டால் என்னால் உன்னைப் பார்ப்பது இயலாது.

உன்னுடைய ஆய்வேட்டின் இறுதிவடிவின் ஒரு பிரதியை எனக்கு அனுப்பித்தர மறந்துவிடாதே. எல்லாவற்றையும்விட என்னோடு தொடர்பிலிரு, என்னை மறந்துவிடாதே.

நான் இங்கிருந்து விரைவில் வெளியேறிவிடுவேன். இருப்பினும் பொருளாதாரத் துறையின் முகவரிக்கு நீ எழுதினால் நான் எங்கிருக்கிறேன் என்று அவர்கள் உனக்கு அறியத்தருவார்கள். உயிருள்ளவரை உன்னைப் போன்ற நல்ல நண்பனை இழக்க நான் விரும்பவில்லை. மற்றொரு சந்தர்ப்பத்தில் நாம் ஒரே இடத்தில்கூடப் பணியாற்றலாம், யார் அறிவார்? கருத்தியல் ரீதியாக வெவ்வேறு பார்வைகொண்ட உன்னைப் போன்ற நண்பனைப் பெற்றது என் நன்மை. நம் மக்களுக்கிடையேயான விஸ்தீரணமான பிரச்சினைப்பாடுகளை நம்மிடையேயான வெவ்வேறு பார்வைகள் கொண்டே களைய, வரும் நாட்களில் ஏதேனும் சந்தர்ப்பங்கள் வாய்க்கும். உன்னை அறிந்திருக்கிறேன் என்பதுகூட எனக்கு மிகப்பெரிய மகிழ்ச்சி. வெகுசீக்கிரம் மீண்டும் சந்திக்க விழைகிறேன்.

அன்பின் நண்பன்,
ராபர்ட் ஜே. மோஃபால்[1]

1. ராபர்ட் ஜே. மோஃபால் அமெரிக்காவின் கொலம்பியா பல்கலைக் கழகத்தில் அம்பேத்கருடன் பயின்றவர்.

4

பம்பாய், 5 டிசம்பர் 1917.

பெறுநர்:
விளம்பரப் பிரிவு இயக்குநர்,
பம்பாய் மாகாணம்.

ஐயா,

சிடன்ஹாம் வணிகவியல் கல்லூரியில் பொருளாதாரப் பிரிவில் ஆசிரியர் பணியிடம் காலியாக இருப்பதாக அறிந்தேன். மேற்படி பணியிடத்தில் என் சேவையை அளிக்க வேண்டி விண்ணப்பிக்கிறேன்.

அமெரிக்காவின் நியூயார்க் நகரின் கொலம்பியா பல்கலைக் கழகத்தில் எம்.ஏ. பயின்றிருக்கிறேன். அதே பல்கலைக் கழகத்தில் முனைவர் பட்டமும் பெற்றுள்ளேன். பொதுநிதிக் கல்வியில் சிறப்புத் தேர்ச்சி பெற்றுள்ளேன். எனது முனைவர் பட்ட ஆய்வின் தலைப்பு 'இந்தியாவின் தேசியப் பங்கு விகிதம் – ஒரு வரலாற்றியல் பகுப்பாய்வு' இது 1765லிருந்து 1914வரையிலான இந்தியப் பொருளாதார வரலாற்றை உள்ளடக்கிய ஆய்வாகும். இந்தியப் பொருளியல் நிலவரம் குறித்த பாராளுமன்ற ஆவணங்கள், பல்வேறு கமிசன்களின் தொகுப்புரைகள், அலுவல் சாரா கோப்புகள் ஆகியனவற்றின் மூலப்பிரதிகளை இவ்வாய்வுக்காகக் கையாண்டுள்ளேன். மூன்று வருடங்கள் கொலம்பிய பல்கலைக் கழக நூலகத்தில் செலவிட்டது போக பதினான்கு மாதங்கள் லண்டன் இந்திய அலுவல் நூலகத்திலும் என்னுடைய ஆய்வுப்பணியை மேற்கொண்டிருக்கிறேன். இந்தியப் பொருளியல் குறித்துத் தொகுக்கப்பட்டிருந்த கம்பெனியினதும் இங்கிலாந்து முடியாட்சியினதுமான கையெழுத்துப் படிகளை இவ்வாய்வில் பயன்படுத்தி உள்ளேன். உலகப்போர்ச் சூழல் உருவாக்கியிருக்கும் பிரத்தியேக நெருக்கடிகளாலும் நிதிப்பற்றாக்குறையாலும் என் ஆய்வேட்டை வெளியிடும் வாய்ப்பு அமையவில்லை.

இதுவல்லாமல் லண்டன் பல்கலைக்கழகத்தில் பொருளாதாரத்தில் முதுகலைப் பட்டமும் பெற்றுள்ளேன். என்னுடைய முந்தைய கல்வித்தகுதி காரணமாக இளங்கலைப் படிப்பிலிருந்து விலக்கு அளிக்கப்பெற்றேன். 1916–1917 வரையிலான ஒருவருட காலம் லண்டன் ஸ்கூல் ஆஃப் எகனாமிக்ஸில் என்னுடைய எம்.எஸ்.ஸி. கல்விக்குச் செலவிட்டிருக்கிறேன். உதவித்தொகை ஜூலை மாதம் நிறுத்தப்பட்டதால் எம்.எஸ்.ஸி. படிப்பைத் தொடர முடியவில்லை. வெகுவிரைவில் லண்டன் சென்று படிப்பை முடிக்கும் வாய்ப்பு அமையுமென்று விழைகிறேன். என்னுடைய எம்.எஸ்.ஸி. பட்டத்தின் ஆய்வுத் தலைப்பு, 'இந்தியப் பொதுநிதியும் பிரதேசப் பகிர்ந்தளிப்பும்'. இவ்வாய்வின் மூலம் இந்தியப் பொதுநிதி சார்ந்த அரசு ரீதியானதும் பிற தரவுகள் குறித்ததுமான முழுமையான அறிமுகம் எனக்குக் கிட்டியிருக்கிறது.

பொருளியல் கோட்பாடுகள், பொது நியாண்மைக் கோட்பாடுகள் குறித்த விரிவுரைகளும் இந்தியப் பொருளியல் வரலாறு, இந்திய பொது நிதியாண்மைக் குறித்ததுமான சிறப்பு வகுப்புகளும் என்னால் திறம்பட நிகழ்த்த முடியும் என நம்புகிறேன். போலவே சமூகவியல், சமூக அரசியல் அறம் குறித்தும் சிறப்புப் பயிற்சிகள் நடத்த என்னால் உதவ முடியும். ஏனெனில் பொருளாதாரம் எனது சிறப்புப் பாடமாக இருந்தபோதும் மேற்சொன்ன சமூக அறிவியல்கள் எனது முனைவர் ஆய்வில் துணைப்பாடங்களாக அமைந்திருந்தன.

கொலம்பியா பல்கலைக்கழகப் பொருளாதாரத் துறையின் பேராசிரியர் ஈ.ஆர்.ஏ. செலிக்மன், அதே பல்கலைக்கழகத்தின் சமூகவியல் துறையைச் சார்ந்த எஃப்.ஹெச். கிட்டிங்க்ஸ் ஆகியோர் எனக்களித்த நற்சான்றிதழ்கள் என்னிடம் இருந்தன. துரதிர்ஷ்டவசமாக இந்தியா வரும்வழியில் என்னுடைய உடைமைகள் வந்த எஸ்.எஸ். சால்செட் கப்பல் குண்டுவீச்சுக்கு இலக்காகிவிட்டது. மீண்டும் புதிய அத்தாட்சிக் கடிதங்களுக்கு விண்ணப்பித்திருக்கிறேன். தற்சமயம் இரண்டு தனிப்பட்ட கடிதங்களை உபயோகிக்கலாம் என நினைக்கிறேன். ஒன்று, எனக்காக லண்டன் ஸ்கூல் ஆஃப் எகனாமிக்ஸின் பேராசிரியர் சிட்னி வெப்பிற்குப் பேராசிரியர் செலிக்மன் அளித்த அறிமுகக் கடிதம். அக்கடிதம் கூடுதலாக இந்திய அரசின் நிரந்தர உள்துறைச் செயலரான சர். லயோனல் ஆபிரகாம் அவர்களால் ஒப்புதல் அளிக்கப்பட்டது. இதை நான் சிடன்ஹாம் வணிகவியல் கல்லூரி முதல்வருக்கு அனுப்பிய விண்ணப்பத்தோடு இணைத்துள்ளேன். அவர் தகுந்த சமயத்தில் உங்களுக்கு அதை அனுப்புவார்.

மற்றொன்று, லண்டன் பல்கலைக்கழகம் எனது எம்.எஸ்.ஸி. படிப்பிற்கு நான்கு ஆண்டுகள் இடைவிலக்கு அளித்துள்ள கடிதம். அதை இத்துடன் இணைத்துள்ளேன்.

என்னுடைய வயது இப்போது 26 ஆகிறது. தாமதமில்லாமல் நல்ல பதில் வரும் என்ற நம்பிக்கையில்.

தங்கள் விசுவாசமுள்ள,
பி.ஆர். அம்பேத்கர்.

பி.கு:

எனது முகவரி:
பா/பெ தாமஸ் கூக் & சன்ஸ்,
ஹார்ன்பை சாலை, பம்பாய்.

5

பம்பாய்,
17–9–1919

பெறுநர்:
ஆணையர் அவர்கள்,
கல்வித்துறை,
பரோடா.

அன்புக்குரிய ஐயா,

தாங்கள் சமூகம் தொடர்புகொண்டிருந்த விஷயத்தில் கனம் பொருந்திய மகாராஜா சாஹிப் வெகுவிரைவில் நடவடிக்கை எடுப்பார் என நம்புகிறேன். அது விஷயமாக மனு அளித்துள்ளேன். மாட்சிமை தாங்கிய மகாராஜா பதிலளித்தவுடன் தங்களுக்குத் தெரியப்படுத்துகிறேன்.

தங்கள் உண்மையுள்ள,
பி.ஆர். அம்பேத்கர்.

6

மகாராஷ்ட்ரிய ஞானகோஷ மண்டல் லிட், நாக்பூர்

15.12.1919

பெறுநர்:

இயக்குநர்கள்

அக்டோபர் 1917 முதல் 1918 வரை

திரு. எம்.கே. பாத்யே B.A.BL
தலைவர்

திரு. என்.கே. பாத்யே B.A.LLB
திரு. துதிராஜ் தெங்கடி
திரு. என்.கே. பவால்கர் B.A.LLB
முனைவர் எஸ்.வி. கெட்கர் M.A.Phd
மேலாளர்

திரு. ஜி.சி. தாம்பே B.A.LLB
செயலாளர்

அன்புக்குரிய டாக்டர் அம்பேத்கர்,

கலாபுவன் கல்லூரியின் திரு. வோராவின்மூலம் அமெரிக்காவிலிருந்து நீங்கள் திரும்பிய செய்தி அறிந்தோம். நீங்கள் என்ன துறையில் சிறப்புப் பயிற்சி பெற்றிருக்கிறீர்கள் என்று அறியத் தாருங்கள். *மகாராஷ்டிரா ஞான கோஷா* இதழுக்குப் பங்களிப்பாளர்களை எதிர்நோக்கியுள்ளோம். எங்கள் விளம்பரக் குறிப்பை இத்துடன் அனுப்பியுள்ளோம்.

தாங்கள் உண்மையுள்ள
ஸ்ரீதர் வி. கெட்கர்[1]

---

1. மராத்தியில் 23 தொகுதிகளாக *மகாராஷ்ட்ரிய தியான கோஷ்* இதழை வெளியிட்டவர். முழுப்பெயர் ஸ்ரீதர் வெங்கடேஷ் கெட்கர். தியான கோஷ்கர் கெட்கர் எனப் பரவலாக அறியப்பட்டார்.

7

பரோடா,
16 ஏப்ரல், 1920

பெறுநர்:

(முத்திரை)

செயலாளர்

மாட்சிமை பொருந்திய கெய்க்வாட் மகாராஜா
பரோடா சமஸ்தானம்

மதிப்பிற்குரிய ஐயா,

    மகாராஜா சாஹிப்பிற்குத் தாங்கள் 12ஆம் தேதி எழுதிய கடிதத்திற்குப் பதில் கூறும் முகமாக மாட்சிமை தாங்கிய மகாராஜா, திவான் சாஹிப் அவர்களிடம் தங்கள் குறைகளைத் தெரிவிக்குமாறு ஆணையிட்டுள்ளார். கனம் பொருந்திய திவான் சாஹிப் தங்களுக்குத் தேவையான உதவிகளைச் செய்வார் எனத் தெரிவித்துக்கொள்கிறேன்.

தங்கள் உண்மையுள்ள,
(கையொப்பம்)
செயலாளர்.

8

தந்தி முகவரி
பரோடா கல்வியகம்

EEDSF NO: 43
No: 8088 Of 119-19-19

கல்வி ஆணையர் அலுவலகம்

பரோடா 13/14 மே, 1920

அனுப்புநர்:

ஸ்ரீமான் ஏ.பி. கிளார்க் எஸ்கொயர், பி.ஏ (காம்ப்ரிட்ஜ்),
கல்வித்துறை ஆணையர்,
பரோடா சமஸ்தானம்.

பெறுநர்:

டாக்டர் பி.ஆர். அம்பேத்கர்,
சிடன்ஹாம் வணிகவியல் & பொருளியல் கல்லூரி,
பம்பாய்.

பொருள்: கடன்கள் திருப்பித் தருதல் வேண்டி

ஐயா,

ஜனவரி 24, 1920 அன்று எனது 4675 எண்ணிட்ட கடிதத்தையும், அதன்பிறகு மார்ச் 18, 1920 அன்று 6121 எண்ணிட்ட நினைவூட்டல் கடிதத்தையும் தங்கள் கவனத்திற்குக் கொண்டு வருகிறேன். தயைகூர்ந்து தாங்கள் இது விஷயமாக விரைந்து மறுவினையாற்றவும் சமஸ்தானத்திற்குத் திருப்பிச் செலுத்த வேண்டிய தொகையை[1] விரைவில் நேர்செய்யுமாறும் வேண்டிக் கொள்கிறேன்.

மரியாதைக்குரிய ஐயா,
தங்கள் பணியில்
ஏ.பி. கிளார்க்,
கல்வித்துறை ஆணையர்,
பரோடா சமஸ்தானம்.

---

1. பரோடா சமஸ்தானம் அம்பேத்கரின் கல்விக்குச் செலவிட்ட ரூபாய் 21,000/-த்தைக் குறிக்கிறது.

9

சத்திரபதி கோலாப்பூர்,
கோலாப்பூர் மகாராஜா 23 ஜூன் 1920.
ஜெய் பவானி[1]

அன்புள்ள அம்பேத்கர்,

 திருவாளர்கள் லிட்டில் & கோ கம்பெனியின் வழக்கறிஞர்களைச் சந்தித்து இரண்டு விஷயங்கள் குறித்து ஆலோசித்துச் சொல்ல இயலுமா? முதலாவது பால கங்காதர திலகர்[2] மஹர்களைக் குற்றப்பரம்பரையினர் என்று சொல்லியிருக்கிறார். அவர்மீது சிவில் வழக்குத் தொடுக்க முடியுமா?

 இரண்டாவதாக, பொதுநிதியைக் கையாடல் செய்ததாக திலகர்மீதும் அவரது கட்சியின்மீதும் குற்றவியல் வழக்குப் பதிய முடியுமா? சந்தேஷ்[3] வாராந்திரியில் அந்தக் கணக்குவழக்குகள் குறித்த விவரங்கள் வெளியாகியிருக்கின்றன. அந்த விவரங்களை வைத்து மேற்படி சம்பந்தப்பட்ட நபர்கள்மீது குற்றவியல், சிவில் அல்லது இரண்டு வழக்குகளுமே தொடுக்க இயலுமா?

 தங்கள் உண்மையுள்ள,
 சாஹு சத்திரபதி

---

1. தேவநாகரி எழுத்துருவில் முத்திரையாகக் காணப்படும் இவ்வார்த்தைகள் ரோமன் எழுத்துருவில் ஜெய் பவானி அதாவது 'தாய் பவானிக்கே வெற்றி' என அர்த்தப்படும். மராத்திகள் அல்லது மராட்டியர்களின் யுத்த முழக்கமாகப் பயன்பட்டுவரும் இச்சொற்கள் சாதி, சமூக அந்தஸ்து, குலம் முதலான பாகுபாடின்றி அனைத்து மராட்டியர்களின் வாழ்வியல் பண்பாட்டோடு இரண்டறக் கலந்த ஒன்று. இந்த முழக்கமும் பவானி உருவமும் அம்பேத்கரின் கடித முகப்புகள் சிலவற்றில் காணப்படுகின்றன.

2. லோகமான்ய பால கங்காதர திலகர். இந்திய தேசிய காங்கிரஸ் தலைவர். *கேசரி, மராத்தி* பத்திரிகைகளின் ஆசிரியர்.

3. எ.பி. கொலாட்கர் ஆசிரியராகப் பொறுப்பேற்றிருந்த பூனாவிலிருந்து வெளிவந்த வாராந்திரி

10

என்.எம். பதேனா
தந்தி: 'FIRE BRAND' பம்பாய்
COAOS:–

6–8, மெடோஸ் தெரு, ஃபோர்ட்,
பம்பாய்.
ஆகஸ்ட் 27, 1920

எ.பி.சி. 5வது பதிப்பு
பென்ட்லிஸ் & பிரைவேட்

அன்புள்ள அம்பேத்கர்,

ஆக–1 தேதியிட்ட உனது கடிதம் கிடைத்தது. திரு கோலப்பிடம்[1] முழுத் தொகையையும் கொடுத்துவிட்டேன். இதனிடையே திரு. பவார்[2] அவர்களிடமிருந்து பெற்ற நான்கு கடிதங்களையும் உனக்கு அனுப்பியுள்ளேன். புத்தகங்கள் நீ வரும்வரை என் வசம் இருக்கட்டும். திரு. கோத்ரெஜ்ஜின் பற்று வரவைச் சரிசெய்யலாம்.

எதற்கும் கவலை கொள்ளாதே. வேலைப்பளு காரணமாக நிறைய எழுத முடியவில்லை. திரு. மிஸ்ரியும் திரு. வாடியாவும் உனக்குத் தமது வாழ்த்துகளைத் தெரிவித்திருந்தனர். கெர்சாஸ் தனியாக அலுவலகம் தொடங்கிச் சொந்த வியாபாரம் செய்கிறார். உன்னிடமிருந்து பதிலுக்கு ஆவலுடன்.

அன்பின்,
நவால்[3]

---

1. *மூக் நாயக் எனும் மராட்டிய வாராந்திரியின் ஆசிரியர். இப் பத்திரிகை ஜனவரி 31, 1920ல் அம்பேத்கரால் துவங்கப்பட்டது.*

2. *கோலாப்பூரைச் சேர்ந்த தத்தோபா சாந்தாராம் பவார்.*

3. *நவால் எம். பதேனா அம்பேத்கரின் வகுப்புத் தோழர். லிவிங்க்ஸ்டன் ஹால் விடுதியில் ஒரே அறையில் தங்கியிருந்தவர். அம்பேத்கரின் நெருங்கிய நண்பரும் புரவலரும் ஆவார். பார்சி இனத்தைச் சேர்ந்தவரான இவர் காந்தியின் ஆதரவாளராக இருந்தபோதும் அம்பேத்கரோடு வாழ்நாள் முழுதும் நட்பைப் பேணியவர். பல சந்தர்ப்பங்களில் அம்பேத்கருக்குப் பண உதவிகள் செய்தவர்.*

11

ஹென்றி எஸ். கிங் & கோ,
9, பால் ஹால்,
லண்டன்.
தேதி[1]

பிரியத்துக்குரிய ப,[2]

27–8–20 தேதியிட்ட உனது தந்தி கிடைத்தது. பத்திரிகைக்கான நிலுவைத் தொகையைச் செலுத்தியமைக்கு மிக்க நன்றி. புத்தகங்கள் தொடர்பாக மேலும் தொந்தரவுக்கு உள்ளாக்கியதற்கு வருந்துகிறேன். புத்தகங்களைப் பெற பவார்[3] எனக்கு எழுதியதாகச் சொல்வதில் உண்மை இல்லை. அவர் என்னிடம் எதுவும் தெரிவிக்கவில்லை. மேலும் புத்தகங்கள் வருவது குறித்தான நிச்சயத்தன்மை அவருக்கில்லை. நான் உன்மேல் சுமத்தியிருக்கும் கவலைகள் நெருங்கிய நண்பனாயிருந்தாலும் பாவிக்க முடியாமை குறித்துத் துயருறுகிறேன்.

நான் கேட்பதெல்லாம், அடிக்கடி ஏதேனும் உதவி கேட்கும் என்னால் நீ அதிகச் சுமைகளைத் தாங்கி அந்நியப்பட்டுப் போய்விடாதே. நீ எனது அன்புக்குரிய நேசத்துக்குரிய ஒரே நண்பன்.

என்னுடைய ஆய்வுப்பணிகள் சீராகப் போய்க்கொண் டிருக்கின்றன. எப்படியும் ஜனவரிக்குள் முடித்துவிடுவேன். பகுதிகள் I & II கிட்டத்தட்டத் தயாராகிவிட்டன. திரு ஹாஜி அவர்கள் கேட்டுக்கொண்டதற்கிணங்க அவரது நண்பரான திரு. டாக்டர் ஃபிக்ரி அவர்கள் சட்டக்கல்விப் புத்தகங்களை என்னிடம் கையளிக்காததால் என்னால் வழக்கறிஞர் தேர்வை

---

1. தேதி குறிப்பிடப்படவில்லை.
2. 'ப' என்பது திரு நவால் எம். பதேனாவைக் குறிக்கும்
3. கோலாப்பூரைச் சேர்ந்த தத்தோபா சாந்தாராம் பவார்.

எதிர்கொள்ள முடியவில்லை. இருந்தும் வரும் மே மாதத்திற்குள் சட்டக்கல்வித் தேர்வை முடித்துவிட்டு அடுத்த வருடம் இலகுவாக ஜெர்மனி செல்லலாம் என நினைக்கிறேன். எனது *மூக் நாயக்* பத்திரிகையில் பெட்டக விளம்பரம் வெளிவருகையில் அதற்கான தொகையை திரு. கோத்ரஜ்ஜிடம் பேசிச் செலுத்திவிடச் சொல். நீ அனுப்பியிருந்த பவாரின் கடிதங்கள்வழி, நீ பங்குச்சந்தையில் முதலீடு செய்து நஷ்டமடைந்திருப்பதை அறிய முடிந்தது. நண்பா, ஒரேயொரு அறிவுரை சொல்ல என்னை அனுமதிப்பாயா? குதிரைப் பந்தயமும் பங்குச் சந்தையும் ஒன்றுதான். தயவுசெய்து இதிலிருந்து சற்று விலகியிரு.

கெர்சாஸ் உன்னைவிட்டுத் தனியே சென்றுவிட்டது அறிந்து வருத்தம் அடைந்தேன். சமூக நலனைவிட இந்த உலகத்துக்குச் சுயநலம்தான் முக்கியம்.

உன் உடல்நலத்தைப் பேணிக்கொள். அது செல்வத்தையும் கொண்டுவந்து சேர்க்கும். உனக்கும் மிஸ்ரி, வாடியா, குர்செட்ஜி[4] ஆகியோரைக் கனிவுடன் கேட்டதாகச் சொல்.

பிரியமுடன்,
பீம்ராவ்.

---

4. மிஸ்ரி, வாடியா, குர்செட்ஜி இவர்கள் நவால் எம். பதேனாவின் உறவினர்களும் நண்பர்களும் ஆவர். அம்பேத்கருக்கும் நண்பர்கள்.

12

கொலம்பியா பல்கலைக்கழகம்

நியூயார்க்

அரசியல் அறிவியல் துறைப் பேராசிரியர்

அக்டோபர் 25, 1920

திரு. பி.ஆர். அம்பேத்கர்,
95, ப்ரூக் கிரீன்,
ஹாமர்ஸ்மித்,
லண்டன் மேற்கு 6,
இங்கிலாந்து,

அன்புள்ள அம்பேத்கர்,

அக்டோபர் 10ஆம் தேதியிட்ட தங்கள் கடிதம் கிடைத்தது. விஷயங்கள் நல்லபடி நடைபெறுவது அறிந்து மகிழ்ச்சி. ஜெர்மனியில் உள்ள பல்கலைக்கழகத்தில் ஒரு வருடம் கழிப்பதாக இருக்கும் உங்கள் திட்டத்தை வரவேற்கிறேன். ஜெர்மன் மக்களோடு பழகுவதற்கும் இன்னும் சிறப்பாகப் பொருளாதாரத்தைக் கற்பதற்கும் அது உதவும். அதற்கு பாண் அல்லது பெர்லின் சிறப்பான இடமாக இருக்கும். பாண் பல்கலைக்கழகத்தின் பேராசிரியர்களிடம் எனக்கு நன்மதிப்பு உண்டு. தேவைப்படும் நேரத்தில் உங்களுக்கு அறிமுகக் கடிதம் தருவதில் மகிழ்வேன். பெர்லினிலும் சோம்பார்ட் மட்டுமின்றி ஷூ மாக்கர் உள்ளிட்ட பல்வேறு நிபுணர்கள் இருக்கிறார்கள்.

மாணவர்களாகிய நீங்கள் வெகுசிறப்பாகச் செயல்படுகிறீர்கள்.

அன்பு வாழ்த்துகளோடு,

தங்கள் உண்மையுள்ள,
எட்வின் ஆர். செலிக்மான்.

13

95, ப்ரூக் க்ரீன்,
ஹாமர்ஸ்மித்,
லண்டன் மேற்கு 6,
11–11–20

அன்புள்ள ப,[1]

மெட்ராசிலிருந்து நவம்பர் 1920, 9, 11ஆம் தேதியிட்ட உனது கடிதங்கள் கிடைத்தன. அக்கடிதங்களில் நீ செய்த உதவிகளுக்கு நான் தெரிவிக்கும் நன்றியைக் கடிந்துகொண்டிருக்கிறாய். உனது உபகாரங்கள் குறித்து உனக்குப் பெரிய மதிப்பில்லையென்றாலும் நீ எனக்களித்தவை எல்லாம் விலை மதிப்பில்லாத உதவிகள். நீ சொல்வதுபோல் ஒருவேளை நான் அதற்குத் தகுதியானவனாக இருக்கலாம். ஆனால் எல்லாத் தகுதியானவர்க்கும் உதவ முடிந்தவர்களிடமிருந்து உதவிகள் கிடைப்பதில்லை. உன் உதவிகளுக்கான மரியாதைகள் என்னிடமுண்டு. நீ பெருந்தன்மை யோடு அதை மறுத்தாலும் உன்னைப் போன்ற உபகாரி எனக்கு வேறு எவருமில்லை.

விஷயங்கள் நல்லபடியாகத் திரும்பியிருப்பது மகிழ்ச்சியளிக் கிறது. கூடிய விரைவில் ஒரு பெரிய தொழிற்சாலைக்குத் தலைமை தாங்குவாய் என எதிர்பார்க்கிறேன்.

'கோ'[2] அவர்களின் பணத்தில் அரசியல் விளையாடுவதைப் படித்து அதிர்ச்சியடைந்தேன். அது என்னவிதமான அரசியல் என யூகிக்க முடியவில்லை. என்னைவிட உனக்கு இதுகுறித்து அதிகம் தெரியும், மேலும் எனக்கொரு பாதுகாப்பான வழியையும் நீ யோசித்திருப்பாய் என்று அறிவேன்.

அடுத்த ஜனவரிவரைக்கும் தாக்குப்பிடிக்கும் அளவிற்கே என்னிடம் பணம் உள்ளது. இப்போது ஜெர்மன் செலாவணியின் மதிப்பு குறைந்துள்ளது. விரைவில் அது உயர வாய்ப்புள்ளது. அதனால்தான் பணம் அனுப்ப அவசரப்படுத்தினேன். எனக்கு

---

1. 'ப' : நவால் எம் பதேனாவைக் குறிக்கும்.
2. திரு. கோத்ரேஜ், பெட்டகத் தயாரிப்பாளர்.

இரண்டாயிரம் ரூபாய் அனுப்பினால் ஜெர்மன் செலாவணியை இப்போதே வாங்கி வைத்துக்கொள்வேன். ஆனாலும் உனக்கு அழுத்தம் கொடுக்க விருப்பமில்லை. என்னிடம் உள்ள கையிருப்பு நீண்டகாலம் தாக்குப்பிடிக்காது.

உன்னுடைய 11-12-20[3] தேதியிட்ட இரண்டாவது கடிதம் இன்ப அதிர்ச்சி அளித்தது. அசிஸ்[4] நீ சொல்வதுபோல் இரண்டு துருவங்களுக்கிடையே சிக்கிக்கொண்டவன்தான். ஆனாலும் அவனது சூழலில் மகிழ்ச்சியாகவே இருப்பான். இருந்தும் அவனை உன்னிடமும் தூதுவிடவில்லை. அவனது மனைவியின் சொத்துக்களைக் கொண்டு ஏதேனும் பயனுள்ள காரியங்களில் ஈடுபட்டால் இந்தத் திருமணத்துக்கு நியாயம் செய்யலாம். இச்சைகளின் தடைகளைத் தாண்டுவதைத் தவிர அவர்களுக்கு ஏதும் கொள்கை இருப்பதாகத் தெரியவில்லை.

எப்படியோ அவன் இங்கு வரும்போது மகிழ்ச்சியோடு சந்திப்பேன். எனக்கு என்ன விலை வைத்திருக்கிறான் என்று நேரில் கேட்டுக்கொள்கிறேன். எனது லண்டன் முகவரியை அவனுக்குக் கொடுத்திருக்கிறாயா?

முல்லாவின் நடத்தை அதிர்ச்சியளிக்கிறது. இப்படியே தொடர்ந்தால் வருத்தத்துக்கு ஆளாவார்.

என்னுடைய ஆய்வேட்டின் இரண்டு பகுதிகள் முடிந்து விட்டன. மூன்றாவதை விரைவில் முடித்துவிட்டு ஜனவரியில் மற்றோர் ஆய்வைத் தொடங்க வேண்டும்.

நலத்தோடும் மகிழ்வோடும் இருப்பாய் என நம்புகிறேன்.

அன்பின்,
பி.ஆர். அம்பேத்கர்.

---

3. கடிதத்தின் தொடக்கத்தில் நவம்பர் 9, 11 தேதியிட்ட இரண்டு கடிதம் எனத் தொடங்குகிறார். இங்கு 11-12-20 தேதியிட்ட இரண்டாவது கடிதம் என்கிறார் தேதியில் குழப்பமிருக்கிறது. (ப-ர்)

4. அசிஸ்: அம்பேத்கருக்கும் பதேனாவுக்கும் பொதுவான நண்பர்

14

பா/பெ ஹென்றி எஸ்.கிங் & கோ,
9, பால் மால்,
லண்டன் தென்மேற்கு,
4 செப்டம்பர், 1921

மரியாதைக்குரிய மகாராஜா சாஹேப்,[1]

திரு தால்வி[2] *அவர்கள் வலியுறுத்தியபடி என்னுடைய பொருளாதாரச் சிரமங்களை உங்கள் முன் எடுத்துரைக்கிறேன். நீங்கள் அவற்றைத் தீர்த்துவைப்பீர்கள் என்ற நம்பிக்கை இருக்கிறது. உங்களிடம் நேரடியாக என் சிக்கலைச் சொல்வதற்குச் சங்கடமாக இருக்கிறது. எனினும் என்னை ஒரு நல்ல நண்பனாக நீங்கள் கருதுவதால் சொல்கிறேன். இந்தியச் செலாவணி மதிப்பு லண்டனில் வீழ்ச்சியடைந்ததே எனது இப்போதைய பணத் தட்டுப்பாட்டிற்குக் காரணம். நான் இந்தியாவிலிருந்து திரும்பும்போது அப்போதைய செலாவணி மதிப்பில் லண்டனில் எனது இரு வருட இருப்பிற்குத் தேவையான பணத்தைக் கணக்கிட்டிருந்தேன். அது போதுமானதாக இருந்தது. ஆனால் இந்தியாவிலிருந்து புறப்படுகையில் நான் ஒரு நண்பரிடம் செலுத்தியிருந்த பணத்தை லண்டனுக்கு உடனடியாக மாற்ற முடியவில்லை. கடந்த டிசம்பரில் அந்தத் தொகை எனக்கு அனுப்பப்பட்டபோது செலாவணி மதிப்பு வீழ்ச்சியடைந்ததால் கிட்டத்தட்ட 150 பவுண்டுகள் பற்றாக்குறையாக இருப்பதை அறிந்தேன். சட்டக்கல்வி பயில 100 பவுண்டும் இந்தியா திரும்ப 100 பவுண்டும் ஆக மொத்தம் 200 பவுண்டுகள் தேவைப்படுகின்றன. மாட்சிமை பொருந்திய மகாராஜா இந்தத் தொகையை எனக்குக் கடனாக அளித்தால் நன்றியோடு இருப்பேன். நான் இந்தியா திரும்பியதும் வட்டியோடு அந்தத் தொகையைத் திருப்பித்*

1. கோலாப்பூர் மகாராஜா மாட்சிமைபொருந்திய சாஹு சத்ரபதி அவர்கள்.
2. தால்வி: மகாராஜாவின் நண்பர்களில் ஒருவர்.

தந்துவிடுவேன். எனக்கு வெகுசிலரே பழக்கம் என்பதால் யாரிடமும் உதவி பெற முடியாது. வெகு அவசரமாக இந்த உதவி தேவைப்படுகிறது. நான் முதலில் திரு. தால்வியை அணுகினேன். நேரடியாகவே தங்களிடம் கேட்கச் சமூகம் விரும்பியதால் உங்களுக்கு எழுதியிருக்கிறேன். தவறாக எண்ண வேண்டாம்.

மாட்சிமை தாங்கிய மகாராஜா நலமாக இருப்பீர்களென நம்புகிறேன். இந்தியாவை வழிநடத்தும் சமூக ஜனநாயக இயக்கத்தின் முக்கியத் தூண் நீங்கள். உங்கள் நலனும் நீங்களும் எங்களுக்கு முக்கியம்.

தாமதமின்றிப் பதிலை எதிர்பார்த்து,

உண்மையுள்ள,
பி.ஆர். அம்பேத்கர்.

15

10, கிங் ஹென்றிஸ் சாலை,
வட மேற்கு 3,
15–5–24

அன்பே பீம்,[1]

இந்த வாரமும் நீ எனக்கு எழுதவில்லை. ரொம்பவும் உதாசீனப்படுத்தப்பட்டதுபோல் உணர்கிறேன். என் இடத்தில் நீ வேறு யாரையாவது பதிலீடு செய்துவிட்டாய் என அவ்வப்போது எண்ணுவேன். ஆனால் நீ மற்ற ஆண்களைப்போல் அல்ல என்கிற எண்ணம் என்னைச் சமாதானப்படுத்துகிறது.

திங்கட்கிழமையும் செவ்வாய்க்கிழமையும் (10–11) உன்னை நினைத்துக்கொண்டிருந்தேன். நீ எப்படி சென்றுசேர்ந்தாய்? இந்தக் கடிதம் கிடைத்ததும் அடுத்த மெயிலில் எனக்கு எழுதுவாய் என எண்ணிக்கொண்டேயிருப்பேன். அப்படி வரவில்லையென்றால் ஏதோ நடந்திருக்கிறதென்று நினைப்பேன்.

வேறு செய்திகள் இல்லை. 'அவை'க்குச் செல்கிறேன். மதிய உணவு அங்குதான்.

கடவுள் உன்னை ஆசீர்வதிக்கட்டும்.

மிகுந்த பிரியமுள்ள,
எப்போதும் உன் குட்டித் தோழி[2]

---

1. பீம்ராவ் ராம்ஜி அம்பேத்கர்

2. கணவனை இழந்த ஜரிஷ் பெண்மணியான ஃபன்னி, அம்பேத்கரின் நண்பர். இந்தக் கடிதத்தில் 'தோழி' எனக் குறிப்பிடும் அவர் மற்ற கடிதங்களில் எஃப் எக்ஸ் எனக் குறிப்பிடுகிறார்.

   ○ ○ ○

   திருமதி ஃபன்னி / திருமதி. ஃபேனி / திருமதி. பிரான்செஸ் ஃபிட்ஸ் ஜெரால்ட் என்றும் குறிப்பிடப்படுகிறார். (ப–ர்)

16

10, கிங் ஹென்றிஸ் சாலை[1],
வடமேற்கு 3,
11–3–25

அன்பே பீம்,

இந்த வாரம் உன்னிடமிருந்து சில வரிகளே கிடைத்ததாக இருந்தாலும், கடிதம் கிடைத்ததில் மகிழ்ச்சி. உன்னுடைய துயரில் நானும் பங்கேற்கிறேன். நீ ஒரு மானை[2]ப் பராமரித்துக் கொண்டிருந்தது உண்மையிலேயே எனக்குத் தெரியாது; அற்புதம். மான்களுக்குதான் எவ்வளவு அழகான கண்கள். அதை நீ எங்கு வைத்திருந்தாய்?

ஆக, நீ மறுபடியும் அதிக வேலைப்பளுவைத் தூக்கிச் சுமக்கிறாய். ரொம்பவும் சிரமப்படாதே. உடல்நலம் சரியில்லாமல் எப்படி வேலை செய்ய முடியும்? நிதானமாகப் பணிகளைச் செய். உன்னை நம்பி மனைவியும் குழந்தைகளும் இருப்பதை மறவாதே. உன்னை நீதான் பார்த்துக்கொள்ள வேண்டும்.

உன் உடல்நலனையும் உன்னையும் கவனித்துக்கொள். எனக்காக.

மிகுந்த பிரியங்களுடன் உன்,
எஃப். எக்ஸ்[3]

---

1. இந்த முகவரியில்தான் அம்பேத்கர் 1921–1922ஆம் ஆண்டுகளில் தங்கியிருந்தார். அவர் தங்கியிருந்ததின் நினைவாக அவருடைய நூற்றாண்டை முன்னிட்டு இங்கிலாந்து அரசால் 1991ஆம் ஆண்டு இவ்வீட்டின் முன் பெயர்ப் பொறிப்புப் பலகை நிறுவப்பட்டது. அவரது 125ஆம் பிறந்தநாளை முன்னிட்டு மகாராஷ்டிர அரசு அவ்வீட்டை வாங்கி நினைவுச் சின்னமாக்கியது. (ப–ர்)

2. அம்பேத்கரால் காப்பாற்றப்பட்ட காயம்பட்ட மான். அவரது மனைவி மருந்திட்டுக் காத்துவந்தார்; இருந்தும் அது இறந்துவிட்டது. 1925இல் ஜனவரிக்கும் மார்ச்சிற்கும் இடையில் இந்தச் சம்பவம் நடந்திருக்கலாம்.

3. எஃப்.எக்ஸ். அவர்கள் பொதுமக்கள் அவையின் செயலகத்தில் பணிபுரிந்து வந்தார். இவரால்தான் அவை நடவடிக்கைகள் குறித்து அம்பேத்கரால் நெருக்கமாக அவதானிக்க முடிந்தது. 1944இல் லண்டனில் மறைந்தார்.

   ○ ○ ○

   1945இல் லண்டனில் மறைந்தார் என்பதே சரி. அம்பேத்கர் தனது ‘காந்தியும் காங்கிரசும் தீண்டப்படாதவர்களுக்குச் செய்ததென்ன’ நூலை 1945 ஜூலையில் வெளியிட்டார். அந்நூலின் சமர்ப்பணத்தில் ‘மரணம் என்னும் கோரப்பிடியிலிருந்து விடுபட்டிருக்கிறாய்’ என்று எழுதுகிறார். எஸ். ஆனநத் அக்டோபர் 2005இல் அவுட்லுக் இதழுக்கு எழுதிய கட்டுரையில் 1945இல் இறந்ததாகப் பதிவு செய்கிறார். (ப–ர்)

17

பகிஷ்கிரித் ஹிடகாரிணி சபா[1]
(ஒடுக்கப்பட்டோருக்கான முன்னேற்றச் சங்கம்)

எண்: F.5 XXVI/M.S
தாமோதர் ஹால்,
பரேல்,
பம்பாய்-12,
28 பிப்ரவரி 1926.

அனுப்புநர்:

டாக்டர் பி.ஆர். அம்பேத்கர் பார்-அட்-லா
சேர்மன், பகிஷ்கிரித் ஹிடகாரிணி சபா நிர்வாகக் குழு,
பரேல்.

பெறுநர்:

மாட்சிமை தாங்கிய பம்பாய் கவர்னரின் அந்தரங்கக் காரியதரிசி அவர்கள்

ஐயா,

ஒடுக்கப்பட்ட மக்கள்[2] சார்பாக வரும் ஏப்ரல் 2ஆம் தேதி பம்பாய் வரவிருக்கும் வைசிராய் அவர்களுக்கு வரவேற்பு நல்க எங்கள் பகிஷ்கிரித் ஹிடகாரிணி சபாவின் நிர்வாகக் குழு தீர்மானம் நிறைவேற்றியிருக்கிறது.

இது தொடர்பான நடைமுறைகளைத் தயைகூர்ந்து தாமதமின்றித் தெரிவிக்கக் கேட்டுக்கொள்கிறேன்.

உண்மையுள்ள,
பி.ஆர். அம்பேத்கர்.
தலைவர்,
நிர்வாகக் குழு பி.ஹெச்.எஸ்.,
பம்பாய்.

---

1. ஜூலை 20-1924இல் அம்பேத்கரால் இச்சபை தொடங்கப்பட்டது. பகிஷ்கிரித் – ஒடுக்கப்பட்ட (பட்டியல் சாதி) மக்கள். ஹிட-உயர்வு. திரு சமன்லால் செதல்வாட் *LLD* இதன் தலைவர்.

2. தற்போது பட்டியல் சாதியினர் என அறியப்படுவோர் அப்போது ஒடுக்கப்பட்டோர் எனப் பரவலாகக் குறிப்பிடப்பட்டனர்.

18

எம். சுப்பிரமணியம் பி.ஏ., பி.எல்.,
எம்.வி. கிருஷ்ணசுவாமி பி.ஏ., பி.எல்.,
உயர்நீதிமன்ற வழக்குரைஞர்கள்
மெட்ராஸ்.

சட்ட அறிக்கை அலுவலகம்,
எண்: 8, வுட்ஸ் சாலை,
மவுண்ட் ரோடு,
மெட்ராஸ்.

17–5–26
பதிவு எண்: 24/10
1910
Tel Add: ATHENA

பெறுநர்:

ஸ்ரீமான்.பி.ஆர். அம்பேத்கர் அவர்கள்,
பார் – அட் – லா,
தாமோதர் ஹால்,
பரேல்,
போயில்வாடி,
பம்பாய் 12.

மதிப்பிற்குரிய ஐயா,

சான்று: உயர்நீதிமன்ற இந்தியச் சட்ட அறிக்கை தொகுதி நூல்கள் 1901–20 வேண்டி 12-3-26 தேதியிட்ட தங்கள் கோரிக்கை.

தாங்கள் கோரியிருந்ததன்படி நாங்கள் நூல் தொகுதிகளை அனுப்பத் தொடங்கலாமா? ஆமெனில் மாதத்திற்கு எத்தனைத் தொகுதிகள் அனுப்ப வேண்டும்? முதலில் எந்த வரிசையிலிருந்து தொடங்குவது? மாதத்திற்கு ஏழு தொகுதிகள் பதிவுத் தபாலிலோ அல்லது இருபது தொகுதிகள் சரக்கு ரயிலிலோ அனுப்பலாம் என முன்மொழிகிறோம்.

தாமதமின்றித் தங்கள் பதிலை எதிர்நோக்கி,

உண்மையுள்ள,
(கையெழுத்து)
மேலாளர்

19

தாமோதர் ஹால்,
பரேல்,
பம்பாய்–12,
19–8–26

அன்புக்குரிய தத்தோபா,[1]

ஆச்சர்யமூட்டும் விதமாக உங்கள் கடிதம் கிடைத்தது. திரு. ஷிவ்தர்க்கார்[2] என் மகனின்[3] மரணம் குறித்து உங்களுக்குத் தெரிவித்து நாட்களாகிறது. உங்களிடமிருந்து பதில் வராததால் என்மேல் இருக்கும் அக்கறை குறைந்துவிட்டது என எண்ணினேன். வருத்தத்திலும் துயரிலும் இருக்கும் எனக்கு இந்தச் சந்தர்ப்பத்தில் நீங்கள் சில வரிகள் எழுதியது ஆறுதலாகவும் என்மீதான உங்களது அக்கறை முழுவதுமாகக் குறையவில்லை என்று காட்டுவதாகவும் இருக்கிறது.

என் மகனின் இறப்பிலிருந்து நானும் என் மனைவியும் மீண்டு விட்டோம் எனப் பாசாங்கு காட்ட முடியாது. அது ஒருபோதும் மீளமுடியா இழப்பு. எங்களுக்கு மகிழ்வூட்டிய, அற்புதமும் அழகானதுமான மூன்று மகன்களும் ஒரு மகளுமான நான்கு குழந்தைகளையும் மரணத்திற்குப் பரிசளித்துவிட்டோம். இந்த நினைப்பே எங்களை நசுக்குகிறது. உயிரோடு இருந்திருந்தால் வருங்காலம் அவர்களுக்கானதாய் அமைந்திருக்கும். மேகமூட்டங்கள் நகர்ந்துசெல்வதுபோலவே எங்கள் நாட்கள் நகர்கின்றன. எங்கள் வாரிசுகளின் இழப்பில் வாழ்வின் சுவையை இழந்துவிட்டோம். விவிலியம் சொல்வது

1. 1919 வாக்கில், கோலாப்பூர் மகாராஜாவுடன் அம்பேத்கர் நெருங்கிப் பழகக் காரணமாயிருந்தவர் தத்தோபா சாந்தாராம் பவார். சாம்பஹார் சாதியைச் சேர்ந்த இவர் பிற்பாடு அரசியல், மதமாற்ற விவகாரங்களில் அம்பேத்கரோடு முரண்பட்டு காங்கிரஸ் கட்சியில் இணைந்தார்.

2. சீதாராம் நாமதேவ் ஷிவ்தர்க்கார்: சாமர் சாதியைச் சேர்ந்த இவர் அம்பேத்கரின் நம்பிக்கைக்குரிய தளபதியாகச் செயல்பட்டவர். அம்பேத்கர் வெளிநாட்டில் இருக்கையில் அவர் நடத்திய எல்லாப் பத்திரிகைகளையும் நிர்வகித்துவந்தார். பகிஷ்கிரித் ஹிடகாரிணி சபையின் பொதுச்செயலாளராக இருந்தார். 1935க்குப் பிறகு அம்பேத்கரிடமிருந்து மதமாற்றப் பிரச்சினையில் விலகி காங்கிரஸ் கட்சியில் தன்னை இணைத்துக்கொண்டார்.

3. ஜூலை 1926இல் மரித்த அம்பேத்கரின் மகன் பெயர் ராஜ்ரத்னா.

போல் "நீங்கள் மண்ணிற்கு உப்பாய் இருக்கிறீர்கள். உப்பு உவர்ப்பற்றுப் போனால் எதைக்கொண்டு அதை உவர்ப்பாக்க முடியும்?"[4] வெறுமையான, சூனியமான வாழ்வின் இத்தருணத்தில் இந்த உண்மையை உணர்கிறேன். என் கடைசி மகன் ஒரு அற்புதக் குழந்தை. அவனுடைய மரிப்பு என் வாழ்வைப் புதர் பீடித்த தோட்டமாக்கிவிட்டது. என்னால் தொடர்ந்து எழுத முடியவில்லை. இத்துடன் முடிக்கிறேன்.

நொறுங்கிய மனத்தோடு துயருறும்,
பி.ஆர். அம்பேத்கர்.

---

4. மத்தேயு 5:13 (ப-ர்)

20

தாமோதர் ஹால்,
பரேல்,
பம்பாய்–12,
7-2-27

பீம்ராவ் ஆர். அம்பேத்கர்,
எம்.ஏ, பி.ஹெச்.டி, டி.எஸ்.சி, பார்–அட்–லா,
சட்ட மன்ற உறுப்பினர்,
பம்பாய்.

அன்புக்குரிய தத்தோபா,

என் மவுனம் உங்களுக்கு ஆச்சரியமூட்டலாம். உண்மையில் பன்ஹாலாவிலிருந்து திரும்பிய பிறகு கடுமையாக உடல்நலம் குன்றியிருந்தேன். எந்த வேலையையும் செய்யமுடியவில்லை. இப்போது படிப்படியாக உடல்நலம் சீராகிவருகிறது. முதல் வேலையாகச் சட்டமன்ற உறுப்பினராக[1] நியமிக்கப்பட்டது தொடர்பாக மலைபோல் குவிந்துள்ள கடிதங்களுக்குப் பதில் எழுதிக்கொண்டிருக்கிறேன்.

சட்டமன்ற உறுப்பினராகப் பொறுப்பேற்றது என் தனிப்பட்ட பொறுப்புகளோடு கூடுதல் சுமையாக இருக்கிறது. எப்படிச் சமாளிக்கப் போகிறேன் என்பதை அறியேன். மக்கள் என்னிடமிருந்து நிறைய எதிர்பார்க்கிறார்கள். எல்லாவற்றையும் நிறைவேற்றுவது மனிதக் காரியமாக இல்லை. என்னால் முடிந்த வரை என் கடமைகளைச் செவ்வனே செய்து முடிப்பேன் என நம்புகிறேன். இதற்கு என் அனைத்து நண்பர்களின் உதவியையும் நாடுகிறேன். தனியொருவனாக யுத்தத்தை எதிர்கொள்ள முடியாது என்று அறிவேன்.

போல்[2] அவர்களுக்கு எழுதலாம் என்றால், அவருடைய முகவரி என்னிடம் இல்லை. நீங்கள் அதை அனுப்பித் தருவீர்களா? பன்ஹாலாவில் நம் நண்பர்களுக்கு என்னை நினைவூட்டுங்கள். நான் அங்கு சவுகரியமாய்த் தங்குவதற்கு நிரம்பச் சிரத்தை எடுத்துக்கொண்டார்கள்.

என் அன்பின் நல்வாழ்த்துகள்,

அன்புடன்,
பி.ஆர்.அ.

---

1. பம்பாய் சட்டமன்றத்திற்கு டாக்டர் அம்பத்கர், டாக்டர் சோலங்கி ஆகியோர் நியமன உறுப்பினராகத் தேர்வாகினார். [தனஞ்செய்கிர் – தமிழ் 1942. பக். 115] (ப-ர்)

2. கங்காதர் போல்: கோலாப்பூரைச் சேர்ந்தவர். அம்பேத்கரின் ஆராதகர்.

21

தாமோதர் ஹால்,
பரேல், பம்பாய்–12,
11–4–27

பீம்ராவ் ஆர். அம்பேத்கர்,
எம்.ஏ., பி.ஹெச்.டி., டி.எஸ்.சி.,
பாரிஸ்டர்–அட்–லா,
சட்ட மன்ற உறுப்பினர்,
பம்பாய்.

அன்புள்ள கெய்க்வாட்,[1]

யாத்ரா நிகழ்வுக்காக நடைபெற இருக்கும் கூட்டத்திற்கு நமது சங்கத்தின் சார்பாக திரு. கங்காவானே[2] அவர்களை வசூலுக்கு அனுப்பியுள்ளேன். பம்பாயில் கோயில் கட்ட இந்திய ஒடுக்கப்பட்டோர் இயக்கம் அவர்களது சேவகர்களை வசூலுக்கு அனுப்பியிருப்பதை அறிந்தேன். அந்த வசூலை நீங்கள் தடுக்க வேண்டும். அதுவொரு போலியான அமைப்பு. மேலும் நமக்குத் தனியாக ஒரு கோயில் இருப்பது எவ்விதத்திலும் பலனளிக்காது என்று நம் மக்களுக்குத் தெரியப்படுத்துங்கள்.

உண்மையுள்ள,
பி.ஆர். அம்பேத்கர்.

---

1. பாவுராவ் கிருஷ்ணராவ் கெய்க்வாட்: அம்பேத்கரின் தளபதியாகச் செயல்பட்டவர். நாசிக் காலா ராம் கோவில் நுழைவு சத்யாகிரஹத்தின் முக்கிய நடத்துநர். அம்பேத்கர் நிகழ்த்திய அனைத்துச் சமூகப் போராட்டங்களிலும் உயிர்ப்போடு கலந்துகொண்டவர். தாதாசாஹேப் என அன்போடு அழைக்கப்பட்டவர்.

2. கங்காவானே: அம்பேத்கரின் ஆதரவாளர்.

22

110, மெடோஸ் தெரு,
ஃபோர்ட், பம்பாய்,
22 ஏப்ரல் 1927

பம்பாய் சட்ட இதழ்,
ஆசிரியர்,
என்.ஹெச். பாண்டியா, எம்.ஏ., எல்.எல்.பி.,
வழக்குரைஞர்.

மதிப்பிற்குரிய ஐயா,

    பம்பாய் சட்ட இதழ், வரவிருக்கும் இதழுடன் தன்னுடைய நான்காவது வருடத்தைப் பூர்த்திசெய்திருப்பதை மகிழ்ச்சியுடன் தெரிவித்துக்கொள்கிறேன்.

    அதன் குறுகிய காலகட்டத்தில் நீதிமன்றங்களுக்கு வெளியே உள்ள சட்டச்சிக்கல்கள் குறித்து நம் இதழ் பரிசீலித்தது நிறைவானது. மட்டுமன்றி பம்பாய் சட்ட உதவி மையம், இந்து சட்டச் சீர்திருத்த – ஆய்வு அமைப்பு, குழந்தைகள் உதவி மையம் ஆகிய அமைப்புகளுக்கும் இதழ் துணைநின்றது.

    தங்களைப் போன்ற சட்ட அறிஞர்களை ஆசிரியர் குழுவில் அமரவைப்பது இதழின் மேன்மைக்கு வழிவகுக்கும் என ஆலோசித்திருக்கிறோம். இதழின் வளர்ச்சிக்கும் அதனுடைய செயல்பாட்டிற்கும் தேவையான ஆலோசனைகளை வரவேற்கிறோம். ஆசிரியர் குழுவில் சட்ட அறிஞர்கள் உறுப்பினராவது பேருதவியாக அமையும். மாதமிருமுறை இதழ் வேலைகள் குறித்து ஆலோசிக்க ஆசிரியர் குழு கூட வேண்டும் என முன்மொழியப்பட்டிருக்கிறது. ஆசிரியர் குழுவினர் வருடம் ஒருமுறையாவது கட்டுரை வடிவில் தங்கள் பங்களிப்பைத் தர வேண்டுகிறோம். ஆசிரியர் குழுவில் இருப்போர் எவ்விதமான நிதி உதவியும் செய்யத் தேவையில்லை என்றும் கூறிக்கொள்கிறோம்.

தங்களை ஆசிரியர் குழு உறுப்பினராகப் பங்கேற்கத் தாழ்மையோடு அழைக்கிறோம். புதிய குழு ஜூன் 1927 அடுத்த இதழிலிருந்து செயல்பாட்டிற்கு வருமென்றும் அறிவிக்கிறோம்.

தாமதிக்காமல் தங்கள் விருப்பத்தைத் தெரிவிக்க வேண்டுகிறோம்.

அன்புடன்,
பி.ஜி. கெர்,
நயன்.ஹெச். பாண்டியா,
ஆசிரியர்கள்.[1]

---

1. *பம்பாய் சட்ட இதழின் ஆசிரியர்களாகச் செயல்பட்டவர்கள்* பி.ஜி.கெரும் நயன். ஹெச். பாண்டியாவும்; பி.ஜி.கெர், பம்பாய் மாகாணத்தின் முதல் பிரதம மந்திரியாகப் பின்னர் பதவியிலிருந்தார். அம்பேத்கர் நடத்திய நாசிக்கின் காலா ராம் மந்திர் சத்யாகிரஹத்தின் ஆதரவாளராகவும் இருந்தார்.

23

(ஜெய் பவானி)[1]

தாமோதர் ஹால்,
பரேல்,
பம்பாய்,
4–7–27

பீம்ராவ் ஆர். அம்பேத்கர்,
எம்.ஏ., பி.ஹெச்.டி., டி.எஸ்.சி., பார்–அட்–லா,
சட்ட மன்ற உறுப்பினர்,
பம்பாய்.

சங்கரதாஸ் நாராயணதாஸ் பார்வே எனும் இவர் ஒடுக்கப்பட்டோர் நல்வாழ்வுக்காகச் செயல்படும் பகிஷ்கிரித் ஹிடகாரிணி சபாவின் ஊழியரும் ஒடுக்கப்பட்டோர் நலனைப் பாதுகாக்கும் பகிஷ்கிரித் பாரத் பத்திரிகையின்[2] பிரச்சாரகரும் ஆவார் என இதன்மூலம் சான்றளிக்கப்படுகிறது.

இந்த மாகாணத்தின் பல்வேறு பகுதிகளுக்குப் பயணம்செய்து ஒடுக்கப்பட்டோர் நலன் குறித்து உரையாற்றவும் ஊக்கமளிக்கவும் அவருக்குப் பணி ஒதுக்கப்பட்டுள்ளது. எல்லாப் பொது அமைப்புகளும் அன்னாருக்கு வேண்டிய உதவிகள் செய்யுமாறு தாழ்மையோடு கேட்டுக்கொள்கிறோம்.

பி.ஆர். அம்பேத்கர்.

---

1. மூலத்தில் தேவநாகிரி லிபியில் காணப்படுகிறது.
2. ஏப்ரல் 3–1927இல் அம்பேத்கரால் தொடங்கப்பட்ட மாதமிருமுறை மராத்தி இதழ்.

24

தாமோதர் ஹால்,
பரேல்,
பம்பாய்–12,
20–8–27

பி.ஆர். அம்பேத்கர்,
எம்.ஏ., பி.ஹெச்.டி., டி.எஸ்.சி., பார்–அட்–லா,
சட்ட மன்ற உறுப்பினர்,
பம்பாய்.

ஐயா,

    தங்கள் கடித எண்: 3219–CSக்குப் பதிலளிக்கும்விதமாகப் பம்பாய் சட்டமன்றக் கையேட்டில் பதிவேற்ற, என்னுடைய சுயவிவரங்களை இத்துடன் அனுப்புகிறேன்.

தங்கள் உண்மையுள்ள,
பி.ஆர். அம்பேத்கர்.

பெறுநர்:
செயலர்
அரசியல் துறை.

இணைப்பு

பெயர் : பீம்ராவ் ராம்ஜி அம்பேத்கர் (வேட்பு மனுவில் குறிப்பிட்டபடி)

தந்தை பெயர் : ராம்ஜி மாலோஜி அம்பேத்கர்

சாதி : மஹர்

பிறந்த இடம் : மாஹேவ் (ராஜபுத்னா)

கல்வி : எம்.ஏ., பி.ஹெச்.டி., டி.எஸ்.சி., பார்–அட்–லா.

தற்போதைய முகவரி : தாமோதர் ஹால், பரேல், போயில்வாடி, பம்பாய்–12

தொழில் : பாரிஸ்டர், பம்பாய் உயர்நீதிமன்றம்

அரசியல் : சுதந்திரத் தொழிலாளர்

சுயசரிதைக் குறிப்பு : ரத்னகிரி மாவட்டத்தைப் பூர்வீகமாகக் கொண்ட என் முன்னோர்கள் ராணுவத்தில் சேரும் பொருட்டுக் கிழக்கிந்திய கம்பனி இருந்த காலகட்டத்தில் குடிபெயர்ந்தனர். எனது தந்தை மஹர் சிறப்பு ராணுவப்படையில் சுபேதார் அந்தஸ்தில் பணிபுரிந்து ஓய்வுபெற்றபின் ரத்னகிரி மாவட்டம் தபோலியில் குடியேறினார். ஆனால் அப்போது அதீத ஆச்சாரத்தை அரணாகக் கொண்ட பள்ளி ஆசிரியர்களால் தன் பிள்ளைகள் துன்பப்படுவதை அறிந்து தபோலியிலிருந்து சதாராவுக்கு விலகினார். நான் ஆங்கில வழியில் நான்காவது வகுப்புவரை அங்குதான் பயின்றேன். ஆனால் சதாராவிலும் ஒடுக்கப்பட்ட குழந்தைகளுக்கான கல்விச்சூழல் சிறப்பாக இல்லை என அறிந்து தாராளவாதமும் முற்போக்கும் கொண்ட இடமாக அவர் நம்பிய பம்பாய்க்குப் புலம்பெயர்ந்தோம். பம்பாயில் நான் எல்பின்ஸ்டன் உயர்நிலைப் பள்ளியிலும் எல்பின்ஸ்டன் கல்லூரியிலும் பயின்றேன். 1912இல் பம்பாய் பல்கலையில் பட்டம்பெற்றுப் பின் பரோடா மகாராஜாவின் முன்னெடுப்பில் உதவித்தொகைப் பெற்று நியூயார்க்கின் கொலம்பியா பல்கலையில் பொருளியலும் சமூகவியலும் பயின்றேன். இடைப்பட்ட காலத்தில் பரோடா ராணுவக் காலாட்படையில் பயிற்சி லெப்டினன்டாகப் பணியாற்றியிருக்கிறேன். பிறகு 15–6–1913 அன்று தொடங்கி நான்கு கல்வியாண்டுகள் நியூயார்க்கில் கல்விக்குச் செலவிட்டிருக்கிறேன்.

25

தாமோதர் ஹால்,
பரேல்,
பம்பாய்–12,
23–10–27

பீம்ராவ் ஆர். அம்பேத்கர்,
எம்.ஏ., பி.ஹெச்.டி., டி.எஸ்.சி., பார்–அட்–லா,
சட்ட மன்ற உறுப்பினர்,
பம்பாய்.

அன்புக்குரிய தத்தோபா,

தங்கள் கடிதம் கிடைத்தது. இப்போது உடல்நலன் பரவாயில்லை. வழக்கு ஆவணங்களைப் படித்துவிட்டேன். என்னிடம் கையளிக்கப்பட்ட தஸ்தாவேஜுகளில் முக்கிய ஆவணங்கள் சில இல்லை. 25ஆம் தேதி காலை கோலாப்பூர் வருவதாக உறுதியளித்தபடி அங்கு வருவேன். 27ஆம் தேதி மாலை நான் திரும்பியாக வேண்டும்.

எனக்காக இரண்டு காரியங்களை நீங்கள் செய்ய வேண்டும்.

(1) தயவுசெய்து நான் வருவதை யாரிடமும் தெரிவிக்க வேண்டாம். என்னைப் பார்க்கக் கூட்டம் கூடுவதைத் தவிர்க்கவும். நான் தனியாக இருக்க விரும்புகிறேன். (2) வழக்கு முடிந்தபிறகு என்னை அங்கு தங்கச் சொல்லி வற்புறுத்தாதீர். 29ஆம் தேதி இங்கு எனக்குச் சில வேலைகள் இருக்கின்றன.

வழக்குச் செலவுகள் பற்றியோ கட்டணம் பற்றியோ உங்களுக்கு நினைவூட்டத் தேவையில்லை என நினைக்கிறன்; இதுவரையில் எந்தக் கட்டணமும் நான் பெறவில்லை என்பதையும்.

நல்வாழ்த்துகள்

உண்மையுள்ள,
பி.ஆர்.அ.

26

[ ][1]

தாமோதர் ஹால்,
பரேல்,
பம்பாய்–12,
24–1–28

பீம்ராவ் ஆர். அம்பேத்கர்,
எம்.ஏ., பி.ஹெச்.டி., டி.எஸ்.சி., பார்–அட்–லா,
சட்ட மன்ற உறுப்பினர்,
பம்பாய்.

அன்பிற்கினிய வைத்யா,[2]

12ஆம் தேதியிட்ட தங்கள் கடிதத்தைப் பெற்றுக்கொண்டேன். பிப்ரவரி 5ஆம் தேதி ஏற்கெனவே வாதிட்டபடித் தடையுத்தரவு பெற்றுக்கொள்ள நீதிமன்றம் விரும்பியிருப்பதை அறிகிறேன். இதுகுறித்து வழக்காட நான் பிப்ரவரி 2ஆம் தேதி வியாழக்கிழமை வருகிறேன்.

இத்துடன் வாக்குமூலப் படிவங்களை அனுப்பிவைக்கிறேன். அவற்றைக் குறிப்பிட்ட நேரத்தில் தயாராக வைத்திருக்க வேண்டுகிறேன். தங்களுக்கு முகம்மதியக் கசாப்புக் கடைக்காரர் ஒருவரின் வாக்குமூலம் (நிச்சயமாகக் கசாப்புக் கடைக்காரர் தேவை) கிடைக்கச் சிரமம் இருக்கலாம். மஹத்தில் நான் கேட்டுக் கொண்டதாகக் காவல்துறை உதவி ஆய்வாளரிடம் உதவி கோரினால், அவர் ஒரு பிராமணப் பூசாரியின் வாக்குமூலத்தின் பிரதியைப் பெற்றுத்தருவார். நமக்கு அது உதவியாக அமையும்.

---

1. பவானி தெய்வத்தின் உருவப்படம். வலதுகையில் திரிசூலமும் இடதுகையில் தாமரை மலரும். படத்தின் கீழ் இரு வாள்கள் ஒன்றையொன்று வெட்டுவது போல். அதன் கீழ் ஜெய் பவானி என்ற எழுத்துக்கள்.

2. மார்த்தாண்ட தத்தாத்ரேயா வைத்யா: மஹத்திலுள்ள ஒரு வழக்கறிஞர்.

எதிர்மனுதாரர்களுக்குக் குறிப்பிட்ட தேதியில் அறிக்கையையும், வாக்குமூல நகல்களையும் அனுப்பிவிடுங்கள்; இதனால் எந்தக் குற்றச்சாட்டும் வைக்க அவர்களால் முடியாது. சர்பாவுக்கு[3] என் வந்தனங்களைத் தெரிவியுங்கள். பிப்ரவரி 2ஆம் தேதிக்கு எல்லாம் தயாராக இருக்கிறதாவென ஜனவரி 30, திங்கட்கிழமைக்குள் எனக்குத் தெரியப்படுத்துங்கள்.

வாழ்த்துகள்.

அன்பின்,
பி.ஆர். அம்பேத்கர்.

---

3. மஹத்தை சேர்ந்த அம்பேத்கரின் நெருங்கிய நண்பரான சர்பா டிப்னிஸ். நானா சாஹேப் என்றழைக்கப்பட்ட இவர் 1927 மஹத் சத்யாகிரஹத்தில் சிறப்பான பங்களிப்பைச் செய்தவர்.

27

தாமோதர் ஹால்,
பரேல்,
பம்பாய்-12,
9 பிப்ரவரி 1928

பெறுநர்:

கல்வித்துறைச் செயலாளர் அவர்கள்,
பம்பாய் அரசு,
பம்பாய்.

ஐயா,

பம்பாயிலுள்ள அரசு சட்டப்பள்ளியில் காலியாக உள்ள பேராசிரியர் பணிக்கு இதன் மூலம் விண்ணப்பிக்கிறேன்.

நியூயார்க் கொலம்பியா பல்கலைக்கழகத்தில் எம்.ஏ.வும் முனைவர் பட்டமும் பெற்றுள்ளேன். லண்டன் பல்கலைக் கழகத்தில் டி.எஸ்.சியும் பாரிஸ்டர் பட்டமும் பெற்றுப் பம்பாய் உயர் நீதிமன்றத்தில் கடந்த நான்கு வருடங்களாக வழக்கறிஞர் பணியில் இருக்கிறேன்.

'இந்திய ரூபாயின் பிரச்சினை', 'ஆங்கில இந்தியாவில் மாகாண நிதி வளர்ச்சி' ஆகிய இரு புத்தகங்களின் ஆசிரியர். சிடன்ஹாம் வணிகவியல் கல்லூரியில் அரசியல் பொருளாதாரப் பேராசிரியராகப் பணியாற்றியிருக்கிறேன். பம்பாய் பல்கலைக்கழத்தில் இளங்கலை, முதுகலைப் படிப்புகளுக்குத் தேர்வாளராகவும் பணியாற்றியுள்ளேன். தற்போது பட்லிபாய் கணக்கியல் பயிற்சி மையத்தில் ஜி.டி.ஏ[1] மாணவர்களுக்கு வர்த்தகச் சட்டப் பேராசிரியராகப் பணிசெய்கிறேன்.

நான் ஒடுக்கப்பட்ட வகுப்பைச் சேர்ந்தவன். எனது விண்ணப்பத்தைத் தயைகூர்ந்து பரிசீலிக்குமாறு தாழ்மையோடு கேட்டுக்கொள்கிறேன்

தங்கள் விசுவாசமுள்ள,
பி.ஆர். அம்பேத்கர்.

---

1. ஜி.டி.ஏ [G.D.A] : அரசு வழங்கும் கணக்கியல் பட்டயப் படிப்பு, [Govt. Diplomo in Accounting] (மொ-ர்).

28

தாமோதர் ஹால்,
பரேல்,
பம்பாய்–12,
27–2–28

பீம்ராவ் ஆர். அம்பேத்கர்,
எம்.ஏ., பி.ஹெச்.டி., டி.எஸ்.சி.,
பார்–அட்–லா,
எம்.எல்.சி.

அன்பிற்கினிய தத்தோபா,

தங்கள் கடிதங்கள் கிடைத்தன. காலதாமதத்துக்கு மன்னிக்கவும். என்னுடைய வேலைப்பளு குறித்துத் தாங்கள் அறிந்திருப்பதால் கருணையோடு காலந்தவறாமையை எதிர்பார்க்கமாட்டீர்கள் என நம்புகிறேன்.

முதலில் தயவுசெய்து என்னுடைய உயிரைக் குறித்துக் கவலை கொள்ளாதீர்கள். நான் தேர்ந்தெடுத்த பாதையில் அபாயங்கள் இருப்பதில் சந்தேகமில்லை. அவற்றை எதிர்கொள்ள நான் தயாராக இருக்கிறேன். அபாயங்களில்லாத மலர்ப் பாதைகளென எவையும் இல்லை. ஆபத்துகளைத் தவிர்க்க வேண்டுமானால் நான் வெறுமனே அமைதியாக எதுவும் செய்யாமலிருக்க வேண்டும்; அப்படி இருக்க இயலாது.

அடுத்ததாக அச்சகம் தொடங்குவது குறித்து நான் வெகுதீவிரமாகவும் உன்னிப்பாகவும் அதைக் கவனித்து முயன்று வருகிறேன். மாட்சிமை பொருந்திய கோலாப்பூர் மகாராஜாவிடம் இதுகுறித்து உதவிகேட்க நீங்கள் எழுதியிருப்பது மகிழ்ச்சி; நானும் இதே யோசனையில்தான் இருக்கிறேன். அவர் கோலாப்பூர் திரும்பும்வரை காத்திருக்காமல் பம்பாயில் பார்த்துவிட நினைக்கிறேன். எனவே நீங்கள் பம்பாய் சென்று

நேர்காணலுக்கு உதவ முடியுமா? எப்படியும் அவரிடம் ஒரு நேர்காணல் வேண்டி அவருக்கு எழுதுகிறேன்.

சங்கரூல் வழக்கின் தீர்ப்பின் காலதாமதம் அதிர்ச்சியளிக்கிறது. இதுபற்றித் தலைமை நீதிபதிக்கு எழுதுகிறேன். உங்களுக்கு ஒரு மகிழ்ச்சியான செய்தி. சிவில் நீதிமன்றம் 23ஆம் தேதியன்று, மஹத் சவுதார் குளம் வழக்கில் தடையுத்தரவைத் தள்ளுபடி செய்து விட்டது. இப்போது குளத்தைப் பயன்படுத்த தடையில்லை. ஓரிரு மாதத்தில் நாம் ஒரு சத்யாகிரஹத்திற்குத் திட்டமிடலாம்.

பாண்டுரங்கருடைய திருமணத்தைப் பொறுத்தவரை ஷிவ்தாகூருக்கு விருப்பம்தான். ஆனால் இவ்வளவு சீக்கிரமாக இப்படியொரு யோசனை உங்களுக்கு வந்தது அதிர்ச்சியூட்டியது.

தங்கள் உண்மையுள்ள,
பி.ஆர். அம்பேத்கர்.

29

தாமோதர் ஹால்,
பரேல்,
பம்பாய்–12,
29-2-1928

பீம்ராவ் ஆர். அம்பேத்கர்,
எம்.ஏ., பி.ஹெச்.டி., டி.எஸ்.சி., பார்-அட்-லா,
சட்ட மன்ற உறுப்பினர்,
பம்பாய்.

அன்பான பாவுராவ்,

இக்கடிதம் கொண்டுவரும் எனது நண்பரின் பெயர் சித்ரே[1]. உங்களைப் பார்க்க வரும் காரணத்தை அவர் உங்களுக்குச் சொல்லுவார். அவருக்குத் தேவையான உதவிகளைச் செய்து கொடுக்கவும். எனக்கு மிகவும் நம்பகமான நபர். எனவே உதவிகள் செய்வதில் உங்களுக்குத் தயக்கம் வேண்டியதில்லை. நீங்கள் பம்பாய் வந்தால் நன்றாயிருக்கும். அவசரம். முக்கியமான விஷயம்.

இப்படிக்கு,
பி.ஆர். அம்பேத்கர்.

---

1. சித்ரே: கமலாகாந்த் சித்ரே

30

அனுப்புநர்:

எஸ்.பி. திலக்,
கெய்க்வாட் வாடா,
668, நாராயண் பே,
பூனா,
6 மே 1928.

அன்பான டாக்டர் அம்பேத்கர்,

இந்த மாதம் இரண்டாம் தேதியிட்டு நீங்கள் எழுதிய கடிதம் கிடைத்தது. மகாராஷ்டிரா மாகாண மாநாட்டின் தீண்டாமை ஒழிப்புக்கு எதிரான அதிகார மனநிலையைக் குறித்து இன்றைய *ஞான் பிரகாஷ்*[1], *விவித விருத்தா*[2] செய்தித்தாள்களில் வெளியான தகவல்களைக் கண்டிருப்பீர்கள். தீண்டாமை ஒழிப்புத் தீர்மானம் அக்கிரமமாகக் குரல்வளை நெரிக்கப்பட்டபோது பல பங்கேற்பாளர்கள் வெறுப்போடு எதிர்ப்பைத் தெரிவித்து மாநாட்டிலிருந்து வெளிநடப்பு செய்தனர். அதிகாரத்தில் இருந்தவர்களின் அற்ப மனநிலையானது பொது அமர்விலும், உறுப்பினர் கமிட்டி கூட்டத்திலும் அருவருப்பான தந்திரங்களால் தீண்டாமை ஒழிப்புத் தீர்மானத்தை நிறைவேற்ற முடியாதபடிக்கு அவர்கள் செய்தவற்றை இன்றைய *தியான பிரகாஷ்* பத்திரிகையில் மாநாட்டிலிருந்து வெளியேறியவர்களின் கையெழுத்துகளோடு பிரசுரித்திருக்கிறது. மாநாட்டின் மொத்தச் சூழலும் எரிச்சலூட்டக் கூடியதாகவே இருந்தது. ராஜ்போஜ்[3] போன்ற தீண்டத்தகாத பங்கேற்பாளர்கள் நடத்தப்பட்ட

1. *ஞான்* அல்லது *தியான் பிரகாஷ்*. (மூலத்தில் இந்தியில் உள்ளது)
2. விகித விருத்தா. (மூலத்தில் இந்தியில் உள்ளது)
3. 1905இல் நாசிக்கில் சாம்பஹார் சமூகத்தில் பிறந்தவர். பாண்டுரங் நாதுஜி ராஜ்போஜ் அம்பேத்கரின் புத்த மத மாற்றத்தை எதிர்த்தவர். அம்பேத்கரின் மரணத்திற்குப் பிறகு புத்த மதத்தைத் தழுவியவர். அரசியல்ரீதியாகக் கட்சிமாறியவராகக் கருதப்பட்டவர்.

விதம் சகிக்க முடியாததாகவும் அவமானத்துக்குரியதாகவும் இருந்தது. இப்படியான இழிவான கொள்கையைக் கண்டித்து மகாராஷ்டிரா முழுவதும் நாம் பொதுக்கூட்டங்கள் நடத்த வேண்டும். உங்களிடமிருந்து டைம்ஸ் ஆஃப் இந்தியாவிற்கோ அல்லது பொதுவான பத்திரிகைகளுக்கோ ஒரு கண்டனக் கடிதம் அல்லது திறந்த மடல் இத்திசையில் ஒரு தொடக்கமாகத் துலங்கட்டும்.

வங்காளத்திலிருந்து பாபு சுபாஷ் சந்திரபோஸைப் பூனாவின் கேசரி சிந்தனைப்பள்ளி பிராமணர்கள் ஆர்ப்பாட்டமாக வரவழைத்து வரவேற்றதற்குக் காரணம் இல்லாமல் இல்லை. வரவிருக்கும் கல்கத்தா அகில இந்திய காங்கிரசின் வரவேற்புக் குழுத் தலைவராக அவரே நியமிக்கப்பட இருக்கிறார். போலவே போலி ஒற்றுமையை ஊளையிடும் இந்த உத்தரவாதக் கட்சியினர் தங்கள் தலைவர் என்.சி. ஹெல்கரை[4] எப்படியாவது இந்த வருட கல்கத்தா காங்கிரசின் தலைவராக்க மகாராஷ்டிரா கட்டார்களின் குறைந்தபட்ச எதிர்ப்போடு திட்டமிடுகிறார்கள்.

திரு. எஸ்.எம். பரன்ஜிபே[5] அவர்களைத் தலைமைப் பொறுப்புக்குத் தேர்ந்தெடுத்து மரியாதைகளைக் குவிப்பதே அங்குள்ள கட்டார்களைக் குளிர்விக்கத்தான். எப்படியாவது காங்கிரஸ் தலைவராக வாழ்வில் ஒருமுறையேனும் பதவியேற்கத் துடிக்கும் திரு. கெல்கரின் மீதான எதிர்ப்பை மழுங்கடிக்கவே இப்படியான திட்டம்.

நம் தலைவர்களின் லட்சணம் இப்படி இருக்கிறது. வாயில்லாப் பூச்சிகளான நம் மக்களுக்கு எதுவும் செய்யாமல் தங்கள் சுயலாபத்திற்கு அவர்கள் செய்யும் தியாகங்கள்தான் இவை.

உண்மையுள்ள,

எஸ்.பி. திலக்.[6]

---

4. நரசிம்ம சிந்தாமன ஹெல்கர்: *மராத்தா* எனும் ஆங்கிலப் பத்திரிகையின் ஆசிரியர் பால கங்காதர திலகரின் கீழ் வழிநடப்பவர் 'சாகித்ய சாம்ராட்' டான இவர் 1932இல் நடைபெற்ற மூன்றாம் வட்ட மேஜை மாநாட்டில் கலந்து கொண்டார்.

5. ஷிவ்ராம் மகாதேவ் பரன்ஜிபே அரசியல்வாதியும் *கால்* என்கிற பத்திரிகையின் ஆசிரியருமாவார்.

6. ஸ்ரீதர் பந்த் பல்வந்த் திலக், பாலகங்காதர திலகரின் மகன், இவர் அம்பேத்கரின் நண்பரும் ஆராதகரும் ஆவார். 25–5–1928 அன்று தற்கொலை செய்து கொண்டார். தன்னை மாய்த்துக்கொள்ளும் முன் அம்பேத்கருக்கு மராத்தியில் ஒரு கடிதம் எழுதியிருக்கிறார். தீண்டத்தகாதவருக்கு எதிரான தன் தந்தைக்கு நேரெதிர் குணம் படைத்த இவரை உண்மையான 'லோக மான்யா' என அம்பேத்கர் குறிப்பிடுகிறார்.

31

பூனா,
23–5–28.

அன்பிற்குரிய டாக்டர் அம்பேத்கர் அவர்களுக்கு,

இம்மாதம் 18ஆம் தேதியிட்ட தங்கள் தந்தி சரியான நேரத்தில் என்னை வந்தடைந்தது. பம்பாயில் நடக்கும் அனைத்துக் கட்சி மாநாட்டை[1]ப் பார்வையிடுவதற்குப் பூனாவிலிருந்து வெள்ளி இரவு ரயிலில் கிளம்பிவிட்டதால் ராஜ்போஜ்சைச் சந்திக்க இயலவில்லை. மாநாடு ஒரு படுதோல்வி, பார்வையாளர்களுக்குப் பெருத்த ஏமாற்றம். திங்கள் காலை பூனா திரும்பிவிட்டேன். டபோலி மாநாடு[2] குறித்து நேற்றைய செய்தித்தாள்களில் படித்தேன். தனிப்பட்ட முறையில் கலந்து கொள்ள முடியவில்லையென்றாலும் பத்திரிகைகளில் சிறப்பான காட்சிகளை விளக்கியிருந்தனர். தீர்மானகரமான இந்த வெற்றிக்கு உங்களை எவ்வளவு வாழ்த்தினாலும் தகும். தீண்டாமைச் சிக்கல்களுக்கானத் தீர்வை நோக்கி மிகப்பெரும் முன்னெடுப்பை இந்த மாநாடு எடுத்திருக்கிறது. ***சமாஜ் சமதா சங்கா****வின்[3] முத்திரை பதித்த பணியும் மக்கள் மனத்தில் ஆழப் பதிந்திருக்கிறது.*

மாநாட்டில் நேரில் பங்கேற்காமைக்கு என் வருத்தங்களைத் தெரிவித்துக்கொள்கிறேன்.

உண்மையுள்ள,
எஸ்.பி. திலக்.

---

1. காங்கிரஸ் கட்சியால் நடத்தப்பட்ட மாநாடு. ஒடுக்கப்பட்ட மக்களுக்கு தலைமை தாங்கும் அம்பேத்கருக்கும் இன்னும் பல தலைவர்களுக்கும் இம்மாநாட்டில் கலந்துகொள்ள அழைப்பு விடுக்கப்பட்டிருந்தது. இந்த மாநாட்டில்தான் சுயராஜ்ய அரசியலமைப்பு குறித்த வரைவை உருவாக்க கமிட்டி ஒன்று தேர்ந்தெடுக்கப்பட்டது. அதன் தலைவராக மோதிலால் நேரு நியமிக்கப்பட்டார்.
2. கொங்கனியின் டபோலியில் நடைபெற்ற இந்த ஒடுக்கப்பட்டோர் மாநாடு அம்பேத்கர் தலைமையில் நடைபெற்றது.
3. மே–1927இல் சமாஜ் சமத் சங்கம் சமூக சமத்துவத்திற்காக அம்பேத்கரால் தொடங்கப்பட்டது.

32

டாக்டர் பி.ஆர். அம்பேத்கர்,
எம்.ஏ., பி.ஹெச்.டி., டி.எஸ்.சி., எம்.எல்.சி.,
பார்–அட்–லா,
தாமோதர் ஹால்,
பரேல்,
பம்பாய்–12.

அனுப்புநர்:

எஸ்.பி. திலக்,
கெய்க்வாட் வாடா,
668, நாராயண் பே,
பூனா,
25-5-1928.

மிகுந்த சிநேகம் நிறைந்த ஐயா,

மரியாதை மிகுந்த, சிரம் தாழ்ந்த, சாஷ்டாங்க நமஸ்காரங்களும் கீழ்ப்படிதலும்.

இந்தக் கடிதம் உங்களை வந்தடைவதற்கு முன் என் மரணச் செய்தி உங்களை வந்தடையலாம்.

நமது சமாஜ் சமதா சங்கத்தின்[1] பணிகளை உறுதியாக, அர்ப்பணிப்போடு, கடின உழைப்போடு மேற்கொள்ள வேண்டுமாயின் சமூகச் சீர்திருத்தச் சிந்தனையுள்ள படித்த இளைஞர்களை இந்த இயக்கத்தின் பக்கம் ஈர்க்க வேண்டும்.

---

1. சமூக சமத்துவ சங்கம் செப். 4, 1927இல் டாக்டர் அம்பேத்கரால் உருவாக்கப்பட்டது. இச்சங்கம் சமூக சமத்துவத்தை சாதி இந்துக்களிடமும் பிராமணர்களிடமும் கொண்டு செல்வதை நோக்கமாகக் கொண்டது. இவ்வமைப்பில் அம்பேத்கர் தவிர்த்த அனைவரும் பிராமணர், சாதி இந்துக்கள்தான். இவ்வமைப்பு சார்பாக 1928 ஜூனில் *சமதா* எனும் மராத்தி இதழ் வெளியிடப்பட்டது. – *சமதா* இதழ் தொகுப்பு (ஆங்.) பக்.8 (ப-ர்.)

இந்தப் பணியில் இடைவிடாத முயற்சியில் உழல நீங்கள் இருப்பது எனக்கு ஆத்ம திருப்தி. எல்லாம் வல்ல இறைவன் உங்கள் முயற்சிகளை வெற்றியடையச் செய்யட்டும். மஹாராஷ்டிர இளைஞர்கள் தீவிரமாக முடிவெடுத்தால் ஐந்து வருடங்களில் தீண்டாமையை ஒழித்துவிடலாம். சமூகப் புறக்கணிப்புக்கு உள்ளான என்னுடைய சகோதரர்களின் துயரை பகவான் ஸ்ரீ கிருஷ்ணனின் பாதத்தில் நேரடியாக முறையிட நான் முன் செல்கிறேன். நம் நண்பர்களுக்கு என் அன்பைச் சொல்லுங்கள்.

தங்கள் அன்பின் மகிழ்வில்

பணிவான,
ஸ்ரீதர் பல்வந்த் திலக்,[2, 3]
25-5-1928

முகவரி

பெறுநர்:

டாக்டர் பி.ஆர். அம்பேத்கர்,
எம்.ஏ., பி.ஹெச்.டி., டி.எஸ்.சி,
எம்.எல்.சி., பார்-அட்-லா,
தாமோதர் ஹால்,
பரேல், பம்பாய் -12.

---

2. மராத்தியிலிருந்து இக்கடிதத்தை மொழிபெயர்க்க உதவிய திருவாளர்கள் ஒய்.ஆர். தாக்கூருக்கும் கௌதம் ஷிண்டேவுக்கும் இதர நண்பர்களுக்கும் நன்றி.

3. திலகரின் இன்னொரு மகனான ராம்பால் என்பவரும் சமூக சமத்துவ சங்கத்தின் தீவிர உறுப்பினர். [ப-ர்.]

33

இந்த தங்கும் விடுதிக்கு நான் விஜயம் செய்தது உள்ளபடியே பெரும் மகிழ்வைத் தருகிறது. தேசநலனில் அக்கறை கொண்ட ஒவ்வொருவரும் தனித்துவமான இந்த விடுதிக்கு உதவ முன்வர வேண்டும். இதன் எல்லாச் சிறப்புக்கும் என்னுடைய நண்பரான பாவுராவ் பட்டீலே[1] காரணம். என்னுடைய பங்களிப்பாக ரூபாய் இருபதை நன்கொடையாக அளிக்கிறேன்.

பி.ஆர். அம்பேத்கர்

சதாரா 29–7–28

1. பாவுராவ் பட்டீல்: சதாராவில் சாகு சத்திரபதி விடுதிக்கு விஜயம் செய்தபோது விருந்தினர் வருகைப் பதிவேட்டில் அம்பேத்கர் எழுதிய குறிப்பு. இந்த விடுதியை ராயத் ஷிக்ஷன் சான்ஸ்தா என்கிற பெயரில் பாவுராவ் பட்டீல் நிறுவினார்.

34

2 மார்ச், 29.

அன்பின் பாவுராவ்,[1]

நீங்கள் அனுப்பிய உரையின் வரைவு சீக்கிரமாகவே எனக்குக் கிடைத்துவிட்டது. சைமன் கமிட்டியின் உறுப்பினராக என்னுடைய அறிக்கையைத் தயாரிப்பதில் பரபரப்பாக இருக்கிறேன். சட்டமன்ற வேலைகளையும் நீதிமன்ற வேலைகளையும் சற்றே ஒதுக்கிவைத்துவிட்டு இதில் கவனம் குவித்திருப்பதே என் அமைதிக்குக் காரணம். ஏப்ரலுக்கு மாநாட்டை ஒத்திவைத்திருப்பதால் உரைக்கு இப்போது அவசரம் இல்லை. குடார் வழக்கில் தண்டனை பெற்றுள்ள திரு. குல்வே அவர்களின் பொருளாதார நிலைமை எந்த அளவில் இருக்கிறது? கிட்டத்தட்ட இலவசமாக அவருடைய வழக்கை மேற்கொள்ளும்படி அவரது ஆட்கள் என்னிடம் கோரியிருக்கிறார்கள். இலவசமாக வழக்கை நடத்தும் நிலையில் நானும் இல்லையென்பதை அறிவீர்கள். தொழில்ரீதியாக இலவசங்களை நான் அனுமதிப்பதில்லை, இருந்தும் அவர் வறுமையில் இருப்பவராக இருந்தால் யோசிக்கலாம். ஆகவே இதுகுறித்து உங்களிடம் விசாரிக்கிறேன்; வேறொன்றுமில்லை. டி.பி.க்கும் ரணகாம்பேக்கும்[2] என் வாழ்த்துகளைத் தெரிவியுங்கள்.

உண்மையுள்ள,

பி.ஆர். அம்பேத்கர்

---

1. பாவுராவ் கிருஷ்ணராவ் கெய்க்வாட் 1956 டிசம்பர் 6 அம்பேத்கரின் மறைவுக்குப் பின் [பட்டியல் சாதிக் கூட்டமைப்பு (SCF) எனும் அமைப்பை இந்தியக் குடியரசுக் கட்சியாக அம்பேத்கர் வழிகாட்டியதன் பெயரில் 1957இல் பெயர்மாற்றம் செய்யப்பட்ட] இந்தியக் குடியரசுக் கட்சியின் தலைவராக இருந்தவர்.

2. அமிர்தராவ் ரணகாம்பே

35

தாமோதர் ஹால்,
பரேல்,
பம்பாய்-12.
26-9-1929

பீம்ராவ் ஆர். அம்பேத்கர்,
எம்.ஏ., பி.ஹெச்.டி., டி.எஸ்.சி., பார்-அட்-லா,
எம்.எல்.சி.

அவசரம்

அன்பான தத்தோபா,

தங்கள் அஞ்சலட்டை கிடைத்தது. மகிழ்ச்சி. கொஞ்சம் அதிருப்தியும் அடைந்தேன். நீங்கள் எனது வழக்குரைஞர் சன்னத்தைப் புதுப்பிக்க விண்ணப்பித்திருந்தீர்களா என்பதைக் குறிப்பாக அறியக் கேட்டிருந்தேன். நீங்கள் பதிலளிக்கவில்லை. எனது வழக்குரைஞர் சன்னத்தை புதுப்பித்தல் சம்மந்தமாக என்ன முடிவு செய்துள்ளீர்கள்? எனக்குத் தெரிவியுங்கள்.

வரும் 30ஆம் தேதி பம்பாய் சட்டமன்றக் கூட்டத்தொடர் ஆரம்பிக்கிறது. தேதி முடிவு செய்யப்படவில்லை. இருந்தும் சிலநாட்கள் தொடரில் கலந்துகொள்ள முடிவு செய்துள்ளேன். நான் அங்கிருக்கையில் எனது சன்னத்தைப் புதுப்பித்துக்கொள்ள விழைகிறேன். அடுத்த மாதம் 12 வரையில் திரு. சார்வே பூனாவில் இருப்பார். அவரிடம் நேரடியாக விண்ணப்பிக்கலாம். ஆகவே விரைவாக இந்த முன்னேற்பாடுகளையும், வருமான வரிக் கணக்கீடுகளையும் சரிபார்த்து எனக்குத் தெரிவியுங்கள். சன்னத் புதுப்பித்தலுக்கான விண்ணப்ப வரைவையும் அனுப்புங்கள்.

கணேசாச்சார்யாவும்[1] *எனக்கு எழுதவில்லை. சோலாப்பூரைச் சேர்ந்த வழக்குரைஞர் ஸ்ரீ தேஷ்பாண்டேவுக்கு எனது கடிதத்தின் சாரத்தை அனுப்பியிருந்தேன். ரத்னகிரி முன்சிப் கோர்ட்டில் நிலுவையிலுள்ள தாவாக்கள் குறித்து அவரை எனக்கு எழுதச் சொல்லுங்கள்.*

உண்மையுள்ள,
பி.ஆர். அம்பேத்கர்.

பி.கு:

பத்தங்காருக்கு எந்த உதவியும் செய்யாதீர்கள். அவர் தன் செயலுக்கான விளைவுகளைச் சந்தித்தே ஆக வேண்டும். மேலும் இது அவரது முதல் கோணலும் அல்ல.

1. கோலாப்பூரைச் சேர்ந்த வழக்கறிஞர் டி.ஏ. கணேசாச்சார்யா, திரு தத்தோபா பவாருக்கும் அம்பேத்கருக்கும் பொதுவான நண்பர். மாங் சமூகத்தைச் சேர்ந்த இவர், கோலாப்பூரிலிருந்து அம்பேத்கருக்கு வழக்குகளை அனுப்பி உதவி செய்துவந்தார்.

36

தாமோதர் ஹால்,
பரேல்,
பம்பாய்–12,
8–10–1929.

பீம்ராவ் ஆர். அம்பேத்கர்,
எம்.ஏ., பி.ஹெச்.டி., டி.எஸ்.சி., பார்–அட்–லா,
சட்ட மன்ற உறுப்பினர்,
பம்பாய்.

மிக அவசரம்

அன்பிற்குரிய கெய்க்வாட்,

*5*ஆம் தேதியிட்ட தங்கள் கடிதத்திற்கு என் நன்றி. நீங்கள் டாக்டர் குர்த்கோடி[1]யிடம் சென்று, தசராவிற்குப் பின்னர் பம்பாய்க்கு எந்தத் தேதியில் வருவார் என உறுதிப்படுத்த முடியுமா? இதற்கான பதிலை மறுதபாலில் தெரிவியுங்கள்.

நாசிக் மேல்முறையீட்டு வழக்கில் *19*ஆம் தேதி நான் ஆஜராகவுள்ளேன்.

திரு. வர்தாக்[2]கிடம் முடிவைச் சொல்லவில்லை. துலியாவில் மற்றொரு மேல்முறையீட்டு வழக்கிற்கான தேதிக்குக் காத்திருக்கிறேன். நமது நண்பர் காலே தேர்வில் வெற்றி பெற்றதற்கு என் அன்பான வாழ்த்துகளைத் தெரிவியுங்கள். ரணகாம்பேக்கும் தானிக்கும்[3] என் நல்வாழ்த்துகள்.

உண்மையுள்ள,
பி.ஆர். அம்பேத்கர்

---

1. டாக்டர் லிங்கேஸ் மகாபகவத குர்த்கோடி: வாஷிங்டன்னில் உள்ள ஓரியன்டல் பல்கலைக் கழகத்தில் தத்துவத்துறையில் முனைவர் பட்டம் பெற்றவர். பாலகங்காதர திலகரின் கட்டளைப்படி 1917இல் சந்நியாசம் ஏற்றவர். சங்கராச்சாரியின் பீடத்திற்கு முன்னேறியதால் சங்கராச்சாரியார் என்றும் அழைக்கப்பட்டார்.

2. நாசிக்கைச் சேர்ந்த ஒரு வழக்குரைஞர்

3. நாசிக்கைச் சேர்ந்த அம்பேத்கர் ஆதரவாளர்.

37

தாமோதர் ஹால்,
பரேல்,
பம்பாய்–12,
11 பிப்ரவரி 1930.

பீம்ராவ் ஆர். அம்பேத்கர்,
எம்.ஏ., பி.ஹெச்.டி., டி.எஸ்.சி., பார்–அட்–லா,
சட்ட மன்ற உறுப்பினர்,
பம்பாய்.

அன்பான பாவுராவ்,

தார்வாரிலிருந்து நேற்றுத்தான் திரும்பினேன். சந்தேரியில் உங்கள் கூட்டத்திற்கான துண்டறிக்கைகளைக் கண்டேன். என்னால் கூட்டத்தில் பங்கேற்பதை உறுதியாகச் சொல்ல இயலாதென்பதை முன்கூட்டித் தெரிவிக்கவே இதை எழுதுகிறேன். வேலைப்பளு அதிகமாயிருக்கிறது. எத்தனையோ முறை ஒத்திவைக்கச் சொல்லிக் கேட்டுவிட்டேன். இனியும் அப்படிக் கேட்க விரும்பவில்லை. இந்த முறை நானின்றிக் கூட்டத்தை நடத்தத் தயாராகுங்கள், இருப்பினும் உயர்நீதிமன்ற வேலைகள் இல்லையென்றால் நிச்சயம் கலந்துகொள்வேன்.

நலமாக இருப்பீர்கள் என்ற நம்பிக்கையில்.

அன்புள்ள,
பி.ஆர். அம்பேத்கர்.

காலேவுக்கும் ரணகாம்பேக்கும் என்னுடைய வாழ்த்துகள்.

38

தாமோதர் ஹால்,
பரேல்,
பம்பாய்–12,
20 பிப்ரவரி 1930.

பீம்ராவ் ஆர். அம்பேத்கர்,
எம்.ஏ., பி.ஹெச்.டி., டி.எஸ்.சி., பார்–அட்–லா,
சட்ட மன்ற உறுப்பினர்,
பம்பாய்.

அன்பான பாவுராவ்,

சின்னார் கூட்டம் குறித்து அறியும் பொருட்டு நீங்கள் சென்றதிலிருந்து உங்களின் தகவலை எதிர்பார்த்துக்கொண் டிருக்கிறேன். நீங்கள் அமைதி காப்பதால் என் வேலைத்திட்டங்கள் எல்லாம் குழறுபடியாகிவிட்டன. பலருக்கும் இதனால் சிரமம்.

இப்போதைய சூழலில் ஒரேயொரு நாள் அதுவும் சனிக்கிழமையன்று நான் நேரம் ஒதுக்கலாம். ஞாயிறு காலை நான் பம்பாய் திரும்ப வேண்டும். உங்களால் இத்தனை குறுகிய காலத்தில் சின்னாரில் ஒரு கூட்டத்தை ஏற்பாடு செய்ய முடியுமா? அந்தக் கூட்டம் பயனுள்ளதாகவும், கட்டாயமாக அனைவரும் கலந்துகொள்ளக்கூடியதாகவும் இருக்க வேண்டும்; அதனால் பரவலாகச் சுற்றறிக்கைகள் விநியோகிக்கப்பட வேண்டும். ஒரே நாளில் இதை உங்களால் சாத்தியப்படுத்த முடியுமா? சந்தேகம்தான். உங்களால் முடியுமென்றால் நான் வரத் தயார். எல்லாவற்றையும்விட உங்கள் கமிட்டியின் செயற்குழு[1] உறுப்பினர்களைச் சந்திக்க வேண்டும். சத்யாகிரஹத்தை எப்படித் திட்டமிட்டிருக்கிறீர்கள் என்று அறிய வேண்டும்.

---

1. பி.கே. கெய்க்வாட் செயலாளராகவும், பதித் பவான் தாஸ் புவா தலைவராகவும் செயல்பட்ட நாசிக் கோயில் நுழைவுச் சத்யாகிரஹ கமிட்டியின் செயற்குழு.

அதை எப்போது திட்டமிடலாம்? கமிட்டி உறுப்பினர்களைப் பம்பாய்க்கு வரவழைக்க முடியுமா?

சின்னாரில் கூட்டம் ஏற்பாடு செய்தால் எனக்குத் தந்தி கொடுங்கள். நேரத்திற்கு வர ஏதுவாயிருக்கும். சனி இரவு என்னை விடுவித்துவிட வேண்டும்.

உண்மையில் உங்கள் சத்யாகிரஹம் குறித்து நான் மிகுந்த ஆவலாக இருப்பதை உணர்ந்துகொள்வீர்கள் என நினைக்கிறேன், அழுத்தும் வேலைப்பளுவின் காரணமாக உங்கள் சத்யாகிரஹங்களுக்கு என்னை அர்ப்பணிக்க இயலாததே காரணம்.

எல்லா நண்பர்களுக்கும் என் வாழ்த்துகள்.

பாசத்தோடு,
பி.ஆர். அம்பேத்கர்.

39

தாமோதர் ஹால்,
பரேல்,
பம்பாய்-12,
18-3-30

பீம்ராவ் ஆர். அம்பேத்கர்,
எம்.ஏ., பி.ஹெச்.டி., டி.எஸ்.சி., பார்-அட்-லா,
சட்ட மன்ற உறுப்பினர்,
உயர்நீதிமன்ற நூலகம்,
பம்பாய்.

அன்பான பாவுராவ்,

தங்கள் கடிதத்தை குப்தே[1] என்னிடம் கையளித்தார். கலெக்டரின் நடத்தை குறித்து அதிர்ச்சியடைந்தேன். தவிர்க்க முடியுமென்றால் அரசோடு மோதல் போக்கைக் கடைப்பிடிக்க வேண்டாம் என்பதே என் நிலைப்பாடு. எனவே நாம் ஆட்சியாளரின் நடத்தை குறித்து மாட்சிமை பொருந்திய ஆளுநர் அவர்களுக்குத் தெரியப்படுத்தி அவருடைய தீர்மானத்திற்குக் காத்திருப்போம். நமக்குச் சாதகமாகத் தீர்மானம் வரவில்லையென்றால் நமது விருப்பம்போல் செயல்படலாம்.

ஆகவே நீங்கள் நடந்த உண்மைகளை விரிவாகக் கடிதம் மூலம் எனக்குத் தெரியப்படுத்துங்கள். முடிந்தால் என்னைச் செயலாளர் என்ற முறையில் மாவட்ட மாஜிஸ்திரேட்டிடம் வாதியாக ஆஜராகப் பரிந்துரையுங்கள்.

ஆளுநரை இது விஷயமாகச் சந்திக்க முயல்கிறேன்.

உங்களுக்கும் அமிர்தராவுக்கும் அனைத்து கமிட்டி உறுப்பினர்களுக்கும் என் வாழ்த்தும் அன்பும்.

உண்மையுள்ள,
பி.ஆர்.அ

---

1. டாக்டர் அம்பேத்கரின் நண்பரும் ஆதரவாளரும் ஆனவர் திரு. குப்தே.

40

சத்யாகிரஹ ஆசிரமம்,
பஞ்சவதி,
19-3-1930

அனுப்புநர்:

பி.கே. கெய்க்வாட் அவர்கள்,
செயலர்,
சத்தியாகிரஹ கமிட்டி,
நாசிக்.

பெறுநர்:

டாக்டர்.பி.ஆர். அம்பேத்கர்,
எம்.ஏ., பி.ஹெச்.டி., டி.எஸ்.சி., பார்-அட்-லா,
எம்.எல்.சி.,
பம்பாய்.

ஐயா,

    காலாராம் கோவிலின் நான்கு வாயில்களையும் சத்யாகிரஹத் தன்னார்வலர்கள் தடுத்த பிறகும், தீண்டத்தக்கவர்கள் தரிசனம் செய்யவெனத் தனி நுழைவாயில் திறந்துவிடப்பட்டுள்ளது. கோயிலின் வடமூலை வாசலில் இருக்கும் வாசல்கதவு பூசாரியின் வீட்டுக்குச் சொந்தமானது. இதனால் எங்களின் மறியல் போராட்டம் வலுவிழக்கச் செய்யப்பட்டது. எங்கள் லட்சியத்தின் முன் மிகப்பெரிய தடைக்கல்லாக இது முளைத்திருக்கிறது. பணியில் இருந்த காவல்துறை அதிகாரியிடம் இதுகுறித்து முறையிட்டபோதும் மேலிடத்திலிருந்து ஆணையிடப்படாததால் எதுவும் செய்ய இயலாதென மறுத்துவிட்டார். அப்போது மாவட்ட மாஜிஸ்திரேட்டின் குடியிருப்பு பங்களாவில் இருந்த நாசிக் காவல்துறை துணைக் கண்காணிப்பாளரை நானும் சில கமிட்டி உறுப்பினர்களும் சந்தித்துத் தனியார் நுழைவாயிலை இப்படிப் பொதுவழியாக மாற்றியது தீண்டத்தக்கவர்கள் கோயிலின் உள்ளே போவதை எளிதாக்கி

எங்கள் போராட்டத்தைச் சீர்குலைக்கிறது என முறையிட்டோம். துணைக் கண்காணிப்பாளர் இதில் எந்த நடவடிக்கையும் எடுக்க மறுத்தார். பிறகு மாவட்ட மாஜிஸ்திரேட்டைச் சந்திக்க விரும்புவதாகத் துணைக் கண்காணிப்பாளரிடம் கோரினேன். அவர் மாஜிஸ்திரேட்டைப் பார்த்துவிட்டு, என்னைச் சந்திக்க மறுப்பதாக அளித்த துண்டுச்சீட்டைத் தந்தார்.மாஜிஸ்திரேட் என்னைச் சந்திக்க மறுத்ததோடு, காவல்துறைத் துணைக் கண்காணிப்பாளரின் நடவடிக்கைகளை ஆதரிப்பதாகவும், மறியலில் ஈடுபடும் சத்யாகிரஹிகள் வெளியேற்றப்படுவார்கள் என்றும் அத்துண்டுச்சீட்டில் குறிப்பிட்டுள்ளார்.

எனவே தாங்கள் இது விஷயமாக என்ன செய்ய வேண்டும் என்பதையும் கமிட்டியின் அடுத்தக்கட்ட நடவடிக்கைகளுக்கு ஆலோசனை வழங்குமாறும் தாழ்மையோடு கேட்டுக்கொள்கிறேன்.

பணிவன்புடன்,

பி.கே. கெய்க்வாட்

செயலர்

சத்தியாகிரஹ கமிட்டி

நாசிக்

இணைப்பு

[முத்திரை]

இது விஷயமாக உங்களைச் சந்திப்பதில் எனக்கு விருப்பமில்லை. டிஎஸ்பி.யுடன் உடன்படுகிறேன். புதிதாக ஏதும் சத்யாகிரஹம் தொடங்க வேண்டாம், மீறுபவர்கள் வெளியேற்றப்படுவார்கள்.

பி.ஜி. கார்டன்

16–3–30

41

[ஜெய் பவானி][1]

தாமோதர் ஹால்,
பரேல்,
பம்பாய்–12,
24 மார்ச் 1930.

பீம்ராவ் ஆர். அம்பேத்கர்,
எம்.ஏ., பி.ஹெச்.டி., டி.எஸ்.சி., பார்–அட்–லா,
சட்ட மன்ற உறுப்பினர்,
பம்பாய்.

மாட்சிமை தாங்கிய கவர்னர்[2] அவர்களுக்கு,

நாசிக்கின் காலாராம் கோவிலில் நடைபெறும் சத்தியாக்கிரஹத்தை மையப்படுத்தி தீண்டத்தகாதவருக்கும் தீண்டத்தக்கவருக்குமான பிரச்சினையில் அரசு எவ்விதச் சார்புமின்றி நடவடிக்கை எடுக்குமென உறுதியளித்து, எனது தந்திக்கு 13 மார்ச், 1930 அன்று பதில் கடிதம் அனுப்பியமைக்குப் பெரிதும் கடமைப்பட்டுள்ளேன். நாசிக்கின் தற்போதைய நிலவரம் அபாயம் நிறைந்ததாகக் காணப்படுவதைத் தங்கள் சமூகத்திற்குத் தெரிவிக்க விழைகிறேன். சத்யாகிரஹம் தொடங்கிய நாளன்றே பக்தர்கள் தரிசனம் செய்யப் பயன்படுத்தப்படாது என்ற நோக்கில் கோயில் பூசாரியின் வீட்டு நுழைவாயிலை மறிக்க எந்த நடவடிக்கையும் செய்யப்படவில்லை. சத்தியாகிரஹத்தின் மைய நோக்கைச் சிதறடிக்கும் வகையில் தற்போது கோவிலில் நுழைய அந்த வாயிலைப் பொதுமக்கள் பயன்படுத்தி வருகிறார்கள். இது குறித்துச் சத்யாகிரஹ கமிட்டி உறுப்பினர்கள் மாவட்ட மாஜிஸ்திரேட், காவல்துறைக் கண்காணிப்பாளர் ஆகிய

1. தேவநாகிரியில் எழுதப்பட்ட எழுத்துருவுக்குக் கீழ் எழுதுகோலும் வாளும் கொண்ட படம் ஒன்றும் காணப்படுகிறது.

2. பம்பாய் மாகாணத்தின் ஆளுநரைக் குறிக்கும்.

இருவரிடமும் பூசாரியின் குடும்பத்தைத் தவிர மற்றவர்களை அந்த வாசல்வழி நுழைவதைத் தடுக்க உத்தரவிடும்படிக் கேட்டு அணுகினார்கள். மாவட்ட மாஜிஸ்திரேட் கமிட்டி உறுப்பினர்களைச் சந்திக்க மறுத்ததோடு மட்டுமின்றிப் பூசாரியின் வீட்டுவாசலில் மறியலில் ஈடுபடுபவர்கள் வெளியேற்றப்படுவார்கள் எனத் துண்டுச்சீட்டில் எழுதிக் கொடுத்திருக்கிறார். மாவட்ட அதிகாரி இவ்வாறு நடந்துகொள்வது முறையில்லை எனக் கருதுகிறேன். கலெக்டரின் இந்த நடவடிக்கை அரசுக்கும் ஒடுக்கப்பட்ட மக்களுக்கும் இடையேயான மோதலாக வெடிக்க வாய்ப்புள்ளதை, கனம் சமூகத்திற்குத் தெரிவிக்கக் கடமைப்பட்டுள்ளேன்.

எங்கள் உண்மையான போராட்டம் சாதி இந்துக்களோடுதான். பலமுறை பல சூழல்களில் சாதி இந்துக்களை விடுத்து அரசாங்கத்தோடு மோதும் சந்தர்ப்பங்கள் ஏற்படும்போதெல்லாம் சத்யாகிரஹத்தைத் தவிர்த்திருக்கிறேன். ஏன் முதல்நாள் சத்யாகிரஹத்தின்போதே காவல்துறையினர் தடுப்பரண்களுக்கு வெளியே சத்யாகிரஹிகளை நிற்க அனுமதிக்காமல் கோயில் வாசலருகே அமர வைத்தபோதே இதை நிகழ்த்தியிருக்கலாம். அரசுக்கும் எங்களுக்குமிடையே மோதல் ஏற்படுவதை நாங்கள் விரும்பவில்லை. எனினும் எங்கள் லட்சியத்துக்கு எதிராகப் பூசாரியின் வீட்டு வாசலைப் பொதுமக்கள் பயன்படுத்த அரசு சார்பற்ற நோக்கிலிருந்து விலகி, அனுமதி அளிக்குமானால் மோதல் தவிர்க்க முடியாததாகிவிடும். அரசோடு மோதல் ஏற்படும் நிலை வந்தால்கூடப் பூசாரியின் சாதுரிய வித்தைக்கு எங்கள் சத்யாகிரஹம் ஒன்றுமற்றுப் போவதைச் சகித்துக்கொள்ள முடியாது.

மாவட்ட மாஜிஸ்திரேட்டின் போக்கு மென்மேலும் கடுமையான நெருக்கடிகளை சேர்க்கும்முன் அவருக்கு மற்றொரு அவகாசம் வழங்குமாறு கேட்டுக்கொள்ளவே மாட்சிமை பொருந்திய சமூகத்துக்கு இதை எழுதுகிறேன். இத்தோடு சத்யாகிரஹ கமிட்டி எனக்கு எழுதிய கடித நகலையும், மாஜிஸ்திரேட் கமிட்டி உறுப்பினர்களைச் சந்திக்க மறுத்து எழுதிய துண்டுச்சீட்டின் நகலையும் இணைத்துள்ளேன்.

கடந்த சனிக்கிழமையன்று சம்பவ இடத்தை நானே நேரில் சென்று பார்த்தேன். சத்யாகிரஹப் போராட்டத்திற்கு ஏற்பட்டிருக்கும் நெருக்கடி பதற்றப்படக்கூடிய அளவு சிக்கலானதுதான்.

தாங்கள் கீழ்ப்படிதலுள்ள,

பி.ஆர். அம்பேத்கர்

42

தாமோதர் ஹால்,
பரேல்,
பம்பாய்–12,
டாக் பங்களா, மஹத்.
29–3–30

பீம்ராவ் ஆர். அம்பேத்கர்,
எம்.ஏ., பி.ஹெச்.டி., டி.எஸ்.சி., பார்–அட்–லா,
சட்ட மன்ற உறுப்பினர்,
பம்பாய்.

அன்பான பாவுராவ்,

தங்கள் கடிதத்திற்கு நன்றி. நாசிக் சத்யாகிரஹத்திற்குத் தன்னார்வலர்களை ஒழுங்கு செய்ததை அறிந்து மகிழ்ந்தேன். என்னை மன்னியுங்கள். வழக்கு விஷயமாக நான் இங்கு மாட்டிக்கொண்டேன். தற்போது எதுவும் செய்யவியலா நிலையில் இருக்கிறேன். வழக்கு[1] முடிந்ததும் 6 அல்லது 7ஆம் தேதி பம்பாய்க்கு வருவேன். நமது சாட்சியங்களை ஏற்றெடுக்கலாம்.

மாண்புமிகு கவர்னரிடமிருந்து பதில் கடிதம் கிடைக்கப் பெற்றேன். கமிட்டியின் அறிதலுக்கு அதை இணைத்துள்ளேன்.

நண்பர்களுக்கும் உங்களுக்கும் வாழ்த்துகள். நான் பெரும் அவசரத்தில் உள்ளேன்.

அன்புள்ள,
பி.ஆர்.அ

---

1. மஹத் சவுதார் குள சத்யாகிரஹ மேல்முறையீட்டு வழக்கு.

இணைப்பு

கவர்னரின் அந்தரங்கக் காரியதரிசி அவர்கள்

அரசு இல்லம்,
பம்பாய்,
25, மார்ச் 1930.

அன்புள்ள அம்பேத்கர்,

மார்ச் 24, 1930 தேதியிட்ட தங்கள் கடிதம் கிடைத்தது. நடவடிக்கை எடுக்கும்படிக்கும் தீர்வுக்கு வேண்டியும் அரசு செயலாளரின் பார்வைக்கு அனுப்பப்பட்டுள்ளதைத் தெரிவித்துக்கொள்கிறேன்.

தங்கள் உண்மையுள்ள,
ஈ.டபிள்யூ. ட்ராட்மேன்[2]

டாக்டர் பி.ஆர். அம்பேத்கர்,
எம்.ஏ., பி.ஹெச்.டி., டி.எஸ்.சி., பார்-அட்-லா.

---

2. ஈ.டபிள்யூ. ட்ராட்மேன் பம்பாய் மாகாண கவர்னரின் அந்தரங்கக் காரியதரிசி

43

ஜெய் பவானி[1]

தாமோதர் ஹால்,
பரேல்,
பம்பாய்-12,
[தேதி][2]

பீம்ராவ் ஆர். அம்பேத்கர்,
எம்.ஏ., பி.ஹெச்.டி., டி.எஸ்.சி., பார்–அட்–லா,
சட்ட மன்ற உறுப்பினர்,
பம்பாய்.

அன்பான பாவுராவ்,

என்னுடைய மவுனம் உங்களை ஆச்சரியப்படுத்தி யிருக்கலாம். அதைத் தவிர வேறு வழியில்லை, என்னுடைய உடல்நலன் மோசமாகிவிட்டதை அறிவீர்கள்தானே. வேலைப்பளுவும் அதிகரித்துவிட்டது. சவுதார் குளம் தாவா குறித்துத் தயாரித்துக்கொண்டிருந்தபோதுதான் என் உடல்நிலை கடைசி வைக்கோல் ஒட்டகத்தின் முதுகை உடைத்த கதையாகிவிட்டது. 11ஆம் தேதி மிகவும் நலிந்த நிலையில் மஹத்திற்கு சென்றிருந்தேன். எதிர்த்தரப்பு வழக்கறிஞரின் உடல்நலக் குறைவால் வழக்கு ஒத்திவைக்கப்பட்டுள்ளதை அறிந்து ஏமாற்றம் அடைந்தேன். இதையெல்லாம் அறிந்து மீண்டும் மயக்கநிலை வலிப்புக்கு ஆளானேன்.

லக்ஷ்மிபாயின் மேல்முறையீடு சம்பந்தமான பதார்டி வழக்கில் ஆஜராக 20ஆம் தேதி நாசிக் வருவேன். அதுவரை எனக்காகக் காத்திருப்பதானால் நீங்கள் இங்கு வரத்தேவையில்லை.

---

1. பேனாவும் வாளும் ஒன்றையொன்று வெட்டிக்கொள்ளும் உருவப்படத்தோடு தேவநாகிரி எழுத்துருவில்.
2. 12-10-29க்கும் 2-4-30க்கும் இடைப்பட்ட தேதி.

அவசரம் என்றால் மட்டும் வாருங்கள். தயைகூர்ந்து நான் உங்களுக்கு ஞாபகப்படுத்துகிறேன். நாசிக்கில் ஒருநாள் மட்டுமே என்னால் தங்க முடியும். அன்றிரவே நாசிக்கிலிருந்து நான் கிளம்ப வேண்டும். அடுத்த நாள் பம்பாய் நீதிமன்றத்திற்கு நான் வந்தேயாக வேண்டும். நாசிக்கில் நான் தங்குவது சிறிது நேரமே என்பதால் பம்பாய் வருவதா வேண்டாமா என்பதை நீங்களே முடிவு செய்யுங்கள்.

அஹமத் நகரைச் சேர்ந்த திரு. ரவாபா[3] அவர்கள் என்னைச் சந்தித்து நீண்ட நேரம் உரையாடினார். உரையாடலில் நாசிக்கின் உள்முரண்கள் குறித்தும் பேசினோம். அதுபற்றி நாம் சந்திக்கும்போது பேசுவோம். அமிர்தராவ் வருவதாயிருந்தால் 10ஆம் தேதி காலையில் என்னைச் சந்திக்கச் சொல்லுங்கள். எனது ரயில் கட்டணத்திற்காகவாவது லக்ஷ்மிபாயிடம் ரூபாய் 15/– அனுப்பச் சொல்லுங்கள். வழக்குக் கட்டணத்தை அவர் முழுதும் செலுத்தவில்லை. வழிச்செலவுக்காவது அனுப்பச் சொல்லுங்கள்.

எல்லாருக்கும் என் வாழ்த்துகள்.

உண்மையுள்ள,

பி.ஆர். அம்பேத்கர்.

3. அஹமத் நகரில் கட்டட ஓப்பந்தக்காரராக இருந்த ரவாபா பஞ்சாஜி தேங்கே அவர்கள் அமிர்தராவ் ரணகம்பேயின் உறவினர்.

44

ஜெய் பவானி[1]

(எழுதுகோல், வாளின் படங்கள்)

தாமோதர் ஹால்,
பரேல், பம்பாய்–12,
11 ஏப்ரல் 1930

பீம்ராவ் ஆர். அம்பேத்கர்,
எம்.ஏ., பி.ஹெச்.டி., டி.எஸ்.சி., பார்–அட்–லா,
சட்ட மன்ற உறுப்பினர்,
பம்பாய்.

பெறுநர்,

மாட்சிமை தாங்கிய
பிரெட்ரிக் சைக்ஸ், பி.சி., ஜி.சி.ஐ.இ.,
ஜி.பி.இ., கே.சி.பி., சி.எம்.ஜி.,
பம்பாய் கவர்னர்.

மாட்சிமை பொருந்திய ஐயா அவர்களுக்கு,

கடந்த ஏப்ரல் 9ஆம் தேதி தீண்டத்தகாதவர்களுக்கும் தீண்டத்தக்கவர்களுக்கும் நாசிக்கில் ஏற்பட்ட மோதல் குறித்துத் தங்களுக்கு மாவட்ட மாஜிஸ்திரேட்டின் தகவலறிக்கை கிட்டியிருக்கும். அக்கலவரம் குறித்தான என்னுடைய பார்வையைத் தங்களுக்கு அறியத்தருவது என் கடமை எனக் கருதுகிறேன்.

கலவரத்தின் தொடக்கம்

நாசிக்கின் காலாராம் கோயில் தேர்த்திருவிழாவில் ராமர் சிலையைத் தேரில் சுமந்து நகரம் முழுவதும் உற்சவம் செய்வது

1. மூலக்கடிதத்தில் தேவநாகிரி லிபியில் எழுதப்பட்டிருகிறது.

வழக்கம். காலாராம் கோயில் தேர்த்திருவிழாவில் இம்முறை கடமையாற்றும் கார்னிக் என்கிற காவல்துறை ஆய்வாளர் தேர் ஊர்வலம் வருவதன் நடைமுறை குறித்த எனது அணுகுமுறையைத் தெரிவிப்பதற்காக என்னை அணுகினார். சமத்துவமான முறையில் இத்திருவிழா நடைபெற வேண்டுமென்கிற என் அவாவைத் தெரிவித்தேன். மேலும் சமத்துவ அணுகுமுறை பற்றிய என் பார்வையைக் குறிப்பாக, இரண்டு விஷயங்களுக்கு அழுத்தம் தந்து, இவை நடைமுறைப் படுத்தப்படுமானால் தீண்டத்தக்கவர்கள் ராமர் சிலையை ஊர்வலமாக எடுத்துச் செல்வதில் எனக்கு மறுப்பேதுமில்லை என அறிவித்திருந்தேன்.

(1) தீண்டத்தகாதவர்கள் தீண்டத்தக்கவர்களோடு ரதத்தைச் சமமாக இழுக்க அனுமதிக்க வேண்டும்.

(2) ரதத்தில் இருக்கும் ராமர் சிலைக்குத் தீண்டத்தகாதவர்கள் பூஜை செய்ய வேண்டும்.

திரு. கார்னிக் இதைக் கேட்டவுடன் சென்றுவிட்டு மாவட்ட மாஜிஸ்திரேட்டுடன் திரும்பிவந்தார். மாவட்ட மாஜிஸ்திரேட் என்னுடைய நிபந்தனைகள் தீண்டத்தக்கவர்களால் ஏற்றுக்கொள்ளப்பட்டதாகவும், கோயிலின் பிரதான வாயில் வரை அவர்கள் தேரை இழுத்துவருவதாகவும் அதிலிருந்து பத்து அடித் தொலைவில் தீண்டத்தகாதவர்கள் அவர்களோடு இணைந்து தேர் வடத்தை இழுத்துக்கொள்ளலாம் என்றும் இதற்கு எனது ஆட்சேபம் ஏதேனும் உள்ளதா என்றும் கேட்டார். அமைதியாகத் திருவிழாவை நடக்கச்செய்வதன் பொருட்டுத் தேர்வடம் இழுக்க விரும்பிய சுமார் ஐயாயிரம் தீண்டத்தகாதவர்களிலிருந்து ஐம்பதுபேரைத் தேர்ந்தெடுக்க நானும் திரு. கார்னிக் கூறியவற்றை ஏற்றுக்கொண்டேன். அதற்கொப்பத் தேர், கோயில் வாசலுக்கு வெளியே தீண்டத்தக்கவர்களால் இழுத்துவரப்பட்டது. ஆனால் தீண்டத்தகாதவர்களையும் காவல்துறை அதிகாரிகளையும் ஏமாற்றும்விதமாகத் தீண்டத்தக்கவர்கள் இரண்டு விஷயங்களைச் செய்தார்கள்.

(1) தேர்வடத்தை மற்றவர்கள் யாரும் தொட்டு இழுக்க முடியாத அளவிற்கு நெருக்கமாக நின்றுகொண்டு தீண்டத்தகாதவர்களை நெருங்க முடியாமல் செய்தார்கள்.

(2) கோயில் வாசலில் ஏற்கெனவே ஒத்துக்கொண்டபடித் தேரை நிறுத்தாமல் இழுத்துக்கொண்டு ஓடினார்கள். இதனால் தேர்வடத்தைத் தீண்டத்தகாதவர்கள் தொட்டிழுக்கும் வாய்ப்பையும் பங்கேற்பையும் இழந்தனர். ஏற்கெனவே ஒத்துக்கொண்ட நிபந்தனைகளைத் திட்டமிட்டு மீறியது

தீண்டத்தகாதவர்களின் உணர்வுகளை இயல்பாகத் தூண்டி விட்டது. ஆனால் நடந்த சண்டையின் உடனடிக் காரணமாகக் காவல்துறையின் நடவடிக்கையையே சுட்ட முடியும். இவர்களில் பெரும்பாலானோர் சாதி இந்துக்கள். அவர்கள் தேர்வடத்தின் ஒரு பகுதியைத் தொடுவதற்குப் போராடிய தீண்டத்தகாதவர்கள்மீது வன்முறையைக் கட்டவிழ்த்துவிட்டனர். இந்த மோதலைத் தொடங்கியது சாதி இந்துக்களான தீண்டத்தக்கவர்களின் தரப்பிற்குத் துணைநின்ற சாதி இந்துக் காவல்துறையினர்தான்.

ஆக, வடமிழுக்கத் தேர்ந்தெடுக்கப்பட்ட ஐம்பது தீண்டத்தகாதவர்கள் இரு தரப்பினராலும் தாக்கப்பட்டனர். ஒருபுறம் சாதி இந்துக்கள் வடத்தை இழுக்கவிடாமல் தீண்டத்தகாதவர்களை நெட்டித் தள்ள, மறுபுறம் சாதி இந்துக் காவல்துறை அவர்களை லத்திகளாலும் துப்பாக்கியின் பின்புறத்தாலும் தாக்கினர்.

தங்கள் கூட்டத்தினர் தாக்கப்படுவதைக் கண்ணுற்ற எஞ்சியிருந்த தீண்டத்தகாதவர்கள் மிக வேகமாகச் சென்று கொண்டிருந்த தேரைப் பின்தொடர்ந்தனர். அவர்கள் தேரின் அருகில் நெருங்கிவருவதைக் கண்ட தீண்டத்தக்கவர்கள் தேரைத் தெருவில் விட்டுவிட்டு அருகிலிருந்த வயல்வெளிக்கு ஓடித் தீண்டத்தகாதவர்கள்மீது கல்வீசித் தாக்கத் தொடங்கினர்.

தீண்டத்தகாதவர்கள் நின்றிருந்த சாலையில் ஒருபுறம் கள்ளிச்செடிகளும் மறுபுறம் முள்வேலியும் அமைந்திருந்ததால் தப்பிக்க முடியாமல் ஏராளமானோர் கல்வீச்சில் காயமடைந்தனர். தீண்டத்தக்கவர்களில் ஒருவர்கூடக் காயமடையவில்லை என்பதிலிருந்து தீண்டத்தகாதவர்களின் அமைதி வழி நடத்தையை அறியலாம்.

வன்முறையின் சேதாரங்கள்

கல்வீச்சு முடிந்தபின் சத்யாகிரஹ கமிட்டி முகாமுக்குள் புகுந்த சாதி இந்துக் கூட்டமானது அங்கிருந்த கூடாரத்தைச் சேதப்படுத்திச் செயல்பாட்டாளர்களின் மிதிவண்டிகளை உடைத்து, கமிட்டி உறுப்பினர் ஒருவரின் வாகனத்தின் மீதும், சமையலறைப் பொறுப்பாளர்களாகச் செயல்பட்டுவந்த பெண்கள் மீதும் கல்வீசித் தாக்கியுள்ளனர். குழந்தைகளைக்கூட அவர்கள் விட்டுவைக்கவில்லை. எல்லாருக்கும் காயங்கள் ஏற்பட்டிருக்கின்றன.

பிறகு அங்கிருந்து தப்பி அருகிலிருந்த ஆற்றங்கரையில் மற்றவர்களோடு சேர முடியாமல் வேறு வழியின்றித் தங்கள்

கால்நடைகளோடும் மாட்டுவண்டிகளோடும் ஒதுங்கியிருந்த தீண்டத்தகாதவர்களையும் சாதி இந்துக்கள் கடுமையாகத் தாக்கத் தொடங்கியிருக்கிறார்கள். அவர்களது உடைமைகளைத் தீயிட்டுக் கொளுத்திச் சிலரை ஆற்றில் தூக்கி வீசியிருக்கிறார்கள்.

எனக்குக் கிடைத்த தகவலின்படி அதில் ஒருவர் கொல்லப்பட்டிருக்கிறார். எஞ்சியவர்களால் ஆற்றங்கரையில் தாக்கப்பட்ட மக்களுக்கு உதவ வரமுடியாதபடிக் காவல்துறை அவர்களைச் சுற்றிவளைத்திருந்தது. சிறு உதவியும் இன்றி ஆற்றங்கரையில் மாட்டிக்கொண்ட மக்கள் தப்பிக்க வழியின்றிக் கடும் வன்முறைக்கு இலக்காகியிருக்கிறார்கள். காவல்துறை மொத்தப் போராட்டக்காரர்களையும் தங்கள் கட்டுப்பாட்டிற்குள் வைத்துக்கொண்டதால் சிறு அளவு தீண்டத்தகாதவர்களே இவர்களுக்கு உதவ முடிந்தது.

காவல்துறையினரின் நடத்தை

காவல்துறை அதிகாரிகள்மீது புகார் தெரிவிக்கும் எண்ணம் எதுவும் எனக்கில்லை. மாறாக அவர்கள் தங்கள் கடமையைச் செய்தார்கள் என்று சொல்வதில் எனக்குத் தயக்கமேதுமில்லை. குறிப்பாகக் காவல் ஆய்வாளர்களான ஷெல்கே, நாகார்கர், கராகா ஆகியோர் மிகச்சிறப்பாக நிலைமையைக் கட்டுக்குள் வைத்திருந்தனர். மரியாதைக்குரிய தீண்டத்தகாதவர்களை ஒழுக்கமற்றுத் தன்னிச்சையாகத் தாக்கியதற்கும் சாதியப் பக்கச்சார்போடு நடந்துகொண்ட காவலர்கள் மீதுதான் என்னுடைய பிரதான புகார் இருக்கின்றது. அவர்களது பெயர்களும் எண்களும் அவர்களது உயரதிகாரிகளுக்கு அனுப்பிவைக்கப்படும். மாட்சிமை தாங்கிய தங்கள் சமூகம் அவர்கள்மீது ஒழுங்கு நடவடிக்கை எடுக்குமென்று நம்புகிறேன்.

மாவட்ட மாஜிஸ்திரேட்டின் அணுகுமுறை

தீண்டத்தகாதவர்களின் சத்யாகிரஹப் போராட்டம் தொடர்பான மோதலில் மாவட்ட மாஜிஸ்திரேட்டின் அணுகு முறையில் திருப்தி இல்லை என்பதை வருத்தத்தோடு பதிவுசெய்ய விரும்புகிறேன். என்னுடைய கடந்த கடிதத்தில் பூசாரியின் வீடு பொதுவழியாகத் திறந்துவிடப்பட்டு எங்களது சத்யாகிரஹம் நெருக்கடிக்குள்ளாக்கப்பட்டதை மாட்சிமை தாங்கிய தங்கள் சமூகத்துக்குத் தெரியப்படுத்தியிருந்தேன். மாவட்ட மாஜிஸ்திரேட் எங்கள் கண்டனத்திற்குச் செவிசாய்க்காத தோடு ராமநவமி அன்று பூசாரி நுழைவதற்கான பிரத்தியேக

வாசலைப் பொதுமக்கள் பயன்படுத்த எங்கள் எதிர்ப்பை மீறி அனுமதிக்கவும் செய்தார். அதேநேரம் வழக்கமாக அமரும் பொதுவிடத்தில் சத்யாகிரஹிகளை அமரவிடாமல் தடுத்து, தீண்டத்தக்க இந்துக்கள் பிரத்தியேக வாசல் வழி வெளியேறவும் வழி செய்தார். இதன் பயனாக ராமநவமி நாளன்று சத்யாகிரஹம் மேற்கொண்ட தீண்டத்தகாதோர் முந்நூறுபேர்களில் பதினெட்டுப்பேர் கைது செய்யப்பட்டனர்.

9ஆம் தேதி நடந்த கலவரத்திற்குப் பிறகு மாவட்ட மாஜிஸ்திரேட் சத்யாகிரஹத்தை நீங்கள் நிறுத்த வேண்டு மென்றும், இல்லாத பட்சத்தில் போலீஸ் காவலை விலக்கிக் கொள்வதாகவும் என்னிடம் கோரினார். இந்தக் கோரிக்கை சத்யாகிரஹ கமிட்டியால் நிராகரிக்கப்பட்டது. போராட்டத்தின் இந்த நிலையில் சத்யாகிரஹத்தை நிறுத்துவது, தீண்டத்தகாதவர் களுக்குப் பேரிடியாகவே அமையும் என நான் சரியாகவே கணித்திருந்தேன். அதிகாரத்தைச் சிறிதளவு பயன்படுத்தினாலே தீண்டத்தகாதவர்களின் இயக்கங்களை ஒன்றுமில்லாமல் செய்துவிடலாம் என்பது தீண்டத்தக்கவர்களின் அனுமானம். இந்தச் சூழலில் நானோ சத்யாகிரஹ கமிட்டியோ இந்த அனுமானத்தை ஊக்குவிக்கலாகாது. இதனாலேயே சத்யாகிரஹத்தைத் தொடர முடிவு செய்தோம். போலீஸ் காவல் விலக்கப்பட்டதைக் குறித்த தாத்பரியத்தை பம்பாய் அரசு புரிந்துகொள்ள வேண்டும்.

என்னுடைய பார்வையில் தங்கள் உரிமைக்காகப் போராடும் மக்களுக்காகத் தன் அதிகாரத்திற்கு உட்பட்ட சக்தியை அரசாங்கம் பயன்படுத்தத் தயாராக இல்லை என்றே கருதுகிறேன். அப்படியான அரசு யாருக்கும் நன்மை பயக்காது. மாற்றத்தை விரும்பும் பிரிவினரோடு மக்கள் கைகோர்ப்பது தவிர்க்க முடியாமல் நியாயப்படுத்தப்படும். எனவே அரசு மாவட்ட மாஜிஸ்திரேட்டுக்கு இதுசம்பந்தமாக முறையான வழிகாட்டுதலை வழங்குமென நம்புகிறேன்.

இன்றைய தேதியிட்ட டைம்ஸ் ஆஃப் இந்தியா பத்திரிகை யின் மூலம் காலாராம் கோயிலருகே மக்கள் ஒன்றுகூடுவதைத் தடுக்கும் பொருட்டு மாவட்ட மாஜிஸ்திரேட் அவர்கள் 144 தடையுத்தரவைப் பிரகடனப்படுத்தியிருப்பதாக அறிந்தேன். இந்த உத்தரவு வழக்கமாக எங்களது சத்யாகிரஹிகள் கோயில் வாசலில் அமர்ந்து போராடுவதைத் தடுப்பதற்கான திட்டமிடலாக இருக்கலாம். மாட்சிமை தாங்கிய சமூகத்திற்கு மரியாதையோடு நான் சுட்டிக்காட்ட விழைவது என்னவென்றால்

மாஜிஸ்திரேட்டின் இவ்வுத்தரவு, உத்தரவில் குறிப்பிட்ட காலத்திற்கு கோயிலின் கதவுகள் இத்தடை காலத்தில் பூட்டியிருக்கையில்; பொதுமக்கள் நுழைவுக்கு பிரத்தியேகக் கதவு திறக்கப்படாமல் இருக்குமென்றால் மட்டுமே மதித்துப் பின்பற்றப்படும் (இந்த வார்த்தையை எச்சரிக்கையாகவே பயன்படுத்துகிறேன். கமிட்டியின் கருத்து என்னவென்று நான் அறியவில்லை.)

முந்தைய கடிதத்தில் குறிப்பிட்டதுபோல், இந்தத் தகராறு தீண்டதக்கவர்களுக்கும் தீண்டத்தகாதவர்களுக்குமானது. பின்னவர்கள் அரசுடன் முரண்பாட்டைக் கைக்கொள்ள நான் விரும்பவில்லை.

தனிப்பட்ட முறையில் மாட்சிமை தாங்கிய தங்கள் சமூகத்தை நேரில் சந்தித்து விவாதிக்க ஆவலாய் உள்ளேன். தாங்கள் அனுமதித்தால் நாளை மாலை இரண்டு மணி வரை நான் தொடர்புகொள்ளும்படிக்கு இருப்பேன்.

தங்கள் தாமதமில்லாப் பதில் வேண்டி,

கீழ்ப்படிதலுள்ள,
பி.ஆர். அம்பேத்கர்

45

தாமோதர் ஹால்,
பரேல், பம்பாய்–12,
18-4-1930

பீம்ராவ் ஆர். அம்பேத்கர்,
எம்.ஏ., பி.ஹெச்.டி., டி.எஸ்.சி., பார்-அட்-லா,
சட்ட மன்ற உறுப்பினர்,
பம்பாய்.

அன்பான பாவுராவ்,

மஹத்திலிருந்து நேற்றுத்தான் திரும்பினேன். நாக்பூர் மெயிலில் இன்று நாசிக் செல்ல வேண்டியது. ஆனால் நம் சத்யாகிரஹம் குறித்து சேட் பிர்லா[1] அவர்களுடன் பேசிக்கொண்டிருந்ததில் ரயிலைத் தவறவிட்டுவிட்டேன். வரும் திங்கள் மஹத்தில் நான் இருந்தாக வேண்டும். ஆகையால் நாசிக்கிற்குத் தற்போது என்னால் வரவியலாது. இந்தச் சூழலில் நீங்களும் ரணகாம்பேயும் இங்கு வந்தீர்களென்றால் நன்றாக இருக்கும். காலை நாக்பூர் மெயிலில் நீங்கள் திரும்பிவிடலாம். பிர்லாவின் ஆலோசனைகள் குறித்து நாம் பேசலாம்.

உண்மையுள்ள,
பி.ஆர். அம்பேத்கர்

---

1. கன்ஷியாம் தாஸ் பிர்லா, காந்தியோடும் பல காங்கிரஸ் தலைவர்களோடும் நட்பாயிருந்த தொழிலதிபர். 1932இல் பூனா ஒப்பந்தம் உருவாகக் காரணமாயிருந்த பேச்சுவார்த்தையில் பங்குபெற்றவர்.

46

ஜெய் பவானி[1]

16 மே, 1930

என் அன்பான பாவுராவ்,

நாசிக்கில் நான் வந்து இறங்கியதிலிருந்து அனைத்துக் கட்சி மாநாட்டில் பரபரப்பாகிவிட்டேன். சர். தேஜ் பகதூர் சாப்ரு[2] அவர்கள் அனைத்துக் கட்சி மாநாட்டில் கலந்துகொள்ளும்படி எனக்கு அழைப்பு விடுத்தார். மாநாடு கடந்த இரண்டுநாட்களாக நடைபெற்றுக்கொண்டிருப்பதால் உடனே உங்களுக்குப் பதிலெழுத முடியவில்லை.

பத்திரிகைகளில் மாநாட்டுத் தீர்மானம் குறித்தான விவரிப்புகளைப் பார்த்திருந்தாலும், தீர்மானத்தின் முழுப் பிரதியும் என்னிடம் இல்லை. டாக்டர் மூஞ்சே[3] குர்த்கோடியை மறுத்துவிட்டு எல்லாப் புகழையும் தனதாக்கிகொண்டது அதிர்ச்சியளித்தது. கையெழுத்து இட்டவர்களிடமிருந்து தீர்மானத்தின் நகல் வெளியாகும்வரை நாம் மேல்நடவடிக்கைக்காகக் காத்திருக்கலாம். பிறகு சத்யாகிரஹ கமிட்டியிடம் கையளிக்கப்பட்டு கமிட்டி சத்தியாகிரஹத்தைத் தற்காலிகமாக நிறுத்திவைப்பதாக ஒரு தீர்மானம் நிறைவேற்றட்டும். தீர்மானத்தின் வரிகள் கவனமாகத் தயாரிக்கப்பட வேண்டும். எனது உதவி தேவையென்றால், உதவுவதற்குக் காத்திருக்கிறேன். சனாதனிகளின் தீர்மான நகலொன்றை எனக்கு அனுப்பிவைத்தால் போதுமானது.

---

1. மூலத்தில் தேவநாகிரி வரிவடிவில்.

2. 1920–1923 வரை வைசிராய் கவுன்சிலில் சட்டத் துறையைப் பார்த்துக்கொண்டார். வட்டமேசை மாநாட்டின் பங்கேற்பாளர்களில் ஒருவர். இந்து மகாசபையின் பேச்சாளர். பூனா ஒப்பந்தத்தில் கையெழுத்திட்டவர்களில் ஒருவர்.

3. இந்து மகாசபையின் தலைவர் பி.எஸ். மூஞ்சே.

கடந்த செவ்வாய்க்கிழமை சத்யாகிரஹப் பதிவுகளை அனுப்பிவைப்பதாகச் சொன்னீர்கள்; செய்யவில்லை. பத்திரிகைகள் செய்தி வேண்டிக் காத்திருக்கின்றன. துரிதமாகவும் தாமதமின்றியும் அனுப்பிவிடுவீர்கள் என நம்புகிறேன்.

இந்த முறை காலே குடும்பத்தாரின் உபசரிப்பை அனுசரிக்க முடியாமல் போனமைக்கு அவர்களிடம் என் வருத்தங்களைச் சொல்லுங்கள். அவர்கள் வருத்தப்படத் தேவையில்லை. இழப்பு எனதே.

நல்வாழ்த்துகளுடன்,

உங்கள்,
பி.ஆர்.அ

47

தாமோதர் ஹால்,
பரேல்,
பம்பாய்–12,
6–7–30

பீம்ராவ் ஆர். அம்பேத்கர்,
எம்.ஏ., பி.ஹெச்.டி., டி.எஸ்.சி., பார்–அட்–லா,
சட்ட மன்ற உறுப்பினர்,
பம்பாய்.

என் அன்பான பாவுராவ்,

தங்கள் கடிதம் கிடைத்தது. தண்டனை பெற்றவர்கள் வழக்குக் கட்டணம் செலுத்தத் தேவையில்லை என்பது என் கருத்து. மூலேகான் பயணம் வெற்றியடைந்ததை அறிந்து மகிழ்ச்சி. நீங்கள் சென்றபிறகு அங்கு விஷயங்கள் எப்படி இருக்கின்றன? பதார்டி வழக்கு திரும்பப்பெறப்பட்டதா? 'பதித்பவன்' என்கிற பத்திரிகை தொடங்க பதித்பவன் தாஸ் புவா [1] அவர்கள் தீவிரமாகத் திட்டமிட்டிருப்பதாகச் செய்திகள் உலா வருகின்றன. இது உண்மையா? உண்மையென்றால் இது ஒரு துரதிர்ஷ்டவசமான நிகழ்வு. நிராகரிக்கப்பட வேண்டியது. என்னைத் தவறாக எண்ணாதீர்கள். பிராமாணல்லாதோரின் ஒற்றுமையைக் குலைக்கும் இதுபோன்ற செயல்பாடுகள் நம்மை பல்வேறு அபாயமான முடிவுகளுக்கே இட்டுச்செல்லும்.

பதித்பவன்தாஸோ அல்லது உங்களில் யாரேனும் ஒருவரோ ஒரு நாளிதழை நடத்த விரும்பினால் ஏன் பகிஷ்கிரித் பாரத் இதழுக்குப் பொறுப்பேற்கக் கூடாது? பலரும் நான் எல்லா

---

1. நாசிக்கை சேர்ந்த ஒடுக்கப்பட்டோர் தலைவர் பதித்பவன்தாஸ் புவா. காலாராம் கோயில் நுழைவு சத்தியாகிரஹத்தின் தலைவர்.

வற்றிலும் நடுநாயகமாக அமர ஆசைப்படுவதாக நினைப்பார்கள். ஆனால் என்னைப் பொறுத்தவரை ஒற்றுமையே பாதுகாப்பு என உணர்கிறேன்.

அனைவருக்கும் என் வாழ்த்துகள்.

உண்மையுள்ள,
பி.ஆர். அம்பேத்கர்.

பி.கு: நான் பூனாவுக்குச் செல்கிறேன். எனக்கு எழுதுவதாக இருந்தால் இந்த முகவரிக்கு எழுதவும்.

நேஷனல் ஓட்டல்,
பூனா ரயில்நிலையம் எதிரில்.

48

தாமோதர் ஹால்,
பரேல்,
பம்பாய்-12,
2-8-30

பீம்ராவ் ஆர். அம்பேத்கர்,
எம்.ஏ., பி.ஹெச்.டி., டி.எஸ்.சி., பார்-அட்-லா,
சட்ட மன்ற உறுப்பினர்,
பம்பாய்.

என் அன்பான பாவுராவ்,

நாக்பூர் மெயிலில் 6ஆம் தேதி புதன்கிழமை நாக்பூர் செல்கிறேன். நாசிக் ரயில்நிலையத்தில் உங்களை எதிர்பார்ப்பேன். தானியையும் காலேவையும் அழைத்துவாருங்கள். அவர்கள் நிச்சயம் மாநாட்டில் கலந்துகொள்ள வேண்டும். என்னுடைய மழைக்கோட்டை மறக்காமல் எடுத்து வரவும்.

அமிர்தராவுக்கும் எழுதியிருக்கிறேன்.

உண்மையுள்ள,
பி.ஆர். அ.

49

தாமோதர் ஹால்
பரேல்,
பம்பாய்–12
15 ஆகஸ்ட் 1930

பம்பாய் நகரில் மனமகிழ் பூங்கா அல்லது களியாட்டம் என்ற பெயரில் விளம்பரப்படுத்தப்படும் செயல்பாடுகள் உண்மையில் பொழுதுபோக்காகவோ வேடிக்கைத்திருவிழாக்களாகவோ இல்லை. உழைக்கும் ஏழைத் தொழிலாளிகளின் பணத்தையும் ஒழுக்கத்தையும் தொலைக்கும் மறைவிடங்களாகவே தோன்றுகின்றன. இதுபோன்ற தீயவற்றை நகரில் அனுமதிப்பதை எதிர்த்து நடவடிக்கைகள் எடுக்கப்பட வேண்டும்.[1]

பி.ஆர். அம்பேத்கர்
எம்.ஏ., பி.ஹெச்.டி., டி.எஸ்.சி.,
பார்–அட்–லா.

---

1. டாக்டர் அம்பேத்கர் பம்பாய் நகரப் பாலியல் தொழில் குறித்து பம்பாய் சமூகத் தூய்மைக் கழகத்திற்கு அளித்த அபிப்ராயம்.

50

தாமோதர் ஹால்,
பரேல்,
பம்பாய்–12,
2 செப்டம்பர் 1930.

பீம்ராவ் ஆர். அம்பேத்கர்,
எம்.ஏ., பி.ஹெச்.டி., டி.எஸ்.சி., பார்–அட்–லா,
சட்ட மன்ற உறுப்பினர்,
பம்பாய்.

நேசத்துக்குரிய சுபேதார் சாஹேப்,[1]

    21 ஆகஸ்ட் தேதியிட்ட தங்கள் கடிதம் கிடைத்தது. சவுதார் குளம் வழக்கு விஷயமாக மஹத்துக்குச் சென்றுவிட்டு 26ஆம் தேதி திரும்பியதால் உங்களுக்கு என்னால் பதிலெழுத முடியவில்லை.

    பம்பாய் அரசின் நினைவுச்சின்னம் குறித்த உங்கள் முன்மொழிதலுக்கு நன்றி. ஆனாலும் தங்கள் மொழிதலின் இரண்டாம் பகுதி குறித்த என் அபிப்ராயத்தைச் சொல்லாமல் இருக்க முடியவில்லை. இந்தியாவின் ராணுவ அமைப்பைக் குறித்து எனக்குப் பரந்த அறிவு இல்லை என்றபோதும் நீங்கள் மஹர்களையும் மராத்தியர்களையும் ஒன்றாக்க முனைகிறீர்கள். இது மஹர்களுக்கு எவ்வித நன்மையையும் பயக்காது. ஆகவே தங்கள் முன்மொழிவின் இரண்டாம் பத்தியை மறுபரிசீலனை செய்யவும் அல்லது வேறொன்றைப் பதிலீடு செய்யவும் அபிப்ராயப்படுகிறேன்.

    மஹந்த் துளசிதாஸின் தாம்பூல விருந்தைத் தவறவிட்டதற்காய் வருந்துகிறேன். என் சார்பில் அவருக்கு நன்றியைத் தெரிவியுங்கள்.

உண்மையுள்ள,
பி.ஆர். அம்பேத்கர்
எம்.எல்.சி., பம்பாய்

---

1. ரஹோராவ் காட்ஜே சுபேதார் – அம்பேத்கரின் ஆதரவாளர்.

51

தாமோதர் ஹால்,
பரேல்,
பம்பாய் 12,
6–9–30

பீம்ராவ் ஆர். அம்பேத்கர்,
எம்.ஏ., பி.ஹெச்.டி., டி.எஸ்.சி., பார்–அட்–லா,
சட்ட மன்ற உறுப்பினர்,
பம்பாய்.

அன்புள்ள பாவுராவ்,

தங்கள் அஞ்சல் அட்டை கிடைத்தது, வாபி வழக்கு தொடர்பாக நான் 9ஆம் தேதி நாசிக்குக்கு வருவதாக உள்ளேன். வ.மே.மா[1]க்கு என்னை அழைத்திருப்பதைப் பத்திரிகைகளின் மூலம் அறிந்திருப்பீர்கள். மற்றவை நேரில்.[2]

உண்மையுள்ள,
பி.ஆர். அம்பேத்கர்.

---

1. வட்ட மேசை மாநாடு.
2. இந்தக் கடிதத்தின் சில வரிகளும் பின்குறிப்பும் விடுபட்டுள்ளன. [அ.நூ.தொ. (ஆ): 21 பக். 48] (ப–ர்).

52

11 அக்டோபர் 1930,
காலை 10.30,
பி & ஓ.எஸ்.என்.கோ,
எஸ்.எஸ். விக்டோரி ஆப் இந்தியா.

அன்பான பாவுராவ்,

கடற்பயணம் இதுவரை இனிமையாகக் கழிந்துள்ளது. நல்ல காலநிலை. உடன்வரும் மக்களும் இனிமையாகப் பழகுகிறார்கள். எனது பெட்டிகளின் சாவிகளைத் தொலைத்துவிட்டேன். ஒருவகையில் இது அதிர்ஷ்டமானதுதான். நான் கட்டாயமாக ஓய்வு எடுக்கும் நிலையில் என்னால் என் புத்தகங்களைத் தொட முடியாது.

வட்டமேசை மாநாட்டுப் பிரதிநிதிகள் பல்வேறு கேள்விகளுக்கான கூட்டங்களை நடத்திக் கலந்தாய்வு செய்கிறார்கள். ஒடுக்கப்பட்டோர்கள்மீது அவர்கள் கரிசனத்தோடு இருப்பது மகிழ்ச்சி.

நாசிக் சாலை மறியல் தொடர்பான குற்றவியல் வழக்குகள் என்ன ஆயின என்றறிய ஆவலாக உள்ளேன். அது சம்பந்தமாக ஏதேனும் செய்திகள் இருந்தால் உடனே தெரிவிக்கவும்.

அமிர்தராவ் தோள்களிலும் உங்கள் தோள்களிலும் எத்தனை பெரிய பொறுப்புச் சுமத்தப்பட்டிருக்கிறது என்று சொல்லத் தேவை இல்லை. உங்களைப் போல் சக பணி செய்பவர்கள் கிடைத்தது என் நல் அதிர்ஷ்டம். நான் இல்லாவிட்டாலும் இந்தப் பணியை நீங்கள் செய்வீர்கள் என்பதில் எனக்குச் சந்தேகம் இல்லை.

இன்று இரவு மூன்றுமணிக்கு சூயெஸ் கால்வாயை அடைவோம். கெய்ரோவில் பிரமிட்களைக் காண இருக்கிறேன்.

போர்ட் சைட்டில் அடுத்த நீராவிக்கப்பலைப் பிடிக்க வேண்டும். எனது அடுத்த கடிதத்தை லண்டனிலிருந்து எழுதுவேன். தானி, அமிர்தராவ், காலே ஆகியோருக்கும் உங்களுக்கும் என் வாழ்த்துகள்.

உங்கள்,
பி.ஆர்.அ.

எனது லண்டன் முகவரி,
தாமஸ் கூக் சன்ஸ் லிட்,
378, ஸ்ட்ராண்ட், லண்டன் மத்திய மேற்கு 2.

53

இந்திய வட்ட மேசை மாநாடு

8, செஸ்டர்பீல்ட் கார்டன்ஸ்,
மே ஃபேர், லண்டன், மேற்கு 1,
29-10-30

தொலைபேசி: க்ராஸ்வீனர் 3303,
(2 இணைப்புகள்)

அன்புள்ள பாவுராவ்,

பதினெட்டாம் தேதி லண்டன் வந்துசேர்ந்தேன். நானும் என் சக செயற்பாட்டாளர் ராவ் பகதூர் ஆர். சீனிவாசனும்[1] இங்கு தங்கியிருக்கிறோம். இந்த முகவரி நிலையானதா எனத் தெரியாது. ஆகையால் கீழே குறிப்பிடும் முகவரிக்குக் கடிதம் எழுதுங்கள்.

அரசர் வட்ட மேசை மாநாட்டை நவம்பர் 12 அன்று தொடங்கிவைப்பார் எனப் பத்திரிகையில் படித்திருப்பீர்கள். இந்த இடைவெளியில் நான் முக்கிய சில பிரமுகர்களைச் சந்திக்க முடிவு செய்துள்ளேன். இதுவரையில் இந்திய மாநிலங்களின் செயலரைச் சந்தித்திருக்கிறேன். தொழிலாளர் தலைவரான திரு. லான்ஸ்பரி[2] என்னை விருந்துக்கு அழைத்திருக்கிறார். இம்முறை நம் ஒடுக்கப்பட்டோருக்கான உரிமைகள் முழு அளவில் அங்கீகரிக்கப்படும் என நினைக்கிறேன். ஒடுக்கப்பட்ட வகுப்பார்மீது பலருக்கும் இரக்கம் பிறந்திருக்கிறதைக் காண்கிறேன். உங்களுக்கு இந்தச் செய்தி மகிழ்வளிக்கும் என எண்ணுகிறேன்.

---

1. மெட்ராஸைச் சேர்ந்த தீண்டப்படாதவர்களின் தலைவர். வட்டமேசை மாநாட்டின் பங்கேற்பாளர்.

2. ஜார்ஜ் லான்ஸ்பரி இங்கிலாந்தின் முக்கிய தொழிலாளர் கட்சித் தலைவர். நாடாளுமன்ற உறுப்பினர். 1911இல் தொழிலாளர் இயக்கத்தைப் பலப்படுத்த தினசரிகளைத் தொடங்கியவர்.

இந்தியாவுக்குப் புதிதாய் நியமிக்கப்பட்டுள்ள ராணுவத் தலைமைத் தளபதி சர். பிலிப் சேட்வுட் அவர்களோடு நீண்ட உரையாடல் நிகழ்த்தி ஒடுக்கப்பட்டோருக்கு இந்திய ராணுவத்தில் வேலைவாய்ப்பு வழங்கக் கேட்டுக்கொண்டபோது மிகவும் பொறுமையாக நம் கோரிக்கைகளைக் கேட்டுக்கொண்டார்.

என்னுடைய புறப்பாட்டிற்குப் பிறகு பம்பாயில் நடந்த முன்னேற்றங்கள் குறித்து அறிந்திருப்பீர்கள். நாசிக் சாலை மறியல் வழக்கு என்ன ஆனது? அறிய ஆவல்.

தானி, காலே உள்ளிட்ட நண்பர்கள் யாவருக்கும் என் அன்பைச் சொல்லுங்கள்.

அமிர்தராவுக்கு கடிதம் எழுதுகிறேன் என்று சொல்லுங்கள்.

இப்படிக்கு,
பி.ஆர். அம்பேத்கர்.

பா/பெ
தாமஸ் கூக் & சன்ஸ்
பெர்கிலி தெரு லண்டன்

54

தந்தி: *AMERGORN 240,*
42, கிளிப்டன் கார்டன்ஸ்,
மைடா வாலி,
லண்டன் மேற்கு 9,
17-12-30

பீம்ராவ் ஆர். அம்பேத்கர்,
எம்.ஏ., பி.ஹெச்.டி., டி.எஸ்.சி., பார்-அட்-லா,
சட்ட மன்ற உறுப்பினர், பம்பாய்.
வருகைதரு பேராசிரியர், பம்பாய் பல்கலைக்கழகம்.
துணைத்தலைவர், பம்பாய் ஜவுளித் தொழிலாளர் யூனியன்
தலைவர், ஒடுக்கப்பட்டோர் இயக்கம் பம்பாய்
பங்கேற்பாளர், இந்திய வட்ட மேசை மாநாடு.

அன்புள்ள பாவுராவ்,

தங்களது இரண்டு கடிதங்களும் கிடைத்ததில் மகிழ்ச்சி. பதில் எழுதக் கால தாமதம் ஆனதற்கு வருத்தங்கள். எனக்குச் சிறிதுகூட நேரம் கிடைப்பதில்லை. மாநாட்டு கமிட்டியில் அதிக நேரம் செலவழிக்கிறேன். கிடைத்த நேரத்தில் எதிர்காலத்தில் இந்திய அரசமைப்புச் சட்டத்தில் பயன்படுத்தத்தக்க வகையில் ஒடுக்கப்பட்டோருக்கான திட்டங்கள் குறித்த வரைவைத் தயாரித்திருக்கிறேன். சட்ட மொழியில் எழுதப்பட்ட அந்த விரிவான வரைவு ஒடுக்கப்பட்டோர் குறித்த தெளிவான முழுமையான ஆவணமாகும். நீங்கள் நிச்சயம் அதை விரும்புவீர்கள். இருநூறு நகல்கள் அச்சடித்து எடுத்துள்ளேன். இந்தியாவிலும் விநியோகிக்க அனுப்புகிறேன். உங்கள் கையில் கிடைத்ததும் இந்திய வட்ட மேசை மாநாட்டின், சிறுபான்மை கமிட்டி தலைவருக்குத் தந்தி அனுப்புங்கள். வரைவு அறிக்கையில் உள்ளபடியே ஒடுக்கப்பட்டோர் என்ன நினைக்கிறார்கள் எனக் குறிப்பிடுங்கள். இந்தியாவின் அனைத்து மாகாணங்களிலிருந்தும்

தந்திகள் வருவது போல் ஏற்பாடு செய்யுங்கள். அடுத்த வாரத்திற்குள் நான் அச்சிட்ட பிரதிகளை அனுப்பிவிடுவேன்.

தற்போது இந்திய ராணுவத்தில் ஒடுக்கப்பட்டோரைச் சேர்ப்பது குறித்து ஆலோசித்து வருகிறேன். நம் மக்களை அறிந்த ஓய்வுபெற்ற சில ராணுவ அதிகாரிகளோடு பேசி வருகிறேன். ஒரு நினைவுச்சின்னம் அமைக்கும் யோசனையும் உண்டு. நாடாளுமன்ற உறுப்பினர்கள் இடையேயும் இதைப் பேசிவருகிறேன். வரும் வியாழன் 'தீண்டத்தகாதவர்' குறித்துத் தொழிலாளர் கட்சி நாடாளுமன்ற உறுப்பினர்களிடம் உரையாற்ற உள்ளேன். வயது வந்தோருக்கான ஓட்டுரிமை குறித்துப் பேச அவர்கள் உதவி தேவைப்படும். தாராளவாதக் கட்சியின் நாடாளுமன்ற உறுப்பினர்கள் இடையேயும் இதைப்போன்றதொரு கூட்டத்திற்கு ஏற்பாடு செய்திருக்கிறேன். என் வேலையைச் செய்துகொண்டிருக்கிறேன். என் நண்பரால் கூடுதல் பயன் எதுவும் இல்லை. ஆனால் எங்களது கலந்துரையாடலில் எப்போதும் நல்லமுறையில் ஒத்துழைப்பு நல்கும் அதே நேரத்தில் விட்டுக்கொடுக்கும் தன்மையும் கொண்டவர். இதுவரை ஒரே அலைவரிசையில் செயல்படுகிறோம்.

லண்டனின் புகழ்பெற்ற புகைப்படக்காரர்கள் என்னைப் படம் எடுத்துள்ளனர். அதன் பிரதிகள் உங்களில் யாருக்கேனும் தேவைப்படலாம். ஆனால் அவற்றின் விலை அதிகம். ஒரு படம் 15/- ரூபாய். யாருக்கேனும் தேவைப்பட்டால் புகைப்படக்காரர்களைத் தொடர்புகொள்ளலாம். உங்கள் ராம்நவமிக்கு என்னால் வரமுடியாது. சத்தியாகிரஹத்தை நீங்கள் தொடங்குவீர்களா என்பதை அறியேன். சோலாங்கி சம்மதிக்கமாட்டார். ஆனால் நீங்கள் தொடர வேண்டும் என எதிர்பார்க்கிறேன்.

தானி, காலே, அமிர்தராவுக்கும் உங்களுக்கும் எனது அன்பு.

அன்புள்ள,
பி.ஆர்.அ.

தாமஸ் கூக் & சன்ஸ் லிட்,
பெர்கிலி தெரு, பிக்காடில்லி, லண்டன் மேற்கு 1.

55

ஹன்ஸ் கிரசன்ட் ஓட்டல்,
நைட்ஸ் ப்ரிட்ஜ்,
லண்டன்,
5 ஜனவரி 1931.

செயலர்,
மாட்சிமை தாங்கிய மகாராஜா கெய்க்வார்,
பரோடா.

அன்புக்குரிய டாக்டர் அம்பேத்கர்,

    மாட்சிமை தாங்கிய மகாராஜா சாஹேப்பிடம் ஒடுக்கப்பட்டோருக்கான ஒரு பத்திரிகை தொடங்க உதவி கேட்டிருந்தீர்கள். மகா கனம் பொருந்திய மகாராஜா அவர்கள் 150/- பவுண்டுகள் அளிக்க இசைந்துள்ளார்கள். இத்துடன் மகாராஜா சாஹேப் கையெழுத்திட்டுள்ள அந்தத் தொகைக்கான காசோலையை இணைத்துள்ளேன். தயைகூர்ந்து பெற்றுக்கொண்டதை உறுதி செய்யவும்.

உண்மையுள்ள,
ஆர்.எஸ். பாட்டீல்,
செயலாளர்.

56

42, கிளிப்டன் கார்டன்ஸ்,
மைடா வாலி,
[1]லண்டன் மேற்கு 1,
15 ஜனவரி, 1931.

அன்பான பா,[2]

டிசம்பர் 25ஆம் தேதியிட்ட தங்கள் கடிதமும் 'ஜனதா'வின் கடைசி இரண்டு இதழ்களும் கிடைக்கப் பெற்றேன். எந்தவித நிதி ஆதாரமும் இல்லாமல் உங்களால் எப்படிப் பத்திரிகையையும் செய்தித்தாளையும் நடத்த முடிகிறது என வியக்கிறேன். ஜனதாவிற்கு நான் ஒரு கருத்துரை எழுத நீங்கள் விரும்புகிறீர்கள். மாநாடு முடிந்ததும் நானே நேரில் வந்துவிடுவேன். நான் நேரில் வரும்போது தங்களுக்குத் தேவையான பணம் மட்டுமில்லை அதைவிட மதிப்புவாய்ந்த வேறுசில விஷயங்களும் கிடைக்கும் என்று சொல்வதில் மகிழ்வுகொள்கிறேன்.

தங்கள் பணிகளில் தொடர்ந்து ஈடுபடுங்கள் என்பதைத் தவிர சொல்ல இப்போது ஒன்றுமில்லை.

வாழ்த்துகள்.

தங்கள் உண்மையுள்ள,
பி.ஆர். அம்பேத்கர்.

---

1. லண்டன் மேற்கு 9 என்பதே சரி (ப–ா)

2. பாஸ்கர் ராவ் ஆர். கட்ரேகா: அம்பேத்கரின் முக்கிய உதவியாளரும் நெருங்கிய நண்பருமாவார். பண்டாரி சாதியைச் சேர்ந்தவர், *ஜனதா*, *தம்யான்*, *பிரபுத்த பாரத்* ஆகிய பத்திரிகைகளின் ஆசிரியர்.

57

லண்டன்,
15–1–1931

அன்பான பாவுராவ்,

நமது வேலைத்திட்டத்திற்கு¹ இடையூறான கலெக்டரின் மனோபாவத்தைத் தாண்டி நாம் நமது பணியை முன்னெடுப்போம். அப்படி ஒருவர் இல்லையென்பதுபோல் நீங்கள் உங்கள் செயற்பாடுகளைத் தொடருங்கள். அதிகாரிகளின் ஒப்புதலோடுதான் நாம் நம் செயல்களைத் தீர்மானிக்க வேண்டுமென்றால் நம்மால் ஓர் அங்குலம்கூட முன்னேற முடியாது.

எனது அன்பின் வாழ்த்துகள்.

உண்மையுள்ள,
பி.ஆர். அம்பேத்கர்.

---

1. நாசிக்கின் காலாராம் கோயில் நுழைவு சத்யாகிரஹப் போராட்டம்.

குறிப்பு: இக்கடிதத்தில் முதல் பத்தியும் இறுதி பத்தியும் விடுபட்டுள்ளது. [அ.தொ. 21 ஆங். பக். 55] (ப–ர்)

58

தாமோதர் ஹால்,
பம்பாய்,
16 மார்ச், 1931.

அன்புள்ள பாவுராவ்,

த.வி.[1] அவர்களிடம் நேற்று ஏற்பட்ட அமளி குறித்துக் கேள்விப்பட்டேன். இது எதிர்பார்த்த ஒன்றுதான். எனினும் நம் மக்களின் போராட்டம் எனக்கு மகிழ்ச்சியை அளித்தது. அவர்களின் வீரத்தைப் பாராட்டுகிறேன்.

செக்ஷன்–144இன் கீழ் கலெக்டர் தடை உத்தரவு போட்டிருப்பதாக அறிகிறேன். என்னிடம் அந்த உத்தரவின் நகல் இல்லை. அந்த உத்தரவு இரு தரப்பினர்களுக்கும் ஆனது என்றும் ஒரு மாத கால அவகாசம் கொண்டது என்றும் அறிந்தேன். நமது நோக்கம் சத்யாகிரஹத்தைத் தொடர்வது அல்ல. கோயிலுக்குப் பக்தர்கள் வருவதைத் தடுப்பதும், அசௌகரியப்படுத்துவதும்தான். இந்தத் தடை உத்தரவை மீறுவதால் எந்த லாபமும் இல்லை. எனினும் நம் சத்யாகிரஹ முகாம் கலைக்கப்பட வேண்டாம். ஒரு வேளை தனியார் வழியை அவர்கள் மீண்டும் பொதுஉபயோகத்திற்குப் பயன்படுத்தக் கூடும். நம் சத்யாகிரஹிகள் இதைக் கண்காணிப்பதற்காக, தடை உத்தரவிற்குப் பங்கம் வராமல், ரோந்துப் பணியைத் தொடரலாம். அங்குள்ள நிலவரத்தை அவ்வப்போது தெரிவியுங்கள். இப்போதைக்கு முடிக்கிறேன்.

உண்மையுள்ள,
பி.ஆர். அம்பேத்கர்.

---

1. தத்தாத்ரேயா விட்டல்ராவ் பிரதான். தொழிலாளர் தலைவரும் அம்பேத்கரின் நண்பரும் ஆவார்.

59

லண்டன்,
23-9-31

பீம்ராவ் ஆர். அம்பேத்கர்,
எம்.ஏ., பி.ஹெச்.டி., டி.எஸ்.சி., பார்-அட்-லா,
சட்ட மன்ற உறுப்பினர்,
பம்பாய்.

அன்பான பாவுராவ்,

    4ஆம் தேதியிட்ட தங்கள் கடிதம் பெற்றேன். மகிழ்வு. தங்கள் பதிலுக்கு எதிர்பார்க்காமல் நானே உங்களுக்கு எழுதியிருக்க வேண்டும், ஆனால் எனது மோசமான உடல் நசிவு குறித்துத் தங்களுக்குத் தெரியும். இருக்கும் கொஞ்சநஞ்ச சக்தியையும் ஜனதாவில்[1] எழுத நான் சேமிக்க வேண்டியிருக்கிறது.

    சத்யாகிரஹம் பெரிய அளவில் வீச்சுப் பெற்றிருப்பது மனநிறைவைத் தருகிறது. நீங்கள் எல்லாரும் மிகப்பெரும் வெற்றியை ஈட்டித் தருவீர்கள் என நம்புகிறேன். நான் தொடங்கவில்லை என்றாலும் நான் பொறுப்பேற்ற ஓர் இயக்கத்திற்கு என்னால் சிறிதளவும் உதவி செய்ய இயலவில்லை என்ற குற்றவுணர்ச்சி என்னை ஆட்கொள்ளுகிறது. மற்றொரு பக்கம் நான் அதற்கு இணையான நமது எதிர்காலத்திற்கு உதவும் என்றென்றைக்குமான வேறு பணிகளை செய்துவருவதை நீங்கள் அறிவீர்கள்.

    ஜனதாவில் இங்கு நடக்கும் நிகழ்வுகள் குறித்துத் தொடர்ந்து எழுதிவருகிறேன். அதையே திரும்பச் சொல்லுவது தேவை இல்லை என நினைக்கின்றேன். ஜனதாவின் விற்பனைக்கு உதவுங்கள். நான் மிகவும் ஆவலோடு எதிர்பார்க்கும் விஷயத்தைப் பற்றி நீங்கள் எதுவும் குறிப்பிடவில்லை. நாசிக்கின் இப்போதைய கலெக்டர் யார்? பர்டோலி குடியிருப்புக்காரர்களைக் குறித்து

---

1. டிசம்பர் 1930இல் டாக்டர் அம்பேத்கரால் தொடங்கப்பட்ட மராத்தி வாராந்தரி.

விசாரிக்க கோர்டோனை நியமித்திருப்பதாக அறிந்தேன். சத்யாகிரஹம் தொடங்குகையில் யார் கலெக்டராக இருக்கிறார் என்பதையும் அது எவ்வளவு அடிப்படை முக்கியத்துவம் வாய்ந்தது என்பதையும் நீங்கள் அறிந்துகொள்வீர்கள்

தானி.[2] காலே,[3] அமிர்தராவ் ஆகியோருக்கும் உங்களுக்கும் என் அன்பின் வாழ்த்துகள்.

அன்புள்ள,
பி.ஆர்.அ.

---

2. எஸ்.பி. தானி: சாவல்ராஜி பாவுராவ் தானி.
3. துளசிராம் சாம்பாஜி காலே.

60

3, பெர்னாட்தெரு,
ரஸ்ஸல் சதுக்கம்,
லண்டன்,
14–10–31

அன்புள்ள பாவுராவ்,

கமிஷனரோடு நீங்கள் நேர்காணல் செய்திருந்ததைத் தாங்கிய உங்கள் கடிதத்துக்குப் பதில் அனுப்ப முடியாமைக்கு வருந்துகிறேன். சிறுபான்மையினர் பிரச்சினை குறித்து நான் நிறைய நேரம் செலவழிக்க வேண்டியதாக உள்ளது. காந்தியின் மனோபாவம் உங்களுக்குத் தெரிந்ததுதான். அவரால் எனக்கு ஓய்வே இல்லை.

எதிர்பார்த்தபடியே கமிஷனர் சி.டி. அவர்களிடமிருந்து நாசிக் சத்யாகிரஹத்தை நிறுத்தும்படிக் கடிதம் வந்தது. நான் எந்தப் பதிலும் அனுப்பவில்லை. இப்போது இந்த மெயிலில் முடியாது எனப் பதில் அனுப்பப் போகிறேன். நீங்கள் நம் மக்களிடம் சத்யாகிரஹத்தைத் தொடரச் சொல்லுங்கள். அரசிடமிருந்தும் மற்றுமுள்ள மரபான இந்துக்களிடமிருந்தும் வரும் உத்தரவுகளுக்கு நாம் பணிய முடியாது. தீண்டாமையை நீக்க நாம் நெடுங்காலம் அரசை நம்பினோம். ஆனால் ஒரு சுட்டுவிரலைக்கூட அசைக்காத அரசுக்கு நமது போராட்டத்தை நிறுத்துங்கள் என்று உத்தரவிட எந்த உரிமையும் இல்லை. நமது சுமையை நம் தோள்களில் நாமே சுமந்து இந்தக் கொடுமையிலிருந்து வெளியேற எந்த எல்லைக்கும் செல்வோம். அரசாங்கம் உதவி செய்யவில்லை என்றாலும் உபத்திரவம் செய்யக்கூடாது. பல்வேறு சமூகங்களுக்கும் வர்க்கங்களுக்கும் இடையே மோதல் போக்கை நாம் உருவாக்குகிறோம் என்று நம்மைக் குற்றம்சாட்டுவதில் எந்தப் பயனுமில்லை. இந்தக்

கோரிக்கையை அரசாங்கம் நம்மிடம் சொல்லுவதற்குப் பதில் மற்றச் சமூகங்களுக்குச் சொல்லலாம். தவறும் பாவமும் செய்து கொண்டேயிருக்கும் மற்றச் சமூகங்களிடம் இதைச் சொன்னால் பொருத்தமாகவும் இருக்கும்.

இதை மொழிபெயர்த்துத் துண்டறிக்கைகளாகவும், மக்கள் மத்தியில் ஒலிபரப்பவும் ஏற்பாடு செய்யுங்கள்.

மஹத்-இல் நம் மக்களுக்கும் சாதி இந்துக்களுக்கும் இடையே மோதல் நடந்ததைக் குறித்த தந்திகளை வாசித்துக் கொண்டிருக்கிறேன். நம் மக்களும் மோதலுக்குத் தயாராகிவிட்டதை அறிந்து மகிழ்ச்சி அடைந்தேன். அவர்களை வாழ்த்துகிறேன். நவம்பரில் சத்யாகிரஹத்தை நீங்கள் துவக்கவிருக்கிறீர்கள். நல்ல தயாரிப்போடு இருப்பீர்கள் என நம்புகிறேன். நான் அங்கு இருந்திருந்தால் ஏதாவது உதவியிருப்பேன். நாசிக்கில் நம் மக்கள் இப்போது உயிர்ப்போடு இருக்கிறார்கள். அவர்களுக்கு நான் இல்லாவிட்டாலும் பரவாயில்லை என்று அறிவேன்.

அமிர்தராவிடமிருந்து எனக்குக் கிடைத்த தந்தி[1] ஊக்கமளிப்ப தாக இருந்தது.

உங்களுக்கும் காலே, தானி உள்ளிட்ட நண்பர்களுக்கும் என் அன்பு.

அன்புள்ள,
பி.ஆர். அம்பேத்கர்.

---

1. தந்தி பின்னிணைப்பில்

61

லண்டன்,
13–1–1932

அன்பான தத்தோபா,

மார்ஸீலிசியிலிருந்து ஜனவரி பதினைந்தாம் தேதி கிளம்பிப் பம்பாய்க்கு ஜனவரி 29ஆம் தேதி வந்து சேர்வேன். இந்திய ஓட்டுரிமை கமிட்டியின் உறுப்பினராக என்னைத் தேர்ந்தெடுத்திருக்கிறார்கள். பிப்ரவரி–1 அன்று கமிட்டியின் கூட்டம் தில்லியில் நடைபெறும் எனச் சொல்லப்பட்டிருகிறது. ஒருநாளுக்கும் மேல் என்னால் பம்பாயில் தங்க முடியாது. டில்லிக்கு நான் திரும்புவதற்குள் என்னை பம்பாயில் வந்து சந்திக்கமுடிந்தால் நீங்கள் உத்தேசித்திருக்கும் விஷயங்கள் குறித்துப் பேசலாம்.

உண்மையுள்ள,
பி.ஆர். அம்பேத்கர்.

62

வாக்குரிமைக் கமிட்டி[1]

ராயல் ஹோட்டல்,
லக்னோ,
6–2–32[2]

அன்பின் பாவுராவ்,

பம்பாய் வந்துவிட்டு எனக்குத் தெரிவிக்காமல் நீங்கள் சென்றது வருத்தமளிக்கிறது. என்னால் நாசிக் நிலையத்தில் உங்களைச் சந்திக்க முடியாததற்கு என் இரண்டு மடங்கு வருத்தங்கள். பெரும் திரளான மக்கள் கூட்டமே நான் உங்களைச் சந்திக்க முடியாததற்குக் காரணம். உங்களிடம் ஒரு வேலையை ஒப்படைக்கவே உங்களைச் சந்திக்க இருந்தேன். அமெரிக்காவைச் சேர்ந்த மிஸ் கம்மிங் என்கிற பெண்மணி இந்தியாவிற்கு வருகை தரவிருக்கிறார். அவர் பி.ஓ. நீராவிக் கப்பலில் நேற்றே பம்பாய்க்கு வர வேண்டியது. *ஸ்ப்ரிங்க்ஃபீல்ட்* என்கிற அமெரிக்கப் பத்திரிகையின் நிருபர். ஒடுக்கப்பட்டோரின் நல்ல நண்பர். நம்முடைய நோக்கங்களைப் பொதுத்தளத்திற்குக் கொண்டுபோகப் பெரிதும் துணை புரிந்தவர். நம்முடைய நாசிக் சத்யாகிரஹ நடவடிக்கைகளைப் பார்வையிடுவதற்குப் பெரிதும் ஆவலோடு இருக்கிறார்; மேலும் எல்லோரா குகைகளைப் பார்வையிடவும் விரும்புகிறார். நான் லண்டனில் இருக்கையில் இரண்டையும் நிறைவேற்றுவதாக வாக்குக் கொடுத்திருந்தேன்.

1. பதினேழு உறுப்பினர்களைக் கொண்ட இந்த கமிட்டியானது லார்ட். லோதியன் தலைமையில் பிரிட்டிஷ் ப்ரீமியரால் தொடங்கப்பட்டது. டாக்டர் அம்பேத்கர் இக்கமிட்டியின் ஓர் உறுப்பினர்.

2. கையெழுத்துப் பிரதியில் 6–1–32 என்றுள்ளது. [அ.நூ.தொ. 21 (ஆ) பக். 76] அதைத் போன்று முகவரியில் லக்னோவிற்கு அடுத்து புதுதில்லி என்றுள்ளது. ஒருவேளை வாக்குரிமைக் கமிட்டியின் முகாம் அலுவலகம் புதுதில்லியாக இருக்கலாம். (ப–ர்)

இப்போது அதை நிறைவேற்றும் பொறுப்பு உங்களையும் அமிர்தராவையும் சேர்கிறது. நீங்கள் செய்யவேண்டியது என்னவென்றால் பம்பாய்க்குச் சென்று மிஸ் கம்மிங்கைத் தொடர்புகொள்ளுங்கள். பெரும்பாலும் கிராண்ட் ஹோட்டல் அல்லது தாஜ் ஹோட்டலில்தான் தங்கியிருப்பார்கள். இரவு ரயிலில் நாசிக் அழைத்துச்செல்லுங்கள், நாசிக் கோயிலைக் காண்பித்துவிட்டு அமிர்தராவிடம் காரில் எல்லோரா குகைகளுக்கு அழைத்துச்செல்லச் சொல்லுங்கள். இது நமது கௌரவத்துக்கான ஒரு செயல். அதை நிறைவேற்றியே ஆக வேண்டும். அமிர்தராவிடம் நான் இந்த நிகழ்வைத் தனிப்பட்ட முறையில் கேட்டுக்கொண்டதாகச் சொல்லுங்கள்.

கமிட்டியின் செயல்பாடுகள் குறித்துக் குறிப்பாகச் சொல்ல ஏதுமில்லை. டில்லியில் கொள்குறி வினாக்களுக்கு மட்டுமே நாங்கள் முக்கியத்துவம் கொடுத்தோம். சாட்சியங்கள் எதையும் ஆராயவில்லை. இன்று காலையில்தான் லக்னோ வந்து சேர்ந்தேன். இனி 9ஆம் தேதிவரை இங்குதான். லக்னோவில் பெரிதாக எதுவும் செய்வதற்கு இல்லை. எங்கள் அசலான வேலைகள் பாட்னாவில்தான் ஆரம்பிக்கப்பட உள்ளன. அங்கு 10ஆம் தேதி சென்றுவிடுவோம். மற்றவை அடுத்த கடிதத்தில்.

அனைவரும் நலமென நம்புகிறேன்.

உண்மையுள்ள,

பி.ஆர். அ.

எனது முகவரி:

    பி.ஆர். அம்பேத்கர்,
    உறுப்பினர், முகாம் அலுவலகம்,
    இந்திய வாக்குரிமை கமிட்டி,
    இந்தியா.

63

கல்கத்தா,
21–2–1932

(முத்திரை)
வாக்குரிமை கமிட்டி,

அன்பின் பாவுராவ்,

உங்கள் தந்தைக்கு நேர்ந்த விபத்தைக் கேள்வியுற்று மிகுந்த வருத்தமடைந்தேன். பலத்த காயங்கள் இருக்காதென்றும் இப்போது குணமடைந்து வருகிறார் என்றும் நம்புகிறேன். உங்கள் தந்தை படுக்கையில் இருக்கையில் அம்பாவுக்கு நீங்கள் செல்ல மறுப்பதை என்னால் புரிந்துகொள்ள முடிகிறது. நான் சொல்ல விரும்புவது, உங்கள் தந்தையை நல்லதொரு மருத்துவரிடம் ஒப்படையுங்கள். மருத்துவமனைகள் மீதும் மருத்துவர்கள் மீதும் அசூயை கொண்ட வயதான கிராம மக்களின் பேச்சைக் கேட்பதில் எந்தப் பயனுமில்லை. அவரது அருகில் இருந்து பார்த்துக்கொள்வதைவிட இதுவே இப்போது முக்கியமானது.

உங்கள் தந்தைக்கு உடல்நலம் சீராகிவிடும் பட்சத்தில் உங்களை கமிட்டியின் முன் சாட்சி சொல்லவைப்பதற்குத் திட்டமிட்டிருக்கின்றேன். இது உங்கள் தந்தையின் சுகவீனத்துக்கு முன்னமே திட்டமிட்டது. நாம் பொதுக் காரியங்களில் ஈடுபட்டே ஆக வேண்டும் என்பதை அறிவீர்கள். என்னுடைய பதில்களின் நகலை உங்களுக்குப் படிக்க அனுப்பியுள்ளேன். இப்போதைக்கு ஒன்றுமில்லை. உங்கள் தந்தைக்கு என் ஆழமான வருத்தங்களைத் தெரிவியுங்கள்.

உண்மையுள்ள,
பி.ஆர். அம்பேத்கர்.

64

இந்தியத் தபால் தந்தித்துறை

உறுப்பினர் கெய்க்வாட் நாசிக் சத்யாக்கிரஹ கமிட்டி கைதானதற்கு வாழ்த்துகள். தொடருங்கள். தீவிரத் தியாகமே வெற்றிக்கு இட்டுச்செல்லும்.

–அம்பேத்கர்

(தேதி: 13–2–32க்கும் 24–2–32க்கும் இடையே)[1]

1. தந்தியின் துல்லியாமான தேதி தெரியவில்லை. எனினும் கிடைத்த மூலங்களை வைத்துக் குறிப்பிடப்பட்டிருக்கிறது.

65

தந்தி

பெறுநர்:

ஆளுநர்,
பம்பாய்.

நாசிக் கோவில் போராட்டக் களத்தின் கோவில் தனியார் வகை என்கிற அடிப்படையில் ஒடுக்கப்பட்டோர்மீது அரசு நடவடிக்கை எடுத்ததாக வதந்தி. அவ்வாறு கோவிலை ஒப்படைக்க வேண்டாம். இந்துக்களுக்கான ஒதுக்கீட்டு நிதியைப் பெற்றிருக்கிறது. பொதுக்கோவில் என அரசு அறிவித்திருக்கிறது, நடவடிக்கை குறித்துப் புரளி, சத்தியாகிரஹம் தொடர வேண்டுமா, அரசு நியாயமான போரட்டத்தின் பக்கம் நிற்க வேண்டும்.

– அம்பேத்கர். ச.ம.உ.

(தேதி மேலது)[1]

1. தந்தியின் தேதிகள் துல்லியமாகத் தெரியவில்லை. எனினும் தோராயமான தேதிகள் கிடைத்த மூலங்களை வைத்துக் குறிப்பிடப்பட்டிருக்கின்றது.

66

ராஜ்கிரஹா[1]
நியூ தாதர்,
பம்பாய் 14,
தேதி[2]

அனுப்புநர்:

பீம்ராவ் ஆர். அம்பேத்கர்,
எம்.ஏ., பி.ஹெச்.டி., டி.எஸ்.ஸி., பாரிஸ்டர்–அட்–லா,
ஜே.பி, எம்.எல்.சி.

அன்பான ஐயா,

தங்கள் மான்செஸ்டர் கார்டியன் இதழின் சிறப்பு நிருபர், இந்திய சீர்திருத்தக் கூட்டு நாடாளுமன்றக் கமிட்டியின் அறிக்கை குறித்து என்னுடைய கருத்துகளைக் கேட்டு எழுதியிருந்தார். அதன்படி என்னுடைய பார்வைகள் அடங்கிய அறிக்கையை இத்துடன் அனுப்புகிறேன். எனது அறிக்கையை 1200 வார்த்தைகளுக்கு மிகாமல் எழுத முடியவில்லை, கூடுதலாக 300 வார்த்தைகள் தாங்கள் குறிப்பிட்ட அளவைத் தாண்டிவிட்டது. முழுமையாகவும் தெளிவாகவும் எடுத்துக்கொண்ட பொருளின் முக்கியத்துவம் கருதித் தயவுசெய்து குறைத்தலின்றி எனது அறிக்கையை முழுமையாகப் பிரசுரிக்குமாறு வேண்டுகிறேன். அவ்வண்ணமே நன்றியோடு.

உண்மையுள்ள,
பி.ஆர். அம்பேத்கர்.

பெறுநர்
ஆசிரியர்,
மான்செஸ்டர் கார்டியன்

---

1. ராஜ்கிரஹா: இளவரசனாக புத்தர் வாழ்ந்து 29 வயதில் உண்மையைக் கண்டடையும் தேடலில் அவர் துறந்து வந்த அரண்மனையின் பெயர். அம்பேத்கர் தனது இல்லத்திற்கு இந்தப் பெயரைச் சூட்டியிருந்தார். 1956இல் அவர் புத்தத்தைத் தழுவுவதற்கும் முன்னமே இந்தச் சாய்வையும் ஓர் அறிகுறியாகக் கருதலாம்.

   ○ ○ ○

   முதல் பௌத்த அரசரான பிம்பிசாரரின் (கி.மு. 544–492) தலைநகரம். ராக்கிராஜா என்ற சொல் ராஜாக்களின் நகரம், அரசனின் வீடு என்கிற பொருளைத் தரும். நாலந்தா பல்கலைக் கழகம் ராஜ்கிரஹா எல்லைக்குள் அமைந்திருந்தது. (ப–ர்)

2. இக்கடிதத்தின் துல்லியமான தேதி கிடைக்கவில்லை. கிடைக்கும் தகவல்களிலிருந்து 1932 ஏப்ரல்–15க்கும் 23க்கும் இடைப்பட்ட ஏதாவது ஒரு தேதியாக இருக்கலாம்.

67

தாமோதர் ஹால்,
பரேல்,
பம்பாய்–12,
20 மே 1932.

பீம்ராவ் ஆர். அம்பேத்கர்,
எம்.ஏ., பி.ஹெச்.டி., டி.எஸ்.ஸி., பார்–அட்–லா,
சட்ட மன்ற உறுப்பினர்,
பம்பாய்.

அந்தரங்கம்

அன்பின் ராஜாராம்,[1]

13ஆம் தேதி உன் கடிதம் கிடைத்தது. பொறியாளர் படிப்பின் முதல் வருடத்தை இரண்டாம் வகுப்பில் தேர்ச்சிப் பெற்றதை அறிந்து மகிழ்ச்சி. ஹைதராபாத்தின் முக்கியப் பொறுப்பாளிகளிடம் உன்னை வெளிநாட்டுஉயர்கல்விக்கு அனுப்புவது குறித்து ஏற்கெனவே பேசியிருக்கிறேன்; அவர்கள் இன்னும் உறுதியான பதில் தரவில்லை. எனினும் தகுந்த இடங்களிலிருந்து உனக்கு உதவிகள் கிடைக்கும் என்ற நம்பிக்கை இருக்கிறது. ஹைதராபாத்துக்கு நான் கடிதம் அனுப்புவதில் எந்தப் பிரயோஜனமும் இல்லை, மட்டுமின்றி இது கடிதத்தில் முடிவு செய்ய வேண்டிய விஷயமும் அல்ல. நானே நேரடியாக ஹைதராபாத் வர வேண்டியிருக்கும். இப்போது வரவிருக்கும் 26ஆம் தேதி நான் லண்டன் செல்ல இருப்பதால் என்னால் இயலாது. ஜூலையில் நான் இந்தியா திரும்பியதும் நிச்சயம் நேரில் வருகிறேன். இந்தக் கடிதத்தை மிகவும் பத்திரமாக வைத்திரு. யாருக்கும் இதைப்பற்றிச் சொல்ல வேண்டாம். உனக்கு எனது நல்வாழ்த்துகள்.

உண்மையுள்ள,
பி.ஆர். அம்பேத்கர்.

1. இது ராஜாராம் போலேயைக் குறிக்கிறது. அம்பேத்கரின் உதவியாளரான இவர் ஒருமுறை சுதந்திரத் தொழிலாளர் கட்சியின் சட்டமன்ற உறுப்பினராகவும் இருந்தார். பிறகு காங்கிரசில்(இ) சேர்ந்து பம்பாய் நாடாளுமன்ற உறுப்பினராகத் தேர்ந்தெடுக்கப்பட்டார். அம்பேத்கரால் ஜூலை 20 1946 அன்று தொடங்கப்பட்ட பம்பாய் மக்கள் கல்வி இயக்கத்தின் தலைவராகவும் பணியாற்றினார்

68

ராயல் ஹோட்டல்,
ரஸ்ஸல் சதுக்கம்,
லண்டன், மத்திய மேற்கு 1,
15-6-1932

அன்புள்ள தத்தோபா,

    நான் லண்டனிலிருந்து ஜெர்மனி செல்கிறேன். உடல்நலம் வெகுவாக நலிந்திருப்பதால் ஒரு மருத்துவ இல்லத்தில் ஓய்வெடுத்துச் சிகிச்சை பெற உள்ளேன். 9 ஜூலை திரும்பி விடுவேன். ஏதேனும் சட்டவழக்குகள் இருப்பின் எனக்காக ஏற்பாடு செய்துவையுங்கள். எனக்கு ஏதேனும் எழுத விரும்பினால் கீழ்க்காணும் முகவரிக்கு அனுப்புங்கள்; ஆனால் விமானச் சேவையில் அனுப்பவும்.

உண்மையுள்ள,
பி.ஆர். அம்பேத்கர்.

முகவரி
பா/பெ டாக்டர் மொல்லேர்ஸ் சானிடோரியம்
லோஷ்விட்ச்
ட்ரெஸ்டென், ஜெர்மனி

69

தாமோதர் ஹால்,
பரேல்,
பம்பாய்–12,
15 செப்டம்பர் 1932.

அன்பான பாவுராவ்[1],

காந்தியின் சூளுரை மிகத் தீவிரமான விளைவுகளை ஏற்படுத்தியிருப்பதை நீங்கள் உணர்வீர்கள். நீங்கள் ஏதேனும் அறிக்கை என்ற பெயரில் வெளியிட்டு நம் நோக்கத்தைச் சிதைத்து விடாதீர்கள். நாளை நான் சமாத்வாடிக்குச் செல்கிறேன். முதல்தேதியில் திரும்பிவருவேன். மாநாட்டை வெற்றிகரமாக நடத்திவிடுவீர்கள் என்று நம்புகிறேன்.

உண்மையுள்ள,
பி.ஆர். அம்பேத்கர்.

---

1. இக்கடிதத்தில் முதல் பத்தி விடுபட்டுள்ளது. [கா. அ.நூ.தொ. 21 (ஆ) பக் 85] (ப–ர்)

70

"ஒன்று பேச்சுவார்த்தை அல்லது, நேரடி மோதல்"[1]

ஐயா,

வகுப்புவாரிப் பிரதிநிதித்துவம் அது ஒடுக்கப்பட்டோர்மீது செலுத்தும் தாக்கத்தைக் கருத்தில் கொண்டு, பிரிட்டிஷ் அரசின் கொள்கையை மாற்றக்கோரிப் பொதுமக்களிடம் வலியுறுத்தித் தீர்மானம் நிறைவேற்ற வேண்டி அவசரநிலை கமிட்டியின் ஆதரவோடு நகரமெங்கும் கிட்டத்தட்ட எட்டு பொதுக்கூட்டங்கள் நடைபெற இருப்பதாக இன்றைய செய்தித்தாள்களில் படித்து அதிர்ச்சி அடைந்தேன்.

இந்தத் தீர்மானத்தின் வெளிப்படையான நோக்கம் வகுப்புவாரிப் பிரதிநிதித்துவத்தில் ஒடுக்கப்பட்டோருக்கும் பிரதிநிதித்துவம் வழங்கச் சிறப்பு ஏற்பாடுகள் செய்யப் பட்டிருப்பதற்கு எதிராகப் பொதுக்கருத்தை உருவாக்குவதுதான். ஏற்கெனவே இவ்விஷயத்தில் தன்னையே மாய்த்துக்கொள்வ தாக மகாத்மா காந்தி தீர்மானகரமாகச் சொல்லிவிட்டதால், சில முக்கிய இந்துத் தலைவர்களோடு பேச்சுவார்த்தை நடைபெற்று வருகிறது. நேற்று அவசரநிலை கமிட்டியின் கூட்டமொன்றுக்கு அழைப்பின் பேரில் கலந்துகொண்டேன். அங்கு இந்தத் தீர்மானம் குறித்தோ பொதுக்கூட்டம் குறித்தோ எந்தத் தகவலும் பகிரப்படவில்லை. அந்தத் தீர்மானத்தின் வரைவு என்னிடம் காட்டப்பட்டிருக்குமானால் அங்கேயே என் எதிர்ப்பைப் பதிவு செய்திருப்பேன். அத்தீர்மானத்தின் வரிகளுக்காக மட்டுமன்றி, பேச்சுவார்த்தை நடக்கையில் இவ்வாறான பொதுக்கூட்டம் நடத்தத் திட்டமிட்டிருப்பதையும்

1. *பம்பாய் கிரானிக்கல்*–இல் வெளியிடப்பட்டது. தலைப்பு பத்திரிகையில் வெளிவந்தபடியே இருக்கிறது.

சேர்த்தே எதிர்த்திருப்பேன். இரு தரப்பிலும் எவ்விதமான பிரச்சாரமும் செய்யப்படக்கூடாது என்பது வெளிப்படை. இந்த ஒரு காரணத்துக்காகவே என்னுடைய கட்சியினரின் பலத்த அழுத்தத்தையும் மீறி வகுப்புவாரிப் பிரதிநிதித்துவத்திற்கு ஆதரவாக எந்தவிதப் பிரச்சாரத்தையும் மேற்கொள்ளவில்லை. அவசரநிலை கமிட்டியின் இந்தப் பொதுக்கூட்ட முன்மொழிவும் அங்கு நிறைவேற்றப்பட இருக்கிற தீர்மானமும் உள்ளபடியே எனது கட்சிக்கும் எனக்கும் விடுக்கப்பட்ட சவால் என்றே கருதுகிறேன். என்னோடு பேச்சுவார்த்தையில் ஈடுபட்டிருப்பவர்கள் ஒரே நேரத்தில் என்னை எதிர்த்துப் பிரச்சாரம் செய்யவும் அதே நேரத்தில் பேச்சுவார்த்தையின் மூலம் அமைதியான தீர்வுக்கும் முயலக்கூடாது. ஒன்று பேச்சுவார்த்தை. இல்லை நேரடி மோதல். ஒரே நேரத்தில் இரண்டுக்கும் சாத்தியமில்லை. எதிர்த்தரப்பு பிரச்சாரம் செய்வதை அவர்களின் உரிமையாகக் கருதினால் எங்கள் கட்சி அவர்களுக்கு எதிராகப் பிரச்சாரம் செய்வதைக் குற்றம்சாட்டும் உரிமையை இழக்கிறார்கள்.

தங்கள்,
பி.ஆர். அம்பேத்கர்
தாமோதர் ஹால், பரேல், செப்டெம்பர் 13.

71

"கட்சிக்கும் எனக்கும் விடுக்கப்பட்ட சவால்"[1]
பொதுக்கூட்டங்களுக்கு எதிராக
டாக்டர் அம்பேத்கர்[2]

வகுப்புவாரிப் பிரதிநிதித்துவம் ஒடுக்கப்பட்டோர்மீது செலுத்தும் தாக்கத்தைக் கருத்தில்கொண்டு, பிரிட்டிஷ் அரசின் கொள்கையை மாற்றக்கோரிப் பொதுமக்களிடம் வலியுறுத்தித் தீர்மானம் நிறைவேற்ற வேண்டி அவசரநிலை கமிட்டியின் ஆதரவோடு நகரமெங்கும் கிட்டத்தட்ட எட்டுப் பொதுக்கூட்டங்கள் நடைபெற இருப்பதாக இன்றைய செய்தித்தாள்களில் படித்து அதிர்ச்சி அடைந்தேன்.

இந்தத் தீர்மானத்தின் வெளிப்படையான நோக்கம் வகுப்புவாரிப் பிரதிநிதித்துவத்தில் ஒடுக்கப்பட்டோருக்கும் பிரதிநிதித்துவம் வழங்குவதற்கான சிறப்பு ஏற்பாடுகள் செய்யப்பட்டிருப்பதற்கு எதிராகப் பொதுக்கருத்தை உருவாக்குவதுதான். ஏற்கெனவே இவ்விஷயத்தில் தன்னையே மாய்த்துக்கொள்வதாக மகாத்மா காந்தி தீர்மானகரமாகச் சொல்லிவிட்டதால், சில முக்கிய இந்துத் தலைவர்களோடு பேச்சுவார்த்தை நடைபெற்றுவருகிறது. அவசரநிலை கமிட்டியின் கூட்டமொன்றிற்கு நேற்று அழைப்பின் பேரில் கலந்துகொண்டேன். அங்கு இந்தத் தீர்மானம் குறித்தோ பொதுக்கூட்டம் குறித்தோ எந்தத் தகவலும் பகிரப்படவில்லை. அந்தத் தீர்மானத்தின் வரைவு என்னிடம் காட்டப்பட்டிருக்குமானால் அங்கேயே என் எதிர்ப்பைப் பதிவுசெய்திருப்பேன். அத்தீர்மானத்தின் வரிகளுக்காக மட்டுமன்றி, பேச்சுவார்த்தை நடக்கையில்

---

1. டைம்ஸ் ஆப் *இந்தியாவில்* வெளியிடப்பட்டது 1932 செப்டம்பர் –19.

2. கடிதங்கள் 70–71 இரண்டும் ஒரே மாதிரியானவை. *கிரானிக்கல்* ஆசிரியர் சில வார்த்தைகளைத் திருத்தியுள்ளார். இரு செய்தித்தாள்களிலும் வெளியானதை அப்படியே தந்திருக்கிறோம்.

இவ்வாறான பொதுக்கூட்டம் நடத்தத் திட்டமிட்டிருப்பதையும் சேர்த்தே எதிர்த்திருப்பேன். இரு தரப்பிலும் எவ்விதமான பிரச்சாரமும் செய்யப்படக்கூடாது என்பது வெளிப்படை. இந்த ஒரு காரணத்துக்காகவே என்னுடைய கட்சியினரின் பலத்த அழுத்தத்தையும் மீறி வகுப்புவாரிப் பிரதிநிதித்துவத்திற்கு ஆதரவாக எந்தவிதப் பிரச்சாரத்தையும் மேற்கொள்ளவில்லை. அவசரநிலை கமிட்டியின் இந்தப் பொதுக்கூட்ட முன்மொழிவும் அங்கு நிறைவேற்றப்படவிருக்கிற தீர்மானமும் உள்ளபடியே எனது கட்சிக்கும் எனக்கும் விடுக்கப்பட்ட சவால் என்றே கருதுகிறேன். என்னோடு பேச்சுவார்த்தையில் ஈடுபட்டிருப்பவர்கள் ஒரே நேரத்தில் என்னை எதிர்த்துப் பிரச்சாரம் செய்யவும் அதே நேரத்தில் பேச்சுவார்த்தையின் மூலம் அமைதியான தீர்வுக்கு முயற்சி செய்யவும் கூடாது. ஒன்று பேச்சுவார்த்தை அல்லது நேரடி மோதல். ஒரே நேரத்தில் இரண்டுக்கும் சாத்தியமில்லை. எதிர்த்தரப்பினர் தாங்கள் பிரச்சாரம் செய்வதை தங்களின் உரிமையாகக் கருதினால் எங்கள் கட்சி அவர்களுக்கு எதிராகப் பிரச்சாரம் செய்வதைக் குற்றம்சாட்டும் உரிமையை இழக்கிறார்கள்.

72

M/N விக்டோரியா,[1]
சையத் துறைமுகம்,
நவம்பர் 14, 1932.

அன்புள்ள தக்கார்[2] *அவர்களுக்கு,*

ராவ் பகதூர் ஸ்ரீனிவாசன் அவர்களை மத்திய வாரியத்திற்கும் திரு. டி.வி. நாயக் அவர்களைப் பம்பாய் மாகாண வாரியத்திற்கும் நியமிப்பது தொடர்பாக என் அபிப்ராயத்திற்கு ஒப்புதல் அளித்து நீங்கள் அனுப்பியிருந்த தந்தி நான் லண்டன் திரும்புவதற்குச் சற்றுமுன் கிடைத்தது. தீண்டாமை எதிர்ப்பு முன்னணித்[3] *திட்டம் குறித்தான இந்தக் குழப்பம் அமைதியான முறையில் தீர்வுக்கு வந்துவிட்டதால் நாம் இனி இணைந்து செயல்படுவதில் மகிழ்ச்சியடைகிறேன். முன்னணியின் உறுப்பினர்களைச் சந்தித்து வேலைத் திட்டங்கள் தயாரிப்பதில் பின்பற்ற வேண்டிய கொள்கைகள் குறித்து விவாதம் செய்ய விழைந்திருந்தேன். குறைந்த அவகாசத்தில் லண்டன் திரும்ப வேண்டியிருப்பதால் அது நிகழாமல் போய்விட்டது. இந்தச் சந்தர்ப்பத்தை இழக்கவும் முடியாது. எனினும் வாரியத்தின் ஆலோசனைக்காக என்னுடைய கருத்துகளை எழுத்து மூலமாக முன்வைக்கிறேன்.*

என்னுடைய அபிப்ராயத்தில் ஒடுக்கப்பட்ட மக்களின் முன்னேற்றத்தை இரண்டுவிதமான பிரத்யேக முறையில்

---

1. லண்டன் செல்லும் வழியில் கப்பலிலிருந்து அம்பேத்கர் எழுதிய கடிதம்.
2. ஏ.வி. தக்கார்: 'தக்கார் பாபா' என்று அழைக்கப்பட்ட இவர் ஒரு காங்கிரஸ் தலைவர். அம்பேத்கரோடு மாநில கமிட்டியில் உடன் பணியாற்றியவர். தீண்டாமை எதிர்ப்பு முன்னணியின் பொதுச்செயலாளராகவும் 1932இல் ஏற்பட்ட பூனா ஒப்பந்தத்தில் கையெழுத்திட்டவர்களில் ஒருவராகவும் இருந்தவர்.
3. பின்னர் ஹரிஜன் சேவா சங்கம் என்று அழைக்கப்பட்டது.

அணுகலாம். ஒரு சிந்தனைப் பள்ளியானது ஒடுக்கப்பட்ட மக்களின் தனிப்பட்ட நடத்தையை அவர்களின் நிலைக்குக் காரணமாகக் கருதுகிறது. வறுமையும் துயரும் அவர்களது துஷ்ட நடத்தையினதும், அவர்களின் பாவச்செயல்களின் விளைபொருள் எனக் கருதுகிறது. இந்தக் கருதுகோளைப் பின்பற்றி அச்சிந்தனைப் பள்ளியின் சமூக சேவகர்கள் தங்கள் முயற்சிகளையும் நிதியையும் தனிநபர் ஒழுக்கத்திற்குச் செலவழிக்கும் விதமாகத் திட்டங்களை முன்வைக்கிறார்கள். மதுவிலக்கு, உடற்பயிற்சிக்கூடம், கூட்டுறவு, நூலகங்கள், பள்ளிகள் இப்படியாக இவை தனிமனிதரைச் சிறந்தவராக உருவாக்கவும் அவரை நன்னடத்தை உள்ளவராக மாற்றவும் பயன்படும் என்று எதிர்பார்க்கப்படுகிறது.

என்னுடைய அபிப்ராயத்தில் மற்றொரு முறைமையும் இந்தப் பிரச்சினைக்குத் தீர்வாக அமையும் எனக் கருதுகிறேன். ஒரு தனிமனிதரின் நிலையை அவருடைய வாழிடமும் சூழலுமே தீர்மானிக்கிறது என்கிற கருதுகோளிலிருந்து இதைத் தொடங்கலாம்.

இந்த இருவிதமான கருத்துகளில் பின்னதே சரியானதாக இருக்கும் என ஐயத்துக்கு இடமின்றிக் கருதுகிறேன். முன்னதில் சில ஒன்றிரண்டு தனிநபர்களின் முன்னேற்றம் சாத்தியப் படலாமேயொழிய ஒட்டுமொத்த ஒடுக்கப்பட்ட சமூகமும் முன்னேறுவதற்கான வாய்ப்பு அறவே இல்லை. முடிவாக முன்னணியானது தனிநபர் நல்லொழுக்கம் பேணும் திட்டங்களில் தங்களுடைய சக்தியை விரயமாக்குவது நல்லதல்ல என்பதே என் முடிவு. ஒடுக்கப்பட்ட மக்களின் சமூகச் சூழலில் மாற்றம் செய்யும் திட்டங்களை வாரியம் முன்னெடுக்க வேண்டுவதே என் விருப்பம். இவற்றோடு முன்னணி நடைமுறைப்படுத்த வேண்டிய செயல்பாடுகள் குறித்து எனது தீர்மானகரமான முன்மொழிதல்களை இங்கு வைக்கிறேன்.

1. சிவில் உரிமைகளைப் பாதுகாக்கும் பிரச்சாரம்

கிராமக் கிணறுகளிலிருந்து நீர் இறைத்தல், கிராமப் பள்ளிக்கூடங்களில் அனுமதி, ஊர்ச் சாவடிகளில் நுழைதல், பொதுவழியைப் பயன்படுத்துதல் உள்ளிட்ட சிவில் உரிமைகளை ஒடுக்கப்பட்ட மக்களுக்கு உறுதியளிக்க இந்தியா முழுமைக்குமான பிரச்சாரத்தை முன்னெடுப்பதே தீண்டாமை எதிர்ப்பு முன்னணி யின் முதல் வேலைத்திட்டமாக இருக்க வேண்டும் என நினைக்கிறேன். இம்மாதிரியான திட்டங்களை முன்னெடுப்பதில் உள்ள நடைமுறைச் சிக்கல்களை வாரியம் உணர்ந்திருத்தல் நல்லது. இவற்றைக் கிராமங்களில் நடைமுறைப்படுத்தினால்

இந்துச் சமூகத்தில் சமூகப் புரட்சி உருவாவதற்கான வாய்ப்புகள் ஏற்படும். இஃதன்றி ஒடுக்கப்பட்டோர் சம உரிமையை எட்டுதல் சாத்தியமில்லை என்றே கருதுகிறேன். பம்பாய் மாகாணத்தின் கோலமா, நாசிக் மாவட்டங்களில் ஒடுக்கப்பட்டோர் நிறுவனமும், சமூகச் சமவுரிமை முன்னணியும் களத்தில் நின்றபோது அதன் தலைமைப் பொறுப்பில் இருந்த எனக்கு நடந்த சிக்கல்களைக் குறித்த அனுபவம் உண்டு. முதலில் சாதி இந்துக்களுக்கும் ஒடுக்கப்பட்டோருக்கும் இடையே கலவரம் மூளும். வன்முறையோடு இரு தரப்பிலும் குற்ற வழக்குகள் பதியப்படும். இதில் ஒடுக்கப்படுவோரே பெரும் பாதிப்புக்கு உள்ளாவர். காரணம் காவல்துறையும் நீதித்துறையும், ஒடுக்கப்பட்டோருக்கு எதிராகவே நிற்கும். இந்த இரண்டு மாவட்டங்களிலும் நியாயமானது ஒடுக்கப்பட்டோர் பக்கமிருந்தும் கூட, காவல்துறையும் நீதித்துறையும் அவர்களைப் பாதுகாக்கும் பொருட்டு ஒருமுறையேனும் முன்வரவில்லை. காவல்துறையும் நீதித்துறையும் ஊழல் கறைபடிந்ததாக இருப்பது இயல்பே. எனினும் சாதி இந்துக்களின் அந்தஸ்தைக் காக்கும் பொருட்டு நீதியைக் குழி தோண்டிப் புதைத்து ஒடுக்கப்பட்டோரின் எதிர்ப்பை ஒடுக்குவதில் அவை அரசியல் தன்மையோடு செயல்படுகின்றன.

இரண்டாவதாக ஒடுக்கப்பட்டோர் தங்களோடு சம உரிமை கோர முயல்வதை அறிந்ததும் சாதி இந்துக்கள் ஒடுக்கப்பட்டோர் மீது முழுமையான புறக்கணிப்புப் போராட்டத்தை நிகழ்த்துவர். அதன் விளைவான வேலையின்மை, பட்டினி, அலைக்கழிப்புமான மனத்தைப் பிழியும் பல்வேறு கதைகளை மாநிலக் கமிட்டியின் உறுப்பினராய் இருந்த நீங்களும் அறிந்திருப்பீர்கள்.

புறக்கணிப்பு எனும் இந்த ஆயுதத்தின் கொடுங்கரங்கள் பற்றி மேலும் கூற ஏதுமில்லை. ஒடுக்கப்பட்டோரின் கீழ்நிலையை, அவர்களின் சமவுரிமைக்கான கடும் முயற்சியைத் தாண்டித் தக்கவைக்கும் வலிமை இவ்வாயுதத்திற்கு உண்டு.

முன்னணியினர் எதிர்கொள்ள வேண்டிய இரண்டு தடைகளை மட்டுமே இங்கு குறிப்பிட்டிருக்கிறேன். சிவில் உரிமைகளுக்கான இந்தப் பிரச்சாரம் வெற்றியடைய வேண்டுமானால் ஒடுக்கப்பட்டோரின் உரிமைப் போராட்டத்திற்கும் அது தொடர்பான சட்டப் போராட்டத்திற்கும் நகர்மையம் சார்ந்த ஊழியர் படையை உருவாக்க வேண்டும். எல்லாவற்றையும்விட இதை ஒரு முதல்நிலை நடவடிக்கையாக முன்னணி கையெடுக்க வேண்டும் எனச் சொல்வதில் தயக்கமேதும் எனக்கு இல்லை.

இப்போராட்டம் சமூக அமைதியைக் குலைக்கும், ஏன் இரத்தம் கூடச் சிந்த வேண்டியிருக்கும். ஆனாலும் இதைத் தவிர்க்க முடியாது. குறைந்த எதிர்ப்புக்கொண்ட மாற்று ஏற்பாடுகளை அறிவேன். இருந்தும் தீண்டாமையை அகற்ற அவை போதாமை கொண்டவையே.

படிப்பறிவற்ற சாதி இந்துக்கள் இடையே பகுத்தறிவுச் சிந்தனையைச் சத்தமின்றி ஊடுருவச் செய்வது ஒடுக்கப்பட்டோர் விடுதலைக்கு ஒருபோதும் பலனளிக்காது. முதலாவதாக எல்லாரையும்போலவே சாதி இந்துக்களும், தங்கள் மரபான வழக்கப்படி ஒடுக்கப்பட்டோர்மீது தீண்டாமையைக் கடைப்பிடிக்கிறார்கள். மரபான பழக்கவழக்கங்களை ஒருவர் எதிர்த்துப் பிரச்சாரம் செய்வதன் மூலம் சாமான்ய மனிதர்கள் அவற்றைக் கைவிடுவதில்லை. மதங்களின் ஒப்புதலோடு இந்தப் பாரம்பரிய வழக்கங்கள் இருக்குமாயின் பிரச்சாரத்தின் மூலம் அல்ல ஆட்சேபங்கள் மூலமும் எதிர்ப்பின் மூலமும் மட்டுமே ஒழிக்க முடியும்; இல்லையெனில் மனத்தளவில் எந்த மாற்றத்தையும் ஏற்படுத்தாது.

காற்றில் மிதந்தலையும் தன்மையைக் கொண்ட தங்கள் பழக்கவழக்கங்களை மாற்றியே ஆக வேண்டும் எனச் சாதி இந்துக் களுக்கு அழுத்தம் கொடுப்பதன் வாயிலாகவே ஒடுக்கப்பட்டோர் விடுதலை சாத்தியப்படும். அதற்கு நேரடியான செயல்முறைகளின் வழி அவர்களது பாரம்பரிய வழக்கங்களின்மீது நெருக்கடி கொடுக்க வேண்டும். இந்நெருக்கடி அவர்களைச் சிந்திக்கத் தூண்டும்; சிந்திக்கத் தொடங்கிவிட்டால் தங்களை மாற்றத்துக்குத் தயார்படுத்திக்கொள்வார்கள். குறைந்தபட்ச எதிர்ப்பும் பகுத்தறிவுக் கருத்துகளின் அமைதியான ஊடுருவலும் எவ்வித விளைவையும் ஏற்படுத்தாது. ஏனெனில் அவை மாற்றுவழியைக் குறித்துச் சிந்திக்கத் தூண்டுவதில்லை, அவை நெருக்கடியை அளிப்பதில்லை. மஹத் சவுதார் குளப்போராட்டம், நாசிக்கின் காலாராம் கோயில் போராட்டம், மலபாரின் குருவாயூர் கோயில் போராட்டம் இவையெல்லாம் சீர்திருத்தவாதிகள் பல லட்சம் நாட்கள் பிரச்சாரம் செய்தாலும் கிட்டாத விளைவை நேரடியான போராட்டங்கள் கிடைக்கவைத்தன.

ஆகவே நேரடியாக நடவடிக்கை எடுக்கும் இந்த ஒடுக்கப் பட்டோரின் சிவில் உரிமையை வழங்கக் கோரும் பிரச்சாரத்தை முன்னெடுக்கும்படித் தீண்டாமை எதிர்ப்பு முன்னணியினருக்கு வலிமையாகச் சிபாரிசு செய்கிறேன். இந்தப் பிரச்சாரத்தின் கஷ்டங்களை என் அனுபவங்களின் மூலம் அறிவேன். சட்டம்

ஒழுங்கு நிர்வாகிகள் நம் பக்கம் இருந்தால் நமக்கு வெற்றிதான். அந்த ஒரு காரணத்துக்காகவே கோயில் நுழைவு போன்றவற்றைத் தவிர்த்தான சிவில் உரிமைகளைக் குவிமையப்படுத்துகிறேன். இதை நடைமுறைப்படுத்துவதில் அரசுக்கு எவ்விதச் சிக்கலும் இல்லையெனவும் கருதுகிறேன்.

2. சம வாய்ப்பு

இரண்டாவதாக, ஒடுக்கப்பட்டோருக்கான சம வாய்ப்பு களை வென்றெடுக்கத் தீண்டாமை எதிர்ப்பு முன்னணி முயல வேண்டும். ஒடுக்கப்பட்டோரின் துயரும் வறுமையும் பெருமளவில் சம வாய்ப்பின்மையால் ஏற்படுகின்றன. அதற்குக் காரணமாக இருப்பது தீண்டாமைதான். கிராமங்களிலும் ஏன் நகரங்களிலும்கூட வாழ்வாதாரத்தின் பொருட்டு ஒடுக்கப் பட்டவர் எல்லாருக்கும் பாத்தியப்பட்ட காய்கறிகளையோ பாலையோ தயிரையோ விற்பனை செய்து பொருளீட்டுவது சாத்தியமில்லை என்று அறிந்திருப்பீர்கள். ஒரு சாதி இந்து, இந்து அல்லாத மற்றவர்களிடம் இவற்றை வாங்கினாலும் ஒடுக்கப்பட்டவர்களிடம் இருந்து வாங்கமாட்டார். வேலை வாய்ப்பிலோ இதைவிட மோசம். அரசுத் துறைகளிலும் கபடத்தன்மை செயல்படுகிறது. ஒரு தூதுவராகவோ தபால் பரிசாரகராகவோ கடைமட்டக் காவல்துறை ஊழியராகவோ பணியாற்ற அவர் மறுக்கப்படுகிறார். தொழிற்சாலைகளிலும் அப்படியே. அமெரிக்க நீக்ரோக்களைப்போலச் செழிப்பான காலங்களிலும் வேலைக்குச் சேர்த்துக் கொள்ளப்படும் முதல் மனிதராகவும், வறட்சியான காலங்களில் பணி நீக்கம் செய்யப்படும் முதல் மனிதராகவும் நடத்தப்படுகிறார். ஒருவேளை அவன் கால்கொள்ள அனுமதிக்கப்பட்டாலும் அவருக்கு என்ன லாபம்?

பம்பாய், அஹமதாபாத் பருத்தி ஆலைகளில் மாதம் 25 ரூபாய் குறைந்த சம்பளம் பெறும் துறைகளிலேயே அவரை ஈடுபட அனுமதிக்கிறார்கள். நெசவுபோன்ற அதிகச் சம்பளம் கொழிக்கும் பணிகள் அவருக்குக் கதவடைக்கப்படுகின்றன. கடைநிலைப் பணிகளில்கூட உயர்மட்டத்திற்குக் கடைந்தேற வாய்ப்பில்லை. அதீத அனுபவமும் குறைவற்ற திறமையும் கொண்டிருந்தாலும் ஒரு சாதி இந்துவின்கீழ் ஒடுக்கப்பட்டவர் அடிமையாகத்தான் காலம் தள்ள வேண்டும். தலைமைப் பொறுப்பு சாதி இந்துவுக்கு மட்டுமே ஒதுக்கப்பட்டிருக்கும். ஒடுக்குமுறையின் காரணமாகச் சாதி இந்துக்களைப்போல் தனித் திறமை சார்ந்த துண்டுதுக்கடா வேலைகளில்கூட ஒடுக்கப்பட்டோர்களால் சோபிக்க, சம்பாதிக்க முடிவதில்லை.

ஆலைகளின் பல்வேறு துறைகளான துணி சுருட்டுதல், துணி மடித்தல் பகுதிகளில் வேலைசெய்யும் ஒடுக்கப்பட்ட பெண்கள் பலநூறுபேர், நாப்கின் மூலப்பொருட்களை விநியோகிக்கும் பணியைச் சாதி இந்துப் பெண்களுக்கு முழுவதும் கொடுத்துவிட்டுத் தங்களை ஒதுக்கிவைப்பதாக என்னிடம் குற்றம்சாட்டியிருக்கிறார்கள். சாதி இந்துக்களின் கரங்களில் ஒடுக்கப்படும் மக்கள் துன்புறும் அசமத்துவ நிலையின் நிகரப் பக்கங்களின் சிலவற்றையே உங்களிடம் எடுத்துரைத்திருக்கிறேன். சமவாய்ப்புகள் குறித்த அவசரத்தேவை கொண்ட பிரச்சினைகளைச் சமாளிப்பதற்குத் தீண்டாமை எதிர்ப்பு முன்னணி அமைப்புகளை ஏற்படுத்தி, இவற்றைக் கண்டனம்செய்யும் பொதுமக்கள் அபிப்பிராயங்களையும் முன்னெடுக்க வேண்டும். குறிப்பாக ஒடுக்கப்பட்டோருக்கான பிரத்தியேகப் பருத்தி நெசவுத் துறைகளைத் தொடங்க முன்னணி நடவடிக்கை எடுத்தால் ஒடுக்கப்பட்டோர் வாழ்வில் ஒளியேற்ற முடியும். மேலும் சாதி இந்துக்களால் நிர்வகிக்கப்படும் நிறுவனங்களிலும் தொழிற்சாலைகளிலும் ஒடுக்கப்பட்டோரைத் தொகுதிவாரியாகப் பணிகளில் அமர்த்த அவர்களின் ஆதரவை நாடலாம்.

3. சமூக உறவு

இறுதியாக முன்னணியானது தீண்டத்தக்கவர்கள் தீண்டத்தகாதவர்களிடம் காட்டும் ஒவ்வாமையையும் குமட்டலையும் நீர்த்துப் போகச் செய்ய வேண்டும். இரு தரப்பினரும் தனித்தனியே பிரத்தியேக அடையாளங்களோடு நெடுங்காலமாக விலகியிருப்பதே இவ்வொவ்வாமைக்குக் காரணம். இருதரப்பினரையும் நெருக்கமாகச் செயல்பட வைப்பதே இதைக் களையக்கூடிய சிறப்பான வழி. பொதுவில் இருதரப்பினரையும் கலக்கவைக்கும் பங்கேற்புகளின் வழியே அவர்களிடையேயான அந்நியத்தன்மையைப் போக்க முடியும். சாதி இந்துக்களின் வீடுகளில் விருந்தினராகவோ வேலைக்காரர் களாகவோ ஒடுக்கப்பட்டோரை அனுமதிப்பது, வேறெந்த முறையைவிடவும் இணக்கமான விளைவைத் தரும். நாம் எதிர்பார்க்கும் ஒற்றுமை இந்த உயிர்ப்பான தொடர்புறுதலில், பொதுவான சிநேகமான வாழ்க்கைப் பங்கீட்டில் ஏற்படலாம். இவ்வொற்றுமைக்குப் பொறுப்பேற்றிருக்கும் பல சாதி இந்துக்களே இதற்குத் தயாராக இல்லாமல்இருப்பதை ஒத்துக்கொள்கிறேன். இந்தியாவை உலுக்கிய மகாத்மாவின் பத்துநாள் உண்ணாவிரதத்தின்போது விலே பார்லேயிலும் மஹத்திலும் தீண்டத்தகாதவர்களைச் சகோதரத்தன்மையோடு

ஆதரித்துத் தீண்டாமையின் விதிகளை உடைத்த சில நபர்களின் வேலைக்காரர்களாயிருந்த சாதி இந்துக்கள் வேலை நிறுத்தம் செய்தனர். அவர்களின் பணிநிறுத்தத்தை முறியடிக்க அவர்களது இடத்தில் ஒடுக்கப்பட்டோரை நிரப்பிப் பணி நிறுத்தத்தைக் கொண்டுவருவார்கள் என எண்ணினேன். ஆனால் ஆசாரப் பழைமைவாதிகளுக்குப் பணிந்து அவர்களுக்கு வலிமையூட்டினர். ஒடுக்கப்பட்டோரின் இப்படியான நல்லெண்ண நண்பர்கள் எந்த அளவிற்கு அவர்களுக்கு உதவுவார்கள் என்பதை நானறியேன்.

ஒடுக்கப்பட்டோர்மீது இரக்கம்கொள்பவர்கள் வெறும் இரக்கம் கொள்பவர்களாகவே இருந்தார்கள் என்றால் முன்னணிக்கு நான் சொல்வது, சாதி இந்துக்களின் இந்த நற்சான்றிதழ்களால் ஒடுக்கப்பட்டோருக்கு எந்தப் பயனுமில்லை. தங்கள் சொந்த ரத்தங்களோடு ஒடுக்கப்பட்டோரின் பொருட்டு நீக்ரோக்களின் விடுதலைக்காகத் தன் இனத்தை எதிர்த்த வட அமெரிக்க வெள்ளையர்களைப்போல் போரிடாவிடில் இந்த இரக்கத்தால் எந்தப் பயனுமில்லை. அவர்களின் நல்லெண்ணம் நிரூபணம் ஆகாது, எனினும் சாதி இந்துக்களின் பொதுப்புத்தியில் தீண்டப்படுபவரும் தீண்டப்படாதவரும் சுமூகமான சமூக உறவில் ஒருமித்த முன்னணி முன்முயற்சி எடுக்க வேண்டியது அவசியம் என்றே கருதுகிறேன்.

4. செயல்படுத்த வேண்டிய திட்டம்

திட்டமிடப்பட்ட பணிகளைச் செயல்படுத்த முன்னணியானது பெருமளவில் பணியாளர்களை நியமிக்க வேண்டும். பணியாளர்களை நியமிப்பது முக்கியமற்ற யோசனையாகத் தோன்றலாம். என்னைப் பொறுத்தவரை சரியான முகவர்களைத் தேர்வு செய்வது மிகவும் முக்கியத்துவம் வாய்ந்ததாகும். குறிப்பிட்ட வேலையைச் செய்வதற்குக் கூலிக்குப் பணியாளர்கள் கிடைப்பது அரிதல்ல. இப்படியான கூலிப்பணியாளர்கள் முன்னணியின் நோக்கத்திற்கு உகந்தவர்கள் அல்லர் என்பது எனது அபிப்ராயம். டால்ஸ்டாய் சொல்வதுபோல் “நேசிப்பவர்களே சேவை செய்ய உகந்தவர்கள்.” ஒடுக்கப்பட்டோரிலிருந்து கூடுமானவரை பணியாளர்களைத் தேர்ந்தெடுப்பது சிறந்தது. முன்னணியானது பணியாளர்களைத் தேர்ந்தெடுக்கையில் யாரைத் தேர்ந்தெடுக்கலாம், யாரைத் தேர்ந்தெடுக்கக்கூடாது என்பதில் தெளிவாய் இருக்க வேண்டும். ஒடுக்கப்பட்டோரில் கடைசிப் புகலிடமாகக்கூடச் சமுதாயப் பணிகளுக்கு ஒதுக்காத அயோக்கியர்களும் உண்டு என்பது அறிந்ததுதான். இருந்தபோதும்

ஒடுக்கப்பட்டோரிலிருந்து தேர்ந்தெடுக்கப்படும் ஆர்வலர் இந்த வேலையைக் காதலோடு செய்ய முடியும், இது முன்னணியின் வெற்றிக்கு இன்றியமையாதது. ஏற்கெனவே பல்வேறு அமைப்புகள் இம்மாதிரியான சமூகச் சேவைகளை எந்தவித நோக்கமும் வர்க்க பேதமுமின்றிச் செயல்படுத்தி வருகின்றன. தீண்டாமை எதிர்ப்பு முன்னணியின் வேலைகளை அவர்கள் தத்தெடுத்துக் கொள்ள விரும்பலாம். ஆனால் அப்படிச் செய்தால் என்னைப் பொறுத்தவரை – இப்படிச் சொல்லலாமென்றால் – எந்த நீண்டகால நன்மையையும் பயக்காது, ஒரே நோக்கத்திற்காக மட்டுமே வேலை செய்யும் ஒருமித்த அமைப்புகளே தற்போதைய தேவை. தன்னிச்சையாகத் தங்கள் நோக்கத்திற்காக ஒற்றைப் பணிகளை மேற்கொள்ளும் நிறுவனங்களும் அமைப்புகளுமே நமக்குத் தேவை. ஒடுக்கப்பட்டோருக்காகத் தங்களை அர்ப்பணித்துக் கொண்டவர்களிடம் வேலைகளை ஒப்படைக்கலாம்.

ஒரு கடிதத்தின் எல்லையை ஏற்கெனவே மீறிவிட்டேன். சலிப்பூட்டும் நீண்ட வரிகளின்றி இத்திசையில் செல்ல முடியாது. நிறைய விஷயங்களைச் சொல்ல விழைந்தாலும் வேறொரு சந்தர்ப்பத்திற்கு ஒத்திவைக்கிறேன். இதை மட்டும் சொல்ல விழைகிறேன். முடிப்பதற்கு முன், பால்ஃபோர் என்று நினைக்கிறேன், சட்டங்களால் அல்ல அன்பினால் மட்டுமே பிரிட்டிஷ் பேரரசு ஒன்றிணைந்து இருக்கிறது என்றார். சாதி இந்துச் சமூகத்துக்கும் இது பொருந்தும். எவ்விதச் சட்டங்களினாலும், ஏன் தனித் தொகுதி அல்லது பொதுத்தொகுதி உள்ளிட்ட தேர்தல் சட்டங்களினாலும்கூட உறுதியாகத் தீண்டப்படுபவரும் தீண்டப்படாதவரும் ஒன்றிணைய முடியாது. அன்பு மட்டுமே இவர்களை ஒன்றிணைக்கும். குடும்பங்களுக்கு வெளியே நீதி மட்டுமே அன்பைச் சாத்தியப்படுத்தும். தீண்டப்படுபவர்கள் இதைச் செயல்படுத்துவதைத் தீண்டாமை எதிர்ப்பு முன்னணி பார்வையிட வேண்டும். செயல்படுத்தாத பட்சத்தில் செயல்படுத்தப்படவும், தீண்டப்படாதவர்களுக்கு நியாயம் கிடைக்கவும் வழி செய்ய வேண்டும். இதைவிட முன்னணியின் இருப்புக்கும் திட்டங்களுக்கும் நியாயம் செய்யும் வழிகள் வேறில்லை.

வாழ்த்துகளுடன்,
உண்மையுள்ள,
பி.ஆர். அம்பேத்கர்.

பி.கு:

என் கருத்துகளைப் பொதுமக்களுக்குத் தெரிவிக்கவும், அவற்றைப் பரிசீலனை செய்யவும் வாய்ப்பளிக்கும் பொருட்டுப் பத்திரிகைகளுக்கு அனுப்புகிறேன்.[4]

பெறுநர்:

ஸ்ரீமான் ஏவி. தக்கார்,
பொதுச்செயலாளர்,
தீண்டாமை எதிர்ப்பு முன்னணி,
பிர்லா மாளிகை,
புது தில்லி.

---

4. அம்பேத்கர் சொல்கிறார்: ஆச்சரியப்படும்விதமாக எனது முன்மொழிவுகள் எதுவுமே பரிசீலனைக்கு எடுத்துக்கொள்ளப்படவில்லை. எனது கடிதத்தைப் பெற்றுக் கொண்டதாகக் கூடத் தகவல் இல்லை. இனிமேலும் முன்னணியில் என்னை இணைத்திருப்பது பிரயோஜனமில்லை என்று அதிலிருந்து துண்டித்துக் கொண்டேன். நான் இல்லாதபோது அதன் நோக்கங்களும் இலட்சியங்களும் பல்வேறு மாற்றங்களுக்கு உள்ளானதை அறிந்துகொண்டேன்.

'காந்தியும் காங்கிரசும் தீண்டத்தகாதவர்களுக்குச் செய்தது என்ன ?' (1945)

பக்கம்: 140–மேலும் படிக்க: 'டாக்டர் அம்பேத்கரின் எழுத்துகளும் உரையும்' தொகுதி 5 பக்கம்: 371

73

இம்பீரியல் ஓட்டல்,
ரஸ்ஸல் சதுக்கம்,
லண்டன், மத்திய மேற்கு 1,
5 ஜனவரி, 1933.

அன்பான பிரதமர் அவர்களுக்கு,

இந்தியாவிலிருந்து புறப்படும்முன் சர்.என்.என். சர்க்கார் அவர்கள் தங்களுக்கு 19, டிசம்பர், 1932 அன்று எழுதப்பட்ட கடித நகலை எனக்கு அனுப்பியிருந்தார். அதில் ஒடுக்கப்பட்டோருக்கும் வங்காளத்தின் சாதி இந்துக்களுக்கும் இடையில் கையெழுத்தான பூனா ஒப்பந்தத்தில் வங்காள சாதி இந்துக்கள் பிரதிநிதித்துவப்படுத்தப்படவில்லை என்ற அடிப்படையில் வங்காளச் சாதி இந்துக்கள் ஒப்பந்தத்தின் விதிகளை நடைமுறைப்படுத்துவதற்கு எதிர்ப்புத் தெரிவித்து அனுப்பிய தந்திகளையும் உங்கள் முன் வைத்திருந்தார்.

மறுதரப்பின் தந்திகளும் என்னிடம் உள்ளன. சர்.என்.என். சர்க்காரிடமும் நான் அவற்றைக் காண்பித்திருக்கிறேன். அவற்றில் ஒன்று திரு. காந்தியின் சார்பில் பேச்சுவார்த்தை நடத்தி அதன் பயனாக பூனா ஒப்பந்தம் உருவாகக் காரணமான திருவாளர்கள் தக்காரும் பிர்லாவும் அனுப்பியது. அவருடைய கடிதத்தில் அதன் பிரதி மேற்கோள் காட்டப்பட்டிருக்கிறது. அதை மீண்டும் சொல்லி உங்களை நான் தொந்தரவு செய்ய விரும்பவில்லை. முதல் விஷயம் மாட்சிமை பொருந்திய தங்களின் அரசு பூனா ஒப்பந்தத்தை ஒப்புக்கொண்டபிறகு என்னைப் பொறுத்தவரை அந்த விஷயம் முற்றுப் பெற்றுவிட்டது. இரண்டாவது விஷயம் சர்.என்.என் சர்க்கார் தன்னிடம் கிடைத்த தந்திகளை உங்களுக்கு அனுப்பிவிடுவதைத் தவிர வேறு எதுவும் செய்யப்போவதில்லை என எனக்கு வாக்குறுதி தந்திருந்தார். ஆனால் சர்.என்.என். சர்க்கார் தந்திகளை உங்களுக்கு அனுப்பிவிட்டதோடு திருப்திகொள்ளவில்லை. அவர் சிலவற்றை வலியுறுத்திக் குறிப்பிட்டுள்ளார் "ஒப்பந்தம் குறித்து நடைமுறைப்படுத்தப்பட்ட வாதத்தின் தவறான குற்றச்சாட்டுக்கு ..." திருவாளர்கள்

தக்காரும் பிர்லாவும் தங்களது தந்தியில் பயன்படுத்திய எந்த வலியுறுத்தலும் அற்ற இறுதியில் கோரிக்கையாக முடிவுற்ற "வங்காள ஒடுக்கப்பட்டோர்–அல்லாத சமூகத்தினரைக் குறித்த விசாரணை பூனா ஒப்பந்தத்தில் சம்பந்தப்பட்ட கட்சிகளாக இருந்தாலும்... இந்திய அரசோ வங்காள அரசோ அல்லது ஏதேனும் நடுநிலையான அமைப்போதான் விசாரிக்க வேண்டும்" என்பதான விவாதத்தை எழுப்பியிருக்கிறார்கள். அவர்கள் எழுப்பியிருக்கும் கேள்விகளுக்கு என்னுடைய பார்வைகளை வைக்க விழைகிறேன்.

என்னுடைய முதல் பதில் வங்காள இந்துக்கள் பூனா ஒப்பந்தத்தில் பிரதிநிதித்துவப்படுத்தப்படவில்லை என்ற காரணத்தால் வங்காளத்தில் அது நடைமுறைப்படுத்தப்படாது என்பது ஏற்புக்குரியதாயில்லை. தங்கள் சமூகத்தின் அரசாங்கம் எடுத்த முடிவில் சமூக ஒப்புதல் பத்தி 4இன் கீழ் கொடுக்கப் பட்டதன்படி ஒப்பந்தத்தின் தீர்வில் பதிலாக வைக்கப்பட்ட – என் அபிப்பிராயத்தில் – பிரிட்டிஷ் இந்தியா முழுமைக்குமான நிபந்தனையாக – நினைவில் வைக்க வேண்டியது பூனா ஒப்பந்தமும் பிரிட்டிஷ் இந்தியா முழுமைக்குமானதுதான்–சாதி இந்துக்களும் ஒடுக்கப்பட்டோரும் – மாகாணத்திற்கு மாகாணம் ஒப்புக்கொண்டு ஆக வேண்டிய நிபந்தனைதான். தனிப்பட்ட மாகாணத்திற்கு என்று சமூக ஒப்புதலில் நிபந்தனை ஏதும் விதிக்கப்படவில்லை என மேலும் என்னால் சுட்டிக்காட்ட முடியும். 4ஆம் பத்தி குறித்த என்னுடைய பார்வையில் தங்கள் சமூக அரசின் நிபந்தனையின்படி நடைமுறை மாற்றுத் திட்டத்திற்கு இதில் சம்பந்தப்பட்ட சமூகங்கள் பரஸ்பரம் ஒப்புக் கொண்டதாக இருக்கிறது. வங்காளத்திலிருந்து சாதி இந்துப் பிரதிநிதிகள் பங்கேற்காததால், பூனா ஒப்பந்தம் வங்காளத்தில் நடைமுறைப்படுத்தப்பட முடியாது என ஒப்பந்தத்தைச் சிறுமைப்படுத்த முடியாது. அப்படியானால் மறுதலையில் பஞ்சாப், உ.பி, பீகார், ஒரிஸ்ஸாவின் ஒடுக்கப்பட்டோரும் தங்கள் பிரதிநிதிகள் பங்கேற்கவில்லை என பூனா ஒப்பந்தத்தை ஒப்புக்கொள்ள மறுக்கலாம்.

என் இரண்டாவது கருத்து, வங்காளச் சாதி இந்துக்கள் பிரதிநிதித்துவப்படுத்தப் படவில்லை என்ற சர்.என்.என். சர்க்கார் தங்களுக்கு அனுப்பிவைத்த தந்திகள் இப்படியான கருதுகோளிலேயே மேற்கொண்டு நகர்வது குறித்து; உண்மையில் அவர்கள் பிரதிநிதித்துவப்படுத்தப்பட்டார்கள் என்பதே நான் அறிந்த உண்மை. தக்காரும் பிர்லாவும் தங்களது தந்தியில் வங்காள இந்துக்கள் தங்களுக்கு அனுப்பப்பட்ட அழைப்பிதழுக்குப் பதிலிறுக்கவில்லை – சர்.என்.என்

சர்க்கார் இந்த அடிப்படையில்தான் விசாரணை அமைக்க விண்ணப்பித்திருந்தார் – அது முற்றிலும் தவறாகும். உண்மையில் வங்காளப் பிரதிநிதிகள் வெறும் பார்வையாளர்களாக அல்லாமல் ஊக்கத்தோடு பேச்சுவார்த்தையில் கலந்துகொண்டவர்களாக இருந்திருக்கிறார்கள். அதில் ஒருவர் ராஜா கட்சியைச் சார்ந்த வங்காள ஒடுக்கப்பட்டோர் இளைஞர் ஒருவரோடு பம்பாயில் என்னை வந்து சந்தித்து, பொதுத்தொகுதி அடிப்படையில் சாதி இந்துக்களோடு உடன்பாட்டிற்கு வர வலியுறுத்தினார். ஆகவே வங்காளச் சாதி இந்துக்கள் பிரதிநிதித்துவப்படுத்தப்படவில்லை என்று சொல்வது உண்மையல்ல. பேச்சுவார்த்தையின்போதான எல்லா விவரங்களையும் தொகுத்துவைத்திருப்பது சாத்திய மில்லாததும் மன்னிக்கக் கூடியதுமானதாகும். தக்காரும் பிர்லாவும் விடுத்திருக்கும் அறிக்கை துல்லியமற்றது; எனவே பொருட்படுத்தத்தக்கது அல்ல. என்னை வந்து சந்தித்த வங்காளச் சாதி இந்துக் கனவானின் பெயரை இப்போது வெளிப்படுத்தும் நிலையில் நான் இல்லை. இந்தியா திரும்பியவுடன் தங்களிடம் நான் அதை வெளிப்படுத்துவேன்.

எனவே வங்காளச் சாதி இந்துக்களுக்காக மீண்டும் பூனா ஒப்பந்தத்தை மறுபரிசீலனை செய்வது தேவையற்றது. ஒடுக்கப் பட்டோரைப் பொறுத்தவரை அவர்களது பிரதிநிதியான திரு. எம்.பி. முல்லிக் எனக்குத் தந்தி அனுப்பியதன் மூலம் பூனா ஒப்பந்தத்தைத் தாங்கள் ஒப்புக்கொள்வதாகத் தெரிவித்திருக்கிறார். அவருடைய தந்தியையும் திருவாளர்கள் தக்கார், பிர்லாவின் தந்திகளையும் இத்தோடு இணைத்துள்ளேன். நான் அடுத்த வாரம் இந்தியாவிற்குத் திரும்புகிறேன். இது சம்பந்தமாக எந்தத் தகவல் என்றாலும் கீழே தரப்பட்டுள்ள எனது பம்பாய் முகவரிக்குத் தெரியப்படுத்தவும்.

முகவரி
தாமோதர் ஹால்
பரேல்
பம்பாய்–12

இணைப்புகள்

26 டிசம்பர் 1932 தேதியிட்ட தந்தியின் நகல்

அம்பேத்கர் இந்திய மாநாடு லண்டன்.

வங்காள ஒடுக்கப்பட்டோர் பூனா ஒப்பந்தத்தை ஒப்புக் கொள்கிறோம். இந்து கவுன்சிலும் அங்ஙனமே. இந்துப் பிரதிநிதித்துவம் சூதானது.

– முல்லிக்

டிசம்பர் 1, 1932 தேதியிட்ட தந்தி எண்: 1774 தில்லி, 118.29.2020

டாக்டர் அம்பேத்கர், உறுப்பினர், இந்திய அலுவலகம், லண்டன்.

பூனா ஒப்பந்தத்தினை மறுபரிசீலனைக்கு உட்படுத்தும் இந்து நண்பர்களின் கோரிக்கை தொடர்பாக.

லோத்தியன் கமிட்டியின் முன்பு ஒடுக்கப்பட்டோர் பட்டியலைக் கொடுக்காமல் இருமுறை தவறு இழைத்திருக்கிறார்கள். பம்பாய் செப்டம்பர் மாநாட்டிற்கு அழைத்தும் யாரும் வரவில்லை. நாமசூத்திரர்கள் எல்லா இடங்களையும் நிரப்பிவிடுவார்கள் என்ற பயத்தில் பொய்யான குரல் எழுப்புகிறார்கள். வங்காள அரசின்படி ஒடுக்கப்பட்டோர் மக்கள்தொகை 103 லட்சம், லோத்தியன் தொகுதி இரண்டில் பக்கம் 263இல் 75 லட்சம். பூனா ஒப்பந்தம் லோத்தியன் கமிட்டியின் பரிந்துரைகளை நெருக்கமாகப் பின்பற்றுவதால் லோத்தியன் தொகுதி இரண்டில் பக்கம் 251இல் முல்லிக்கின் குறிப்பைப் பார்க்கவும். கல்கத்தாவில் இந்து பொதுமக்கள் ஒப்பந்தத்தை ஒப்புக்கொண்டதைத் தக்கார் கண்டுகொண்டார். எனவே, அமைச்சரவை ஒப்புதல் தந்த ஒப்பந்தத்தை மறுபரிசீலனை செய்யத் தேவையில்லை.

– பிர்லாவும் தக்காரும்

74

தாமோதர் ஹால்,
பரேல்,
பம்பாய்– 12,
18–2–33

அன்புள்ள சாவர்க்கர்,[1]

ரத்னகிரிக் கோட்டையில் தீண்டப்படாதவர்களுக்கான கோயிலைத் திறக்க எனக்கு அழைப்பு விடுத்த உங்கள் கடிதத்திற்கு மிகுந்த நன்றி. ஏற்கெனவே ஒத்துக்கொண்ட சில நிகழ்ச்சிகள் இருப்பதால் உங்கள் அழைப்பை ஏற்க முடியாமைக்கு வருந்துகிறேன். எனினும் சமூகச் சீர்த்திருத்தப் பாதையில் நீங்கள் மேற்கொள்ளும் வேலைகளுக்கு என்னுடைய பாராட்டைத் தெரிவிக்க இந்தச் சந்தர்ப்பத்தைப் பயன்படுத்திக் கொள்கிறேன். தீண்டப்படாதவர்களின் பிரச்சினை என்று நான் பார்க்கும் விஷயங்களை, உண்மையில் இந்துமதத்தை மறுகட்டமைப்புச் செய்வதோடு தொடர்புடைய கேள்விகளாகவே உணர்கிறேன். தீண்டப்படாதவர்கள் இந்துச் சமூகத்தில் ஒருங்கிணைய வேண்டுமென்றால் வெறுமனே தீண்டாமையை மட்டும் ஒழித்தால் போதாது, சதுர்வர்ணக் கோட்பாட்டையே ஒழிக்க வேண்டும். அல்லாமல் அவர்கள் இந்துச் சமூகத்தின் வெறும் பின்னிணைப்பாகவே இருப்பார்களென்றால் கோயிலைப் பொறுத்தவரை தீண்டாமை தொடரவே செய்யும். இதை உணர்ந்துகொண்ட வெகுசிலரில் நீங்களும் இருப்பதில் மகிழ்ச்சி அடைகிறேன். தகுதி அடிப்படையில் சதுர்வர்ண உளறலை இன்னமும் போற்றும் உங்கள் தன்மை துரதிர்ஷ்டவசமானது. இருந்தும் சிறிது காலங்களுக்குப் பிறகு தேவையற்ற சேட்டையான இந்தப் பிதற்றலை நீங்கள் கைவிடுவீர்கள் என நம்புகிறேன்.

வாழ்த்துகள், உங்களை மற்றொரு சந்தர்ப்பத்தில் சந்திப்பேன் என்ற நம்பிக்கையில்.

உண்மையுள்ள,
பி.ஆர். அம்பேத்கர்.

1. சாவர்க்கர் விநாயக் தாமோதர் விடுதலைப் போராட்ட வீரர், அந்தமான் தீவின் சிறையில் கொடூரமான சிறைவாழ்வைப் பல வருடங்கள் கழித்தவர். சில நிபந்தனைகளுக்கு உட்பட்டு ரத்னகிரியில் தங்கியிருக்கும்படிக்கு விடுதலை செய்யப்பட்டார். அரசியல் பங்கேற்பு அனுமதிக்கப்படாததால் தீண்டாமைப் பிரச்சினையைக் கையிலெடுத்தார். இந்து மகா சபாவின் தலைவராக இருந்தவர்.

75

தாமோதர் ஹால்,
பீரேல்,
பம்பாய்– 12,
19–4–33

அன்பான பாவுராவ்,

சிறிதுகாலத்துக்கும் முன் நீங்கள் எனக்கு அனுப்பிய இரண்டு கடிதங்களும் கிடைத்தன. கடிதத்தில் நீங்கள் தொட்டுக்காட்டியிருந்த இரண்டு விஷயங்கள் குறித்தும் எனக்குத் தெளிவில்லாது இருந்ததால் உடனடியாக உங்களுக்குப் பதில் எழுத முடியவில்லை. காலாராம் கோயில் சத்யாகிரஹத்துக்கு என்னால் துணை நிற்க முடியாது. கோயில் நுழைவுச் சட்டம் சார்ந்து நான் எடுத்த பக்கச்சார்பில் இதை எதிர்ப்பது மட்டுமே என் முன்னுள்ள ஒரே வழி. ஆனால் நான் அதைச் செய்ய விரும்பவில்லை, தவிர்த்தேன். ஆக, மௌனமாக இருப்பதே சிறந்தது என வாளாவிருந்தேன். அதே நேரம் அதிகாரவர்க்கத்தின் கோடரி ஒடுக்கப்பட்டோர்மீது பாய்ந்துவிடக் கூடாதே என்ற வருத்தத்தில் இருந்தேன். ஏனென்றால் விளைவுகள் கடுமையாக இருக்கும். உண்மையில் 144 தடையுத்தரவு அமலுக்கு வந்தது அறிந்து ஒருவகையில் நிம்மதியாகவே இருந்தேன். யவேலா மாநாட்டைப் பொறுத்தவரை இப்போதைய சூழல் என் கையை மீறிப்போய்விட்டது. 24ஆம் தேதி லண்டனுக்கு நான் சென்றே ஆக வேண்டும். தனிப்பட்ட ஒரு விஷயத்தின் பொருட்டு நான் சென்றாக வேண்டிய கட்டாயம். யவேலா மக்களை மீண்டும் ஏமாற்றுவதை அவமானமாக உணர்கிறேன். பலமுறை வருவதாக வாக்குக் கொடுத்தும் வர இயலவில்லை. லண்டனிலிருந்து வந்த அழைப்பு நானே எதிர்பாராததும் தவிர்க்கவியலாததும் ஆகும். தயவுசெய்து என் ஆழ்ந்த வருத்தங்களை யவேலா மக்களுக்குத் தெரிவியுங்கள். நானின்றி இம்முறை மாநாடு

நடக்கட்டும். அவர்களைக் காத்திருக்கச் சொல்லலாமென்றால் நான் திரும்பிவர நீண்ட காலம் எடுக்கும். எனது வரவு குறித்துத் தற்போது எதுவும் சொல்லமுடியாத நிலையில் மீண்டும் வாக்குக் கொடுப்பது சரியாக இருக்காது.

வாழ்த்துகளுடன்

அன்புள்ள,

பி.ஆர். அம்பேத்கர்.

76

இம்பீரியல் ஓட்டல்,
ரஸ்ஸல் சதுக்கம்,
லண்டன், மத்திய மேற்கு 1,
3-8-1933

அன்பின் தத்தோபா,

30 ஜூன் தேதியிட்ட தங்கள் கடிதம் கிடைத்ததில் மகிழ்ச்சி. வேலை அழுத்தம் காரணமாக உடனடியாகப் பதில் எழுத இயலாததற்கு என் வருத்தங்கள். உங்கள் கடிதத்தில் நீங்கள் சுட்டியிருக்கும் மறுப்புகள் எல்லாவற்றிற்கும் நான் பதில் எழுதவில்லை. தங்கள் கடிதத்தில் நான் செய்திருந்த மாற்றங்களுக்குள் திரும்ப நுழைய விரும்பவில்லை. ஆனால் ஒன்றே ஒன்றை உங்களுக்குச் சொல்ல விரும்புகிறேன், தீவிரமான ஒரு சந்தர்ப்பத்தில் மௌனமாக இருந்தால் அது பலவேறாகப் புரிந்துகொள்ளப்படும் சாத்தியம் கொண்டது. சோம்பேறித்தனமாக, உதவி செய்ய மனமில்லாததாக, நல்லெண்ணத்தோடோ தீய எண்ணத்தோடோ நடுநிலையை நிலைநாட்டுவதாக விளங்கிக்கொள்ளப்படும். ஒவ்வொன்றையும் தீர்மானிப்பது சந்தர்ப்பங்களும் சூழலும் அதற்கான விளக்கங்களும்தான். நீங்கள் வெறும் சோம்பல்தான் காரணம் என்று சொன்னாலும் மற்றவர்கள் வேறுசில வியாக்கியானங்களைத் தக்க காரணங்களோடு விளக்கம் அளித்திருக்கிறார்கள். நான் உங்களோடு ஒத்துப்போவதா இல்லை உங்கள் எதிர்ப்பாளர்களோடு ஒத்துப்போவதா என்ற கேள்விக்கு இடமளிக்க நான் விரும்பவில்லை. கடந்தவை கடந்தவையாகவே இருக்கட்டும். நடப்பவை குறித்து யோசிப்போம், வரும்காலத்தில் உங்களோடு பொதுவேலைத்திட்டத்தில் இணைந்து பணியாற்றவே எனது விருப்பம். உங்கள் தரப்பிலும் உங்கள் சமூகத்தரப்பிலும் ஒத்துழைப்பு வருவதாயிருந்தால் மகிழ்ச்சியடைவேன். இது எனக்குத் தனிப்பட்ட முறையில் எந்தவிதப் பலனும் அளிக்காது. ஏனென்றால் இந்த வட்ட மேசை மாநாட்டு வேலைகள்

முடிந்ததும் நான் அரசியலிலிருந்து முற்றிலும் விலகி என் தொழிலுக்கு என்னை அர்ப்பணிக்கப் போகிறேன். ஆனாலும் இது எந்தவிதத்திலும் வருங்காலத்திற்குப் பொறுப்பேற்கும் தங்களது ஒத்துழைப்பைக் குறைத்து மதிப்பிடாது.

வீட்டுப்பணியிலும் விடுதிப்பணியிலும் சேவகப்பணியிலும்[1] ஈடுபடும் பல்வேறு இளைஞர்கள் சிவில் பணியில் நுழைய ஆசையோடு இருப்பதாக எழுதியிருக்கிறீர்கள். இத்தனை தூரத்திலிருந்து என்னால் இப்போதைக்கு ஏதும் செய்ய இயலாது என்பதை நீங்கள் அறிவீர்கள்.

சாவந்த் அவர்களின் துயரார்ந்த மரணத்தை அறிந்து மிகவும் வேதனைப்படுகிறேன்.

கனிவான வாழ்த்துகளோடு,

உண்மையுள்ள,
பி.ஆர். அம்பேத்கர்.

---

1. 'Chamber Boys' என்கிற ஒற்றை வார்த்தையே மூலத்தில் உள்ளது (மொ–ர்).

77

ராஜ்கிரஹா காலனி,
தாதர்,
பம்பாய்–14,
3–3–34

பீம்ராவ் ஆர். அம்பேத்கர்,
எம்.ஏ., பி.ஹெச்.டி., டி.எஸ்.சி.,
பாரிஸ்டர்–அட்–லா
ஜெ.பி., எம்.எல்.சி.

அன்பிற்குரிய பாவுராவ்,

உங்கள் பிப்ரவரி 23ஆம் நாளிட்ட கடிதம் கிடைக்கப் பெற்றேன். வரும் ராமநவமி அன்று ஒடுக்கப்பட்டோர் சார்பில் நாசிக் காலாராம் கோயிலில் சத்யாகிரஹம் தொடங்குவது தொடர்பாக என் கருத்துகளைக் கேட்டதற்கு என் அன்பைத் தெரிவித்துக்கொள்கிறேன். இப்போதைய என் நிலைப்பாட்டில் இந்த முன்மொழிதல் தேவையற்றது மட்டுமல்ல ஒத்திப் போடப்படாமல் முழுமையாகவே தவிர்க்கவேண்டியதும் ஆகும். சத்யாகிரஹத்தைத் தொடக்கிவைத்த நானே இப்படியான ஒரு கருத்தை முன்வைப்பது ஆச்சரியமாகவும் விநோதமாகவும் தோன்றலாம். நாம் இந்த மாற்றுப் பாதையைக் கருத்தில்கொண்டே ஆக வேண்டும். கோயில் நுழைவுப் போராட்டத்தை நான் முன்னெடுக்கக் காரணம், ஒடுக்கப்பட்ட மக்களைச் சிலை வழிபாட்டாளர்களாக ஆக்குவதற்கோ அல்லது கோயில் நுழைவு அவர்களை இந்துச் சமூகத்தில் மற்றவர்களுக்குச் சமமான இடத்தை வழங்கி அவர்களை இந்துச் சமூகத்தின் அங்கமாக மாற்றிவிடுவதற்கோ அல்ல. இந்தச் சிக்கலைப் பொறுத்தவரை நான் சொல்ல விரும்புவது இந்துச் சமூகத்தின் அங்கமாக ஒடுக்கப்பட்டோர் இருக்க வேண்டுமென்றால் இந்து மதத்தையும் இந்துத் தத்துவங்களையும் முற்றிலும் மறுகட்டமைப்புச் செய்ய வேண்டும். கோயில் நுழைவுச் சத்யாகிரஹப் போராட்டத்தை

நான் முன்னெடுக்கப் பிரதான காரணம் ஒடுக்கப்பட்டோரை ஆற்றல்மிக்கவர்களாக ஒருங்கிணைக்கவும் அவர்களின் நிலையைக் குறித்து அவர்களுக்குப் புரியவைக்கவும்தான். என்னைப் பொறுத்தவரை அந்த நோக்கத்தை நான் சாதித்துவிட்டேன் என நம்புகிறேன். இனிக் கோயில் நுழைவுப் போராட்டத்தால் எந்தப் பலனுமில்லை. ஒடுக்கப்பட்டோர் இனித் தங்கள் ஆற்றலையும் வளங்களையும் கல்வியின்பாலும் அரசியலின்பாலும் திசைதிருப்ப வேண்டும். இரண்டின் முக்கியத்துவத்தையும் அவர்கள் உணர்ந்துவிட்டார்கள் என்றே நம்புகிறேன்.

உண்மையுள்ள,

பி.ஆர். அம்பேத்கர்.

78

கிங் ஓட்டல்,
கோல்வாட்,
பிபி. & சிஐ ரயில்வே,
17–3–34

அன்புள்ள கமலகாந்த்,[1]

எல்லாவற்றிலிருந்தும் எல்லாரிடமிருந்தும் என்னைத் துண்டித்துக்கொண்டு வெறுமனானேன். போர்டியிலிருந்து வீடு கட்டுவதற்கான வரைபடங்களை வரைந்துகொண்டிருக்கிறேன். நீ இதைப் பார்த்ததும் சிரிப்பாய், ஆனால் இது ஓர் அற்புதமான வரைபடம். நான் தீர்மானமாக நல்லவிதமாக உணர்கிறேன். இன்றிலிருந்து கடலில் நீச்சலுக்குச் செல்லப்போகிறேன். இவ்வளவு அருகில் கடல் என்னை அழைக்கையில் நான் பதிலுக்குச் செல்லாமல் இருப்பது சரியல்ல.

உன் அன்புள்ள,
பி.ஆர். அம்பேத்கர்.

---

1. கமலகாந்த். வி. சித்ரே: அம்பேத்கரின் நம்பிக்கைக்குரிய சகபயணியும் ஆதரவாளரும் ஆவார். அம்பேத்கருக்குத் தன்னலமற்றுப் பணிபுரிந்ததில் சித்ரேயும் ஒருவர். 1936இல் அம்பேத்கரால் துவங்கப்பட்ட சுதந்திரத் தொழிலாளர் கட்சியின் செயலாளராகவும் 1946இல் பம்பாயில் அம்பேத்கரால் தொடங்கப்பட்ட மக்கள் கல்விச் சங்கத்தின் பதிவாளராகவும் செயல்பட்டவர்.

79

கிங் ஓட்டல்,
கோல்வாட்,
23-3-34

அன்புள்ள கமலகாந்த்,

கடந்த சிலநாட்களாக ராஜகிரஹாவில் உள்ள படிக்கும் அறையை விஸ்தாரமாக்க மீண்டும் மீண்டும் சிந்தித்துக் கொண்டிருக்கிறேன். அதைச் செயல்படுத்த நிச்சயமாக வேறு நல்ல திட்டங்கள் இருக்கும். நீ வரும் ஞாயிறு தாத்யாவை இங்கு வரச் சொல்ல முடியுமா? நான் அவருக்கு என் திட்டத்தைச் சொல்கிறேன்.

அதிகபட்சம் இரு நாட்களில் அவற்றைப் பேசிவிடலாம்

உண்மையுள்ள,
பி.ஆர். அம்பேத்கர்.

80

பாட்னா,
ஏப்ரல் 9, 1934.

அன்புள்ள டாக்டர் அம்பேத்கர்,

தங்கள் 29–3–1934 தேதியிலான கடிதத்திற்குப் பதில் எழுதத் தாமதித்ததற்காக மன்னிக்கவும். தொடர்ப் பயணங்களினால் முன்னமே பதில் எழுத இயலவில்லை.

மாகாணங்கள் ஒத்துக்கொண்டதால், தங்கள் திட்டத்திற்கு நான் செவிசாய்க்கலாம். ஆனாலும் தங்களுக்கு ஒதுக்கப்பட்ட இடங்களுக்காக மற்ற மாகாணங்கள் ஒப்பந்தத்தை மறு சீரமைப்புச் செய்யச் சொல்லும் கோரிக்கைக்கு என்னால் அழுத்தம் கொடுத்துப் பாரத்தைத் தாங்கிக்கொள்ள இயலாது.

வங்காளத்தில் என்னால் முடிந்தவரை சமாதானம் செய்தும் பலனில்லை. ஒப்பந்தத்தின்போதான வங்காள ஹரிஜனங்களின் மக்கள் தொகை, நம்பிய அளவு இருந்திருந்தால் புகார் சொல்ல அவர்களுக்கு ஒன்றுமில்லை. உண்மையாக, எண்ணிக்கை மிகக்குறைவாக நிச்சயிக்கப்பட்டிருப்பதால், எண்ணிக்கை குறித்துத் திருத்தம் செய்து சரியான எண்ணிகையை முன்வைக்கும் உங்கள் கோரிக்கையில் எனக்கு மறுப்பேதும் இல்லை.

உண்மையுள்ள,
மோ.க. காந்தி.

81

ராஜகிரஹா,
இந்து காலனி,
தாதர்,
பம்பாய்–14,
ஏப்ரல் 15, 1934.

அன்பான மகாத்மா ஜி,

தங்கள் 9ஆம் தேதியின் கடிதம் பெற்றேன். எனது திட்டத்தை முன்வைத்ததன் நோக்கம் அது என்னைவிடத் தங்களுக்குப் பயனுள்ளதாக இருக்கும் என்றே. ஏனென்றால் வங்காளி இந்துக்களைச் சாந்தப்படுத்த உங்களுக்கு அது ஏதுவாக இருக்கும். ஆகவே அதை அந்தரங்கமான திட்டம் என்று குறிப்பிட்டேன். ஈடுசெய்யும் விஷயத்தில் மற்ற மாகாணங்களின் விஷயங்களில் பொறுப்பேற்க நீங்கள் தயாராக இல்லாததால் விஷயங்களை அவ்வண்ணமே நடக்க நான் விட்டுவிடுகிறேன். ஆனால் மக்கள்தொகை அடிப்படையில் நீங்கள் மறுபடியும் இடங்களின் எண்ணிக்கையில் திருத்தம் செய்யலாம் என நம்பினால், மிக வெளிப்படையாகச் சொல்கிறேன், கடுமையான எதிர்ப்பை நீங்கள் சந்திக்க வேண்டியிருக்கும். பூனா ஒப்பந்தம் கையெழுத்தானபோது மற்ற மாகாணங்களிலும் வங்காளத்திலும் சர்ச்சைகளைத் தீர்க்கும் பொருட்டு ஒடுக்கப்பட்டோரின் மொத்த மக்கள்தொகை குறித்த சர்ச்சையில் அவர்களின் உண்மையான மக்கள்தொகையின் அடிப்படையைவிட ஒப்பீட்டளவில் மிகச்சிறிய அளவேயான இடங்களே எங்களுக்கு வழங்கப்பட்டதை திரு. தக்கார் உங்களுக்குச் சொல்வார். இனி இந்தத் திசையில் எதுவும் செய்ய முடியாது. இந்தப் பிரச்சினை இத்தோடு என்றென்றைக்குமாய் முடிவுக்கு வருவது நல்லது.

உண்மையுள்ள,
பி.ஆர். அம்பேத்கர்.

82

ராஜகிரஹா,
இந்து காலனி,
தாதர்,
பம்பாய்–14,
15–4–34.

அன்பான தத்தோபா,

நீங்கள் சென்றதிலிருந்து உங்களிடமிருந்து எந்தத் தகவலும் இல்லை. நலமாக இருப்பீர்கள் என்று நம்புகிறேன். போர்டியிலிருந்து ஒன்றாம் தேதி திரும்பினேன். கொஞ்சம் சுகவீனமாக உணர்கிறேன். நாளை மறுபடியும் போக வேண்டும்.

என்னுடைய நண்பர்களில் ஒருவரான பேராசிரியர் காங்ளே பன்ஹாலாவில் கோடையைக் கழிக்கத் திட்டமிட்டிருக்கிறார். அவருக்கு மாத வாடகை 20/25 ரூபாயில் ஏதேனும் வீடு அல்லது வீட்டின் ஒரு பகுதி தேவைப்படுகிறது. நீங்கள் முயற்சி செய்து ஏதேனும் தகவல்கள் இருந்தால் கீழ்க்காணும் என்னுடைய கோல்வாட் முகவரிக்குத் தெரிவிக்க முடிந்தால் நன்றியுடையவனாவேன். அவர் மே ஒன்றாம் தேதி அங்கு வருவதாக இருக்கிறார். குறைந்த அளவு கால அவகாசமே உள்ளது.

தோன்றினால் நானும் இந்த மாதம் பன்ஹாலா வருகிறேன்.

என்னுடனொரு சமையல்காரரையும் அழைத்துவருகிறேன். எனக்கும் ஒரு வீடு தேவைப்படுகிறது, அப்படித் தங்குவதற்கு வீடு இருப்பதாக இருந்தால் நான் வர முயற்சிசெய்வேன். எனக்கு 2/3 நாட்களுக்குள் பதிலளியுங்கள்.

உண்மையுள்ள,
பி.ஆர். அம்பேத்கர்.

எனது முகவரி:
கிங் ஓட்டல்,
கோல்வாட்,
பி.பி & சி. ஐ ரயில்வே,
தானே மாவட்டம்.

83

பெனாரஸ் இந்து பல்கலைக்கழகம்,
8, ஜூன் 1934.

அன்புள்ள டாக்டர் அம்பேத்கர்,

பூனாவில்[1] ஒத்துக்கொண்ட மறுதிருத்தம் செய்யப்பட்ட இடங்கள் குறித்த உங்கள் கடிதத்திற்கு நீண்ட காலம் பதிலெழுதாமல் இருந்ததற்கு எனது மன்னிப்பைக் கோரிக்கொள்கிறேன். என்னுடைய நண்பர்களிடம் நான் ஆலோசனை செய்ய வேண்டியிருந்ததால் உங்களுக்கு எழுதுவது தள்ளிப்போகும்படி ஆகிவிட்டது. அவர்களில் பலரிடம் பேசியிருக்கிறேன். இந்த மாதம் நடுவில் நான் பம்பாய் வரும்போது இதுகுறித்து உங்களோடு பேசலாம் என நம்புகிறேன். இந்த மாதம் 15ஆம் தேதிக்குப் பிறகு நீங்கள் பம்பாயில் இருப்பீர்களென்றால் உங்களைச் சந்திக்கும் பாக்கியம் எனக்குக் கிட்டும்.

சிலநாட்களுக்கும் முன் மதச்சிக்கல் குறித்த தங்கள் கட்டுரையின் செய்தித்துணுக்கை அனுப்பியிருந்ததற்கு என் நன்றி. என்னைப் பொறுத்தவரை நான் கூட்டுத்தொகுதிக்கு ஆதரவாகவே இருக்கிறேன், அவ்வளவுதான். இல்லாத பட்சத்தில் தனித் தொகுதி அல்ல, சிறுபான்மையினருக்கு இடஒதுக்கீட்டி னோடு கூடிய கூட்டுத்தொகுதி முறைக்கே ஆதரவளிப்பேன். இதைவிட மத மோதல் சிக்கலுக்குத் திருப்தியான தீர்வாக வேறு மார்க்கங்கள் இல்லை. நாம் இதுகுறித்து நம் தேச மக்கள் சம்மதிக்கும்படிக்குப் பணிபுரிய வேண்டும். நாடுமுழுக்கச் சுற்றுப்பயணம்செய்து இந்தக் கருத்தைச் சக குடிமக்களான முசல்மான்களை ஒத்துக்கொள்ளவைக்க நான் விரும்புகிறேன்.

எல்லையில், பஞ்சாபில், சிந்துவில், பெஷாவரில் கடந்த ஏப்ரலில் நடைபெற்ற இந்துக்கள் மாநாட்டில் அனைத்து இந்துக்களுமே, கூட்டுத்தொகுதித் தீர்மானத்திற்கு எதிர்ப்பேது மின்றி வாக்களித்திருப்பது குறிப்பிடத்தக்கது. எல்லையில் இந்துக்களின் எண்ணிக்கை எட்டுச் சதவிகிதத்திற்கும் கீழே இருந்தாலும் அவர்கள் தங்களின் தனித் தொகுதிக்

---

1. பூனா ஒப்பந்தத்தைக் குறிக்கிறது.

கோரிக்கையைக் கைவிட்டது முக்கியமான குறிப்பிடத்தகுந்த விஷயம். நாம் இனிக் காலப்போக்கில் முஸ்லிம்களும் தனித் தொகுதி கோரும் மற்றச் சமூகங்களும் அதைக் கைவிட்டுக் கூட்டுத்தொகுதிகளைக் கொண்டு அல்லது அவர்கள் விரும்பும் இடங்களில் சிறுபான்மையினருக்கான இடஒதுக்கீடு கொண்ட பொதுத்தொகுதிகளைக்கொண்டு திருப்தி அடையுமாறு நம்பிக்கையோடு பணியாற்றுவோம்.

நலமே என்று நம்புகிறேன்.

தங்கள் உண்மையுள்ள,
ம.மோ. மாளவியா[2].

டாக்டர் பி.ஆர். அம்பேத்கர்
பம்பாய்

---

2. பண்டிட் மதன் மோகன் மாளவியா பிரசித்திபெற்ற இந்துத் தலைவர். அகில இந்திய இந்து மகாசபாவின் தலைவர்; காசி பனாரஸ் இந்து பல்கலையின் நிறுவனர்; பூனா ஒப்பந்தத்தில் கையெழுத்திட்டவர்களில் ஒருவர்.

84

ராஜகிரஹா,
நியூ தாதர்,
பம்பாய்-14,
25-6-34.

அன்பின் தத்தோபா,

தங்கள் முந்தைய கடிதத்திற்குப் பதிலெழுதாததற்கு என் வருத்தத்தைத் தெரிவித்துக்கொள்கிறேன். கல்லூரி வேலை உண்மையில் மேலும் ஒரு சுமையாகச் சேர்ந்துவிட்டது. அதிக வேலைப்பளு கட்டாயப்படுத்தலாகவும் இருப்பதால் என்னால் தாங்கமுடிந்ததைவிடக் கூடுதல் பாரமாக உள்ளது, வேலையை உதறலாமென்றால் பொருளாதாரரீதியாக நான் அந்த நிலையில் இல்லை.

எனது எல்லாச் சக்தியையும் கல்லூரிப் பணியின் பொருட்டுச் சேமிக்கவேண்டியதாயிருக்கிறது.

வங்கி விஷயம் நல்லபடி நகர்ந்துகொண்டிருப்பது அறிந்து மகிழ்ச்சி. அவர்கள் எப்போது தொகையைத் தருவார்கள் என்று எனக்குத் தெரியப்படுத்துங்கள். நான் இதுகுறித்து மிகவும் ஆவலாகவே உள்ளேன், நீங்கள் விரைவுப்படுத்தினால் நான் பெரிதும் நன்றியுடையவனாவேன். தாங்கள் கோரியிருந்த விவரங்கள்பற்றிச் சொல்ல வேண்டுமென்றால் அதற்கின்னும் நேரம் இருக்கிறது. 1936லேனும் அடுத்த தேர்தல் வருமா என்ற சந்தேகம் எனக்கு உண்டு. ஆயினும் தங்கள் உண்மையான நண்பர் என்ற முறையில் தயவுசெய்து தங்களின் அரசுப் பணியை விடுவதில் அவசரம் வேண்டாம் என எச்சரிக்கை செய்வது என் கடமை. நான் வேலையில்லாமல் இருந்தபோது பட்ட துன்பங்கள் குறித்து உங்களுக்கு நன்றாகத் தெரியும். அதிலிருந்து நீங்கள் சரியான பாடம் பயின்றிருக்க வேண்டும். வீட்டுச் சிக்கல்களில் மாட்டிக்கொண்டவர் நீங்கள் மட்டுமல்லர்,

அநேகம் பேர், உங்களைப் போன்றே அவதியுறுவது உண்டு. இது நமக்கு மட்டுமேயான துன்பம் அல்ல என அவற்றைத் தாங்கிக்கொள்ளும் பக்குவத்தை அடைய வேண்டும்.

ஏதேனும் வழக்கு வேலைகள் கைவசம் இருக்கின்றனவா? சிறுவழக்கோ அல்லது மேல்முறையீட்டு மனுவோ எனக்கு அனுப்பிவைத்தால் உதவியாக இருக்கும். திங்களும் செவ்வாயும் கல்லூரியிலிருந்து எனக்கு ஓய்வு.

நல்வாழ்த்துகளுடன்,

உண்மையுள்ள,
பி.ஆர்.அ.

85

மிக அவசரம்
அந்தரங்கம்

ராஜகிரஹா,
நியூ தாதர்,
பம்பாய்–14,
27–8–34.

பீம்ராவ் ஆர். அம்பேத்கர்,
எம்.ஏ., பி.ஹெச்.டி., டி.எஸ்.சி.,
பாரிஸ்டர் –அட்–லா,
ஜெ.பி., எம்.எல்.சி.

அன்பின் தத்தோபா,

தங்கள் முந்தைய கடிதம் கிடைக்கப்பெற்றதில் மகிழ்ச்சி. ஒன்றைச் செய்யாமல் இருப்பதைவிடத் தாமதம் சிறந்தது. ஆனாலும் செப்டம்பர் 1ஐத்[1] தாண்டிவிடக்கூடாது என அஞ்சுகிறேன். எனவே செப்டம்பர் ஒன்றாம் தேதி உங்களையும் காசோலையையும் எதிர்பார்ப்பேன். உங்களால் வரமுடியவில்லை என்றால் பதிவுத் தபாலில் அனுப்புங்கள். தாமதம் சிக்கலாகிவிடும். மறுபடி இதைச் சொல்ல வேண்டாம் என்று நினைக்கிறேன் இதன் தீவிரம் உங்களுக்கே தெரியும்.

தங்களிடம் பேச மற்றொரு காரியம் உண்டு. அதை நேரில் பேசலாம் என விரும்புகிறேன். நீங்கள் வரவில்லையென்றால் அதுகுறித்து உங்களுக்குக் கடிதத்தில் எழுதுகிறேன்.

உண்மையுள்ள,
பி.ஆர். அம்பேத்கர்.

---

1. ராஜகிரஹா கட்டுவதற்கு டாக்டர். அம்பேத்கருக்குப் பணத்தேவை இருந்தது. தத்தோபா பவார் கோலாப்பூர் வங்கியாளர்களிடமிருந்து கடன்தொகைக்கு முயன்று கொண்டிருந்தார். இறுதியில் அம்பேத்கருக்கு பம்பாயிலேயே கடன் தொகை ஏற்பாடாகிவிட்டதால் திரு. பவாரிடம் கடனுக்கான விண்ணப்பத்தைப் பின்வலிக்கச் சொல்லிக் கடிதம் எழுதுகிறார்.

86

ராஜகிரஹா,
நியூ தாதர்,
பம்பாய்–14,
21–9–34.

பீம்ராவ் ஆர். அம்பேத்கர்
எம்.ஏ., பி.ஹெச்.டி., டி.எஸ்.சி
பாரிஸ்டர்–அட்–லா,
ஜெ.பி., எம்.எல்.சி.

அன்பின் தத்தோபா,

தங்கள் கடிதம் கிடைக்கப்பெற்றேன். நடந்த விஷயத்துக்கு நீங்கள் வருந்த வேண்டாம். நான் அதற்குரிய ஏற்பாட்டைச் செய்துவிட்டேன். எனக்குத் தேவையானது கிடைத்துவிட்டது. நீங்கள் கடன் விண்ணப்பத்தைத் திரும்பப் பெற்றுவிடுங்கள்.

பன்ஹாலாவில் நிலம் கேட்டு விண்ணப்பித்திருந்த எனது மனுவின் மீதான பல்வேறு துறையினரின் அலுவல் குறிப்புகளின் நகல்களை கணேசாச்சார்யா[1] எனக்கு அனுப்பியிருந்தார். நான் புரிந்துகொண்ட அந்த நில அளவையானது ஒரு பகைமையுணர்வோடு எடுக்கப்பட்டிருக்கிறது. விண்ணப்பித்ததிலிருந்து பாதி அளவு நிலத்தையே நான் பெற முடியுமென்றும் அதற்கு நிலவரி கட்டத் தேவை இல்லை என்றும் குறிப்பிடப்பட்டுள்ளது. இந்த அணுகுமுறை எனக்குச் சீற்றமூட்டுகிறது. நிலவரியைக் கட்டுவதில் எனக்கொன்றும் பிரச்சினையில்லை. ஆனால் நான் விண்ணப்பித்த முழு அளவு நிலமும் எனக்கு வேண்டும். நான்

---

1. டி.ஏ. கணேசாச்சார்யா கோல்ஹாப்பூர் நீதிமன்றத்தில் பணிபுரிந்த ஒரு வழக்கறிஞர். கோல்ஹாப்பூர் கோர்ட்டில் நடக்கும் வழக்குகளில் அம்பேத்கருக்கு உதவியாளராகச் செயல்படுபவர். மாங்க் சமூகத்தைச் சேர்ந்தவர்.

இதற்கு என்ன செய்ய வேண்டும் என நினைக்கிறீர்கள், இந்தப் பரிந்துரையை எதிர்த்துச் செயல்படவேண்டுமா?

கோலாப்பூரிலிருந்து வழக்கு வேலைகள் ஏதும் வரவில்லை. சிறிதளவென்றாலும் ரணவாரே[2] என் தொழிலை முடக்கிவிட்டார். பானேயிடமிருந்து பதிலேதும் வரவில்லை. அவரது வாதி நான் ஒப்புக்கொள்ளமுடியாத நிபந்தனைகளை ஒருவேளை கொண்டிருக்கலாம்.

லிமாயே என்பவரைத் துப்பாக்கி சுடும் நிகழ்வொன்றில் சவான் என்பவர் கொன்றுவிட்டதாகச் சங்க்லியில் பரபரப்பான வழக்கொன்று போய்க்கொண்டிருப்பதை அறிந்தேன். சவான் யாரென்றால் சங்க்லி ஜாகிர்தாரின் மகன். குற்றம்சாட்டப்பட்டவர் கோல்ஹாப்பூர் பகுதியில் தலைமறைவாக இருக்கிறார், அரசியல் முகவர்கள் மூலம் அவரை ஒப்படைக்கக் கோரிக்கை வைத்துள்ளனர். நான் அவருக்காக வாதாடலாம் என நினைக்கிறேன். அவரைத் தொடர்புகொள்ள முடியுமா? குற்றம்சாட்டப்பட்டவரின் மாமாவொருவர் கோல்ஹாப்பூரில் வசிக்கிறார், முன்பு கோல்ஹாப்பூரில் மாஜிஸ்திரேட்டாகப் பணிபுரிந்தவர். உங்களால் முடியுமென்றால் எனக்குத் தெரிவியுங்கள். அக்டோபர் 6ஆம் தேதி நான் பம்பாயிலிருந்து பூனா அருகிலுள்ள சின்ஹாகாவுக்கு ஒரு மாத ஓய்விற்குச் செல்லவிருக்கிறேன்.

உண்மையுள்ள,
பி.ஆர். அம்பேத்கர்.

---

2. சதாசிவராவ் ரணவாரே: கோல்ஹாபூர் நீதிமன்றத்தில் நீதிபதியாகப் பணியாற்றியவர்.

87

ராஜகிரஹா,
நியூ தாதர்,
பம்பாய்–14,
3 மே, 1935.

அன்பின் தத்தோபா,

எனது உடல்நிலை மிகவும் மோசமாகிவிட்டது, கோல்ஹாப்பூருக்கு வரும் 11 மே, 1935 அன்று காலை வரலாமென்று நினைக்கிறேன். பண்ட பாத்திரங்களையும் சமையல்காரரையும் ஏற்பாடு செய்யுங்கள். முன்பு நமக்குச் சமையல் செய்த முஹம்மதியச் சமையல்காரர்களில் ஒருவர் எனக்காகச் சமைக்கட்டும்.

கோல்ஹாப்பூரிலிருந்து 12 மே, 1935 அன்று நான் டியோருக் கூட்டத்திற்குச் செல்ல வேண்டும்.

கனிவான வாழ்த்துகளுடன்,

உண்மையுள்ள,
பி.ஆர். அம்பேத்கர்.

88

(ஒடுக்கப்பட்டோர் சமூக நிறுவனம்)

தாமோதர் ஹால்,
பரேல், பம்பாய்–12,
தேதி[1]

தொலைபேசி
எண். 60066
தகவல். கடித எண்

அன்பான டாக்டர்,

தங்கள் தில்லிப் பயணம் மனச்சோர்வூட்டுவதாக இருந்திருக்காது என நம்புகிறேன். இருந்தும் முதல்நாள் இரவில் சற்றுத் தொந்தரவுக்கு ஆளாகியிருப்பீர்கள்.

ஓட்டுரிமை கமிட்டியின் வேலைகளில் தற்போது சுறுசுறுப்பாக இயங்கிக்கொண்டிருக்கையில் உங்களைத் தொந்தரவு செய்ய மனமில்லை. இருந்தும் இப்போது இந்தக் கடிதத்தை எழுதுவதன் நோக்கம் நண்பர்களை மீண்டும் பிணைப்பதன் பொருட்டே. அமைப்புரீதியான வேலைகள் உடனடியாக நடக்க வேண்டுமென எல்லாரும் எண்ணுகிறோம். அன்று உங்களிடம் விரிவாகச் சொல்லியதைப்போலவே நமக்கு எல்லாரையும் இணைக்கும் முகமாக ஓர் அமைப்பு இல்லாததன் குறையை உணர்கிறோம். குறிப்பாக, உங்கள் இன்மையின்போது, பெரும் குழப்பம் மட்டுமின்றி நிதித் தேவையைப் பொறுத்தவரை ஊனப்பட்டதாகவும் உணர்கிறோம். உதாரணத்துக்குச் சொல்ல

1. இக்கடிதத்தில் தேதி குறிப்பிடப்படவில்லை. எனினும் இது 8.11.1935க்கு முன் எழுதப்பட்டதாகக் கருதலாம். இக்கடிதத்தில் குறிப்பிடப்படும் துண்டறிக்கையைத் திருப்பி அனுப்பியதாக 8.11.1935 தேதியிட்டு டாக்டர் அம்பேத்கர் குறிப்பிடுகிறார்.

வேண்டுமென்றால் வட்டமேசை மாநாடு குறித்த பிரச்சாரத்தை முன்னெடுக்க காந்தியின் வருகையின்போது, கருப்புக்கொடி காட்டும் போராட்டத்தைத் திட்டமிட்டபோது பெரும் நெருக்கடியில் இருந்தோம். பம்பாயில் இருந்த எங்களுக்கு நாசிக் சத்யாகிரஹ நன்கொடை மட்டும் வரவில்லையென்றால் எங்கள் பணிகள் தடைப்பட்டிருக்கும். மக்கள் உங்களுக்காக எதுவும் செய்யத் தயாராக இருப்பது உண்மைதான். ஆனாலும் அடிக்கடி இப்படியான கோரிக்கைகளினால் மக்கள் சோர்வடைந்துவிடுவார்கள், மட்டுமல்ல கால அவகாசமும் ஒரு பிரச்சினைதான். கடந்த வருடம் ஜல்கோனில் மறைந்த திரு. சோனால்கர் நமக்குத் தாராளமாக உதவியதால் தப்பித்தோம். எனினும் இம்மாதிரியான எதேச்சையான பணிகள் நீடிப்பதில்லை. ஆகவே, நமது நண்பர்கள் உடனடியாகத் தாங்கள் விரும்பும் பட்சத்திலும், சரியானது என நினைக்கும் பட்சத்திலும், அமைப்பு ரீதியாகச் செயல்படுவதற்குத் தீர்மானித்திருக்கிறார்கள். ஒடுக்கப்பட்டோர் அமைப்பானது இவ்வமைப்புச் செயல் பாட்டின் மைய அமைப்பாக இருக்க வேண்டும். அதுபோல் உங்களால் ஏற்றுக்கொள்ளப்பட்ட, தேர்ந்தெடுக்கப்பட்ட உறுப்பினர்களாலான மையச் செயல்பாட்டு கமிட்டி ஒன்றும் அமைக்கப்பட வேண்டும். நாயக், பிரதான் உள்ளிட்ட பலரும் இந்த கமிட்டியின் உறுப்பினர்களாகச் செயல்பட வேண்டும் என மக்கள் விரும்புகின்றனர். அமைப்புவிதிகள் நெகிழ்வோடு இருக்க வேண்டும். அதே வேளையில் மையச் செயல்பாட்டுக் கமிட்டி ஆலோசனைக் குழுவாகவும் செயல்படலாம். பின்னர் செயற்குழு, ஆலோசனைக்குழு இரண்டுமே சேர்ந்து பெரும் பான்மை வாக்கு அடிப்படையில் முடிவு செய்யும் விதிகளோடு இணைந்து நடத்த வேண்டும். இந்த விஷயங்களைப் பின்னர் தீர்மானம் செய்துகொள்ளலாம். தற்போதைக்கு இரண்டு கமிட்டிகளுக்குமான தோராயமான உறுப்பினர்களை நம் நண்பர்களின் பரிந்துரையின்படி இங்கு அளிக்கிறேன். நீங்கள் உங்கள் விருப்பத்தின்படி இவர்களிலிருந்து சேர்க்கவோ நீக்கவோ செய்யலாம்.

டாக்டர்.பி.ஆர். அம்பேத்கர் – தலைவர்

டாக்டர் சோலங்கி – உப தலைவர்

திரு. ஷிவ் தர்க்கார் – செயலாளர்

உறுப்பினர்கள்

1) திரு. கோவிந்த் தபா பார்மர்

2) திரு. எஸ்.பி. லோடேகர்

3) திரு. ஆர்.பி. மோரே

4) திரு. டி.என். பகரே

5) திரு. பி.பி. ஷிண்டே

6) திரு. ஆர்.என். வன்மல்லே

7) திரு. ஆர்.டி. டோலஸ்

8) திரு. ஜி.ஜி. சவான்

9) திரு. பால்கே (மாங்)

10) திரு. உப்ஷம்

மற்றவர்கள்

1) திரு. டி.வி. நாயக்

2) திரு. டி.வி. பிரதான்

3) திரு. ஏ.வி. சித்ரே

4) திரு. ஆர்.டி. கவாலி

5) திரு. பி.ஜி. கானேகர்

6) திரு. ஜி.என். சஹஸ்ஹரபுதே

7) திரு. எஸ்.எஸ். குப்தே

8) திரு. பி.ஆர். காட்ரேக்கர்

9) திரு. கே.வி. சித்ரே

10) திரு. மிந்தே பட்டீல்

உறுப்பினராக மக்களைச் சேரச்சொல்லி இதனோடு உங்கள் கையொப்பமிட்ட துண்டறிக்கையும் சேர்க்க வேண்டும். முதல் வருடம் ஒரு ரூபாய் உறுப்பினர் கட்டணமாகவும் பின்னர் வரும் வருடங்களில் நான்கு அணாக்களாகவும் நிர்ணயிக்கப்பட வேண்டும்.

மேற்குறிப்பிட்ட கமிட்டியானது ஒரு வருடத்துக்குத் தற்காலிகமாகவும் பின்னர் வருடாவருடம் தேர்தல் நடத்தப்பட்டும் அமைக்கப்பட வேண்டும். மக்களின் உணர்வூக்கத்தைத் தக்கவைக்கும் பொருட்டு ஒவ்வொரு வார்ட்களிலும் கமிட்டிகள் ஏற்படுத்தப்பட்டு ஒரு ஒழுங்குக்குக் கொண்டுவரப்பட வேண்டும்.

இந்த அமைப்பின் ஒப்புதல் இல்லாமல் எந்தவொரு அமைப்பும் அங்கீகரிக்கப்பட மாட்டாது, மேலும் சமதா சைனிக்

தள் இந்த அமைப்பின் ஓர் அங்கமாகச் செயல்பட வேண்டும். சிலருக்கு இந்த யோசனை உவப்பானதாக இருக்கலாம். ஆனாலும் பெரிய எதிர்ப்பு இருக்காது. இதனோடான துண்டறிக்கை மிகவும் முக்கியத்துவம் வாய்ந்ததாக இருப்பதானால் அது தங்கள் கைப்பட வருவதே சரியாக இருக்கும் என நினைக்கிறோம். அதை நீங்கள் மறுதபாலில் அனுப்பிவைக்க வேண்டுகிறோம். தங்களுக்கு நேரமில்லை என்றால் திரு. நாயக் தாங்கள் சொல்லச் சொல்ல அதைச் செய்துவிடுவார்.

முன்னேற்ற தர்மஸ்தாபன விஷயங்களை உங்களுக்கு நினைவூட்டுகிறேன். தொகை செலுத்த வேண்டிய சமயத்தில் நீங்கள் கட்டடக்கலைஞரை நியமித்துவிட்டு 700/-ரூபாய் அல்லது அதற்கு இணையான பத்திரங்களை ஒப்படைக்க வேண்டும்.

இலாப ஈவுக்கான உத்தரவிற்கு திரு. ஷிவ்தர்காரிடம் ரொக்கத் தொகையை எடுக்க அறிவுறுத்தியிருக்கிறீர்கள். எனினும் வங்கியிலிருந்து இலாப ஈவுக்கான தொகை ரொக்கமாகத் தரப்படாமல் தங்கள் கணக்கில் சேர்க்கப்பட்டிருக்கிறது. எனவே தங்களுக்குப் பணம் தேவைப்படும் பட்சத்தில் நீங்கள் காசோலை மூலம் பெற்றுக்கொள்ளலாம்.

தங்கள் உண்மையுள்ள,

(கையெழுத்து இல்லை).

89

ராஜகிரஹா,
நியூ தாதர்,
பம்பாய்-14,
8-11-1935.

பீம்ராவ் ஆர். அம்பேத்கர்
எம்.ஏ., பி.ஹெச்.டி., டி.எஸ்.சி., பார்-அட்-லா,
சட்ட மன்ற உறுப்பினர்,
பம்பாய்.

அன்பின் பாவுராவ்,

நீங்கள் அனுப்பியிருந்த துண்டறிக்கையைச் சின்ன ஒரு மாற்றத்தோடு உங்களுக்குத் திருப்பி அனுப்பியிருக்கிறேன். நீங்கள் இதை இனி வெளியிட்டு விநியோகிக்கலாம்.

யஷ்வந்த்தின்[1] நிலையில் இன்னும் முன்னேற்றம் ஏற்பட வில்லை. அவனைக் குறித்துப் பெரும் கவலையில் உள்ளேன். தானிக்கும் உங்களுக்கும் என் அன்பின் வாழ்த்துகள்.

உண்மையுள்ள,
பி.ஆர். அம்பேத்கர்.

பி.கு:

நாசிக் பிரதிநிதித்துவக் குழு வரும் ஞாயிறு மாலை நான்கு மணிக்கு வருகிறது. வரும் ஞாயிறு காலை குரு நானக்கிற்கு மரியாதை செய்யும் விதத்தில் பம்பாயில் சீக்கியர்கள் நடத்தும் விழாவிற்கு எனக்கு அழைப்பு விடுத்திருக்கின்றனர். அதற்குச் செல்லும் யோசனையில் இருக்கிறேன். நீங்களும் வர விரும்புகிறீர்களா? குழுவினரோடு நீங்கள் மாலையில் திரும்பிவிடலாம். தானியையும் அமிர்தராவையும் அவர்கள் சௌகரியமாக உணர்ந்தால் அழைத்துவாருங்கள்.

பி.ஆர்.அ.

---

1. யஷ்வந்த் ராவ்: அம்பேத்கரின் ஒரே மகன். பையா சாஹேப் எனப் பரவலாக அறியப்பட்டவர்.

90

தாமோதர் ஹால்,
பரேல்,
பம்பாய்-12,
26-11-35.

பீம்ராவ் ஆர். அம்பேத்கர்
எம்.ஏ., பி.ஹெச்.டி., டி.எஸ்.சி., பார்-அட்-லா,
சட்ட மன்ற உறுப்பினர்,
பம்பாய்.

அன்பின் பாவுராவ்,

அமிர்தராவோடும் உங்களோடும் சில விஷயங்கள் குறித்து விவாதிக்க மிக ஆவலாக உள்ளேன். வெள்ளி மாலை பம்பாய்க்கு வர இயலுமா? சனி காலை உங்களைத் திரும்ப விடுவித்துவிடுவேன். மறுதபாலில் உங்களுக்கு இயலுமா என்பதைத் தெரிவியுங்கள். மற்றவை நேரில்.

நல்வாழ்த்துகளுடன்,

உண்மையுள்ள,
பி.ஆர். அம்பேத்கர்.

91

[ஜாத்–பாத்–தோடக் மண்டல், லாகூர்]

அன்புள்ள டாக்டர் சாஹேப்,

டிசம்பர் 5ஆம் தேதி தாங்கள் எழுதியிருந்த கனிவான கடிதத்திற்கு நன்றிகள். தங்கள் அனுமதியில்லாமலேயே நான் அதைப் பத்திரிகைகளுக்கு வெளியிட்டுவிட்டேன். விளம்பரப்படுத்துவதால் எந்தப் பாதகமும் இல்லை என்ற எண்ணத்தில் அதைச் செய்துவிட்டேன்; அதற்காக என்னை மன்னியுங்கள்.

நீங்கள் மிகச்சிறந்த சிந்தனையாளர். என்னுடைய பணிவான கருத்தின்படிச் சாதிப் பிரச்சினையைக் குறித்து உங்கள் அளவிற்கு யாரும் ஆழமாக ஆராயவில்லை என்றே கருதுகிறேன். நானும் மண்டலும் தங்கள் கருத்துகளால் எப்போதும் லாபமடைந்திருக்கிறோம். உங்கள் கருத்துக்களைக் குறித்துப் பல மாநாடுகளில் உரையாற்றியும், 'கிராந்தியில்'[1] பலமுறை விளக்கியும் பிரச்சாரம் செய்தும் வந்திருக்கிறேன். தங்கள் புதிய கோட்பாடான "சாதி அமைப்பை ஸ்தாபித்திருக்கும் மதக்கருத்துகளை அழித்தொழிக்காமல் சாதியை உடைப்பது இயலாது" என்பதன் விவரணத்தை வாசிக்க மிகுந்த ஆவலாக உள்ளேன். தயவாகத் தாங்கள் விரைவாக இதுபற்றிய ஒரு விரிவான விளக்கத்தை அளித்தால் எங்களால் பொதுமேடைகளுக்கும் பத்திரிகைகளுக்கும் இக்கருத்தை வலியுறுத்திக் கொண்டுசேர்க்க ஏதுவாக இருக்கும். தற்போது, அது எனக்குத் தெளிவாக விளங்கவில்லை.

எங்கள் வருடாந்தர மாநாட்டிற்குத் தங்களைத் தலைவராக்கு வதற்கு எங்கள் செயற்குழு பிடிவாதமாக விரும்புகிறது.

---

1. சந்த் ராம் பி.ஏ. அவர்கள் ஆசிரியராக இருந்த மண்டலின் உருது மாதாந்தரி.

தங்களுக்குச் சௌகரியப்படும் தேதிகளில் நாங்கள் மாற்றம் செய்யத் தயாராக இருக்கிறோம். பஞ்சாபின் சுயாதீன ஹரிஜனங்கள் தங்களைச் சந்தித்துத் தங்கள் திட்டங்களை உங்களோடு விவாதிக்க மிகவும் ஆவலாக உள்ளனர். ஆகவே எங்கள் கோரிக்கையை ஏற்று மாநாட்டைத் தலைமை ஏற்றுத்தர நீங்கள் லாகூர் வருவதாயிருந்தால் இரண்டுவிதத் தேவைகளும் ஈடேறும். எல்லாவித அபிப்பிராயப் பேதங்களோடும் உள்ள ஹரிஜனத் தலைவர்களையும் மாநாட்டிற்கு அழைப்பு விடுக்க இருக்கிறோம். அவர்களிடம் உங்கள் கருத்துகளைச் சொல்ல இது ஒரு நல்வாய்ப்பாக அமையும்.

பம்பாயில் கிறிஸ்துமஸ் அன்று தங்களைச் சந்தித்து முழுச் சூழலையும் உங்களுடன் விவாதித்து எங்கள் கோரிக்கையை ஏற்க வலியுறுத்துமாறு எங்களின் துணைச் செயலாளரான திரு. இந்திரா சிங் அவர்களை மண்டல் நியமித்திருக்கிறது.[2]

நல்வாழ்த்துகளுடன்,

தங்கள் உண்மையுள்ள,

சந்த் ராம்[3],

செயலாளர்.

2. இக்கடிதத்தை டாக்டர் அம்பேத்கர் டிசம்பர் 12, 1935 அன்று பெற்றுக்கொண்டார்.

3. சந்த் ராம்: பஞ்சாபின் ஹோஷயார்பூர் மாவட்டத்தில் 14 பிப்ரவரி 1887இல் பிறந்தவர். மேக் சாதியைச் சார்ந்தவர். இந்து மதத்தின் சமத்துவமின்மைக்கு எதிராகத் தன்னை ஆரிய சமாஜத்தில் இணைத்துக்கொண்டார். ஜாத்–பாத்–தோடக்–மண்டல் என்கிற அமைப்பை 1922இல் லக்னோவில் நிறுவினார். ‘ஹமாரா சமாஜ்–மேரே ஜீவன் அனுபவ்’ தொடங்கிப் பல நூல்களையும் *கிராந்தி*, *யுகாந்தர்* போன்ற இந்திப் பத்திரிகைகளையும் நடத்தியவர். 1988இல் புதுதில்லியில் காலமானார். (மொ–ர்)

92

5, மோன்ட்கோமெரி சாலை,
லாகூர்,
7–2–36.

அன்புள்ள டாக்டர் அம்பேத்கர்,

ஜாத்-பாத்-தோடக் மண்டலின் பணியாளர்களிடமிருந்து நடைபெறவிருக்கும் அவர்களின் வருடாந்திர மாநாட்டிற்கு நீங்கள் தலைமை தாங்குவதற்குச் சம்மதம் தெரிவித்திருப்பதாக அறிந்ததில் மகிழ்ச்சி. லாகூரில் இருக்கும்போது நீங்கள் என்னுடன் தங்கியிருந்தால் மிக்க மகிழ்ச்சியடைவேன்.

மற்றவை நேரில் சந்திக்கையில்.

தங்கள் உண்மையுள்ள,
ஜி.சி. நரங்.

93

27–3–36

மரியாதைக்குரிய டாக்டர் ஜி,

இந்த மாதம் 24ஆம் தேதி நீங்கள் உயர்திரு. சந்த் ராம் அவர்களுக்கு எழுதிய கடிதத்தை நாங்களும் பார்வையிட்டோம். அதைப் படித்து நாங்கள் சற்று நம்பிக்கையிழந்தோம். இங்கு மேலெழுந்துள்ள சூழ்நிலை குறித்து உங்களுக்கு ஒருவேளை முழுவதும் தெரியவரவில்லை போலும். பஞ்சாபைச் சேர்ந்த கிட்டத்தட்ட அனைத்து இந்துக்களுமே உங்களை இந்த மாகாணத்திற்கு அழைப்பு விடுத்ததற்கு எதிராக இருக்கிறார்கள். ஜாத்-பாத்-தோடக் மண்டல் அனைத்துத் தரப்பினரிடமிருந்தும் கசப்பான விமர்சனங்களுக்கு உள்ளாகி அவதூறான கண்டனங்களையும் பெற்றிருக்கிறது. எம்.எல்.ஏ. பாய் பரமானந்த் (இந்து மகாசபையின் முன்னாள் தலைவர்), மகாத்மா ஹன்ஸ் ராஜ், அரசின் மாகாண உள்ளாட்சித்துறை அமைச்சர் டாக்டர். கோகல் சந்த் நரங், எம்.எல்.சி. ராஜா நரேந்திர நாத் ஆகிய அனைத்து இந்து தலைவர்களும் மண்டலின் இந்த நடவடிக்கையிலிருந்து தம்மை விலக்கிக் கொண்டனர்.

. . . .

இத்தனைக்குப் பிறகும் (சந்த் ராம் தலைமையேற்றிருக்கும்) மண்டலை வழிநடத்துபவர்கள், நீங்களே தலைமை ஏற்க வேண்டும் என்ற யோசனையை மாற்றுவதாக அல்லாமல் உறுதியாக, இந்த எதிர்ப்பின் பரிமாணங்களை எதிர்நீச்சல் அடித்துக் கடக்கவே விரும்புகின்றனர். மண்டல் அவப்பெயரைச் சம்பாதித்துள்ளது.

இப்படியான சூழலில் மண்டலோடு ஒத்துழைப்பது உங்கள் கடமையாகிறது. ஒருபுறம் இந்துக்களால் கடினப்பாடுகளை மண்டல் எதிர்கொள்ளும்போது நீங்களும் அவர்களுடைய

சிக்கலைக் கூட்டுவீர்களென்றால் அது அவர்களுக்கு ஒரே நேரத்தில் நேரிடும் துரதிர்ஷ்டத்தின் வருந்தத்தக்க நிகழ்வாக அமையும்.

நம் எல்லாருக்கும் நன்மைபயக்கும் விதத்தில் இவ்விஷயத்தில் யோசித்துச் செயல்படுவீர்கள் என நம்புகிறோம்.

. . .   .

தங்கள் உண்மையுள்ள[1]

1. இக்கடிதம் மண்டலின் பல்வேறு உறுப்பினர்களால் கையெழுத்திடப்பட்டது. சாராம்சம் மட்டுமே இங்கு கொடுக்கப்பட்டுள்ளது.

94

லாகூர், ஏப்ரல் 14, 1936.

அன்புள்ள டாக்டர் சாஹேப்,

12ஆம் தேதி பம்பாயிலிருந்து கிளம்பியதிலிருந்து எனது ஆரோக்கியம் சீராக இல்லை. காரணம் தொடர்ச்சியான ரயில் பிரயாணத்தால் ஐந்து அல்லது ஆறு இரவுகள் தூங்காமல் கழித்திருக்கிறேன். இங்கு வந்தபிறகு நீங்கள் அமிர்தசரஸ் சென்றிருப்பதாக அறிந்தேன். என் உடல்நலம் நன்றாக இருந்திருந்தால் நான் நிச்சயம் உங்களைப் பார்க்க அங்கு வந்திருப்பேன். திரு. சந்த் ராமிடம் உங்கள் உரையை மொழிபெயர்க்கக் கொடுத்திருந்தேன். அவருக்கு அது மிகவும் பிடித்திருந்தது. எனினும் 25ஆம் தேதி அச்சுக்குப் போவதற்கும்முன் அதை மொழிபெயர்த்துவிடுவது குறித்து அவரால் உறுதியாகச் சொல்ல முடியவில்லை. எப்படியிருந்தாலும் அது பரவலாகச் சென்றடையும், இந்துக்களின் கள்ள உறக்கத்தை அது கலைக்கும் என நாங்கள் நம்புகிறோம்.

நான் பம்பாயில் உங்களுக்குச் சுட்டிக்காட்டிய உங்கள் உரையின் பகுதிகளைப் படித்த எங்கள் நண்பர்கள் சிலரும் அவநம்பிக்கையோடு காணப்பட்டார்கள். மாநாடு எந்தவித விரும்பத்தகாத சம்பவங்களும் இன்றி நடந்தேற வேண்டும் என விரும்பும் எங்களில் சிலரும் தற்சமயத்திற்கு 'வேதம்'[1] என்கிற வார்த்தையாவது நீக்கப்பட வேண்டும் எனக் கருதுகிறோம். இதை உங்களின் நற்புலனுக்கே விட்டுவிடுகிறேன். எனினும் உங்கள்

---

1. அம்பேத்கரின் நிகழ்த்தப்படாத உரையும் பின்னர் புத்தகமாகவும் வெளிவந்த 'சாதியை அழித்தொழித்தல்' நூலின் 22வது பகுதியைக் குறிக்கிறது. கடைசிப் பத்தியில் [17–ல் (மொ–ர்] அது இவ்வாறு முடிகிறது. "நீங்கள் ஒன்றை மறந்துவிடக்கூடாது. இந்த அமைப்பில் ஓர் உடைப்பைக் கொண்டுவர விரும்பினால் சாஸ்திரங்களின் வேதங்களின் மீது குண்டுவீசத் தயாராக வேண்டும். வேதங்களின் சாஸ்திரங்களின் மதத்தை அழிக்க வேண்டும். வேறெதுவும் பயன் தராது. இதுவே இவ்விஷயம் குறித்த என்னுடைய ஆழ்ந்த பார்வை.

உரையின் இறுதிப் பத்திகளில் வெளிப்படுத்தப்பட்டவை உங்கள் சொந்தக் கருத்துகள் என்றும் அதற்கு எந்தவிதத்திலும் மண்டல் பொறுப்பேற்காது என்றும் ஐயம் தெளிவுறச் சொல்லிவிடுவீர்கள் என நம்புகிறேன். இப்படி நான் சொல்வதைத் தவறாகக் கருத மாட்டீர்கள் என எண்ணுகிறேன். உரையின் பிரதிகளை எங்களுக்கு அளிக்க வேண்டுகிறோம், அதற்கான விலையையும் தந்துவிடுகிறோம். இதற்கான தந்தியை இன்று உங்களுக்கு அனுப்பியிருக்கிறேன். நூறு ரூபாய்க்கான காசோலையையும் அத்தோடு இணைத்துள்ளோம். பெற்றுக்கொண்டதன் அத்தாட்சியையும் அதற்கான ரசீதையும் தயவுகூர்ந்து பின்னர் எங்களுக்கு அனுப்பிவிடுங்கள்.

வரவேற்பு கமிட்டியின் சந்திப்பிற்கு அழைப்பு விடுத்திருக்கிறேன். அவர்களின் முடிவு குறித்து உங்களுக்கு உடனடியாகத் தெரிவிக்கிறேன். இதனூடே நீங்கள் என்மேல் காட்டிய பரிவுக்கும் இந்த உரைக்காக நீங்கள் ஏற்றுக்கொண்ட சிரமங்களுக்கும் எனது உளப்பூர்வமான நன்றி. உண்மையில் பெரும் நன்றிக்கடன் சுமையை எங்கள்மீது திணித்திருக்கிறீர்கள்.

தங்கள் உண்மையுள்ள,

ஹர் பகவான்.

பி.கு:

உரையின் பிரதிகளை அச்சானவுடன் தயவுசெய்து பயணிகள் ரயிலில் அனுப்பிவிடுங்கள்; பத்திரிகைகளுக்கும் பிரசுரத்திற்கும் கொடுக்க வசதியாக இருக்கும்.

95

லாகூர், 22–4–36.

அன்புள்ள டாக்டர் அம்பேத்கர்,

தங்கள் கடிதமும் தந்தியும் கிடைத்தன. எங்கள் நன்றிகளை ஏற்றுக்கொள்ளுங்கள். தங்கள் விருப்பப்படியே மாநாட்டின் தேதிகளை மீண்டும் ஒத்திவைத்திருக்கிறோம். பஞ்சாபில் வெய்யிலின் தாக்கம் நாளுக்குநாள் அதிகரித்துக்கொண்டே இருப்பதால் 25, 26ஆம் தேதிகளிலேயே மாநாட்டை நடத்தியிருந்தால் நன்றாக இருந்திருக்கும் என உணர்கிறோம். மே மாத மத்தியில் இந்த வெப்பம் இன்னும் அதிகரித்துப் பகல் அமர்வுகள் சௌகரியமாகவோ இனிமையாகவோ இல்லாதபடிக்கு ஆகிவிடும். எனினும் மே மாத மத்தியில் நடத்துவதாக இருந்தாலும் எங்களால் இயன்ற அளவுக்குச் சிறப்பாக நடத்த முயல்வோம்.

மேலும் ஒரு விஷயத்தை உங்கள் மேலான கவனத்திற்குக் கொண்டுவர வேண்டிய நிர்ப்பந்தத்தில் இருக்கிறோம். மதமாற்றம் குறித்த தங்கள் பிரகடனத்தில் எங்களவர்கள் சிலருக்கு இருக்கும் சந்தேகம் பற்றி ஏற்கெனவே நான் சுட்டிக்காட்டியது உங்களுக்கு நினைவிலிருக்கும். அப்போதே நீங்கள் அது ஐயத்துக்கு இடமின்றி மண்டலின் எல்லைகளுக்கு அப்பாலான விசயம் என்றும் அது தொடர்பாக எங்கள் மேடையில் எதையும் கூறப்போவதில்லை என்றும் சொல்லியிருந்தீர்கள். அதே நேரம் உங்கள் உரையின் கையெழுத்துப் பிரதியை என்னிடம் நீங்கள் அளித்தபோது அதுவே பிரதான பகுதி என்றும் இறுதியாக ஒருசில பத்திகளை மட்டுமே சேர்க்கவேண்டியிருக்கிறது என்றும் சொன்னீர்கள். ஆனால் உங்கள் உரையின் இரண்டாவது பகுதி கிடைத்ததும் நாங்கள் அதிர்ச்சிக்கு உள்ளானோம். உரை மிகவும் நீண்டதாக இருப்பதால் வெகுசிலரே இதை முழுவதும் படிப்பார்கள் என அஞ்சுகிறோம். மேலும் அதில் ஒருமுறைக்குப் பலமுறை நீங்கள் இந்துக்களின் தளைகளிலிருந்து

விலகிவிடுவதாகவும் இதுவே இந்துவாக இருந்து நிகழ்த்தும் இறுதி உரை என்றும் அறிவித்திருக்கிறீர்கள். மேலும் வேதங்களையும் இந்துக்களின் பிற மதநூல்களின் அறத்தையும் தர்க்கத்தையும் தேவையின்றித் தாக்கியிருக்கிறீர்கள். தற்போது முன்னிருக்கும் சிக்கலுக்குத் தொடர்பற்ற வகையில் சில பகுதிகளில் முற்றிலும் பொருத்தப்பாடின்றியும் எடுத்துக்கொண்ட பொருளிலிருந்து விலகியும் போகுமளவிற்கு இந்துமதத்தின் இயங்குதளத்தை மிக விரிவாக விவாதித்திருக்கிறீர்கள். உங்கள் உரையை நீங்கள் முதலில் கையளித்த எல்லையோடு நிறுத்தியிருந்தால் அல்லது கூடுதலாகத் தேவையென்றால் பிராமணியம் முதலானவற்றைக் குறித்து நீங்கள் எழுதியிருப்பவற்றோடு நிறுத்தியிருந்தால் நாங்கள் மிகவும் மகிழ்ந்திருப்போம். இந்துமதத்தை அழித்தொழிக்கும், இந்துப் புனித பனுவல்களின் நெறியைச் சந்தேகிக்கும், மட்டுமன்றி நீங்கள் இந்துமதத்திலிருந்து வெளியேறப்போகும் குறிப்பும் கொண்ட தங்கள் உரையின் கடைசிப் பகுதி பொருத்தமானதாக எனக்குத் தோன்றவில்லை.

ஆகவே மாநாட்டுப் பொறுப்பாளர்களின் சார்பாக மேற்குறிப்பிட்ட பகுதிகளை நீக்கிவிடுமாறும் என்னிடம் நீங்கள் தந்த அளவிலோ அல்லது பிராமணியம் பற்றிய பகுதிகளைச் சேர்த்தோ உரையை முடித்துக்கொள்ளுமாறு தாழ்மையோடு வேண்டிக்கொள்கிறேன். தேவையற்ற வகையில் தூண்டிவிடுவதாகவும் குத்திக்காட்டுவதாகவும் உரையை அமைப்பது அறிவுடைமையாகப் படவில்லை. எங்களில் பலரும் உங்களின் உணர்வுகளோடு ஒன்றுபடுகிறோம். இந்துமதத்தைத் திருத்தி அமைக்கும் பணியில் உங்கள் பதாகையின் கீழ் வரத் தயாராக இருக்கிறோம். உங்கள் கொள்கைகளுக்காக அணிசேர்க்க நீங்கள் முடிவெடுத்தால் பஞ்சாபிலிருந்து உங்களின் சீர்திருத்தப் படைக்குப் பெரும் எண்ணிகையில் ஆட்கள் சேருவார்கள் என உறுதியாகச் சொல்லுகிறேன்.

உண்மையில் சாதிமுறைமையை முழுமையாக நீங்கள் கற்றிருப்பதனால் சாதி அமைப்பின் தீமையை அழிக்க எங்களுக்கு ஒரு முன்னெடுப்பைத் தருவீர்கள், இந்த அளப்பெரும் பணியில் மையக்கருவாக இருந்து ஒரு புரட்சியை நடத்துவதில் எங்கள் கைகளைப் பலப்படுத்துவீர்கள் என நினைத்தோம். ஆனால் நீங்கள் செய்திருக்கும் இப்படியான பிரகடனத்தை மீண்டும் மீண்டும் எடுத்துரைப்பதால் அது அதன் பலத்தை இழந்து சலிப்பூட்டும் ஒரு வெற்று வார்த்தையாகிவிடும். இந்தச் சூழலில் மொத்த விஷயத்தையும் பரிசீலனைக்குட்படுத்தி உங்கள் உரையை மேலும் பயனுள்ளதாக்கும் முகமாகச் செய்ய இந்துக்கள் தங்கள்

உறவினர்களையும் மதமதிப்பீடுகளையும் இழக்கவேண்டி வந்தாலும் உண்மையாகச் சரியான பாதையின் இறுதிவரை பயணிக்கத் தயாராக இருந்தால் சாதி அமைப்பை அழிக்கும் பணிக்குத் தலைமை தாங்க மகிழ்வுடன் முன்வருவதாக நீங்கள் அறிவிக்க வேண்டும். அப்படி நீங்கள் செய்யும் பட்சத்தில் உங்கள் முயற்சிக்கு பஞ்சாபிலிருந்து உடனடியான ஆதரவு கிடைக்கும் எனத் தீர்க்கமாக நம்புகிறேன்.

நாங்கள் ஏற்கெனவே நிறையப் பொருட்செலவுக்கும் பலமுறை ஒத்திவைத்தலுக்கும் உள்ளாகியிருக்கும் இத்தருணத்தில் தாங்கள் மேற்கண்டபடி உங்கள் உரையைச் சுருக்கிக்கொள்ளத் தயாள உள்ளத்துடன் முன்வர மறுதபால் மூலம் ஒப்புதல் தந்தால் மிகவும் நன்றியுடையவனாக இருப்பேன்; அல்லாது ஒருவேளை உங்கள் உரையை முழுவதுமாக அச்சிடுவது என்று வலியுறுத்தினால், மாநாட்டை நடத்துவது இயலாது என்றும் மாநாட்டை நடத்துவது நல்லதல்ல என்றும் ஆழ்ந்த வருத்தத்துடன் சொல்லிக்கொள்கிறோம். பலமுறை ஒத்திவைக்கப்பட்ட ஒன்றை இப்படிச் செய்வதால் மக்களின் நல்லெண்ணத்தை இழக்க வேண்டி வருமென்றாலும் காலவரையின்றி மாநாட்டை ஒத்திவைக்க வேண்டியவர்களாகிறோம். இருந்தபோதிலும் சாதிமுறை குறித்து இதுவரை எழுதப்பட்ட அனைத்து வியாசங்களையும் விஞ்சி நிற்கும் உங்களின் அற்புதமான ஆய்வின் மூலம் ஒரு மதிப்புமிக்க மரபையும், எங்கள் இதயங்களில் நீங்கா இடத்தையும் நீங்கள் பெற்றிருக்கிறீர்கள் என்பதையும் சுட்டிக்காட்ட விரும்புகிறோம். இதைத் தயாரிக்க நீங்கள் ஏற்றுக்கொண்ட சிரமத்துக்காக என்றென்றும் உங்களுக்கு நன்றிக்கடன் பட்டவர்களாய் இருப்போம்.

உங்கள் பரிவிற்கு நன்றியும் நல்வாழ்த்துகளும்.

தங்கள் உண்மையுள்ள,

ஹர் பகவான்.

96

27 ஏப்ரல், 1936.

அன்புள்ள ஹர் பகவான்,

ஏப்ரல் 22 தேதியிட்ட தங்கள் கடிதம் கிடைக்கப் பெற்றேன். நான் எனது உரையை அப்படியே அச்சடிக்க வலியுறுத்துவதாக இருந்தால் "மாநாட்டைக் காலவரையின்றி ஒத்திவைக்கும் முடிவையே எடுக்கவேண்டியிருக்கும்" என்று ஜாத்–பாத்–தோடக் மண்டலின் வரவேற்புக் கமிட்டியின் கருத்தை நான் வருத்தத்துடன் குறித்துக்கொள்கிறேன். என் மாநாட்டு உரையை நறுக்கி மண்டலின் சூழலுக்கு ஏற்பச் சுத்தம்செய்து வெளியிட வேண்டும் என மண்டல் வலியுறுத்துவதாயிருந்தால் நானும் அந்த மாநாட்டை ரத்து செய்வதையே –நிச்சயமில்லாத வார்த்தைப் பிரயோகங்களில் எனக்கு விருப்பமில்லை – விழைகிறேன். என்னுடைய முடிவு உங்களுக்கு உவப்பற்று இருக்கலாம். ஆனால் தன் உரையைத் தயாரிக்கும் முழுமையான உரிமை ஒவ்வொரு தலைவருக்கும் உண்டு. ஒரு மாநாட்டின் தலைமைக் கௌரவத்திற்காக அதை விட்டுத்தர முடியாது. தனக்குச் சரியென்றும் பொருத்தமானதென்றும் கருதும் பாதையின் வழி தலைமை தாங்கி அழைத்துசெல்லும் பொறுப்பை மண்டலைத் திருப்திப்படுத்தும் பொருட்டு நான் விட்டுத்தர முடியாது. இது கொள்கைப் பிரச்சினை. எனவே எந்த வகையிலும் சமரசம் செய்யும் எந்த ஒரு விஷயத்தையும் நான் செய்யக்கூடாது என உணர்கிறேன்.

வரவேற்பு கமிட்டியின் முடிவு சரியா என்கிற முரண்பாடுகளுக்குள் நான் போகப்போவதில்லை. ஆனால் பழியை என்மேல் வீசும் வகையில் நீங்கள் சில காரணங்களை எழுதியிருப்பதால் நான் பதிலளிக்கக் கடமைப்பட்டுள்ளேன். முதல் காரியமாக, வரவேற்பு கமிட்டி ஆட்சேபித்திருக்கும் உரைப்பகுதியின் கருத்துகள் மண்டலுக்கு ஆச்சரியப்படுத்தியது என்பதை நான் மறுக்கிறேன்.

அதற்கு திரு. சந்த் ராமே சாட்சி கூறுவார் என நம்புகிறேன். சாதி அமைப்பை உடைப்பதற்கான வழி சாதிகளுக்கிடையே சமபந்தி விருந்துகள் நடத்துவதோ அல்லது சாதிமறுப்புத் திருமணங்கள் நடத்துவதோ அல்ல. மாறாகச் சாதியை உருவாக்கி வலிமைப்படுத்தும் மதக்கருத்தியல்களை அழிப்பதுதான் என திரு. சந்த் ராமின் கேள்விக்கு நான் பதில் கடிதம் எழுதியிருந்தேன். மேலும் அந்தக் கூற்றைப் புதுமையானதென்றும் அதை விளக்கி எழுத அவர் கேட்டுக்கொண்டார். அவரது வேண்டுகோளை ஏற்று அந்தக் கடிதத்தின் ஒரு வாக்கியத்தில் சொன்ன விஷயத்தை விலாவாரியாக விளக்க நான் முடிவு செய்தேன். எனவே நான் வெளிப்படுத்தியிருக்கும் கருத்துகள் முற்றிலும் புதியவை எனச் சொல்ல முடியாது. குறைந்தபட்சம் உங்கள் மண்டலின் வழிகாட்டியாகவும் இயங்குவிசையாகவும் செயல்படும் திரு. சந்த் ராமுக்கு அது புதிதில்லை. ஆனால் அதையும் தாண்டி உரையின் இந்தப் பகுதியை என் விருப்பத்திற்காக மட்டும் எழுதவில்லை. நான் எடுத்துக்கொண்ட வாதத்தை முழுமையாக்க அது தவிர்க்க முடியாதது என்றே எழுதினேன். தங்களுடைய கமிட்டி "தேவையற்றவை; தொடர்பற்றது" என ஆட்சேபித்திருக்கும் பகுதிகளைக் கண்டு நான் வியப்புறுகிறேன். நான் ஒரு வழக்குரைஞர், எது தேவை எது தேவையற்றது என உங்கள் கமிட்டியில் உள்ளவர்கள் அளவிற்கு நானும் அறிவேன் என்பதைச் சொல்ல அனுமதிப்பீர்கள் என நம்புகிறேன். எதிர்ப்பு தெரிவிக்கப்பட்டிருக்கும் பகுதிகள் மிக இன்றியமையாதவையும் பொருத்தமானவையும் என என்னால் உறுதியுடன் கூற முடியும். அந்த குறிப்பிட்ட பகுதியில்தான் சாதிமுறைமையை உடைப்பதற்கான வழிகளையும் முறைகளையும் விவாதித்திருக்கிறேன். சாதியை ஒழிப்பதற்கான சிறந்த முறையாக நான் கண்டடைந்த முடிவு ஒருவேளை திகைப்பூட்டுவதாகவும் வலி நிரம்பியதாகவும் இருக்கலாம். என்னுடைய பகுப்பாய்வைத் தவறு எனச் சுட்டிக்காட்ட உங்களுக்கு உரிமையுண்டு. அதேநேரம் சாதிப்பிரச்சினை குறித்த உரையொன்றில் சாதியை ஒழிக்கும் வழிகளை விவாதிக்க முடியாது என்று நீங்கள் சொல்ல முடியாது.

உரையின் நீளத்தைப் பற்றியதான உங்கள் மற்றொரு குற்றச்சாட்டிற்கு உரையிலேயே நான் மன்னிப்புக் கேட்டுள்ளேன். ஆனால் அதற்கு உண்மையிலேயே யார் பொறுப்பு? நீங்கள் இந்தப் பிரச்சினையில் மிகக்கடைசியாக உள்நுழைந்திருக்கிறீர்கள் என நினைக்கிறேன். விரிவான ஓர் ஆய்வறிக்கையை எழுத எனக்கு நேரமும் தெம்பும் இல்லாததால் என்னுடைய வசதிக்காகச் சிறு உரையை மட்டுமே எழுத நினைத்திருந்தேன். மண்டல்தான் சாதி ஒழிப்புக் குறித்து ஆழமாகவும் முழுமையாகவும் விவாதிக்கும்படிக்

கூறியது. அத்துடன் சாதி அமைப்புத் தொடர்பான கேள்விப் பட்டியலை எனக்கு அனுப்பியிருந்தது. மண்டலின் எதிராளிகள் அடிக்கடி கிளப்பும் இக்கேள்விகளுக்குத் திருப்திகரமாகப் பதிலளிக்க மண்டல் சிரமப்படுவதால் அக்கேள்விகளுக்கு என் உரையில் பதில் வழங்குமாறும் கேட்டிருந்தது. மண்டலின் விருப்பத்தை நிறைவுசெய்யும் முயற்சியாகவே உரை இவ்வளவு தூரம் நீண்டுவிட்டது. ஆகவே உரையின் நீளத்துக்கு நான் காரணமல்ல என்பதை இப்போது ஒத்துக்கொள்வீர்கள் என்று நம்புகிறேன்.

இந்துமதத்தை அழிப்பதுபற்றி நான் பேசியதற்கு 'மண்டல்' இவ்வளவு தூரம் வேதனைப்படும் என நான் எதிர்பார்க்கவில்லை. முட்டாள்கள்தான் வார்த்தைகளுக்குப் பயப்படுவார்கள் என்று நான் நினைத்தே இருந்தபோதும், மக்கள் மனங்களில் தவறான புரிதல் ஏற்பட்டுவிடக் கூடாது; அதற்காக மதம் என்றால் என்ன மதத்தை கைவிடுவது என்றால் என்ன என்பது குறித்து விளக்க நான் மிகுந்த சிரமம் எடுத்துக்கொண்டுள்ளேன். என் உரையைப் படிக்கும் எவரும் என் கருத்தைத் தவறாகப் புரிந்துகொண்டுவிட முடியாது என்பது உறுதி. போதிய விளக்கம் இருந்தும் 'மத ஒழிப்பு' போன்ற வெறும் வார்த்தைகளைக் கண்டு உங்கள் 'மண்டல்' மிரள்கிறது என்றால் அது என் மதிப்பில் உயரவில்லை. சீர்திருத்தவாதியின் நிலைப்பாட்டை எடுத்துவிட்டுப் பிறகு (அதை நடை முறையில் கடைப்பிடிப்பது ஒருபுறம் இருக்கட்டும்) அந்த நிலைப்பாட்டின் தர்க்கரீதியான விளைவைப் பார்க்கக்கூட மறுக்கிற எவரையும் யாரும் மதிக்க முடியாது.

என் உரையைத் தயாரிப்பதில் எந்தவிதக் கட்டுப்பாட்டுக்கும் நான் ஒத்துக்கொள்ளமாட்டேன் என்று உங்களுக்கே தெரியும். உரையில் என்ன வர வேண்டும், என்ன வரக்கூடாது என்று எனக்கும் 'மண்டலு'க்கும் இடையில் ஒருமுறைகூட விவாதம் எழவில்லை. இக்கருத்து பற்றி நான் கொண்டுள்ள எண்ணங்களை விவாதிக்க எனக்கு இருக்கும் சுதந்திரத்தை உள்ளபடியே எடுத்துக்கொண்டேன். உண்மையில் நீங்கள் பம்பாய்க்கு ஏப்ரல் 9ஆம்தேதி வரும்வரை, நான் எவ்விதமான உரையைத் தயார் செய்துவருகிறேன் என்று 'மண்டலு'க்குத் தெரியாது. நீங்கள் பம்பாய்க்கு வந்தபோது ஒடுக்கப்படும் வகுப்புகளின் மதமாற்றம் பற்றிய என் கருத்தை வெளியிட உங்கள் மேடையைப் பயன்படுத்த விரும்பவில்லை என்று நான்தான் வலியவந்து கூறினேன். உரையில் நான் அந்த வாக்குறுதியைச் சரியாகக் கடைப்பிடித்திருக்கிறேன் என நினைக்கிறேன். போகிறபோக்கில் மறைமுகமாக நான் இங்கே இருக்கமாட்டேன் என்று தொட்டுச் சொல்வதைத் தவிர உரையில் இதுபற்றி எங்குமே பேசவில்லை.

இவ்வளவு மேலோட்டமாகவும் மறைமுகமாகவும் வெளியிட்ட ஒரு கூற்றையே நீங்கள் ஆட்சேபிக்கும்போது நான் பின்வரும் கேள்வியைக் கேட்டே ஆக வேண்டும். உங்கள் மாநாட்டுக்குத் தலைமைதாங்க ஒப்புக்கொண்டதற்காக ஒடுக்கப்படும் மக்களின் நம்பிக்கை மாற்றம் குறித்த எனது கருத்துகளைக் கைவிடவோ நிறுத்தவோ செய்வேன் என நினைக்கிறீர்களா? அப்படி நினைத்திருந்தால் தவறு உங்களுடையது. அதற்கு நான் பொறுப்பல்ல. என்னைத் தலைவராகத் தேர்ந்தெடுத்துக் கௌரவித்ததற்காக என் மதமாற்றத் திட்டத்தின்மீது எனக்குள்ள நம்பிக்கையைக் கைவிட வேண்டுமென உங்களில் யாராவது ஒருவர் குறிப்பால் உணர்த்தியிருந்தால்கூட நான் வெளிப்படையான நேரடியான சொற்களில் எனக்கு உங்கள் கௌரவத்தைவிட என் நம்பிக்கையே பெரிது எனச் சொல்லியிருந்திருப்பேன்.

நீங்கள் 14ஆம் தேதி எழுதிய கடிதத்திற்குப் பிறகு வந்துள்ள இந்தக் கடிதம் எனக்கு அதிர்ச்சியளித்தது. யார் இதைப் படித்தாலும் அப்படியே உணர்வார்கள். வரவேற்பு கமிட்டியின் இந்தத் தலைகீழ் மாற்றத்திற்குக் காரணம் புரியவில்லை. உங்கள் 14ஆம் தேதிக் கடிதத்தின்போது, குழுவிடமிருந்த நகல் வரைவிற்கும் இப்போது நான் கொடுத்துள்ள இறுதிவரைவிற்கும் (எதன் அடிப்படையில் நீங்கள் கடிதத்தில் குறிப்பிட்டுள்ள முடிவு எடுக்கப்பட்டுள்ளதோ அதன்) சாரத்தில் எந்த வேறுபாடும் இல்லை. பழைய வரைவில் இல்லாத ஒரு புதிய கருத்தும் இறுதிவரைவில் சேர்க்கப்படவில்லை. ஒரு வேறுபாடு என்னவென்றால் இறுதி வரைவு சற்று விளக்கமாக எழுதப்பட்டிருப்பதுதான். எனவே ஏதேனும் ஆட்சேபணை இருந்திருந்தால் நீங்கள் 14ஆம் தேதியே சொல்லியிருக்க முடியும். ஆனால் அப்படிச் சொல்லாமல் ஆயிரம் படிகள் அச்சடிக்கச் சொல்லிவிட்டீர்கள்.

நீங்கள் தெரிவித்த வார்த்தை மாற்றங்களை ஏற்பதோ மறுப்பதோ என் உரிமை என்று சொல்லிவிட்டீர்கள். அவ்வாறே அச்சடித்த ஆயிரம் படிகளும் என்னிடம் இருக்கின்றன. எட்டு நாட்கள் கழித்து உரையின்மீது ஆட்சேபணை தெரிவித்தும் அதை மாற்றாவிடில் மாநாடு ரத்தாகும் என்றும் எழுதுகிறீர்கள். உரையில் எந்த மாற்றமும் செய்வதற்கான வாய்ப்பில்லாததை நீங்கள் அறிந்திருக்க வேண்டும். ஒரு காற்புள்ளியைக் கூட மாற்ற இயலாது என நீங்கள் பம்பாய் வந்திருந்தபோது சொல்லியிருந்தேன். என் உரையைத் தணிக்கைசெய்வதை அனுமதிக்க முடியாது என்றும் நான் அளிக்கும் வடிவத்திலேயே உரையை நீங்கள் ஏற்றுக்கொள்ள வேண்டும் என்றும் கூறினேன். உரையின் கருத்துகளுக்கான முழுப்பொறுப்பும் என்னையே

சாரும். மாநாடு அவற்றை ஏற்காவிட்டால் அவற்றுக்கு எதிராக மாநாடு தீர்மானம் நிறைவேற்றினாலும் கவலையில்லை என்றும் சொன்னேன்.

என் கருத்துகளுக்காக மண்டல் சிரமப்பட்டுவிடக்கூடாது, உங்கள் மாநாட்டுடன் நெருக்கமான உறவிலும் சிக்கிவிடக் கூடாது என்பதில் மிகுந்த கவனமாக இருந்திருக்கிறேன். என் உரை, தலைமை உரையாக அல்லாது தொடக்க உரை போல் இருக்கட்டும். தலைமை ஏற்கவும் தீர்மானங்களைக் கவனிக்கவும் வேறு யாரையேனும் ஏற்பாடு செய்யுங்கள் என்றும் மண்டலிடம் யோசனை தெரிவித்தேன். 14ஆம் தேதி வேறு எவரையும்விட இதுகுறித்து முடிவெடுக்க உங்கள் குழுவுக்கு மேலான வாய்ப்பு இருந்தது. அதைச் செய்ய குழு தவறிவிட்டது. இதற்கிடையில் அச்சகச் செலவும் வைத்துவிட்டீர்கள். கொஞ்சம் கூடுதல் மனவுறுதியைக் கைக்கொண்டிருந்தீர்களென்றால் இதைத் தவிர்த்திருக்கலாம்.

உங்கள் குழுவின் முடிவுக்கும் உரையின் கருத்துகளுக்கும் தொடர்பில்லை என்று உறுதியாகக் கூறுகிறேன். அமிர்தசரஸில் நடைபெற்ற சீக்கியப் பிரச்சார மாநாட்டிற்கு நான் வந்ததற்கும் நீங்கள் எடுத்த முடிவுக்கும் வேண்டுமானால் நிரம்பவும் தொடர்பு உண்டு எனக் கருதக் காரணங்கள் உண்டு. ஏப்ரல் 14இலிருந்து 22வரை உங்கள் குழுவின் திடீர் முகமாற்றத்துக்கு வேறேதும் திருப்திகரமான காரணம் வேறேதும் இருக்க முடியாது. இந்தச் சர்ச்சையை நான் நீட்ட விரும்பவில்லை. என் தலைமையிலான மாநாடு ரத்தாகிவிட்டது என்று உடனடியாக அறிவித்துவிடும்படிக் கேட்டுக்கொள்கிறேன். மரியாதை நிமித்தங்கள் அனைத்தும் முற்றுப்பெற்றுவிட்டன. இனி முழுஉரையையும் உங்கள் குழு ஏற்க முன்வந்தாலும் தலைமை தாங்க நான் தயாராக இல்லை. உரையைத் தயாரிப்பதில் நான் பட்ட சிரமங்களைப் பாராட்டிய தற்கு நன்றி. கண்டிப்பாக நான் இதில் பயன் அடைந்துள்ளேன். எனது ஒரே வருத்தம் இந்தச் சிரமத்தை ஏற்கும் அளவில் என் உடல்நிலை இல்லாதபோது இந்தக் கடுமையான பணிக்கு ஆட்படுத்தப்பட்டேன் என்பதே.

தங்கள் உண்மையுள்ள,
பி.ஆர். அம்பேத்கர்.

97

ராஜகிரஹா,
தாதர்,
பம்பாய்-14,
20-8-1936.

அன்பின் பாவுராவ்,

ரணகாம்பேயுடன் நீங்கள் எவ்விதமான உடன்பாட்டிற்கு வந்துள்ளீர்கள் என ஆவலோடு எதிர்பார்த்துக்கொண்டிருக்கிறேன். இதுகுறித்து நீங்கள் எந்தத் தகவலும் அளிக்காதது உள்ளபடியே வருத்தம் அளிக்கிறது. கூட்டத்தில் அறிவிக்கும்விதமாக நீங்களும் ரணகாம்பேயும் உடன்பாட்டிற்கு வராத பட்சத்தில் நான் வரும் ஞாயிறு டியோலாலிக்கு வருவதில் எந்தப் பிரயோஜனமும் இல்லை.

வரும் சனிக்கிழமைக்குள் நீங்கள் இதுபற்றிச் செய்தி அனுப்பவில்லையென்றால் நான் வரமாட்டேனென்று கொள்ளுங்கள்.

போன சனிக்கிழமையின் டைம்ஸ் ஆஃப் இந்தியாவில் சுதந்திரத் தொழிலாளர் கட்சியின் திட்ட அறிக்கை வெளி வந்திருந்ததை வாசித்தீர்களா? அதைப்பற்றி உங்கள் யோசனை களை எனக்குச் சொல்லுங்கள்.

தங்கள்,
பி.ஆர்.அ.

98

ராஜகிரஹா,
தாதர்,
பம்பாய்–14,
25–8–1936.

அன்பின் பாவுராவ்,

22ஆம் தேதியிட்ட தங்கள் கடிதம் கிடைத்தது. அதில் நீங்கள் முன்னமே ஒரு விரிவான கடிதம் எழுதியிருப்பதாகச் சொல்லியிருக்கிறீர்கள்; அப்படியொரு கடிதம் என் கைகளில் கிடைக்கவில்லை. ரணகாம்பேயும் நீங்களும் என்ன செய்துகொண்டிருக்கிறீர்கள் என எனக்குப் புரியவில்லை. எனது உடல்நிலை முழுமையாக நசிவடைந்துவிட்டது. மருத்துவர்கள் என்னை இந்தியாவுக்கு வெளியே சென்று ஓய்வெடுக்க ஆலோசனை வழங்கியிருக்கிறார்கள். எந்த நேரத்திலும் நான் வெளிநாடு செல்லலாம். உங்கள் முடிவைத் தாமதியாது தெரிவியுங்கள். என்னால் காத்திருக்க முடியாது. மறுதபாலில் ரணகாம்பேயுடன் ஏதேனும் உடன்பாட்டிற்கு வந்திருந்தால் தயவுசெய்து எனக்கு எழுதுங்கள்.

உண்மையுள்ள,
பி.ஆர்.அ.

99

[ராஜகிரஹா,
தாதர்,
பம்பாய்-14,
27-9-36].

அன்பின் பாவுராவ்,

உங்களது மௌனத்திற்காக[1] உங்களைக் குற்றம் சாட்டவில்லை. இருந்தும் தேர்தல் பிரச்சாரம் குறித்த தகவல்களை நீங்கள் எனக்குத் தெரிவிப்பீர்கள் என எதிர்பார்த்தேன். நீங்கள் எனக்கு அனுப்பியிருந்த இரண்டு துண்டறிக்கைகளை உங்களுக்கு அனுப்பியிருக்கிறேன். தானியின்[2] பெயரைப் பார்த்து ஆச்சர்யமடைந்தேன். ரணகாம்பே இதை அறிவாரா? அவருடைய ஒப்புதலோடுதான் இது நடந்ததா? இதுபற்றிய விவரங்களை நான் அறிய விரும்புகிறேன்.

பாகூர் மஹர்கள் பற்றிய எழுத்துகளை வாசித்தேன். மஹர்களுக்கான ஊக்கத்தொகையை அரசாங்கம் ஒழுங்குபடுத்தியிருப்பதாக நினைக்கிறேன். எனினும் அரசோடு இதுகுறித்துப் பேசி அவர்கள் தரப்பில் என்ன சொல்கிறார்கள் என உங்களுக்கு அறியத் தருகிறேன்.

உண்மையுள்ள,
பி.ஆர்.அ.

---

1. டாக்டர் அம்பேத்கரின் 25-8-1936ஆம் தேதியிட்ட முந்தைய (98வது கடிதம்) கடிதத்திற்கு பாவுராவ் பதிலளிக்கவில்லை. இதையே ஒரு மாத மௌனம் எனக் குறிப்பிடுகிறார்.

2. எஸ்.பி. தானி

100

['ராஜகிரஹா',
தாதர்,
பம்பாய்–14,
13–10–36].

அன்பின் பாவுராவ்,

தங்களின் 9ஆம் தேதியிட்ட கடிதம் கிடைத்தது. உடல்நலத்தைப் பொறுத்தவரை மிக மோசமாக உணர்கிறேன். சிறிய அளவில் உழைத்தாலும் கடும் சோர்வு அடைகிறேன். கொஞ்சமும் சக்தி மிச்சமில்லை. நான் அங்கு வருவதை நீங்கள் தவிர்க்கச் சொல்வீர்களென்றே விரும்புகிறேன். ரணகாம்பே போட்டியிட்டாலும் தேர்தல் நடைபெறுமா என்று எனக்குச் சந்தேகமாக இருக்கிறது. எந்த அவசரமும் இருப்பதுபோல் தெரியவில்லை. இருந்தும் நான் வந்தேயாக வேண்டும் என நீங்கள் விரும்பினால் நான் வருகிறேன். ஆனால் நீங்கள் குறிப்பிட்டிருக்கும் தேதிகள் எனக்குத் தோதுப்படாது. வேறு ஏதாவது தேதிகளை நாம் தீர்மானிக்கலாம். எனக்குத் தோதான தேதிகளை உங்களுக்குத் தெரிவிக்கிறேன்.

ரோஹம்[1] நேற்று முன்தினம் இங்கு வந்திருந்தார். நிப்ஹாட்டில் ரணகாம்பேயின் கட்சியினர் ஒரு கூட்டம் நடத்தியதாகவும் அதில் ரணகாம்பேயை ஆதரித்து ஒரு தீர்மானமும் மதமாற்றத்தைக் கண்டித்து ஒரு தீர்மானமும் நிறைவேற்றப்பட்டதாகவும் சொன்னார். இது எந்த அளவிற்கு உண்மையென்று எனக்குத் தெரிவியுங்கள். நீங்கள் எனக்கு அனுப்பியிருந்த இரண்டு துண்டறிக்கைகளைத் திருப்பி அனுப்புகிறேன். கூட்டத்தில் என்ன நடந்தது என்று எனக்குத் தெரியப்படுத்துங்கள்.[2]

உண்மையுள்ள,

பி.ஆர்.அ.

---

1. திரு. பிரபாகர் ரோஹம் பம்பாய் சட்டமன்ற உறுப்பினருக்கான தேர்தலில் டாக்டர் அம்பேத்கரின் சுதந்திரத் தொழிலாளர் கட்சியின் அஹ்மத்நகர் வேட்பாளராக இருந்தவர் [*டைம்ஸ் ஆப் இந்தியா* 15–1–37;ப:5].

2. மூலக் கடிதத்தில் பின்குறிப்பு உண்டு (ப–ா)

101

1, ப்ரிம்ரோஸ் 5997.

> 10, கிங் ஹென்றி சாலை,
> ப்ரிம்ரோஸ் ஹில்,
> வட மேற்கு 3,
> 15–1–37 [லண்டன்]

இன்று காலை டெலிக்ராப் நாளேட்டின் மூலம் உனது கப்பல் பம்பாய் சென்றுசேர்ந்ததை அறிந்தேன். உனது பயணம் இனிதாக இருந்திருக்கும், இந்த மாற்றத்தை நீ விரும்பியிருப்பாய் என நம்புகிறேன் அன்பே. இப்போது நீ உனது வேலைகளைத் தொடங்க ஆயத்தமாகு, அதிகம் மெனக்கெடாதே, நான் வருவதுவரை நலத்தைப் பேணிக்கொள். நான் தினமும் இங்கு கடைத்தெருக்களுக்குச் சென்றுவருகிறேன்.

உன்னைக் குறித்த விசாரணைகள் எல்லாம் தற்போது மெல்லத் தேய்ந்துவிட்டது மகிழ்ச்சியளிக்கிறது. உனக்கு எழுதியதற்குப் பிறகு எதுவும் கேள்விப்படவில்லை. போர்ட் செய்த் துறைமுகத்திலிருந்து நீ எனக்கு அனுப்பிய கடிதத்திற்கு என் அன்பு. புதன் மாலை அதை நான் கைப்பற்றினேன், அதனால் வியாழன் காலையில் புத்தகங்களைப் பார்வையிட்டேன். அடுத்த மெயிலில் அனுப்பிவைக்கிறேன்.

இந்தியா அலுவலகத்தில் எனது வேலை மிகச் சுவாரசியமாகக் கழிகிறது. உனக்காக இந்தப் பணியைச் செய்வதில் கூடுதல் மகிழ்ச்சி.

இன்று கடைத்தெருவில் உனக்காக ஒரு ஜதை அழகிய வெள்ளி விளக்குகள் வாங்கினேன். நீ அவற்றை விரும்புவாய். நமது மேஜையில் அவற்றை அலங்கரிக்கலாம்.

எனது பிரிவுபச்சார மடலும் எனது கிறிஸ்துமஸ் அட்டை யும் உனது கையில் கிட்டடாமற் போனது அறிந்து தீரா

வருத்தங்கள் அடைகிறேன். இனி? அது உன் கைக்குக் கிட்டாது. நல்லமுறையில் நான் பொட்டலம் கட்டியிருந்தேன். எனினும் அது எங்கோ அவசரத்தில் தொலைந்துபோயிருக்கும். அதன் வெளிப்புறத்தில்தான் கிறிஸ்துமஸ் அட்டையை எழுதியிருந்தேன்.

உன்னைப் பற்றியே நாள் முழுதும் நினைத்துக் கொண்டிருக்கிறேன். உன்னோடு கூட இருக்கவே மனம் நாடுகிறது.

கடவுள் உன்னை ஆசீர்வதிக்கட்டும் அன்பே.

மிகுந்த நேசத்தோடு,
எப்போதும் உன்,
எஃப்.எஃக்ஸ். [1]

['ராஜகிரஹா'
தாதர்,
பம்பாய்–14]

---

1. லண்டனிலிருந்து பெற்ற தந்தியின் அடிப்படையில் ஜனவரி 7, 1937, பம்பாய் *விவித விரித்தா* பத்திரிகை, கணவனை இழந்த ஓர் ஆங்கிலப் பெண்ணை மணந்ததாக ஒரு செய்தியை வெளியிடுகிறது. அம்பேத்கரின் தோழியான எஃப்.எஃக்ஸ் உண்மையில் ஓர் ஐரிஷ் பெண்மணி. இந்த மறைமுகத் தூற்றல் வெளிப்படையானது. இந்த மறைமுக உறவு, திருமணச் செய்தியை உள்ளபடியே டாக்டர் அம்பேத்கர் மறுத்திருக்கிறார். 15, ஜனவரி 1937 தேதியிலான *டைம்ஸ் ஆஃப் இந்தியா* இதழில் இந்த மறுப்பு வெளியானது. அதே நாளில் எஃப். எஃக்ஸ் அவர்கள் இந்தக் கடிதத்தை எழுதியிருப்பது வினோத தற்செயல். இந்தக் கடிதம் மறைமுகக் காதலனாக இருந்து புதிதாய் மணமான கணவருக்கு எழுதியதுபோல் இல்லாததே. அவர்கள் தன்னிலை விளக்கம் அளிப்பதுபோல் உள்ளது. 1936இல் இந்துவாகச் சாகமாட்டேன் என டாக்டர் அம்பேத்கர் பிரகடனப்படுத்தியதை அடுத்து அம்பேத்கரைக் குணாம்சப் படுகொலை செய்ய முயன்ற பிரமாண்ட சதியின், தூஷணப் பிரச்சாரத்தின் ஒரு பகுதியாக இது இருந்தது. அவரது பிரகடனத்தை அடுத்துப் பேரச்சம் அடைந்த இந்துத் தலைவர்கள் அருவருப்பான இத்தகைய காரியங்களில் ஈடுபட்டனர். எனினும் தொடர்ந்த நிகழ்வுகள் டாக்டர் அம்பேத்கரின் உத்தமக் குணங்களே அவரின் உறுதியான அம்சங்கள் எனப் பறைசாற்றின.

102

ஒன்றுபடு, ஒன்றுசேர்

பான்கிபூர், பாட்னா,

எண்: 41 — 8 மார்ச் 1937.

அன்பான டாக்டர் சாஹேப்,

இம்மாதம் 3ஆம் தேதியிலான தங்கள் கனிவான கடிதம் கிடைத்தது. சாதி குறித்த தங்களின் சிறுவெளியீடு தீர்ந்துவிட வில்லையெனில் எனக்கு ஒரு பிரதி அனுப்பித் தருவீர்கள் என்றால் அதை நான் மொழிபெயர்க்க ஆரம்பித்துவிடுவேன்.[1]

நீங்கள் விரும்பியதற்கிணங்க தேர்தலில் போட்டியிட்ட வேட்பாளர்களின் பட்டியலை உங்களுக்கு அனுப்புகிறேன். காங்கிரஸோடு நாங்கள் ஓர் ஒப்பந்தம் செய்துகொண்டதை மறுப்பதற்கில்லை. அந்த ஒப்பந்தத்தினால் லீக்கின் ஒன்பது நபர்கள் திரும்ப அழைக்கப்பட்டனர். அவர்கள் லீக்கின் உறுதிமொழியோடு காங்கிரசின் உறுதிமொழியிலும் சில ஒதுக்கீடுகளோடு கையொப்பம் இட்டிருந்தனர். இங்கு பீகாரில் காங்கிரசைத் தவிர அமைப்பாக்கப்பட்ட கட்சிகள் ஏதும் இல்லாதிருப்பதை நீங்கள் அறிந்திருப்பீர்கள். உள்ளாட்சி அமைச்சர் சர். கணேஷ் தத் சிங் தன்னுடைய கட்சியை அமைக்க முயன்றும் அவரால் ஒருங்கிணைக்க முடியவில்லை. நாங்கள் கடைசி நேரத்தில் காங்கிரசோடு ஒப்பந்தம் செய்தோம். அதாவது, 29 அக்டோபர் 1936 அன்று. வேட்பு மனுத் தாக்கல் 3 நவம்பர் 1936 அன்று நடக்க இருந்தது. ஒடுக்கப்பட்ட வகுப்பினராகிய நாம்

1. இது டாக்டர் அம்பேத்கரின் பெரும்படைப்பான ‘சாதியை அழித்தொழித்தலை’க் குறிப்பிடுகிறது.

இங்கு நமது இயக்கத்தை மிகவும் பிந்தியே துவங்க முடிந்ததால் அமைப்பாக்கம் குறைந்த அளவே நடைபெற்றிருக்கிறது. சமீபத்திய தேர்தலில் நாங்கள் கற்றுக்கொண்ட அனுபவங்கள் தொடர்ச்சியாக வேலைகளைச் செய்தால் இன்னும் ஐந்து வருடங்களில் அடுத்த தேர்தலில் சுயேட்சையாகப் போட்டியிட்டு வெற்றிபெற முடியும் எனத் தெரிவிக்கிறது.

அலஹாபாத்தைச் சேர்ந்த திரு. பால்தியோ பிரசாத் ஜெய்ஸ்வால் என்பவரை நீங்கள் அறிவீர்கள். அவர் அகில இந்தியா மாநாட்டிற்காக பாட்னா வந்துள்ளார். இங்குள்ள பத்திரிகைகளில் அந்த மாநாட்டிற்குத் திவான் பகதூர் சீனிவாசன் அவர்கள் தலைமை தாங்குவதாகவும் நீங்கள் அந்த மாநாட்டில் கலந்துகொள்ளப் போவதாகவும் அவர் செய்தி அளித்துள்ளார். எனக்கு இதுகுறித்து உண்மை எதுவும் தெரியாது. அந்த நபரை நம்பலாமா என்றும் தெரியவில்லை. கடந்த வருடம் லக்னோவில் நடந்த மாநாட்டில் திரு. ஜெய்ஸ்வால் அவர்களே மாநாட்டு ஒருங்கிணைப்பாளராகக் காணப்பட்டார். வெறுமனே உங்களைக் காண்பதற்காக லக்னோவரை வந்து ஏமாற்றத்தோடு திரும்பினேன். இம்முறை என்னுடைய உதவியை நாடுகிறார். வெளிப்படையாக என்னால் அவருக்கு நிச்சயமாக உதவ முடியாது, நீங்கள் மாநாட்டிற்கு வருகைபுரிவதாக இருந்தால் மட்டுமே உதவ முடியும். இம்மாநாடு 1937 ஏப்ரல் 9, 10, 11 ஆகிய தேதிகளில் நடைபெற உள்ளது. பீகாரில் யாரும் அவரோடு இல்லை. ஒரு கத்தோலிக்க ஆலயத்தில் அவரது அலுவலகம் செயல்படுகிறது. எல்லா நடவடிக்கைகளும் மிஷனரிகளால் திட்டமிடப்படுகின்றன.

1937 ஏப்ரல் 15க்கும் மே 15க்கும் இடையே பாட்னாவில் மாகாண மாநாடு நடத்த ஒடுக்கப்பட்டோர் லீக்கின் செயற்குழு முடிவெடுத்திருக்கிறது. அதில் நீங்கள் கலந்துகொள்ள வேண்டும். உங்களுக்கு அழைப்பு விடுக்க லீக் முடிவு செய்துள்ளது. எனக்குச் சந்தேகம்தான்; எனினும், நீங்கள் திரு. ஜெய்ஸ்வாலின் மாநாட்டில் கலந்துகொள்ள வருவதாக இருந்தால் நாங்கள் தேதியை ஏப்ரல் 12க்கு மாற்றிக்கொள்வோம். இக்கடிதம் கிடைத்ததும் திரு. ஜெய்ஸ்வால் ஒருங்கிணைக்கும் மாநாட்டில் நீங்கள் பங்கேற்பீர்களா என்பதைத் தயவுசெய்து எனக்குத் தெரிவியுங்கள். அவரால் ஒடுக்கப்பட்டோர் நூறுபேரைக்கூட ஒருங்கிணைக்க முடியாது. லக்னோவில் செய்ததுபோல் ஆயிரக்கணக்கான முஹம்மதியர்களையும் கிறிஸ்தவர்களையும் வேண்டுமென்றால்

அவரால் அழைக்க முடியும். இத்தகு முறைகளை நான் வலுவாகக் கண்டிக்கிறேன். உண்மையான ஒடுக்கப்பட்டோர் மாநாடுகளே நமக்குத் தேவை. உங்களிடமிருந்து தாமதியாது பதிலை எதிர்பார்க்கிறேன்.

தங்கள் உண்மையுள்ள,
ஜெகஜீவன்ராம்[2]

[டாக்டர்.பி.ஆர். அம்பேத்கர்,
பார்-அட்-லா
'ராஜகிரஹா'
தாதர், பம்பாய்-14]

---

2. பாபு ஜெகஜீவன்ராம் பி.எஸ்சி அவர்கள் இதை எழுதுகையில் பாட்னாவில் செயல்பட்டு வந்த பீகார் ஒடுக்கப்பட்டோர் லீக்கின் தலைவராக இருந்தார்.

103

ப்ரிம்ரோஸ் 5997   10, கிங் ஹென்றிஸ் சாலை,
ப்ரிம்ரோஸ் ஹில்,
வட மேற்கு 3,
13–5–37 (லண்டன்).

அன்பே பீம்,

கடந்த வாரம் உனக்கு எழுத இயலவில்லை. மன்னித்துக்கொள். எதுவும் செய்யத் தோன்றாத ஒரு மனநிலையில் இருந்ததை ஓர்மிக்கிறேன். அந்தப் பெரும் ஏமாற்றத்திலிருந்து மீண்டுவர முயல்கிறேன். உன்னை எதுவும் குற்றப்படுத்தவில்லை அன்பே, உன்னால் இதைத்தவிர வேறெதுவும் செய்திருக்க முடியாது.

நீ நலமாக இருக்கிறாய் என நம்புகிறேன். உன்னுடைய கல்லூரியின் வளர்ச்சிப் பணிகளைக் கவனித்துக்கொண்டு பரபரப்பாக இருப்பாய். நம் வீடு எந்த நிலையில் இருக்கிறது? எனக்கு எழுது. நீ எனக்காக எப்போது சாவகாசமாகத் தயாராக இருப்பாய் என்று எனக்குத் தெரியப்படுத்து.

விடுமுறை நாளை உன்னால் இறுதிசெய்ய முடிந்ததா? முடிந்தால் நன்றாக இருக்கும் என விழைகிறேன். ஏதேனும் வழக்குகள் கைவசம் உள்ளதா?

இங்கு கடும் மழைப் பொழிவு; அது இன்னமும் கடும் குளிராகவே நீடிக்கிறது.

கடவுள் உன்னை ஆசீர்வதிக்கட்டும் அன்பே.

என் அன்பும் பிரார்த்தனைகளும் உன்னோடு.
என்றும் உன்,
எஃப். எஃக்ஸ்.

104

'ராஜகிரஹா',
தாதர், பம்பாய்-14,
8 ஜூன் 1937.

பீம்ராவ் ஆர். அம்பேத்கர்,
எம்.ஏ., பி.ஹெச்.டி., டி.எஸ்.சி.,
பாரிஸ்டர்-அட்-லா

அன்புக்குரிய திரு மேனன்,

லண்டனில் நடைபெறும் சிவில் உரிமைகள் மாநாட்டில் இந்தியாவின் சார்பில் வாசிக்க இந்திய சிவில் உரிமைக் கழகம் தயாரித்த அறிக்கையில் கையெழுத்திட வேண்டித் தங்களின் 998-எண்ணிட்ட மே 1937இன் கடிதமும் அஞ்சலட்டையும் கிடைத்தது. நான் பம்பாய்க்கு மே 25 அன்று வரும்வரையில் இதுகுறித்து எனக்கு எதுவும் தெரியாது. எனவே முன்னமே பதிலளிக்க முடியவில்லை.

நான் அந்த அறிக்கையை வாசித்துப்பார்த்தேன்; மன்னிக்கவும். என்னால் அதை ஒப்புக்கொள்ள முடியவில்லை. இந்திய அரசின் எல்லைகள் குறித்த கொள்கைகளை நீங்கள் அதில் கண்டனத்துக்கு உள்ளாக்கியிருக்கிறீர்கள். இது எப்படி இந்தியர்களின் சிவில் உரிமைப் பிரச்சினைக்குள் அடங்குமென்று எனக்குப் புரியவில்லை. அதே நேரம், சாதி இந்துக்களால் தீண்டப்படாதவர்மீது நடைமுறைப்படுத்தப்படும் அமைப்பியல் வன்கொடுமைகளையும் ஒடுக்குமுறைகளையும் குறித்து நீங்கள் எதுவும் குறிப்பிடவில்லை, இதுவே சந்தேகத்துக்கு இடமின்றி இந்தியர்களின் சிவில் உரிமைக்குள் அடங்கும் விஷயமாகும்.

தங்கள் உண்மையுள்ள,
பி.ஆர். அம்பேத்கர்.

பெறுநர் :

கே.பி. மேனன்
செயலாளர்,
இந்திய சிவில் உரிமைக் கழகம்
மீட்சுவல் பில்டிங்
ஃபோர்ட், பம்பாய்.

105

பொதுமன்னிப்பு வழக்கு[1]

ஐயா,

உயர்நீதிமன்றம் இரண்டு சூதாடிகளுக்கு அளித்த தண்டனையைத் தள்ளுபடி செய்த பம்பாய் உள்துறை அமைச்சர் அவர்களின் செயல்பாட்டை அணுக்கமாகப் பின்தொடர்ந்து கொண்டிருக்கும்போதே பொதுமன்னிப்புக் குழுவின் உள்துறை அமைச்சர் பதினான்கு வயதுப் பெண்ணைப் பாலியல் வன்கொடுமை செய்த ஜாபர் ஹசன் என்பவரின் மூன்றுவருடக் கடுங்காவல் தண்டனையைக் குறைத்து நடவடிக்கை எடுத்ததாகச் செய்தி வருகிறது. இத்தீர்ப்பு 1936இல் வழங்கப்பட்டது. குற்றவாளி ஒரு வருடத் தண்டனை அனுபவித்த நிலையில் இரண்டு வருடத் தண்டனை தள்ளுபடி செய்யப்பட்டிருக்கிறது.

பொதுமன்னிப்புக் குழுவில் இடம்பெற்றுள்ள காங்கிரஸ் அமைச்சரின் இந்தச் செயல் எதனோடும் ஒப்பிட முடியாத அளவிற்கு மிகவும் கேவலமானது. காங்கிரசைக் குருட்டுத்தனமாக ஆதரிக்கும் இந்துப் பொதுச் சமூகம் இந்தச் செயல்பாடுகளைக் குறித்து என்ன நினைக்கிறது?

இந்த விஷயம் சாதி இந்துக்களோடு தொடர்புடையதா யிருந்தாலோ அந்தப் பெண் சாதி இந்துச் சமூகத்தைச் சேர்ந்தவளாக இருந்திருந்தாலோ நான் உங்களை இந்தக் கடிதத்தின் மூலம் தொந்தரவு செய்திருக்கமாட்டேன். ஏனெனில் இந்துக்கள் தங்களை உய்விக்க காங்கிரசைத் தவிர எந்தக் கட்சியாலும், மகாத்மாவைத் தவிர எந்த மனிதனாலும் முடியாது என மத நம்பிக்கை போலொன்றை வளர்த்தெடுத்திருக்கிறார்கள்! அவர்கள் தங்கள் விதியை ஒரு கட்சியின் கையில் ஒப்படைத்துவிட்டார்கள். அவர்கள் நம்பும் கட்சி என்ன செய்கிறதென்று யோசிக்கத் தவறிவிட்டார்கள். அவர்கள் துன்பத்துக்கு ஆளானால் அது அவர்களுடைய தவறு. ஆனால் அந்தப் பெண் ஒடுக்கப்பட்ட சமூகத்தைச் சேர்ந்தவள். சாம்பஹார் சாதியைச் சேர்ந்தவள். அந்தக் காரணத்திற்காகவே நான் இதுகுறித்து மிகவும் கவலையுறுகிறேன்.

---

1. மார்ச் 19, 1938 டைம்ஸ் ஆஃப் இந்தியாவில் பிரசுரிக்கப்பட்டது

நாங்கள் சிறுபான்மையாக இருக்க விதிக்கப்பட்டவர்கள். எங்களால் விமர்சிக்க மட்டுமே முடியும், எங்களால் எதையும் கட்டுப்படுத்த இயலாது.

மகாத்மாவினால் கண்டுகொள்ளப்படாமல் பிரதம மந்திரியால் அங்கீகரிக்கப்பட்டு இந்துப் பொதுச் சமூகத்தால் சகிக்கப்படும் பொதுமன்னிப்புக் குழுவின் உள்துறை அமைச்சரின் இப்படியான செயல்பாடுகளால் ஒடுக்கப்பட்டோருக்கு எப்படியான நீதியும் நன்மையும் கிடைக்கப்பெறும் என நம்ப முடியும்? வேறு எந்த நாட்டிலாவது இப்படியான சம்பவம் நடைபெற்றிருந்தால் அந்த மந்திரியைப் பதவி நீக்கம் செய்திருப்பார்கள் என்பது உறுதி. இந்தியாவில் இதை எதிர்பார்க்க முடியாது. தங்கள் மந்திரியின் இந்தக் கண்டிக்கத்தக்க செயலைப் பிரதம மந்திரியும் தானும் நியாயப்படுத்துவது குறித்து ஒடுக்கப்பட்டோருக்கு விளக்கம் அளிக்க வேண்டியது மகாத்மாவின் கடமை.

பம்பாய்	பி.ஆர். அம்பேத்கர்.

106

பெறுநர்:
டாக்டர் அம்பேத்கர்,
பம்பாய்.

மய்யநாடு முகாம்,
கொல்லம்,
24–11–1938

மதிப்புக்குரிய ஐயா,

கீழ்க்காணும் யதார்த்த நிலைகள் குறித்த தங்களின் மேலான அறிவுரைகளைப் பெறும் பொருட்டுத் தங்கள் கவனத்துக்குக் கொண்டுவருவதில் மகிழ்ச்சியடைகிறேன். திருவாங்கூர் மாகாணத்தின் ஒரு ஹரிஜன சமூகத் தலைவராக இந்த மாநிலத்தில் ஹரிஜனங்கள் படும் எல்லாவிதத் துயரங்களையும் தங்களுக்குத் தெரிவிப்பதை எனது தலையாயக் கடமையாகக் கருதுகிறேன்.

1) மாட்சிமை பொருந்திய திருவாங்கூர் மகாராஜாவால் பிரகடனப்படுத்தப்பட்ட கோயில் நுழைவுப் பிரகடனம் ஹரிஜனங்களுக்கு ஒரு வரம்தான். ஆனால் கோயில் நுழைவைத் தவிர மற்ற எல்லாச் சமூக ஒடுக்குமுறைகளையும் ஹரிஜனங்கள் அனுபவித்துவருகிறார்கள். புதிய சலுகைகளை அறிவிப்பதில் இந்தக் கோயில் நுழைவுப் பிரகடனம் ஒரு தடைக்கல்லாக நிற்கிறது. ஹரிஜனங்களின் அடுத்தகட்ட முன்னேற்றத்திற்கு அரசாங்கம் எவ்வித நடவடிக்கைகளையும் எடுக்கவில்லை.

2) பதினைந்து லட்சம் ஹரிஜனங்களில் சில பட்டதாரிகள், அரை டஜன் இளங்கலைப் பட்டதாரிகள், ஐம்பது பள்ளியிறுதி மாணவர்கள், இருநூறு தாய்மொழிச் சான்றிதழ் பெற்றவர்கள் ஆகியோரே உள்ளனர். அரசாங்கம் அரசுப் பணியாளர்கள் தேர்வாணையத்தை நியமித்திருந்தாலும் ஹரிஜனங்களை அரசுப் பணியில் நியமிப்பது வெகுகுறைவாகவே உள்ளது. எல்லாப் பணிகளும் சவர்ணர்களுக்கே கொடுக்கப்படுகிறது. அப்படியே ஹரிஜனர் ஒருவரை நியமித்தாலும் தற்காலிகமாக ஓரிரு வாரங்களுக்கே நியமனம் செய்யப்படுகிறது. அரசுப்

பணியின் விதிகளைப் பொறுத்தவரை நியமனம் செய்யப்பட்டு ஒரு வருடம் கழித்தே மறுபடி விண்ணப்பம் செய்ய முடியும். அதே நேரம் சவர்ணர்களுக்கு ஒரு வருடம் அல்லது அதற்கும் மேற்பட்ட வருடம் நியமனம் இருக்கிறது. வேலை நியமனப் பட்டியல் சட்டமன்றத்தில் வைக்கப்படும்போது நியமனமானது சமூகப் பிரதிநிதித்துவ அடிப்படையிலேயே இருக்கும். ஆனால் மொத்த ஹரிஜனங்களின் பணி நீட்டிப்புக் காலமானது ஒரே ஒரு சவர்ணருக்குச் சமமாக இருக்கும் விதத்தில் இருக்கும். இப்படியான மோசடிகளை அதிகாரிகள் செய்கிறார்கள். இப்படியாக அரசுப் பணியாளர் தேர்வாணையமானது சவர்ணர்களின் மொத்தக் குத்தகையாக இருக்கிறது. ஒரு ஹரிஜனருக்கும் அதனால் பயனில்லை.

3) மாட்சிமை தாங்கிய மகாராஜா சில வருடங்களுக்கும் முன்பு ஒவ்வொரு ஹரிஜனருக்கும் மூன்றுஏக்கர் நிலம் கொடுக்க வேண்டும் எனப் பிரகடனம் செய்திருந்தார். ஆனால் சவர்ணர்களாகிய அதிகாரிகள் இப்பிரகடனத்தை நடைமுறைப் படுத்த விருப்பமின்றியே செயல்படுகிறார்கள். அரசு, நகரங்களுக்கு அருகிலுள்ள மேய்ச்சல் நிலத்தைப் பெருமளவில் ஹரிஜனங்களுக்கு ஒதுக்கித்தர முன்வந்தாலும் அவர்களுக்கு உண்மையில் ஒருதுண்டு நிலம்கூட வழங்கப்படவில்லை. ஹரிஜனங்கள் சவர்ணர்களின் சுவர்களுக்குள்தான் இன்னமும் வாழ்ந்து பல்முனைத் துயரங்களுக்கு ஆளாகி வருகிறார்கள். இன்னும் பெருமளவு நிலம் நிலுவையில் இருக்கையில் விண்ணப்பித்த ஹரிஜனங்களின் கோரிக்கைகள் செவிகொடுக்கப்படாமல் முக்கியத்துவம் வழங்கப்படாமல் இருந்துவருகிறது. பெரும்பாலான நிலப்பகுதிகள் சவர்ணர்களால் அனுபவிக்கப்படுகின்றன.

4) அரசு ஒவ்வொரு வருடமும் சட்டமன்றத் தேர்தல் நடத்தி அதில் ஒவ்வொரு ஹரிஜன சமூகத்திற்கும் ஒருவர் என உறுப்பினர்களை நியமிக்கிறது. அவர்கள் தங்கள் சமூகத்தின் துயர்களைச் சபைக்குப் பிரதிநிதித்துவப்படுத்தத் தேர்ந்தெடுக்கப்பட்டிருந்தாலும் அரசு யந்திரத்தின் ஒரு பகுதியாகவே மாற்றப்பட்டிருக்கிறார்கள். சவர்ண அதிகாரிகளின் கைப்பாவையாகச் செயல்பட்டு அவர்களுக்குப் பணிபுரிகிறார்கள். எனவே ஹரிஜனங்களின் துயரை எவ்விதத்திலும் வெளிப்படுத்த மார்க்கங்கள் இல்லை.

5) திருவாங்கூரின் ஹரிஜனங்கள் பெரும்பாலும் விவசாயக்கூலி வேலை செய்பவர்களாகவே இருக்கிறார்கள். சவர்ணர்களின் வேலைக்காரர்களாக இருக்கும் இவர்களை மிருகங்களைப் போலவே நடத்துகிறார்கள். பாதுகாக்க எவரும் இல்லாத

நிலையில் இவர்களுக்கு இரண்டு சக்கரம் (ஒரு அணா) கூலியே மாநிலத்தின் அனைத்துப் பகுதிகளிலும் கொடுக்கப்படுகிறது. கோயில் நுழைவுக்குப் பின்னும் சமூக ஒடுக்குமுறைகளில் எந்த மாற்றமும் இல்லை. திருவாங்கூர் மாகாணத்தின் அனைத்துத் தொழிற்சாலைகளில் பணியாற்றும் அதிகாரிகளும் வேலையாட்களும் சவர்ணர்களே. அவர்கள் இப்போது மக்கள்நல அரசு வேண்டிப் போராட்டம் செய்துகொண்டிருக்கிறார்கள். ஹரிஜனங்கள் அரசு வேலைகள், தொழிற்சாலை வேலைகள் வேண்டிக் கோரிக்கை வைக்கிறார்கள். ஆனால் திருவாங்கூரில் நடைபெறும் போராட்டம் சவர்ணர்களின் போராட்டமே. அரசுப் பணியிலும் தொழிற்சாலைப் பணியிலும் ஹரிஜனங்களை விலக்கிவைக்கத் திட்டங்கள் தீட்டப்படுகின்றன. அவர்கள் தமக்கான சம்பள உயர்வும் கூடுதல் அதிகாரமும் கேட்கிறார்கள். தொழிற்சாலையில் வேலைசெய்யும் பணியாளரை ஒப்பிடுகையில் ஒரு ஹரிஜனரின் கூலி மூன்று மடங்கு குறைவானது. ஆனால் இந்தத் தொழிற்சாலைப் போராட்டத்தில் திருவாங்கூர் மக்கள் மிகவும் உணர்ச்சிவயப்பட்டுப் போயிருக்கிறார்கள். ஹரிஜனத் தொழிலாளர்களைக் குறித்த குறைந்தபட்சக் கவலைகள் அவர்களுக்கு இல்லை.

6) பட்டினியாலும் முறையான வாழ்வியல் தேவைகள் பூர்த்தி செய்யப்படாததாலும் ஹரிஜனக் குழந்தைகள் பள்ளிகளில் தோல்வியைத் தழுவுகிறார்கள். பிரகடனத்திற்கு முன்பு உயர்நிலைப் பள்ளியில் காலவரையறை ஆறுவருடச் சலுகையாய் இருந்தது. இப்போது மூன்று வருடமாகக் குறைக்கப்பட்டுள்ளது. இதனால் பெரும் அளவில் குழந்தைகள் தோல்வி அடைந்து பள்ளிக்கல்வியை விட்டும் நின்றுவிட்டார்கள்.

7) ஒடுக்கப்பட்டோருக்கான ஒரு துறையும் இங்கு செயல்படுகிறது. அதன் தலைவராக திரு. சி.ஓ. தாமோதரன் (பிற்படுத்தப்பட்ட சமூகப் பாதுகாவலர்) செயல்படுகிறார். ஒவ்வொரு வருடமும் செலவினங்களுக்காகப் பெரும்தொகை அளிக்கப்படுகிறது. நடைமுறைத் திட்டங்கள் செயல்படுத்தப்படாததால் வருட இறுதியில் 2/3 பங்குத் தொகை காலாவதியாகிறது. அவர் இந்தத் தொகையைச் செலவிட மார்க்கங்கள் இல்லை என அரசுக்கு அறிக்கைகள் அனுப்பிக்கொண்டிருக்கிறார். ஒடுக்கப்பட்டோருக்கு ஒதுக்கப்பட்ட தொகையில் 95 சதமானம் அதிகாரிகளுக்குச் சம்பளமாகச் செலவிடப்படுகிறது. அவர்கள் சவர்ணர்களாகவே இருக்கிறார்கள். மீதி ஐந்து சதம் மட்டுமே பயனாளிகளுக்குச் செல்கிறது. திருவாங்கூரின் மூன்று பகுதிகளில் தற்போது அரசுக் குடியிருப்புகள் அமைக்கப்பட இருக்கின்றன. அதிகாரிகள் சவர்ணர்களே. என்னுடைய அபிப்பிராயத்தில்

இந்தத் திட்டம் அரசுக்கு நிச்சயம் தோல்வியே. திருவாங்கூர் அரசு ஹரிஜனங்களுக்கு ஒரு அணா செலவிடும்போது கொச்சி¹ மாநிலம் ஒரு ரூபாய் செலவிடுவதையும் வருத்தத்தோடு பதிவு செய்கிறேன்.

'மாநில காங்கிரஸ்' என்கிற அமைப்பின்கீழ் பெரும் பான்மையான திருவாங்கூர் மக்கள் புதிய மக்கள்நல அரசை வேண்டிக் கடுமையாகப் போராடிக்கொண்டிருக்கிறார்கள். இந்தப் பிரபலமான அமைப்பின் தலைவர்கள், மாநிலத்தின் முக்கிய சமூகங்களான நாயர், முகமதியர், கிறிஸ்தவர், ஈழவர் ஆகியவற்றைச் சார்ந்தவர்கள். மாநில காங்கிரசின் தலைவரான திரு. தாணுப்பிள்ளை ஒடுக்கப்பட்டோருக்குச் சிறப்புச் சலுகைகள் அளிக்கப்படும் என அறிக்கை வெளியிட்டிருக்கிறார். ஒடுக்கப்பட்டோரின் தலைவர்களாகிய நாங்கள் மாநில காங்கிரசின் மனப்பான்மை எவ்வாறு செயல்படுகிறது எனும் சந்தர்ப்பத்திற்காகக் காத்துக்கொண்டிருக்கிறோம். இப்போது இந்தத் தலைவர்களின் வாக்குகளுக்கு எந்த விலையும் இல்லை என்பதை நாங்கள் புரிந்துகொண்டோம். ஒடுக்கப்பட்டோரின் நலன்களை இந்தத் தலைவர்கள் புறக்கணித்துவிட்டது நிச்சயமாகிவிட்டது. மாநில காங்கிரஸ் தற்போது தேசியக் கொள்கைகளை வலியுறுத்தியபடிச் சாதி அடிப்படையில் செயல்படும் ஓர் அமைப்பாக மாறிவிட்டது. தலைவர்களுக்கு உள்ளும் சாதி அடிப்படையிலான மனப்பான்மையே தொழில்படுகிறது. எந்தவொரு பொதுக் கூட்டத்திலும் சரி அல்லது அறிக்கையிலும் கட்டுரையிலும் சரி இந்த நான்கு முக்கிய சாதிகளையே குறிப்பிடுகிறார்கள். எங்களைப் பற்றி எந்த எண்ணமும் அவர்களுக்கு எழவில்லை. திருவாங்கூர் போராட்டத்தில் இந்தத் தலைவர்களின் நிலைப்பாடு இப்படியே தொடருமானால் நல அரசு உருவாகும் பட்சத்தில் ஒடுக்கப்பட்டோரின் நிலைமை என்னவாகும் என்று நினைத்துக் கவலைகொள்கிறேன். நல அரசு உருவாகும் நிலையில் மொத்த அரசும் இவர்களின் உடைமையாக மேற்குறிப்பிட்ட சாதிகளின் கையில் அகப்பட்டு ஒடுக்கப்பட்டோரின் உரிமைகளும் கௌரவமும் ஒட்டுமொத்தமாகக் கபளீகரம் செய்யப்படும். மாநில காங்கிரசின் செயற்குழுக் கூட்டங்களில் 2/3 பங்கு நேரம் ஆலப்பி கயிற்றுத் தொழிற்சாலை வேலைநிறுத்தம் குறித்துப் பேசப்பட்டிருக்கிறது எனினும் பல்வேறு ஒடுக்குமுறைகளுக்கு உள்ளாகும் ஒடுக்கப்பட்டோர் குறித்து எதுவும் பேசப்படவில்லை.

---

1. கொச்சி அப்போதைய மலபார் மாவட்டத்தின் கீழ் இருந்து வந்தது. 1800–1947 வரை மதராஸ் மாகாணத்திலும், 1947–1956 வரை மதராஸ் மாநிலத்திலும் இணைக்கப்பட்டிருந்தது. (ப-ர்)

தொழிற்சாலைப் பணியாளர்கள் சவர்ணர்களாக இருப்பதால் இந்த நல அரசுக்கான போராட்டமானது ஒருவகையில் ஹரிஜனங்களுக்கு எதிரான போராட்டமும்கூட எனலாம். மாநில காங்கிரஸ் தலைவர்களின் நோக்கம் சவர்ணர்களின் நிலையை உயர்த்துவதே. தங்கள் முன்னேற்றத்திற்கு ஒடுக்கப்பட்டோரைப் பலி கொடுக்கும் பணத்தாசை பிடித்த தலைவர்களைக் கொண்டிருக்கிறது பெரும்பான்மைச் சமூகம்.

மாநிலத்தின் ஒடுக்கப்பட்டோர் நிலை இவ்வாறிருக்கிறது. எங்கள் உரிமைகளை அடையச் செய்ய வேண்டிய வழிமுறைகள் என்ன? இந்தச் சந்தர்ப்பத்தில் தங்களின் அறிவுரைகளை அளிக்குமாறு தாழ்மையோடு கேட்டுக்கொள்கிறேன். தங்கள் பதிலை எதிர்பார்த்து.

தொந்தரவுக்கு மன்னிக்கவும்.

தங்கள் உண்மையுள்ள,

ஸ்ரீ நாராயணன் சுவாமி[2,3].

2. டாக்டர் அம்பேத்கர் இக்கடிதத்தைச் சுட்டிக்காட்டிவிட்டுக் கீழ்க்காணுமாறு சொல்கிறார்

கோயில் நுழைவுத் திட்டமானது தீண்டப்படாதவர்களின் தார்மீக உரிமைகளைப் பறிப்பதாக இருக்குமானால் இந்த இயக்கம் உண்மையில் ஆன்மீகத்தன்மை கொண்டது மட்டுமல்ல குயுக்தி கொண்டதும் ஆகும். ஆகவே எல்லா நேர்மையாளர்களும் தீண்டப்படாதவர்களிடம் "காந்தியிடம் எச்சரிக்கையாயிருங்கள்" எனச் சொல்வது அவர்களின் கடமையாகும்.

'காந்தியும் காங்கிரசும் தாழ்த்தப்பட்டவர்களுக்குச் செய்தது என்ன' (1945).

ப:322 மேலும் பார்க்க, 'டாக்டர் பாபசாஹேப்'. அம்பேத்கர்: எழுத்தும் பேச்சும் தொகுதி 5 (1989) ப.395

3. ஸ்ரீ நாராயணன் சுவாமி அனைத்து திருவிதாங்கூர் புலையர், செருமார் ஐக்கிய மஹா சங்கத்தை நிறுவியவர். (மொ–ர்)

107

உயர்நீதிமன்ற நூலகம், பம்பாய்.

அன்புக்குரிய மிஸ்.டி,[1]

    இன்னும் சற்று நேரத்தில் கிளம்புகிறேன், உங்கள் இடத்தின் விருந்து எனக்கு மகிழ்வூட்டுவதாயிருக்கும்.

தங்கள் உண்மையுள்ள

பி.ஆர்.அ.

2-12-38

---

1. மில்ட்ரட் ஜி. ட்ரெஸ்சர்

108

பீம்ராவ் ஆர். அம்பேத்கர்
எம்,எ., பி.ஹெச்.டி., டி.எஸ்.சி., பாரிஸ்டர்–அட்–லா,

ராஜகிரஹா,
தாதர்,
பம்பாய்–14,
15–12–38.

அன்புக்குரிய மிஸ். ட்ரெஸ்சர்,[1]

    தங்கள் கடிதத்திற்கு நன்றி. வரும் 17ஆம் தேதி சனிக்கிழமை நான் பூனா வருவேன் என நினைத்திருந்தேன். ஆனால் விஷயங்கள் நேர்மாறாகி நான் பம்பாயில் இந்த வார இறுதியைக் கழிக்கும்படி ஆகிவிட்டது. நேற்று என்மீதான பெரும் நம்பிக்கையில் ஒரு மேல்முறையீட்டு வழக்கு ஒப்படைக்கப்பட்டது. அது வரும் திங்கள்வரை விசாரணைக்கு எடுத்துக்கொள்ளப்படவில்லை எனில், நான் நிச்சயம் அங்கு வருவேன். அப்படி இல்லாத பட்சத்தில் நான் வழக்கை மேற்பார்வையிட இங்கு இருந்தே ஆக வேண்டும். இங்கு நான் இருப்பதாக நிர்ப்பந்திக்கப்பட்டால் வருந்துவேன். முடிந்த அளவு ஒத்திவைக்க முயல்கிறேன். ஆனால் எனது வழக்கறிஞர் அதற்குச் சம்மதிக்கவில்லை. வழக்கின் இரு தரப்பினரும் இங்கு வந்திருப்பதாகவும் உயர்நீதிமன்ற விடுமுறைக்கு முன்பு இந்த வழக்கை முடித்துவைக்குமாறும் சொல்லியிருக்கிறார். இருந்தும் முயன்றுகொண்டிருக்கிறேன்.

    நான் வருவதாக இருந்தால் சனி காலை 11–45 மணிக்குப் பூனாவை வந்தடையும் விரைவு ரயிலில் வந்துவிடுவேன்.

    மாநாட்டிற்கு என் மனப்பூர்வமான வாழ்த்துகள்.

தங்கள் உண்மையுள்ள,
பி.ஆர். அம்பேத்கர்.

---

1. மில்ட்ரட் ஜி. ட்ரெஸ்சர்

109

"காங்கிரஸ் முடிவின் அர்த்தம்"[1]

திரு. காந்தியின் ஆட்சேபம் குறித்து டாக்டர். அம்பேத்கர்

ஐயா:– பம்பாயில் நடைபெற்ற அ.இ.கா.க. மாநாட்டில் திரு. காந்தியின் நடவடிக்கை குறித்து இருவேறு பார்வைகள் பம்பாயில் உலாவருகின்றன:

ஒன்று, காந்தியின் இந்தச் செயல்பாடு மிகுந்த புத்திசாலித் தனமானது. பூமியில் வாழும் எந்த சாதாரண மனிதரின் பார்வைப் பரப்பையும்விட மேலானது. இதன்மூலம் அவர் பொதுவேலைநிறுத்தப் போராட்டத்தின் சிக்கல்களைத் தவிர்த்துவிட்டார். எனது பார்வையில் இவை இரண்டும் பிரமிக்கத்தக்கன. தங்களுக்கெனப் பார்வைகளை உருவாக்கிக் கொள்ள வேண்டிய, இது மாதிரியான மிக முக்கிய ஜீவாதாரப் பிரச்சினைகளில் பொதுமக்கள் இத்தனை எளிதாகக் கடந்துபோவது வருந்தத்தக்கது. குறிப்பாக இந்துப் பொதுச்சமூகம் தங்களது யோசிக்கும் திறன் குறித்தான உண்மையை உணர்ந்தாக வேண்டும். திரு. காந்தி எவ்வாறு தன்னுடைய திட்டத்தால் ஒத்துழையாமையைத் தவிர்த்தார் என்று என்னால் சொல்ல முடியவில்லை. திரு. காந்தி போருக்கு எதிராகப் பிரச்சாரம் செய்ய மக்கள் பணமோ மனிதவளமோ கொடுத்து மேற்கொண்டு போருக்கு உதவி செய்யாமலும் போரில் கலந்துகொள்ளாமலும் இருக்கும்படி மக்களிடம் சொல்வதற்குச் சுதந்திரம் கோருகிறார். இது எதைச் சுட்டுகிறது? என்னைப் பொறுத்தவரை இது இந்தியப் பாதுகாப்புச் சட்டத்தை எதிர்த்து ஒத்துழையாமை செய்வதாகத் தெரிகிறது. இந்துப் பொதுச் சமூகம் திரு. காந்தியின் இந்தத் திட்டத்தை எப்படிப் பொது வேலைநிறுத்தத்தில் சேராது என விளக்கம் சொல்கிறார்கள் என்பது என் அறிவுக்கு அப்பாற்பட்டதாக இருக்கிறது.

---

1. டைம்ஸ் ஆஃப் இந்தியாவில் செப்டம்பர் 24, 1940இல் வெளியிடப்பட்டது.

பெரும் முட்டுக்கட்டை

மொத்தச் சூழலில் மிகவும் குழப்பமான விஷயம் என்னவென்றால், வைசிராயை அழைத்துப் பேசும் திரு. காந்தியின் துடுக்குத்தனமும் அதற்கு இசைந்து வைசிராய் அவருக்கு நேர்காணல் அளிப்பதுமே.

இந்தியப் பாதுகாப்புச் சட்டத்தை உடைக்க வைசிராயையே அனுமதி கேட்பது திரு. காந்தியைவிட அறிவில் குறைந்த எந்தவொரு மனிதரும் நகைப்புக்குரிய விஷயமாகவே அதனை உணர்ந்துகொள்வார். இங்கிலாந்திலோ அமெரிக்காவிலோ இருக்கும் மனச்சாட்சியுள்ள போர் எதிர்ப்பாளர்கள் ஒப்புதல் பெற்றிருப்பதைவிட அதீதமாக திரு. காந்தி எதிர்பார்ப்பது அவருக்குத் தெரியாமல் இருக்க வாய்ப்பில்லை. மனசாட்சியுள்ள ஆட்சேபங்கள் எவையும் அவரை ராணுவச் சேவையில் கட்டாயமாகச் சேரச் சொல்லப்போவதில்லை. அவருக்கு ராணுவச் சேவையிலிருந்து விதிவிலக்கோ அல்லது போருக்கு எதிரான பிரச்சாரத்துக்கான உரிமையோ வழங்கப்படவுமில்லை.

எல்லா அறிவுஜீவிகளும் வன்முறையை வெறுத்தே ஆக வேண்டும், அது கட்டாயமும் அல்ல என்பது திரு. காந்திக்குத் தெரியாததல்ல. படை வலிமையை எதிர்க்க, அதை எவ்வாறு பயன்படுத்துவது என்பதைப் பிரித்தறியத் தெரிந்திருக்க வேண்டும். அதன்மூலம் கிடைக்கப்பெறும் வெற்றியை வெல்லப்படாதவர்களின்மீது' சுமத்தப்படும் பழிப்புக்கும் அநீதிக்கும் எதிராகப் பயன்படுத்த வேண்டும்.

என்னைப் பொறுத்தவரை வலிமையைப் பயன்படுத்துவது தவறில்லை. வெற்றியைத் தவறாகப் பயன்படுத்துவதே கேடுகளுக்குக் காரணம். திரு. காந்தி உட்பட எல்லா அஹிம்சாவாதிகளும், வன்முறையில் நம்பிக்கையற்றவர்களும் அமைதி அறிவிக்கப்படும் வரையில் சாகும்வரை உண்ணாவிரதம் இருப்பார்களானால் மனித குலத்திற்குச் செய்யும் பேருதவியாக அது இருக்கும். அவ்வமைதி தோற்கடிக்கப்பட்டவர்களின் மீதான பழிப்புக்கும் அநீதிக்கும் அதரவாக இருக்கும்பட்சத்தில். இந்த அஹிம்சாவாதி என்னைப் பொறுத்தவரையில் தன் நோக்கத்தைத் தவறாகப் புரிந்துகொண்டார். அவருடைய போராட்டம் இழிவான அமைதிக்கு எதிராக இருக்க வேண்டுமேயொழிய வலிமைக்கு எதிராக அல்ல. வன்முறையை வெற்றிக்குப் பயன்படுத்தும் கூட்டத்திற்கே அவரது படையணியை விட்டொழிக்கும் அழைப்பு உதவும். இவையெல்லாம் திரு. காந்தியின் அறிவுக்கு எட்டும் விஷயங்கள்தாம்.

அம்பேத்கர் கடிதங்கள்

ஆக, வைசிராயிடம் செல்லும் பயனற்ற பயணத்திற்கு திரு. காந்தி துணியமாட்டார் என்றே எண்ணுகிறேன். அவர் செல்வது முற்றிலும் வேறான நோக்கத்திற்காகவே. பிரிட்டிஷ் அதிகார வர்க்கமும் வைசிராயும் தன்னிடமுள்ள அதிகாரத்தைக் காங்கிரசிடம் கைமாற்றாவிட்டாலும் காங்கிரஸ் கட்சி எதுவும் செய்யப் போவதில்லை. ஆனால் காங்கிரஸ் அல்லாத அல்லது சிறுபான்மையினரிடம் பிரிட்டிஷ் அரசு அதிகாரத்தை மாற்றிக் கையளிக்குமானால் காங்கிரஸ் உடனடியாக ஒத்துழையாமைப் போராட்டத்தை நடத்தி பிரிட்டிஷ் அரசுக்கு எதிராகக் களமிறங்கப்போவதைச் சொல்லவே அவர் வைசிராயிடம் சென்றிருப்பார். செப்டம்பர் 9 அன்று மதராசில் திரு. ராஜகோபாலாச்சாரி ஆற்றிய சொற்பொழிவிலிருந்து இந்த உந்துவிசையே காங்கிரஸை இயக்குகிறது என்று தெளிவாகி விட்டது. இந்து நாளேட்டின்படி அவரது பேச்சில் அவர் சுட்டியிருப்பது இதுதான். துரதிர்ஷ்டவசமாக அவர் வைசிராயாக இருப்பாராகயிருந்தால் பெரும்பான்மைகளை ஆளும் பொறுப்பைச் சிறுபான்மைக்குத் தரும் திட்டத்தைக் கைவிட்டுப் புதிய சிக்கல்களைத் தூண்டாமல் பழைய முறையிலேயே ஆட்சியைத் தொடர்வதாகத் தெரிவித்திருக்கிறார்.

காங்கிரசின் நோக்கம்

விரிவாக்கப்பட்ட செயற்குழுவில் சிறுபான்மையினரையும் காங்கிரஸ் அல்லாத கட்சிகளையும் உட்புகுத்தும் வைசிராயின் திட்டத்தை முடக்கவே காங்கிரஸ் இந்தத் திடீர்ப் போராட்டத்திற்கு அறை கூவல் விடுத்திருக்கின்றது. பொதுவேலைநிறுத்த மிரட்டலுக்கு வேறு காரணங்கள் ஏதும் இல்லை. நாட்டிற்காகப் போராடுவதாக காங்கிரஸ் சொல்வது அண்டப்புளுகு. தங்கள் சொந்தக் கரங்களில் அதிகாரம் மாற்றப்பட வேண்டும் என்பதே காங்கிரசின் போராட்டத்திற்கான காரணம். பேச்சுரிமைக்காக காங்கிரஸ் போராடுவதாகச் சொல்லிக்கொள்வதும் பெரும் புரட்டே. ஒரு முழுவருடமாக இந்தியப் பாதுகாப்புச் சட்டம் நடைமுறையில் இருந்துவருகிறது. சிவில் உரிமை யூனியன் சமீபத்தில் தந்துள்ள அறிக்கையில் அதன் சட்டத்திட்டங்கள் விரிவாகச் சொல்லப்பட்டுள்ளன. திரு. காந்தி, இந்தியப் பாதுகாப்புச் சட்டத்தால் தன்னுடைய பேச்சுரிமை பாதிக்கப்பட்டிருக்கிறது எனக் கருதியிருந்தால் ஏன் அந்தச் சட்டம் அறிவிக்கப்பட்டபோதே ஒத்துழையாமையைத் துவக்கியிருக்கக் கூடாது? ஒரு வருடமாக ஏன் அவர் காத்திருந்தார்? சிறுபான்மையினர், இதர கட்சியினரின் பிரதிநிதிகளின் துணையோடு அரசு இயங்கும் என்று சொன்ன பிறகு ஏன் இந்தக் கலக்கம்? இவை எதற்கும் பதில்களில்லை.

இந்தியப் பாதுகாப்புச் சட்டத்தின் சிக்கல்களைச் சொல்வது என்பது சிறுபான்மையினரும் மற்றவர்களும் அரசியல் அதிகாரம் பெறுவதைத் தடுக்கும் முகமாக வைசிராயின் திட்டங்களைத் தகர்க்கும் காங்கிரசின் சாக்குப் போக்கே.

பிரிட்டிஷ் எடுத்துக்காட்டு

இதுவே காங்கிரஸ் செயற்பாடுகளின் மூலகாரணம். இது சிறந்த தந்திரோபாயமாக இருக்கலாம்; இதில் காங்கிரஸ் வெற்றிபெற்றால் பிரபலமான ஒரு கட்சியின் மோசமான விமர்சனத்திற்கு உள்ளாவதிலிருந்து நாடாளுமன்ற அரசியல் அமைப்பை ஏற்படுத்திய பிரிட்டிஷ் அரசு தப்பிக்கலாம் என்பது கூடுதல் சான்றாகிறது. ஆனால் இது ஒரு ராஜதந்திரமா? 1923இல் நடைபெற்ற திரு. ஆஸ்க்வித் அவர்கள் தொடர்பான ஒரு விசயம் நினைவுக்கு வருகிறது. 1923 தேர்தலில் எந்தவொரு கட்சிக்கும் பெரும்பான்மை கிடைக்கவில்லை. கன்செர்வேடிவ் கட்சிக்கு 255, லேபர் கட்சிக்கு 191, லிபரல் கட்சிக்கு 158 இடங்கள். லிபரல் கட்சியின் தலைவராக திரு. ஆஸ்க்வித்முன் மூன்று தேர்வுகள் முன்வைக்கப்பட்டன. i) கன்சர்வேடிவ்களை ஆதரிப்பது, ii) லேபர் கட்சியை ஆதரிப்பது. iii) கன்சர்வேடிவ் ஆதரவில் தானே ஆட்சி அமைப்பது. லேபர்களை ஆட்சிக்கு வரவிடாமல் செய்ய திரு. ஆஸ்க்வித் டோரிகளிடம் உடன்படிக்கை செய்ய வேண்டுகோள் விடப்பட்டது. இந்த ஆலோசனைகளால் தூண்டப்பட்ட அவர் எவ்வித இச்சைக்கும் உடன்படவில்லை. இரண்டு கட்சிகளும் நடுத்தர வர்க்கத்தையே பிரதிநிதித்துவப்படுத்துகின்றன. நடுத்தரவர்க்கக் கட்சிகள் ஒன்றிணைந்து லேபர் கட்சியை ஆட்சி செய்ய விடாமல் தடுத்தால் அது வர்க்க வேறுபாட்டை தூண்டுவதாக அமைந்துவிடும். அச்செயல்பாடு நாட்டு நலனுக்கு தீமையை விளைவிக்கும் என்பதாலேயே ஆக்ஸ்வித் டோரிகளிடம் உடன்படிக்கை செய்வதை நிறுத்தினார். சிறுபான்மையினருக்கான வாய்ப்பை காங்கிரஸ்காரர்கள் தட்டிப்பறிப்பார்களானால் காங்கிரஸ் தனது வெற்றிக்குப் பெரிய விலை கொடுக்க வேண்டிவரும். அரசியல் அமைப்பைத் திருத்தும்படிக் கட்சிகள் கோரிக்கை வைக்கையில் அவர்கள் இதை உணர்வார்கள். காங்கிரசின் இந்த நடவடிக்கைகளால் இரண்டு விஷயங்கள் தெளிவாகியிருக்கின்றன. ஒன்று, பிரிட்டிஷ் நாடாளுமன்ற முறை இந்த நாட்டிற்குப் பொருத்தமற்றது. இரண்டாவது, யாரேனும் அதற்கு முக்கிய அரணாக உத்தரவாதம் அளித்தால் அது தனது சொந்த உயிரைப் பணயம் வைப்பதுபோலாகும்.

டாக்டர் பி.ஆர். அம்பேத்கர்

110

பீம்ராவ் ஆர். அம்பேத்கர்
எம்.ஏ., பி.ஹெச்.டி., டி.எஸ்.சி
பாரிஸ்டர்–அட்–லா

‘ராஜகிரஹா’,
தாதர்,
பம்பாய்–14,
15–4–41.

அன்பான சாந்த்ராம்,[1]

என் புத்தக மதிப்புரை வெளியான *ட்ரிப்யூன்* பத்திரிகை செய்தித் துணுக்கை எனக்கு அனுப்பியமைக்கு என் அன்பான நன்றியைத் தெரிவித்துக்கொள்கிறேன். அந்த மதிப்புரையை எழுதிய ஆசிரியரைக் குறித்துப் பரிதாபப்படுகிறேன். புத்தகத்தைக் குறித்த அபிப்ராயத்திற்கும் பாகிஸ்தான் குறித்த அபிப்ராயத் திற்கும் வித்தியாசம் இருப்பதைக்கூட அவரால் புரிந்துகொள்ள முடியவில்லை. ஆனால் தங்கள் அசூயையை விடுத்து இப்படி யான நேர்மையற்ற கருத்துகளை வெளிப்படுத்தும் இந்துக்களைக் கண்டுபிடிப்பது கடினம்தான். *ட்ரிப்யூனின்* அபிப்ராயம் குறித்து எனக்குக் கவலையில்லை. புத்தகத்தைக் குறித்து உங்கள் கருத்தை அறிய மிகுந்த ஆவலாக உள்ளேன். தங்களுக்கு அதற்கான நேரம் இருக்கிறதா என்று அறியேன். அதுகுறித்து வடக்கில் ஏதேனும் பத்திரிகையில் மதிப்பீடு செய்யும் வாய்ப்பு உங்களுக்கு இருந்தால் அதிக அளவு மக்களைச் சென்றடையும். பாகிஸ்தான்[2] பஞ்சாபில் நல்ல வரவேற்பைப் பெற்றிருக்கிறது.

என் கனிவான வாழ்த்துகள்.

தங்கள் அன்பான,
பி.ஆர். அம்பேத்கர்.

---

1. ஜாத்–பாத்–தோடக் மண்டலைச் சார்ந்த சாந்த்ராம் பி.ஏ. அவர்களைக் குறிக்கிறது.

2. ‘பாகிஸ்தான் அல்லது இந்தியப் பிரிவினை’ எனும் புத்தகத்தைக் குறிக்கிறது. (மொ–ர்)

111

வாசகர் கடிதம்
மஹர்களின் பணிநியமனம்[1]

ஐயா:– மஹர்கள் போர்த்திறன்கொண்ட மக்களாக இருந்துவருகின்றனர். கிழக்கிந்திய கம்பெனியின் ராணுவப்பிரிவில் பேஷ்வா படைகளை எதிர்த்து வெற்றிகரமாகப் போரிட்டவர்கள் மஹர்கள். பூனா மாவட்டத்தின் கோரேகான் பகுதியில் பேஷ்வாக்களுக்கும் பிரிட்டிஷாருக்குமான இறுதி யுத்தம் நடைபெற்றது. அந்த யுத்தத்தின் நினைவுத்தூண் பிரிட்டிஷாரால் கோரேகானில் நிறுவப்பட்டுள்ளது. அந்நினைவுத் தூணில் பிரிட்டிஷார் தரப்பில் மடிந்த வீரர்களின் பெயர்கள் செதுக்கப் பட்டுள்ளன. அவற்றில் பத்தில் ஒன்பது பெயர்கள் மஹர்களுடையன. 1892வரையிலும் மஹர்களைப் படையணியில் நியமிப்பதும் அவர்கள் தங்கள் போர்த்திறனை அனைத்துப் போர்களில் நிரூபிப்பதும் தொடர்ந்தது. 1892இல் திடீரென மஹர்களை ராணுவத்தில் நியமிப்பது நிறுத்திவைக்கப்பட்டது. இஃதொரு விசுவாசமற்றச் செயல்பாடு என்ற முறையில் பிரிட்டீஷ் அரசின் மீது மஹர்கள் குறைபட்டுக்கொண்டனர். இந்தக் குறைபடலில் நியாயம் இல்லாமலில்லை. ஏனெனில் தீண்டப் படாதவர்களின் உதவியின்றி பிரிட்டிஷாரால் இந்தியாவை வெற்றிகொண்டிருக்க முடியாது.

ராணுவத்திலிருந்து தங்களை நீக்கியமைக்கு மஹர்கள் பெரும்போராட்டத்தை நடத்தினர். ஆயினும் அது தக்க வெற்றியைத் தரவில்லை. 1914 போரில் தங்கள் தேவைக்காக பிரிட்டிஷ் அரசு தடையை நீக்கி மஹர் படையணியைக் கட்டியமைத்தது. படையணி கிட்டத்தட்ட போரின் முடிவில் கட்டி எழுப்பப்பட்டதனால் போரில் கலந்துகொள்ளும் வாய்ப்பின்றித் தங்கள் வீரத்தைப் பறைசாற்ற இயலவில்லை.

---

1. 18–6–1941 அன்று டைம்ஸ் ஆஃப் இந்தியா நாளிதழில் வெளியானது.

வர்சிரிஸ்தானின் வடமேற்குப் போர்முனையில் அவர்கள் பணி ஏற்றிருந்தனர். குறிப்புகளில் உள்ளபடி ஆயுதங்களையும் துப்பாக்கிக் கிடங்குகளையும் கொள்ளையிட்டுத் தங்களைப் பலப்படுத்தும் வழக்கமுள்ள பதான்களிடம் மஹர் பட்டாலியனைத் தவிர வடமேற்குப் போர்முனையில் மையமிட்டிருந்த மற்ற எல்லாப் படையணியினரும் தங்கள் ஆயுதங்களை இழந்திருந்தனர். மஹர் படையணியிடமிருந்து ஒரு சிறுதோட்டாவைக் கூட பதான்களால் கைப்பற்ற முடியவில்லை. மஹர்களை மறுபடியும் ராணுவத்தில் இணைத்த பிரிட்டிஷ் அரசாங்கம் அதைத் தொடரும் என்றும் மேலும் பல மஹர் படையணிகளை உருவாக்கும் என்றும் எதிர்பார்க்கப்பட்டது. ஆனால் பொருளாதாரக் காரணங்களைச் சொல்லி பிரிட்டிஷ் அரசு மஹர் படையணியைத் தடைசெய்தது. மஹர்களின் மனத்தில் இது பெரும் கசப்பை ஏற்படுத்தியது.

தற்போதைய போர் உருவான சூழலில் தங்களுக்கான சந்தர்ப்பம் வாய்க்கும் என மஹர் சமூகம் கருதியது. ஆனால் போரின் தொடக்க நிலையில் பிரிட்டிஷ் அரசின் நடவடிக்கைகள் வெந்த புண்ணில் வேல் பாய்ச்சியதுபோல் ஆயின. போரிடும் பதவிகளுக்கு அல்லாமல் ஏனைய வேலைகளுக்கே மஹர்களை அணுகியது. போரிடும் பதவிகளைவிட இதர வேலைகளைக் கவனிப்பது பாதுகாப்பானது என்றாலும் மஹர்கள் போர்ப்பணியையே விரும்பினர். பிரிட்டிஷ் அரசின் அற்பத்தனங்களில் ஒன்றான போர்புரியும் வகுப்பார் x போர்புரியாத வகுப்பார் என்கிற பாகுபாடு, இதைவிடப் பேராபத்து இல்லை. யுத்தம்போன்ற ஒரு பேரிடர் நேரத்தில்கூட இம்மாதிரியான பாகுபாடுகளை வலியுறுத்துவது பரிதாபகரமானது. இவற்றை பிரிட்டிஷ் அரசு கடைப்பிடிப்பதைக் கைவிடுவது நல்லது. மஹர் படையணி ஒன்றைக் கட்டியெழுப்ப அரசு உத்தரவிட்டிருப்பதாகச் சொல்லப்படுகிறது. இதன் கௌரவம் மாட்சிமைக்குரிய பம்பாய் கவர்னருக்கே செல்லும். நான் இந்தக் குறை குறித்து அவரிடம் தெரிவித்ததை மத்திய அரசுக்குக் கொண்டுசென்று வெற்றிகரமாக முடித்திருக்கிறார். இந்த வாய்ப்பைச் சமூகத்தின் பொருட்டும் தங்கள் பொருட்டும் பயன்படுத்திக்கொள்ளுமாறு மஹர்களிடம் கேட்டுக்கொள்கிறேன். அதுபோல் பிரிட்டிஷ் அரசிடம் மஹர்களிடம் நம்பிக்கை கொள்ளும்படியும் அவர்களைப் போர் முடிந்தபிறகு ராணுவத்திலிருந்து விலக்கிக்கொள்ளக் கூடாது எனவும் வேண்டிக்கொள்கிறேன்.

பம்பாய்   டாக்டர் பி.ஆர். அம்பேத்கர்

112

22, பிருத்விராஜ் சாலை,
புது தில்லி,
9–8–1942.

தொழிலாளர் கவுன்சில் உறுப்பினர்
–முத்திரை –

அன்பான பாவுராவ்,

இத்தனை நாள் உங்களுக்குக் கடிதமேதும் எழுதாமல் இருந்ததைக் குறித்து ஆச்சரியப்பட்டிருப்பீர்கள். காரணம் சோம்பல்தான். உண்மையில் நான் முன்பைவிட அதிகமான நேரத்தை எழுதுவதில் செலவழிக்கிறேன். எனினும் அலுவலக வேலைகள் தவிர மற்றவற்றிற்கு நேரம் ஒதுக்க இயலவில்லை.

ஹுல்லாந்திடமிருந்து உங்களுக்கு ஏதேனும் தகவல் வந்ததா என்று அறிய ஆவலாக உள்ளேன். எனக்கு அவரிடமிருந்து எந்தவொரு தகவலும் இல்லை. ஏற்கெனவே நான் சொன்னதுபோல் உங்களுக்கு ஏதேனும் வேலைவாய்ப்பு வந்தால் அதை நிராகரித்துவிடாதீர்கள். நம் மக்களுக்குச் சேவை செய்ய அதுவொரு அளப்பெரிய வாய்ப்பாக அமையும். சாதாரண வாழ்விலிருந்து நான் வெகுதூரம் சென்றுவிட்டாலும் நாம் கட்டியெழுப்பிய இயக்கத்தின் தேவையைக் கருதி அதைத் தொடர்ச்சியாகக் கொண்டுசெல்வதை என்னால் மறுக்க முடியாது. இன்னும் முன்னே செல்ல முடியாமல் போனாலும் இதுவரை கொண்டுவந்ததைத் தக்கவைக்க வேண்டும். நான் இல்லாதபோதும் இதன் மொத்தப் பொறுப்பும் உங்களுடையதாக இருக்கும். அதை நீங்கள் திறம்படச் செய்வீர்கள் என்று அறிவேன். என்னுடைய இந்தப் பதவிக் காலத்தின்போது நம் மக்களுக்கு என்னால் ஆன எல்லாவித உதவிகளையும் செய்வதில் தீர்மானமாக இருக்கிறேன். ஏற்கெனவே என்னுடைய தலைமையில் புதுதில்லியில் அண்மையில் நடைபெற்ற

தொழிலாளர் மாநாட்டிற்கு டாண்டேயையும் போலேயையும் பேராளர்களாக அழைப்பு விடுத்துக் கணக்கைத் தொடங்கியிருக்கிறேன். இப்படியொரு சம்பவம் இதற்கும்முன் நடைபெறவில்லை. வேறு சில விஷயங்களையும் பணிக்கிடையே செய்திருக்கிறேன். அதுகுறித்து விரிவாக மற்றொரு சந்தர்ப்பத்தில் எழுதுகிறேன். இதனிடையே என் பொருட்டு டாக்டர் சாலுங்கி ஏற்றுக்கொண்ட சிரமங்களுக்கு என் கனிவான வாழ்த்துகளைச் சொல்லிவிடுங்கள். காலே, அப்பாவுக்கும் என்ன செய்வது என யோசித்துக்கொண்டிருக்கிறேன்.

ராம பாலாவிற்கு என்னை நினைவூட்டுங்கள்.

அன்புள்ள,
பி.ஆர்.அ.

113

22, பிருத்விராஜ் சாலை,
புது தில்லி,
4–9–42.

தொழிலாளர் கவுன்சில் உறுப்பினர்
–முத்திரை –

அன்புள்ள சமர்த்,[1]

தங்கள் கடிதத்திற்கு நன்றி. பதிலளிப்பதில் என்னுடைய தாமதத்திற்கு வருந்துகிறேன். மிகக் கடுமையான பரபரப்பில் கடந்த சில நாட்களாக ஆட்கொள்ளப்பட்டிருக்கிறேன். புறந்தள்ள முடியாத அளவு என்முன் வேலைகள் குவிந்துள்ளன.

நீங்கள் நம்பிக்கையோடு வழக்கறிஞர் சங்கத்தில் உங்கள் வழியில் செயலாற்றிவருவது மகிழ்ச்சியளிக்கிறது. மறுவிசாரணைத் தரப்பில் வழக்கறிஞர்கள் யாரும் இல்லை. உங்கள் அனுபவமும் திறமையும் நல்லதொரு வாய்ப்பை உங்களுக்கு வழங்கும்.

என்னைக் குறித்தும் என்னுடைய நட்பின் மூலம் நீங்கள் அடைந்த பலன்கள் குறித்தும் நீங்கள் சொல்லியிருப்பது மிகையானவையாகத் தோன்றுகிறது. பம்பாய் நண்பர்களைப் பிரிந்ததில் நான் நிறையவே வருந்துகிறேன். இங்கு எனக்கு எந்த நண்பரும் இல்லை; இனிமேலும் தேடுவதாய் இல்லை. என் இயல்பும் அரசியலும் அதற்கு எதிராய் நிற்கிறது. எனது துறை மிகப்பெரியது. என்னை எப்போதும் பரபரப்பாக வைப்பதற்கு வேலைகளும் நிரம்ப உள்ளன. ஆனாலும் சிலவேளைகளில் இந்தப் பெரிய வீட்டில் கொஞ்சம் தனிமையாக உணர்கிறேன்.

என்னுடைய இளவல்களுக்கு நீங்கள் அளிக்கும் உதவிக்கும் உத்வேகத்துக்கும் என் நன்றி. அவர்களைக் குறித்து நான் கவலையுற்றிருந்தேன்.

---

1. எம்.பி. சமர்த், பார்–அட்–லா

என்னைக் கொலைசெய்யப்போவதாக மிரட்டல் கடிதங்கள் வந்தவண்ணம் உள்ளன. அவை யாவும் பணம் செலுத்தப் படாதவை. சட்டத்தில் ஒருவருக்குத் தூக்குத்தண்டனை அளித்துவிட்டால் அவருக்கு அபராதம் எதுவும் விதிப்பதில்லை என்று என் காரியதரிசியிடம் சொல்லிக்கொண்டிருந்தேன். இந்தக் கொலைகாரர்கள் ஏன் என் உயிரை எடுப்பதுமல்லாமல் பணம் செலுத்தாத கடிதங்களை அனுப்பி அபராதமும் விதிக்கிறார்கள்!

உங்கள் தந்தையார் நலமாக இருப்பதை அறிந்து மகிழ்ச்சி.

பரஞ்ச்பேக்கு என் வாழ்த்துகளைத் தெரிவியுங்கள். அவர் எனக்கு எழுதினால் நான் மகிழ்வேன் என்று அவருக்குச் சொல்லுங்கள்.

நல்வாழ்த்துகளோடு,

உண்மையுள்ள,
பி.ஆர். அம்பேத்கர்.

114

புதுடில்லி,
29 அக்டோபர், 1942.

அன்புக்குரிய லின்லித்கோ பிரபு அவர்களுக்கு,

உங்களுடனான எனது இரண்டாவது வாராந்திர நேர்காணலின்போது, பட்டியல் சாதியின் நிலைமை அத்தனை திருப்திகரமாக இல்லையென்று தெரிவித்திருந்தேன். அவர்களை எப்படி நடத்த வேண்டுமெனக் கருதுகிறேனோ அவ்வாறு மத்திய அரசு நடந்துகொள்ளவில்லை என்றும் தங்களிடம் தெரிவித்திருந்தேன். அதற்காகப் பட்டியல் சாதியினரின் மனக்குறைகளையும், அவற்றை அகற்றுவதற்கான வழிமுறைகளையும் விவரித்து ஒரு கோரிக்கை மனுவைத் தயாரித்துத் தங்கள் பரிசீலனைக்குச் சமர்ப்பிக்கும்படி என்னை அன்போடு கேட்டுக்கொண்டீர்கள். தங்கள் நினைவில் இவையெல்லாம் இருக்கும் என்பதில் ஐயமில்லை. மட்டுமின்றிக் கோரிக்கை மனு தயாராகிவிட்டதா என்று அடிக்கடி விசாரித்து அறிந்தீர்கள். ஆனால் துரதிர்ஷ்டவசமாக இந்தக் கோரிக்கை மனுவைத் தயாரிக்கும் பணிக்கு முன்னுரிமை அளிக்க நான் விரும்பியும் கடுமையான வேலைப் பளுவின் காரணமாக என்னால் இயலவில்லை. இப்போது உங்கள் முன் இந்த மனுவைச் சமர்ப்பிப்பதில் மகிழ்ச்சி அடைகிறேன்

2. கெடுவாய்ப்பாக இந்தக் கோரிக்கை மனு மிகவும் விரிவானதாக அமைந்துவிட்டது. என்முன் இரண்டு வாய்ப்புகள் இருந்தன. ஒன்று, பட்டியல் வகுப்பினருக்கான மனக்குறைகளையும் அவற்றை நிவர்த்திசெய்வதற்கான வழிமுறைகளையும் சுருக்கமாகக் கூறுவது. இரண்டாவதாக, மனக்குறைகளையும் அவற்றுக்கான தீர்வுகளையும் விரிவாக எடுத்துரைப்பதோடு பரிகாரங்களுக்கான பரிந்துரைகளை மறுக்க முடியாத தக்க ஆதாரங்களோடு முன்வைப்பது. இவற்றில் இரண்டாவதைத் தேர்ந்தேன். முக்கியமாகக் கோரிக்கை மனுவில் முன்வைக்கப்படும்

குறைகளும் அவற்றுக்கான தீர்வுகளும் பல்வேறு துறைகளுக்கு அவற்றின் கருத்தறிய அனுப்பிவைக்கப்படும்; இந்தத் தீர்வுகளைப் பரிந்துரைப்பதற்கான காரணங்கள் கோரிக்கை மனுவில் இடம்பெற்றாலொழிய அவை ஏற்றுக்கொள்ளப் படுவதற்கான வாய்ப்புக் குறைவு என்பதைக் கருத்தில்கொள்ள வேண்டியிருந்தது.

3. இத்துடன் அனுப்பியுள்ள கோரிக்கை மனுவில்[1] அடங்கியுள்ள மனக்குறைகளையும் அவற்றிற்கான தீர்வுகளையும் மிகச் சுருக்கமாகக் கீழே வகைப்படுத்தியிருக்கிறேன்

I) அரசியல்ரீதியான மனக்குறைகள் — பக்கம்

1) மத்திய சட்டமன்றத்தில் அதிகப் பிரதிநிதித்துவம். — 5-9

2) மத்திய நிர்வாகச் சபையில் அதிகப் பிரதிநிதித்துவம். — 9–10

3) அரசு பணிகளில் நியாயமான பிரதிநிதித்துவத்திற்கு உறுதியளித்தல்.

   i) பட்டியல் சாதிகளைச் சிறுபான்மையினராக அறிவித்து வருடாந்திரக் காலிப்பணியிடங்களில் அவர்களுக்கு 13.5 சதவிகிதம் ஒதுக்கீடு செய்தல் — 10–21

   ii) வயது வரம்பை உயர்த்துதல் — 21

   iii) தேர்வுக் கட்டணங்களைக் குறைத்தல் — 21

   iv) பட்டியல் சாதிகளின் பணித்துறை உரிமைகளைப் பாதுகாக்கப் பட்டியல் சாதியைச் சார்ந்த அதிகாரிகளை நியமித்தல் — 21–22

4) மத்திய அரசு பணிகள் தேர்வாணையத்தில் பிரதிநிதித்துவம் — 22

II) கல்விசார்ந்த மனக்குறைகள்

1) பல்வேறு பல்கலைக்கழகங்களில் விஞ்ஞான, பொறியியல், தொழில்நுட்பக் கல்வி பயிலும் பட்டியல் சாதி மாணவர்களுக்கு ஆண்டுதோறும் உதவித் தொகையாக ரூ.2 லட்சம் வழங்குதல். — 23–25

2) பட்டியல் வகுப்பு மாணவர்கள் அயல்நாடுகளில் விஞ்ஞான / தொழில்நுட்ப / பொறியியல் கல்வி கற்பதற்காக ஆண்டுதோறும் ரூ.1 லட்சம் மானியம் அளித்தல். — 23–25

---

1. இது சற்று நீண்ட கோரிக்கை மனு. தனியே வெளியிடப்படும்.

3) மத்திய அரசு நடத்தும் சுரங்கப் பயிற்சிப் பள்ளியில்
பட்டியல் சாதி மாணவர்களுக்குக் கல்வி உதவித்
தொகைகளும் இலவசக் கல்வியும் வழங்குதல்.   25—26

4) இந்திய அரசின் மத்திய கல்வி வாரியத்தில்
பட்டியல் சாதியைச் சார்ந்த இரண்டு
பிரதிநிதிகளை நியமித்தல்.   26—27

5) தொழில்நுட்பக் கல்விப் பயிற்சிகளை

   (அ) அரசு அச்சகங்களிலும்   27

   (ஆ) அரசு ரயில்வே தொழிற்சாலைகளிலும்
பயிற்சி செய்ய ஒதுக்கீடு அளித்தல்.   27—28

III) பிற குறைபாடுகள்

1) பட்டியல் சாதி மக்களின் சமூக அரசியல்
குறைபாடுகளைப் போதுமான அளவு மற்றவர்கள்
அறியச் செய்தல்.   29—30

2) அரசின் பொதுப்பணித்துறை ஒப்பந்தங்களில்
பட்டியல் சாதி மக்கள் காலூன்றிக்கொள்ளப்
பிரத்தியேக ஏற்பாடுகள் செய்தல்.   30—31

3) கோரிக்கை மனு முழுவதையும் பரிசீலிக்கத் தங்களுக்குப் போதிய கால அவகாசம் இருக்காது என்பதைக் கருத்தில் கொண்டே அதன் சுருக்கத்தை இங்கு தந்திருக்கிறேன். எனினும் கோரிக்கை மனு முழுவதையும் நீங்கள் வாசிக்க வேண்டும்; அதுவே எனது விருப்பம். அவ்வாறு இயலவில்லை எனில் கோரிக்கை மனுவின் 4ஆம் பகுதியையாவது (பக்கங்கள் 32—36) படிக்கக் கேட்டுக்கொள்கிறேன். இந்தப் பகுதியில் பட்டியல் சாதி மக்களின் நிலையை ஆங்கிலோ – இந்திய மக்களின் நிலையோடு ஒப்பிட்டு, பிந்தியவர்களின் மேம்பாட்டிற்காக அரசு எடுத்துவரும் முயற்சிகளையும் விவரித்திருக்கிறேன். இதைத் தயைகூர்ந்து நீங்கள் படிக்கும்படி நான் கோரும் காரணம் அதில் முன்வைக்கப்பட்ட கோரிக்கைகள் எவ்வளவு நியாயமானவை, வரம்புமீறாதவை என்றும், பட்டியல் சாதியினரைப்போல் எவ்வகையிலும் துரதிர்ஷ்டசாலிகள் அல்லாத ஒரு வகுப்பைக் கைதூக்கிவிட அரசு என்னவெல்லாம் செய்திருக்கிறது என்றும் நீங்கள் அறிந்துகொள்வதற்காகத்தான்.

4) நீங்கள் இங்கிருந்து செல்வதற்கும் முன் பட்டியல் சாதியினரின் குறைகள் களையப்படும் என நம்புகிறேன். வரும் ஏப்ரலில்

நீங்கள் பதவியிலிருந்து விலகப்போவதை அறிந்து மெய்யாகவே வருத்தம் கொண்டேன். உங்களுக்குப் பிறகு இந்தப் பதவிக்கு வரப்போகும் நபர் யார்? அவர் பட்டியல் சாதி மக்கள்மீது என்னவிதமான அணுகுமுறையைக் கடைபிடிப்பார் என்று தெரியாது. பட்டியல் சாதியினரின் நலனுக்குப் பாடுபடுபவர் என்று உங்கள்மீது மிகுந்த நம்பிக்கையான இடம் என் மனத்தில் உண்டு. உங்களுடைய நிர்வாக கவுன்சிலில் அவர்களுக்கு ஓர் இடம் கொடுத்ததன் மூலம் அவர்களுக்கு நீங்கள் மிகப்பெரும் நற்காரியத்தைச் செய்திருக்கிறீர்கள். இந்திய வரலாற்றில் இதற்கு இணையான புரட்சிகரமான ஒரு காரியம் கிடையாது. பட்டியல் சாதி மக்களின் குறைகளை அறிய நேர்ந்தால் அவற்றுக்குப் பரிகாரம் காண்பதற்கு நீங்கள் ஒருபோதும் தயங்கமாட்டீர்கள் என்பதில் ஐயமில்லை. இந்தக் கண்ணோட்டத்திலிருந்தே அவர்களுக்கு நீதி வழங்க வேண்டும் என எண்ணம் கொண்ட ஒருவரிடமிருந்து என்னுடைய மக்களுக்கான நீதியைக் கேட்பதில் நான் மகிழ்ச்சியடைகிறேன். அதைச் செய்வதற்கு நீங்கள் உறுதி பூண்டிருப்பதையும் நீங்கள் செய்ய விரும்புவதையும் செய்ய முடிந்ததையும் உங்கள் பின்னால் வருபவருக்கு விட்டுவிட மாட்டீர்கள் என்பதையும் அறிவேன். நியாயமான இச்செயலின் பொருட்டு நானும் ஐந்துகோடிப் பட்டியல் சாதி மக்களும் உங்களுக்கு நன்றி போற்றுபவர்களாக இருப்போம் என்று சொல்ல வேண்டிய அவசியமில்லை[2].

தங்கள் உண்மையுள்ள,
பி.ஆர். அம்பேத்கர்.

---

2. லின்லித்கோ பிரபுவிற்கு டாக்டர் அம்பேத்கர் 8, ஜனவரி 1943 தேதியில் இணைக்கப்பட்ட கடிதத்தோடு மேலும் ஓர் அறிக்கையை அனுப்பியிருந்தார். அதில் ஒடுக்கப்பட்டோர் சார்பிலிருந்து அரசியலமைப்புக் கூட்டமைப்பிடம் இவ்வறிக்கையை ஒடுக்கப்பட்டோர் அரசுச் செயலரிடமிருந்து எதிர்பார்ப்பதைக் கேள்வி வடிவில் வழங்கியிருந்தார்.

115

6–4–43

அன்புக்குரிய மனோகர்,[1]

மார்ச் 19 தேதியிட்ட தங்கள் கடிதத்திற்குப் பதிலளிக்க முடியாமைக்கு வருந்துகிறேன். ராணடே குறித்த என் பேச்சு உங்களுக்குப் பிடித்திருந்தது அறிந்து மகிழ்ச்சி. பூலே குறித்து நான் பேசாமல் விட்டதைக் குறித்த உங்கள் வருத்தங்களை நான் பகிர்ந்துகொள்கிறேன். இருந்தும் பூலேயின் முக்கியத்துவம் குறித்து உணராதவனல்ல. வேறு ஏதாவது சந்தர்ப்பத்தில் நான் அதை விரிவாக்கிப் பிரசுரிக்கவும் செய்வேன். ராணடே[2] குறித்த புத்தகத்தை தாக்கர் பதிப்பகத்தார் என்ன செய்தார்கள் எனத் தெரியவில்லை. அவர்களிடமிருந்து எந்த தகவலுமில்லை. பாகிஸ்தானின்[3] புதிய பதிப்பில் இப்போது மூழ்கியிருக்கிறேன். மூன்று அத்தியாயங்கள் கூடுதலாகவும் சுருக்கமாகச் சேர்த்திருக்கி றேன். இந்த அத்தியாயங்களில் என் முடிவுகளைத் தொகுக்க முடிவு செய்துள்ளேன். உங்களுக்கு என் நன்றி.

உண்மையுள்ள,
பி.ஆர். அம்பேத்கர்.

---

1. பின்னாளில் ஔரங்காபாத் மிலிந்த் மகாவித்யாலயாவின் முதல்வராகச் செயல்பட்ட பேராசிரியர் எம்.பி. சிட்னிஸ் அவர்களைக் குறிக்கிறது.
2. அம்பேத்கரின் 'ரணடே, காந்தி, ஜின்னா' புத்தகத்தைக் குறிக்கிறது (தாக்கர் & கோ, லிட். பம்பாய், 1943).
3. அம்பேத்கரின் 'பாகிஸ்தான் அல்லது இந்தியப் பிரிவினை' புத்தகத்தைச் சுட்டுகிறது. (தாக்கர் & கோ, லிட் பம்பாய் பிப்ரவரி 1945 இரண்டாம் பதிப்பு) முதல் பதிப்பு 1940 டிசம்பரில் வெளியானது.

116

22, பிருத்விராஜ் சாலை,
புது தில்லி,
தேதி: 24-7-43.

அன்புள்ள பாவுராவ்,

நானின்று திரு. ஆர்.எம். டோய்போடே பி.ஏ., அவர்களிடமிருந்து, உங்கள் அத்தாட்சியோடுகூடிய கடிதமொன்றைப் பெற்றேன். எனக்கு டோய்போடேவைத் தெரியாது. என்னமுயன்றும் அவரை நினைவுகூர முடியவில்லை. சில விஷயங்கள் என்னால் இயலும்; சில இயலாது, சிலவற்றைச் செய்வதில்லை, என் இயல்பை நீங்கள் அறிவீர்கள்; அது கடினமானது. டோய்போடேவின் காரியம் என்னால் இயலாதவொன்று. முழுக்க அரசுப்பணியாளர் தேர்வாணையத்தின் அதிகாரத்துக்குட்பட்டது. பணியில் நான் அத்துமீறிக் குறுக்கிடுவதை அவர்கள் ஆட்சேபிப்பார்கள். மேலும் என்னிடம் எல்லாரும் நட்புப் பாராட்டுவதில்லை. கவர்னர் ஜெனரலிடம் யாரேனும் நான் அவர்களிடம் செல்வாக்குச் செலுத்துவதாகப் புகார் தெரிவிக்கலாம். இதுபோன்ற சூழலை நான் உருவாக்க முடியாது. நம் இளைஞர்களுக்கு வாய்ப்புகள் உருவாக்கித்தருவது என் பொறுப்பு. ஆனால் நீங்களோ நானோ குறிப்பிட்ட ஒருவருக்கு அப்படிச் செய்வது கட்டாயமல்ல. சம வாய்ப்புள்ள மற்றவர்களின் வாய்ப்பை அது தட்டிப்பறித்து அநீதி இழைப்பது போலாகிவிடும். நான் இதில் தலையீடு செய்யாமல் இருப்பது ஏனென்று இப்போது உங்களுக்குப் புரிந்திருக்கும்.

தங்கள் கவனத்துக்கு வேறொரு விஷயத்தைக் கொண்டுவர வேண்டுமென விரும்புகிறேன். தற்காலிகக் குமாஸ்தாக்களின் தேவையும் காலியிடங்களும் இருப்பதாக ஜாதவ்[1] எனக்குத் தெரிவித்திருக்கிறார். இந்தத் தற்காலிகக் குமாஸ்தாக்கள் பின்னர் ரயில்வே ஆய்வாளர்களாகப் பணிமாற்றப்படுவதாகவும்

---
1. டி.ஜி. ஜாதவ்

எழுதியிருக்கிறார். நம் இளைஞர்களைச் சேரச் சொல்லியும் கேட்டுள்ளார். ஆனால் ஒருவரும் கிட்டவில்லை. இது உள்ளபடியே என்னைத் தொந்தரவு செய்கிறது. நம் இளைஞர்களுக்கு என்ன நேர்ந்தது? ஏன் இவ்வளவு விட்டேத்தியாக இருக்கிறார்கள்? உங்களால் ஜாதவ்வுக்கு உதவ முடியுமா?

உண்மையுள்ள,

பி.ஆர்.அ

117

புது தில்லி,
தேதி: 26-10-43

அன்பான பாவுராவ்,

ஒரு பத்திரிகை தொடங்கும் திட்டம் இருப்பதாக நீங்கள் அனுப்பியிருந்த கடிதம் கிடைத்தது. ஓர் இதழைத் தொடங்கும் உற்சாகத்தோடு கொஞ்சம்பேர் இருப்பது எனக்கு மகிழ்ச்சி அளிக்கிறது. பத்திரிகைத் துறையில் மிக நீண்ட அனுபவம் எனக்கு இருப்பதால் இதில் கொஞ்சம் உற்சாகமும் நிறைய எச்சரிக்கையும் வேண்டும் என்பதைக் கற்றுக்கொண்டுள்ளேன். ஒரு பத்திரிகையை நடத்துவதில் மிக முக்கியப் பிரச்சினை எவ்வளவு பிரதானமாக இருந்தாலும் நிதி மட்டுமல்ல தரமான எழுத்தைப் பராமரிப்பதே, அதுவே வாசகர்களை ஈர்க்கவும் மதிப்புவாய்ந்த பத்திரிகை எனப் பெயர் பெறச்செய்யும். நிதியைப் பொறுத்தவரை அது என் பொறுப்பாக இருக்காது என அறிவேன். ஆனால் தரம் குறித்த பார்வையில் மிகவும் உறுதியாய் இருக்கிறேன். பத்திரிகையின் பொறுப்பாசிரியர் யார் அவரது தகுதி என்ன, இவற்றைக் குறித்து நீங்கள் எந்தத் தகவலும் தரவில்லை. இந்தத் தகவல்களின்றி நான் இந்தத் திட்டத்தை ஆசீர்வதிக்க இயலாது. பத்திரிகையின் பெயர் குறித்துப் பின்னர் யோசிக்கலாம். அதுகுறித்து இன்னும் யோசிக்கவில்லை. எனினும், கேயாவரி (கைவாரி) போன்ற பெயர்களில் எனக்கு உடன்பாடில்லை.

ரோஹம் என்னிடம் அனுப்பியிருந்த குடியிருப்புத் திட்டத்தை உங்களுக்குத் திரும்ப அனுப்புகிறேன். எனக்கு அது பிடித்திருந்தது. இரண்டு ஆலோசனைகளைச் சொல்லிக்கொள்கிறேன். ஒரு பொது அரங்குக்கான திட்டம் அதில் இல்லை. அப்படி ஒன்று இருந்தால் நல்லது. அதை வழிபாட்டிற்கும் பயன்படுத்திக்கொள்ளலாம். இடம் வாங்கியிருக்கும் எல்லாரும் அதற்கான தொகையைச்

செலுத்தலாம். மற்றொரு விஷயம் எல்லா முகப்புகளும் ஒரே மாதிரியான தோற்றத்தில் இருக்கலாம் என்பது.

தங்கள் பணிக்காலம் மேலும் இரண்டு மாதங்கள் நீட்டிக்கப்பட்டுள்ளது. இதற்கும்மேல் நீட்டிக்கும் வாய்ப்பில்லை. நிலக்கரிச் சுரங்கங்களில் நல அலுவலர்களை நியமிக்க இருக்கிறோம். நீங்கள் இந்தப் பதவிகளில் சேர விரும்புகிறீர்களா? உங்கள் பதிலை விரைவில் எனக்குத் தெரிவியுங்கள்.

உண்மையுள்ள,
பி.ஆர். அம்பேத்கர்.

118

அந்தரங்கம்

10 டிசம்பர் 1944

அன்புள்ள டாக்டர் அம்பேத்கர்,

டிசம்பர் 6 தேதியிட்ட தங்கள் கடிதத்திற்கு என் நன்றி. இத்தனை நாள் உங்களிடமிருந்து வரும் பதிலுக்காகக் காத்திருந்தேன். கமிட்டியில் நீங்கள் விரும்பும்வகையில் பட்டியல் சாதி உறுப்பினர்கள் நியமனம் இல்லாததை நான் தேர்ந்தெடுத்த உறுப்பினர்களுக்கு நீங்கள் விலக்கு அளித்திருப்பதை வைத்து அறிந்தேன். நீங்கள் இம்மாதிரியான ஒரு முடிவுக்கு வந்தடைந்தது எனக்கு வருத்தத்தை அளிக்கிறது. காங்கிரஸ், முஸ்லிம் லீக், இந்து மகாசபா ஆகியவற்றைச் சேர்ந்த நபர்களைச் சேர்த்துவிடக் கூடாது என்று நான் அதீதக் கவனம் எடுத்துக்கொண்டேன். ஏதேனும் சந்தர்ப்பத்தில் ஏதேனும் அபிப்பிராயங்களை வெளிப்படுத்தியிருப்பவர்களைக் கண்டுபிடிப்பது கடினம்தான் என்றாலும் தற்போது அவர்களால் திறந்த மனத்தோடு இப்பிரச்சினையை அணுக முடியுமா என்பதே முக்கியம். கமிட்டியில் நான்கு ஓய்வுபெற்ற நீதிபதிகள் இருக்கிறார்கள். அவர்கள் நிச்சயம் ஆவணங்களைச் சரிபார்த்துச் சில முடிவுகளுக்கு வர உதவுவார்கள் என நம்புகிறேன் – வேண்டுமென்றே நான் இதைச் சொல்லவில்லை – முழுவதும் ஓய்வுபெற்ற நீதிபதிகளால் கமிட்டியை நிரப்ப வேண்டும் என்ற எண்ணமெல்லாம் இல்லை. வேறு யாருக்கும் உங்களுக்கும்கூட இப்படியான ஒரு கருத்துத் தோன்ற நான் காரணமல்ல என உறுதியாகச் சொல்வேன். எனது கமிட்டி 'தூய்மையான நீதிமான்களின்' கமிட்டி என நீங்கள் குறிப்பிட்டது தவறு என எண்ணுகிறேன். சர் ஜகதீஷ் பிரசாத் அவர்களின் முன்னிலையில் தங்களிடம் தேவையான ஆவணங்கள் இருப்பதாகவும், தேவைப்பட்டால் எனக்குத் தந்து உதவுவதாகவும்

நீங்கள் என்னிடம் சொன்னதை உங்களுக்கு நினைவூட்டுகிறேன். நான் கமிட்டியில் பட்டியல் சாதிப் பிரதிநிதிகளே வேண்டாம் என்ற எண்ணத்தில் இல்லையென்பதை, உங்களோடு விஷயங்களைப் பேசினால் நீங்கள் உணர்ந்துகொள்வீர்கள். உண்மையில் ஜகதீஷ் பிரசாத் அவர்களும் நானும் பேசுகையில் ஒன்றோ இரண்டோ பட்டியல் சாதி உறுப்பினர்களைச் சேர்ப்பது விரும்பத்தக்கது என எண்ணினோம். கமிட்டி அங்கத்தினர்களைக் குறித்து நான் அறிவித்துவிட்டபடியால் இனிமேல் என்னால் மீண்டும் மறுபரிசீலனை செய்வதோ அல்லது யாரையேனும் வெளியேற்றுவதோ இயலாத காரியமாகும்.

நான் தனிப்பட்ட முறையில் விவாதிக்கவும் உங்களை அணுகுவதையும் இது தடுப்பதாக நான் எடுத்துகொள்வதா? என்னுடைய அணுகுமுறையை நீங்கள் தவறாகப் புரிந்து கொண்டீர்கள் என அச்சப்படுகிறேன். சில வட்டாரங்களில் எழும் விமர்சனங்களின் இயல்பு குறித்து நான் முழுவதும் பிரக்ஞையோடு இருக்கிறேன். இந்தக் கடினங்களுக்கு மத்தியில் நான் எனது பணியை முடிப்பதில் தயாராகவே இருக்கிறேன். தனிப்பட்ட முடிவுகள் எடுக்கப்பட்டதா இல்லையா என்றறிய அதைநாட்டு மக்களுக்கே விட்டுவிடுகிறேன்.

தங்கள் கடிதத்திற்கு என்னுடைய நன்றி.

தங்கள் உண்மையுள்ள,
தி.பி. சாப்ரு.

பெறுநர்:

மதிப்பிற்குரிய டாக்டர்.பி.ஆர். அம்பேத்கர்
கவர்னர் ஜெனரலின் நிர்வாகக்குழு உறுப்பினர்
22, பிருத்விராஜ் சாலை
புது தில்லி

119

22, பிருத்விராஜ் சாலை,
புது தில்லி,
16 டிசம்பர் 1944.

பீமராவ் ஆர். அம்பேத்கர்
எம்.எ, பி.ஹெச்.டி, டி.எஸ்.சி, பாரிஸ்டர்-அட்-லா,
கவர்னர் ஜெனெரலின் நிர்வாகக்குழு உறுப்பினர்.

அன்புக்குரிய சர்தேஜ் அவர்களுக்கு,

கடந்த இரு வாரங்களாக நான் சுற்றுப்பயணத்தில் இருந்ததால் தங்கள் கடிதமும் தந்தியும் நேற்று மாலை இங்கு வந்தடைந்த பிறகே பார்க்க முடிந்தது. இதனிடையே பத்திரிகைகளில் தங்கள் கமிட்டிக்கு நீங்கள் தேர்வு செய்துள்ள நபர்களின் பெயர்களைப் படிக்க நேர்ந்தது. என்னை மன்னித்துக்கொள்ளுங்கள். உங்கள் கமிட்டியின் அங்கத்தினர்கள் குறித்து எனக்கு மாறுபட்ட பார்வை உள்ளது. சில உறுப்பினர்கள் என்னுள் நம்பிக்கையைத் தர மறுக்கிறார்கள் என்று சொல்ல விழைகிறேன். சிறுபான்மை உரிமைகள் குறித்த முன்முடிவுகளை உட்புகுத்துபவர்களாகவும் சமூக ஒற்றுமைக்குக் குந்தகம் விளைவிக்கும் சார்பு கொண்டவர்களாகவும் இருப்பவர்கள் இவர்கள். தங்கள் கமிட்டி இந்தியச் சிறுபான்மையினரின் நியாயம் குறித்துக் கருத்துச் சொல்லும் ஒரு தூய்மையான நீதிமான்களின் கமிட்டியாக இருப்பதை எப்போதுமே புரிந்துகொண்டிருக்கிறேன். எனது ஒத்துழைப்பை நல்க நான் தங்களிடம் கோரியதும் அதற்காகத்தான். ஆனால் தங்கள் கமிட்டி அதன் உள்ளடக்கத்திலும் நோக்கத்திலும் வேறு மாதிரி உருக்கொண்டிருப்பதைக் காண்கிறேன். இந்தச் சூழலில் பட்டியல் சாதி உறுப்பினர்களை நியமிப்பதிலிருந்து நான் பின்வாங்குகிறேன். கமிட்டியின் அங்கத்தினர்களை மாற்றுவது குறித்து நீங்கள் மறுபரிசீலனை செய்வதாக இருந்தால் கட்சிச்

சார்புடைய, கட்சியில் செயல்பட்டுக்கொண்டிருக்கும் உறுப்பினர் களை நீக்குவதாக இருந்தால் அதை ஒரு சிறிய அறிக்கை விடும் அமைப்பாக மாற்றினால் நான் எனது ஒத்துழைப்பை நல்குகிறேன்.

தங்கள் உண்மையுள்ள,

பி.ஆர். அம்பேத்கர்.

மாண்புமிகு சர். தேஜ் பகதூர் சாப்ரூ

120

22, பிருத்விராஜ் சாலை,
புது தில்லி,
தேதி: 31 டிசம்பர் 1944.

அன்பான பாவுராவ்,

தங்கள் கடிதமும், மாசேயிடம் நீங்கள் கையளித்திருந்த சமதா சைனிக் தளத்தின்[1] அமைப்புச் சட்ட நகலும் பெற்றுக்கொண்டேன். உங்கள் நண்பர்கள் என்னிடம் தெரிவித்த புகார் பற்றி நான் ஒரு முடிவுக்கு வரும் முன்பு, உங்கள் தரப்பைக் கேட்க ஒரு வாய்ப்பு வேண்டும் என்றும் சொல்லியிருக்கிறீர்கள். உங்களுக்குத் தெரியாததல்ல, உங்களைக் குறித்து மட்டுமல்ல எல்லாரையும் குறித்துப் புகார்கள் வந்துகொண்டுதான் இருக்கும். அவற்றை நான் சட்டை செய்வதில்லை. அதே நேரம் பலரும் தங்கள் சுமையை இறக்கும் முகமாக என்னிடம் வந்து மனக்குமுறல்களைக் கொட்டிச் செல்வர். பொதுவாழ்க்கையில் மிக நீண்ட அனுபவம் கொண்டிருப்பதால் எப்போதும் மக்கள் இதுபோன்ற முணுமுணுப்புகளை, புகார்களை நியாயமாகவும் சிலநேரம் அநியாயமாகவும் சொல்வார்கள் என்று உணர்ந்தேயிருக்கிறேன். ஆகவே யார்மீது புகார் தெரிவிக்கிறார்களோ அவர்களோடு இதைப் பகிர்ந்துகொள்வதை நான் தவிர்த்து வந்திருக்கிறேன். போலவே அவர்கள் குறித்து எந்த அபிப்பிராயமும் நான் வைத்துக்கொள்வதில்லை. நான் புகார்களைப் பெற்றுக் கொள்வதோடு சரி அவற்றை மறந்துவிடுவேன்; இல்லையென்றால், அவற்றின்மீது எந்த நடவடிக்கையும் எடுப்பதில்லை. ஆனால் நீங்கள் விடாப்பிடியாக உங்கள்மீது சொல்லப்பட்ட புகார்களை அறிந்துகொள்ளும் ஆவலில் இருப்பதால், நீங்களும் உங்கள்மீது புகார்கள் இருப்பதை நிச்சயமாக நம்புவதால் உங்கள் பக்க நியாயங்களை விளக்க ஏதுவாக அவற்றை அவற்றின் தன்மையை உங்களுக்குத் தெரிவிக்கிறேன்.

---

1. டாக்டர் அம்பேத்கரால் தொடங்கப்பட்ட சமதா சைனிக் தள் (சமூக சமத்துவப் படை) 1926இல் பம்பாயில் செயல்படத் தொடங்கியது.

(1) உங்கள் முன்னிலையில் நாசிக்கில் நடைபெற்ற பொதுக்கூட்டத்தில் சில பேச்சாளர்கள் தங்கள் பேச்சினூடே நான் ஒரு சிறந்த தலைவராக இருப்பதற்கு நாசிக் மாவட்ட மக்கள்தான் காரணமென்று பேசியிருக்கிறார்கள். அங்கு இருந்த நமது கட்சியினர் நீங்கள் இந்த அநீதியான இரக்கமில்லாத குற்றச்சாட்டுகளைக் கடந்து போகவிடாமல் உடனடியாக எழுந்து தகுந்த பதில் அளித்திருக்க வேண்டும் என எதிர்பார்த்திருக் கிறார்கள். ஆனால் நீங்கள் அதைச் செய்யவில்லை. பிறகு வராலே எதிர்த்திருக்கிறார். இது அவருக்குப் பெரும் அவப்பெயரைத் தேடித் தந்திருக்கிறது

(2) சாந்தாபாய் தானிமீது லாலிங்கர் ஈர்ப்புக் கொண்டு அவளைத் திருமணம் செய்ய விரும்பியிருக்கிறார். சாவந்த்தை[2] இதுகுறித்துப் பேச்சுவார்த்தை நடத்தக் கேட்டுகொண்டார். ஆனால் சாவந்த் மற்றவர்களிடம் பேசிவிட்டு உங்களிடம் பேசத் தொடங்கிய மாத்திரத்திலேயே நீங்கள் அதீத வெறுப்பும் கோபமும் கொண்டு மறுவினையாற்றி இருக்கிறீர்களாம். மேலும் லாலிங்கர் சாந்தாபாயைத் திருமணம்செய்யத் தகுதி குறைந்த நபர் எனவும் அப்படிச் செய்தால் அந்தப் பெண்ணுக்கு மட்டுமல்ல அது நாசிக் மாவட்டத்திற்கே கௌரவக் குறைச்சல் என்றும் சொன்னீர்களாம். சாவந்த்தும் லாலிங்கரும் இதை அவமதிப்பாகக் கருதுகின்றனர்.

(3) போலே[3] குறித்து நீங்கள் அவதூறுப் பிரச்சாரம் மேற்கொள்வதாகச் சொல்லப்படுகிறது. உங்கள் இருவருக்கும் இடையில் அந்நியத்தன்மையும் விலகலும் ஏற்பட்டுவிட்ட தாகச் சொல்லப்படுகிறது. எனக்கு இதை நம்புவது கடினமாக உள்ளது. உங்கள் இருவருக்கிடையே இப்படியான திடீர்ப் பிரிவினைக்கு என்ன காரியம் நடந்திருக்கும் என்று என்னால் கற்பனைசெய்ய முடியவில்லை. ஆனால் நம் கட்சியிலுள்ள சிலர் இது உண்மைதான் என்கின்றனர். அவர்கள் உங்கள் இருவருக்கும் இடையில் நடந்துகொண்டிருப்பதைக் குறித்து ஒரு சித்திரத்தைத் தருகின்றனர். பூனாவில் நடைபெற்ற ஒரு சந்திப்பில் போலே இங்கிலாந்திலும் அமெரிக்காவிலும் நல்லமுறையில் செயலாற்றியமைக்காகக் கட்சி சார்பில் பணமுடிப்பு ஒன்றை போலேவுக்கு வழங்குவதாக முன்மொழியப்பட்டிருக்கிறது. அப்போது யாரோ ஒருவர் அப்படியான திட்டத்திற்குத் தான் பங்களிக்கமாட்டேன், அது மீண்டும் ஒரு சினிமாக் கொட்டகை கட்டுவதற்கே போய்ச்சேரும் என்றிருக்கிறார். நீங்கள் அங்கு

2. எம்.ஜி. சாவந்த்

3. ஆர்.ஆர். போலே

இருந்தபோதும் இப்படியான அறமற்ற குற்றச்சாட்டை வைத்த நபரைக் கண்டிக்கவில்லை; எதுவும் பேசவுமில்லை. உண்மையில் உங்களுக்கே இந்தப் பணமுடிப்பு விவகாரத்தில் எதிர்க்கருத்து இருப்பதாக நீங்கள் அறிவித்ததாகச் சொல்லப்பட்டிருக்கிறது.

(4) தன்னுடைய அதிகாரத்தைக் கீழிறக்க தனக்கு எதிரான பல நடவடிக்கைகளை நீங்கள் எடுத்திருப்பதாக மட்டுமே புவா புகார் செய்திருக்கிறார். பலவற்றோடு சமீபத்தில் சமதா சைனிக் தள்ளின் தீர்மானம் மறுதலிக்கப்பட்டதைச் சொல்கிறார். தீர்மானத்தின் பின்னணியில் நீங்கள் இருந்ததாகவும், இது பொதுமக்களிடம் அவரைச் சிறுமைப்படுத்திவிட்டதாகவும் சொல்கிறார்.

இக்கடிதத்தின் தொடக்கத்திலேயே நான் குறிப்பிட்டதைப் போல் மக்கள் உங்களைப்பற்றி என்ன புகார் தெரிவித்தார்களோ அதை ஒரு செய்தியாளன் தெரிவிக்கும் விதத்தில் அப்படியே சொல்கிறேன்; அப்படியே செய்தும் விட்டேன். ஆனாலும் நான் என்ன உணர்கிறேன் என்பதைச் சொல்லாமல் இதை முடித்துவிட முடியாது. மற்றவர்கள் நம்மைப்பற்றி என்ன சொல்கிறார்கள் என்பதைக் குறித்து எனக்கு எந்தக் கவலையும் கிடையாது. ஆனால் துரதிர்ஷ்டவசமாகப் புகார் தெரிவித்தவர்கள் அனைவரும் உங்கள் நண்பர்கள், சக பணியாளர்கள். நாம் பொக்கிஷமாகப் பாதுகாக்கும் இந்த இயக்கம் நீடிக்க வேண்டும். காலம் பெரிய அளவில் பிளவுகள் ஏற்படுத்தும்முன் கருத்து வேறுபாடுகள் அனைத்தும் களையப்பட வேண்டும், ஒற்றுமையைத் தளிர்க்கச் செய்ய வேண்டும் என்பதை நீங்கள் ஒத்துக்கொள்வீர்கள் என நினைக்கிறேன். என்னை மிகவும் அதிர்ச்சியூட்டியது என்னவென்றால் நம் சக பணியாளர்களே உங்கள் நேர்மையையும் நோக்கங்களையும் பிரபலமாவதற்கான நடிப்பு எனச் சந்தேகப்படுவதைத்தான். அவர்கள் உங்கள் வார்த்தைகளுக்கும் செயல்களுக்கும் பின்னால் எப்போதும் உங்கள் நண்பர்களிடம் தெரிவிக்க விரும்பாத பயன்களை மறைத்துவைத்திருக்கிறீர்கள் என அச்சப்படுகிறார்கள். இந்தக் குற்றச்சாட்டுகள் குறித்து உங்கள் தரப்பைக் கேட்க நான் தயாராகிவிட்டேன். விளக்கங்கள் எப்போதும் சண்டை போடுவதற்கானவையல்ல என்றும் சுட்டுகிறேன். போலவே விளக்கங்கள் எப்போதும் அதற்கு நேர்மாறான விளைவுகளையே ஏற்படுத்தும். ஒரு மனிதன் விளக்கம் சொல்ல முயலுகிறான் என்றால் அவன் தன் குணத்தை மாற்றிக்கொள்ளத் தயாராக இல்லையென்றே அர்த்தம். ஆகவே விளக்கங்கள்மீது எனக்கு நம்பிக்கையில்லை. எனது அக்கறை நீங்கள் எல்லாம் ஒற்றுமையாக இருப்பதும் நமது ஒற்றுமை

அழியாமல் மறுகட்டுமானம் செய்வதற்குத் தேவையான முயற்சிகளை மேற்கொள்வதும்தான். பொதுவாழ்வில் பதவிக்காகவும் அதிகாரத்தைப் பெறும் நோக்கத்திற்காகவும் நாம் வேலை செய்யவில்லை என்று புரிந்துகொண்டாலே அது நிகழும். நாம் மக்களுக்குச் சேவை செய்யத் தீர்மானித்துவிட்டுக் காலத்துக்கும் சூழலுக்கும் நம்மை ஒப்படைத்துவிட்டாலே அது நமக்கான கனிகளைத் தரும். திருப்திகரமாக இல்லையென்றால் நாம் நமது ஒற்றுமையை மறுபடி கொண்டுவர வேண்டும். இதுகுறித்து விரிவாகச் சொல்ல விரும்பவில்லை. எனினும் நான் எதிர்பார்க்கும் விளைவை இது ஏற்படுத்தும் என நம்புகிறேன்.

நான் அரசியல்களத்தில் நீண்ட காலம் இருப்பதாக இல்லை. இதிலிருந்து வெளியேறி எனக்கு உகந்த வேறு ஏதாவது ஒன்றில் ஈடுபடப் போகிறேன். என்னுடைய இல்லாமையின்போது என்ன நடக்கும் என்று சொல்ல இயலாது. ஆனால் உங்களுக்கு எனது இறுதியான எச்சரிக்கையைச் சொல்கிறேன். நீங்கள் அனைவரும் உங்கள் சொந்த மாவட்டங்கள் மீதான பற்றுதலால் பெருமைகொண்டிருக்கிறீர்கள். சமூகக் காரணங்களைவிட ஊர்ப் பெருமை முன்னுக்கு நிற்கிறது. இது உங்களை அழித்துவிடும். அதில் சந்தேகமில்லை.

ஜனவரி 10இல் பம்பாய் வருகிறேன். ஒன்று அல்லது இரண்டு நாள்கள் இருப்பேன். உங்களைச் சந்திக்க முடிந்தால் மகிழ்வேன்.

உண்மையுள்ள,
பி.ஆர். அம்பேத்கர்.

121

துன் மேன்ஷன்,
வின்சென்ட் சாலை,
தாதர்,
10 பிப்ரவரி 1945.

என் அன்புக்குரிய பாபாசாஹேப்,[1]

தங்களுடைய டிசம்பர் 30, 1944[2] தேதியிட்ட மிக நீண்ட கடிதத்திற்கு மிகவும் நன்றிக்கடன் பட்டுள்ளேன். அதில் வழங்கப்பட்டுள்ள அறிவுரைகளை என்றென்றும் என் நெஞ்சின் அருகில் வைத்திருப்பேன். நீங்கள் இங்கு தங்கும்போது உங்கள் ஓய்வு நேரத்தில் உங்களைச் சந்திக்கும் சந்தர்ப்பத்திற்காக முயற்சிசெய்துகொண்டிருந்தேன். எனினும் கெடுவாய்ப்பாக நீங்கள் உங்கள் புத்தக வேலையில் எப்போதும் பரபரப்பாகவே இருந்ததால் அப்படியொரு சந்தர்ப்பம் வாய்க்கவில்லை.

நீங்கள் எழுதியிருந்த விஷயங்கள் குறித்து அதிகம் இடமெடுத்து விளக்கம் அளிப்பது தேவையற்றது என்பதில் சந்தேகமில்லை. ஆனால் மற்றவர்களைப்போல் என் மனத்தையும் திறந்துகொட்ட என்னை அனுமதியுங்கள் பாபா சாஹேப். நானும் நடந்த உண்மைகளை உண்மையாகவும் எனது பார்வையில் சரியாகவும் உணர்ந்ததைச் சொல்லக் கடமைப்பட்டுள்ளேன்.

நான் எந்த இடத்திலும் திரு. லலிங்கர், சாந்தபாயைக் கைப்பிடிப்பதால் அந்தப் பெண்ணை மட்டுமல்ல மொத்த மாவட்டத்தையே சிறுமைப்படுத்தும் என்று ஒருபோதும் சொல்லவில்லை. ஆனால் நேர்மையாகச் சொல்வதென்றால்

---

1. மரியாதையின் நிமித்தம் டாக்டர் அம்பேத்கர், பாபா சாஹேப் என அழைக்கப்படுகிறார்.
2. தேதியில் சிறு தவறு நடந்திருக்கிறது. டாக்டர் அம்பேத்கரின் முந்திய கடிதம் டிசம்பர் 31இல் எழுதப்பட்டது டிசம்பர் 30இல் அல்ல திரு. கெய்க்வாட் முந்திய கடிதத்தையே குறிப்பிடுகிறார் என்பது முதல் பத்தியிலேயே தெளிவாகிறது.

நன்கு படித்த வசதியாகவும் ஆடம்பரமாகவும் வளர்க்கப்பட்ட அந்தப் பெண்ணை லாலிங்கர் திருமணம் செய்ய விரும்புவதன் மூலம் தனக்கே துன்பம் இழைத்துக்கொள்வார் என நம்புகிறேன். அவர் ஒரு கடுமையான சமூக சேவகர். அவரை இப்படியான இணைப்பின் மூலம் இழக்க விரும்பவில்லை. அதனால்தான் சாவந்த் அவர்களிடம் லலிங்கருக்கு நல்வழி சொல்லக் கேட்டுக்கொண்டேன். திரு. சாவந்த் இதிலிருந்து என்னை விடுவிப்பார் என நம்புகிறேன். சொன்னால் நீங்கள் ஆச்சரியப்படுவீர்கள், லலிங்கர் தற்போது கண்டேஷைச் சேர்ந்த ஒரு பள்ளி செல்லும் பெண்ணைச் சுற்றிவருகிறார். நண்பராகவும் சக பணியாளராகவும் அவருக்கு இதுபோன்ற பொருத்தமற்ற இணைக்கு முயல வேண்டாம் என அறிவுரை சொல்லியிருக்கிறேன்.

திரு. போலேயைப் பொறுத்தவரை எங்களுக்குள் உணர்வு ரீதியாக எந்த வேறுபாடும் இல்லை. யாரோ அவருக்குப் பணமுடிப்புக் கொடுப்பதைப்பற்றி எனது பார்வையைத் தவறாகச் சித்திரித்துள்ளார்கள். முன்பொருமுறை இப்படியான முன்மொழிதல் நடந்தது. பூனாவின் சின்சோளி என்ற இடத்திலிருந்து வந்திருந்த நபர் பணமுடிப்பு வழங்க எனது பங்களிப்பைக் கேட்டபோது நான் உடனே அதற்குச் சம்மதித்தேன். பிறகு வரவேற்புக் குழுவின் தலைவராக என்னைப் பங்கேற்குமாறு கேட்டுக்கொண்டார். மற்றொரு வேலையில் இருந்ததால் எனது சம்மதத்தைத் தெரிவிக்க முடியவில்லை. மக்களிடமிருந்து இந்தப் பணமுடிப்புக்குப் பங்களிக்கக் கோரிக்கை விடுத்து அதில் என் கையெழுத்தையும் கேட்டார். பம்பாய் மக்கள் இந்தக் கோரிக்கைக்கு எதிராக இருக்கிறார்கள் என்றும், கூடவே திரு. போலே பம்பாயில் ஒரு சினிமாக் கொட்டகையை வாங்கும் அளவிற்கு வசதியான நிலையில் இருப்பதாகவும் சொன்னார். மக்கள் பணியில் ஈடுபடும் தன்னைப் பார்த்துக்கொள்ள வழியில்லாத ஒரு சமூக சேவகருக்குப் பணமுடிப்பை வழங்குவதுதான் பொருத்தமானதாக இருக்கும் என நான் எனது கருத்தைச் சொன்னேன். இது என்னுடைய வீட்டில் நடந்த சம்பவம். எந்தப் பொதுக்கூட்டத்திலும் இது நடக்கவில்லை. போலேக்கு எதிராக இதை அவர்கள் சித்திரித்தது மிகுந்த துரதிர்ஷ்டவசமானது.

மட்கே புவாவைப் பொறுத்தவரை அவரைக் குறித்து எதிராகச் சொல்ல என்னிடம் ஒன்றுமில்லை. ஆனால் அவர் என்னைக் குறித்து எப்படியோ தவறான அபிப்பிராயத்தை உருவாக்கிக் கொண்டார். திரு. போலேக்குப் பாராட்டு விழா நடத்த வோர்லி பகுதி மக்கள் ஒருமுறை என்னை அணுகித்

தலைமை தாங்க அழைப்புவிடுத்தனர். மட்கே புவாவைத் தலைமை தாங்க அவர்கள் அழைத்தபோது அவர் மறுத்துவிட்டாராம். காரணம் வோர்லி பகுதியைச் சேர்ந்த யாரோ ஒருவர் அவரைக் கேவலமாகப் பேசிவிட்டாராம். அப்படிச் சொன்ன நபர் எங்களில் ஒருவர் அல்ல என்று மறுப்பு தெரிவித்துள்ளார்கள். மட்கே புவாவை மறுபடியும் அழையுங்கள். அவர் மறுக்கும் பட்சத்தில் நான் தலைமை ஏற்கிறேன் என்று அவர்களிடம் சொன்னேன். அதற்கேற்ப வோர்லி மக்களும் மட்கே புவாவை ஒருமுறை இருமுறை அல்ல, பலமுறை கேட்டுக்கொண்டும் ஏமாற்றமே அடைந்தனர். நான் வோர்லி கூட்டத்திற்குத் தலைமை தாங்க தயக்கம் கொண்டபோது திரு. போலேக்கு சார்பாகப் பேச நான் விரும்பவில்லை என ஒரு வதந்தி சுற்றிக்கொண்டிருந்தது. இதைக் கேட்ட மாத்திரத்தில் வோர்லி கூட்டத்தைத் தலைமை தாங்குவது என முடிவு செய்தேன். எனக்குத் தெரிந்து இந்த ஒரு சந்தர்ப்பம் மட்டுமே மட்கே புவாவுக்கு என்மேல் அதிருப்தி வரக் காரணமாக இருக்கும். ஏனென்றால் அவர் நான் வோர்லி கூட்டத்தில் கலந்துகொள்ளக்கூடாது எனக் கருதியிருந்தார்.

தீர்மானத்தைப் பொறுத்தவரை பாபாசாஹேப் என்னை நம்புங்கள். சமதா சைனிக் தள்ளின் நபர்கள் கொண்டுவந்த தீர்மானம் குறித்து எனக்கு எதுவும் தெரியாது.

முதல் புகாரைப் பற்றிச் சொல்ல இவ்வளவே இருக்கிறது. இரண்டுவருடங்களுக்கும் முன்பு திரு. வராலேயின் தலைமையில் நாசிக்கில் ஒரு கூட்டம் நடந்தது. நான் முதலில் பேசினேன். என்னைத் தொடர்ந்து திரு. ராஜ்போஜ்ஜும் மற்றப் பேச்சாளர்களும் பேசினர். துளசிராம் காலேயும் தானியும் தான் மேற்படி கடிதத்தில் குறிப்பிட்டுள்ளதுபோல் பேசியதை நினைவுகூர்கிறேன். பலரும் இவர்களுக்குப் பதில் கொடுக்கத் துடித்தோம். ஆனால் திரு. வராலே தலைமை தாங்கியபடியால் அவர் யாரையும் அனுமதிக்கவில்லை மட்டுமன்றி “சட்டை செய்யாதீர்கள் நானே பதில் கொடுக்கிறேன்” என்றார். அதுபோலவே அவர் செய்தார். இதுபோன்ற குறும்புகளுக்கு இவர்களைப் பல சந்தர்ப்பங்களில் நான் கடிந்துகொண்டுள்ளேன்.

தங்கள் மேலுள்ள எனது உணர்வுகளை இங்கு வெளிப்படுத்துவது அதிகப்பிரசங்கித்தனமாக இருக்கலாம். லட்சக்கணக்கான அடித்தட்டு மக்களின் நம்பிக்கையின் ஒட்டுமொத்த உருவம் நீங்கள். என்னைப் பேரவைக்குத் தேர்ந்தெடுத்ததனாலோ பெரிய பதவியை அளித்ததனாலோ எனக்குத் தனிப்பட்ட முறையில் அவை மிகப்பெரும் பயனை அளித்ததனாலோ அல்ல. இது உணர்வுகளின் ஆழம். இந்த

விஷயங்கள் வரும் போகும். ஆனால் உங்களுடைய தலைமையில் மட்டுமே நம் மக்கள் அடிமை விலங்கை உடைக்கமுடியும் என்கிற தீர்க்கமான நம்பிக்கை எப்போதும் நீடித்திருக்கும். இது அசைக்க முடியாத நம்பிக்கையாக என்னுள் நீடித்துள்ளது. எனது நண்பர்களோ சக பணியாளர்களோ என்னைக் குறித்து என்ன சொன்னாலும் நினைத்தாலும் அது மாறாது. எனது கடமை உங்கள் உயர்ந்த இலட்சியத்தைத் தொடர்வதும் உங்கள் உத்வேகமளிக்கும் செய்தியை அறியாமையில் இருக்கும் மக்களுக்குக் கிரகித்துக்கொள்ள உதவுவதும், உங்கள்மீது நீடித்த நம்பிக்கையும் போராட்டத்திற்கான நெருப்பை அணையாமல் காப்பதுமாகும். மக்களிடையே உங்கள் பிரபல்யத்தின் எளிய துண்டாகவே என்னைக் கருதுகிறேன். முடிந்த அளவு பணிவோடு என் பணியை மக்களிடையே செய்ய முயற்சிசெய்வேன். இந்தப் பணிவு என் சக பணியாளர்களிடம் தவறாகப் புரிந்து கொள்ளப்படுமானால் நான் கைவிடப்பட்டவனாவேன்.

ஒருவேளை நான் சொல்வது தவறாக இருக்கலாம். நமது படித்த இளைஞர்கள் உண்மையில் அறியாமை கொண்ட மக்களைப் போலத்தான். அவர்களது பிரபல்யமும் பிரபல்யமின்மையும் அவர்களின் இந்த அறியாமையில் ஒன்று கலப்பதால்தான். அவர்கள் தங்களது படிப்புக்கான மரியாதையை மக்களிடம் எதிர்பார்க்கிறார்கள். ஆனால் அது மட்டுமே மக்களின் உணர்வை அவர்கள் பக்கம் திருப்புவதற்கான கருவியல்ல.

பாபாசாஹேப் நீங்கள் அனுமதித்தால் நம்முடைய போராட்டத்தின் சில நிகழ்வுகளை உங்களுக்குச் சொல்கிறேன். பழம்பெருமையில் ஊறிய ஊர்ப் பெருமையால் கிரஹிக்கப்பட்ட மெஹெத்ரேக்கள் அல்லது பழைய சமூகத்தலைவர்கள் எப்போதுமே என்மீது காழ்ப்புணர்ச்சியோடே இருந்திருக்கிறார்கள். காரணம் நான் அவர்களின் மதிப்புக்குத் தகுதியில்லாத எளிய கிராமத்திலிருந்து வந்தவன். தேர்தலில் என்னை எதிர்த்தார்கள். பணக்காரர்களும் வசதி வாய்ப்புள்ளவர்களும் எதிராகவே செயல்பட்டார்கள். ஏனென்றால் நான் ஒரு ஏழை விவசாயக் குடும்பத்தில் பிறந்தவன். உங்களுடைய உத்வேகமான சிந்தனை களைக் கேட்டே விசாலமான பார்வையோடு இம்மாதிரியான பழைமைவாத நோக்கங்களை எதிர்கொண்டேன். இப்போது படித்தவர்களின் நோக்கங்களை எதிர்கொள்ள வேண்டியிருக்கிறது. அவர்களே நாளைய தலைமுறையை வழிநடத்திச் செல்லு பவர்கள் என்பதில் எனக்கு எவ்விதச் சந்தேகமும் இல்லை. என்னைப்போலல்லாத அவர்களின் கல்வியறிவின் மீது எந்த அவமதிப்பும் இல்லை. எனினும் அறியாமையில் உழலும் மக்கள்

திரளிடம் அவர்கள் உயிர்ப்போடு தொடர்புகொள்வதை விட்டுவிலகிப் போகாதபடிக்கு அவர்களைப் பாதுகாக்க என்னால் இயன்றதைச் செய்வேன். என்னால் முடியும் என்று உறுதியாக நம்புகிறேன். நான் உங்கள் 'சிந்தனை' என்னும் ஆயுதத்தைச் சரியாக ஏந்தியுள்ளேன். வட்டாரப் பெருமைகளை விட்டொழிக்க நீங்கள் சொன்ன அறிவுரையை நான் எப்போதும் மனத்தில் நிறுத்துவேன். உண்மையில் நானே இப்படியான பெருமைகளை எதிர்கொண்டுள்ளதால் என்னால் இந்த அறிவுரையை மறக்க இயலாது.

முடிவாக நம் மக்களின் ஒற்றுமையைக் கட்டியெழுப்ப நீங்கள் சொன்ன ஆலோசனைகளை எப்போதும் நினைவில் வைத்திருப்பேன். என்னுடைய ஒற்றை நம்பிக்கையான உங்கள் வழிகாட்டுதலிலும் அன்பிலும் உங்கள் தலைமையின் கீழ் எல்லாச் சக்திகளையும் ஒருங்கிணைத்து நம் போராட்டத்தை நடத்த என்னால் இயன்றதைத் தணியாத ஆர்வத்தோடும் உற்சாகத்தோடும் எப்போதும் செய்யத் தயாராக இருப்பேன்.

உங்களுக்குப் பணிவான கனிவான வாழ்த்துகளோடு,

உண்மையுள்ள,

பி.கே. கெய்க்வாட்.

122

வாசகர் கடிதம்

டாக்டர் அம்பேத்கரும் பூர்வகுடிகளும்

ஐயா,

எனது வகுப்புவாரித் தீர்வின் முன்மொழிதல்கள் குறித்து திரு. தக்கார் அவர்கள் இன்றைய *டைம்ஸ் ஆஃப் இந்தியா*வில் விமர்சனம் செய்திருக்கிறார். அதற்கான என் பதிலுக்கு இடமளிக்க வேண்டுகிறேன். திரு. தக்கார் பூர்வகுடி களின் சார்பில் குறுந்தடியை எடுத்துப் பழங்குடியினரின் கோரிக்கைகளுக்கு நான் சுத்தமாகச் செவிசாய்க்கவில்லை எனக் குற்றம் சாட்டியிருக்கிறார். அவரது விமர்சனத்தில் என்னை ஒடுக்கப்பட்டோருக்கும் நசுக்கப்பட்டோருக்குமான தீரமுள்ள போராளியாகக் குறிப்பிட்டிருக்கிறார். திரு. தக்கார் அவர்களுக்குச் சொல்லிக்கொள்வது நான் ஒருபோதும் என்னைத் துயரப்படும் மனிதகுலத்தின் ஒட்டுமொத்தத் தலைவனாகச் சொல்லிக்கொண்டதேயில்லை. என்னுடைய மெலிந்த சக்திக்குத் தீண்டப்படாதோரின் பிரச்சினையே போதுமானது. தீண்டாமையிலிருந்தும் திரு. காந்தியின் பிடியிலிருந்தும் தீண்டப்படாதவர்களை மீட்டெடுத்தாலே நான் பெரும் மகிழ்ச்சியடைவேன்.

மற்றக் காரியங்கள் எதுவும் உயர்ந்தவையல்ல என்று நான் சொல்லவில்லை. வாழ்க்கை குறுகியது என்று அறிந்து, ஒரு காரணத்துக்காகச் சேவை செய்வதை அதுவும் தீண்டப் படாதவருக்காகச் சேவை செய்வதைத் தவிர வேறு எதையும் நான் நினைத்ததில்லை. அவர்கள் திரு. தக்கார் சொல்வதைப்போல் பழங்குடிகளாலும் இழிவுபடுத்தப் படுபவர்கள். வருந்தத்தக்கது என்னவென்றால் திரு. தக்கார் தன்னுடைய விமர்சனத்தை நாளிதழ்களில் வெளிவந்த என்னுடைய பேச்சின் சாரங்களி

லிருந்து அமைத்திருக்கலாம். என்னுடைய முழுப் பேச்சையும் அவர் படித்திருப்பாரானால் பழங்குடியினரின் பிரச்சினையைத் தவிர்த்துவிட்டு அல்ல அவர்களின் பாதுகாப்பை உறுதிப்படுத்தும் என நான் நம்பும் மிகச்சிறந்த, பயன்தரக்கூடிய யோசனை களையே தெரிவித்திருக்கிறேன் என்று புரிந்திருக்கும். அந்த முன்மொழிவை விரிவாக முன்வைக்க எனக்கு இடமில்லை. திரு. தக்கார் பத்திரிகையாளர்களிடம் என்னைக் குறுகிய புத்தியுடையவர், பாகுபாடு பார்ப்பவர் என்று குற்றம் சாட்டும் முன் பழங்குடியினருக்கான என் முன்வைப்பைக் கருத்தில் கொள்ளட்டும்.

பழங்குடியினருக்குச் சட்டமன்றத்தில் இட ஒதுக்கீடு செய்வதிலிருந்து நான் தவிர்த்தது அவர்கள் மீதுள்ள வெறுப்பு காரணமாக அல்ல. என்னுடைய நம்பிக்கையின்படிப் பழங்குடியினர் இன்னும் தங்கள் நலனைப் பாதுகாக்கும் அரசியல் அதிகாரத்தைக் கைக்கொள்ளும் பக்குவத்துக்கான அரசியல் பலத்தை அடையாததால்தான். பழங்குடியினருக்கும் ஏனையவருக்கும் முழுநேரச் சமூக சேவகராகப் பணியாற்றும் திரு. தக்காரிடம் கேட்கிறேன், தனது பணிக்காலத்தில் பழங்குடியினரின் கல்வித் தரத்தை மேம்படுத்த அவர் எடுத்த நடவடிக்கைகள், (அதனால் அவர்கள் தங்களின் சொந்த நிலையைத் தெரிந்துகொள்ளவும் அவர்களுக்கு உயர்சாதி இந்துக்களுக்கொப்ப உயர உத்வேகம் அடைந்ததையும் அரசியல் அதிகாரத்தை இறுதியில் அடையும் நிலைக்கு வந்ததையும் சொல்வாரா?) பழங்குடியினரிடையே அவர் இருபது ஆண்டுகள் பணி செய்தும் அவரால் ஒரேயொரு பட்டதாரியைக்கூட உருவாக்க முடியாதது துயரமான ஒரு விமர்சனம்தான்.

இரண்டாவதாக, திரு. தக்கார் திடீரென ஏன் சட்ட மன்றத்தில் பழங்குடியினரின் பிரதிநிதித்துவத்தைக் குறித்து எண்ணுகிறார்? 1935 இந்திய அரசுச் சட்டத்தில் பழங்குடியின ருக்குக் கொடுக்கப்பட்டுள்ள பிரதிநிதித்துவம் அவர்கள் மக்கள்தொகையைக் கணக்கிடும்போது மிகவும் சொற்பமே. திரு. தக்கார் இந்திய அரசுச் சட்டத்தின் இந்த அசமத்துவமான குற்றம் குறித்து ஏதேனும் குரல் எழுப்பினாரா? சாப்ரூ கமிட்டியின் பிரேரணைகள் குறித்து திரு. தக்கார் ஏதேனும் எதிராகச் சொல்லியிருக்கிறாரா? ஒருவேளை திரு தக்காருக்கு என்மீதுள்ள வன்மம் போல் அவர்கள்மீது ஏதும் இல்லை என நினைக்கிறேன்.

மூன்றாவதாக, திரு. தக்கார் பழங்குடியினருக்கான மக்கள் தொகை விகிதத்திற்கு ஏற்பப் பிரதிநிதித்துவம் வழங்க நினைத்தால் அது முஸ்லிம்களின் பிரதிநிதித்துவத்தைக் குறைத்தே

வழங்க முடியும். பழங்குடியினருக்காக முஸ்லிம்களோடு ஒரு யுத்தத்திற்கு திரு. தக்கார் தயாராக இருக்கிறாரா? திரு. தக்கார் தீண்டப்படாதவர்களின் மீதான தனது அன்பை அவர்களுக்கான பிரதிநிதித்துவத்தைக் குறைப்பதின் மூலம் நிரூபிக்க வேண்டாம். தங்கள் நியாயமான பிரதிநிதித்துவத்தைக் கடந்த காலங்களில் பெற்றிராத ஒரு பலவீனமான சமூகமான, தீண்டப்படாதோர் மீது தன் வாளைச் சுழற்றித் தன்னை ஒரு கதாநாயகராகக் காட்டிக்கொள்ள முடியாது. முஸ்லிம்கள் அனுபவிக்கும் இட ஒதுக்கீட்டிலிருந்து அவர்களிடம் போராடி ஏதேனும் பெற்றுக் கொடுத்தால் பழங்குடிக் காதலராகவும் அவர்களின் கதாநாயகனாகவும் தன்னை நிரூபணம் செய்யலாம்.[1]

பி.ஆர். அம்பேத்கர்

பம்பாய், 17 மே

---

1. *டைம்ஸ் ஆஃப் இந்தியா* 18 மே 1945

123

வாசகர் பார்வை[1]
டாக்டர் அம்பேத்கரும் பூர்வகுடிகளும்

ஐயா,

டைம்ஸ் ஆஃப் இந்தியா மே 18ஆம்[2] தேதியன்று வந்த எனது கடிதத்திற்கு எழுதப்பட்ட பதில் கடிதத்தில் தன்மீது நான் வன்மம் கொண்டுள்ளதாக டாக்டர் அம்பேத்கர் குற்றம் சாட்டியுள்ளார், உண்மையில் அக்கடிதத்தின் மொத்தத் தொனியுமே இப்படியான நிறம் பூசப்பட்டு மாசுப்பட்டிருக்கிறது. பேசப்பட்ட பொருளுக்கும் அவருக்கும் இந்தக் குற்றச்சாட்டுக்கும் தொடர்பில்லை என நான் நிச்சயமாகச் சொல்கிறேன். நான் ஹரிஜனங்களின் ஓர் எளிய சேவகன் அல்லது வேலைக்காரன்.

விவாதத்துக்குரிய பேச்சில் டாக்டர் அம்பேத்கர் தன்னைப் பட்டியல் சாதியினருக்காக மட்டும் சுருக்கிக்கொள்ளவில்லை; பொது நடைமுறைக்கான இந்திய அரசியல் அமைப்பை ஸ்தாபித்தவராகவும் உள்ளார். ஆனால் அவரது பதிலில் ஆச்சரியமூட்டும்வகையில் தான் பட்டியல் சாதியினர் அல்லது ஹரிஜனங்களின் நலனை மட்டும் கணக்கில் கொள்வதாகப் பகிரங்கமாக ஒத்துக்கொள்கிறார். நான் அவருக்குச் சற்றுப் பரந்த விரிவான பிம்பத்தைக் கொடுத்துக் கௌரவித்திருந்தேன்.

டாக்டர் அம்பேத்கரின் பேச்சை முழுவதும் நான் கேட்க வில்லை என்று மனப்பூர்வமாக ஒத்துக்கொள்கிறேன், அதனது நகலுக்காகக் காத்திருக்கிறேன். அதைப் படித்த பின்பு எனது கருத்து தவறானதாக இருந்தால் நான் வாபஸ் பெற்றுக்கொள்கிறேன்.

---

1. டைம்ஸ் ஆஃப் இந்தியா 26 மே – 1945இல் வெளியான கடிதம்.
2. மே 17இல் எழுதப்பட்டு மே 18இல் வெளியான முந்தைய கடிதத்தைக் குறிப்பிடுகிறது.

இருந்தும் பத்திரிகைகளில் வெளியான பகுதிகள் இந்தப் பிரச்சினையின் மையத்திலிருந்து விலகிவிட்டது எனக் கருதக் காரணங்களில்லை. மே 12ஆம் தேதியிலான *இந்தியன் சோசியல் ரிஃபார்மர்* பத்திரிகை டாக்டர் அம்பேத்கர் பழங்குடிகளுக்கு ஓட்டுரிமையை மறுத்துவிட்டார் என எண்ணியிருப்பது குறிப்பிடத் தக்கது. பிரதிநிதித்துவம் குறித்து மிகத் துல்லியமாகவே தினசரிகள் பதிவுசெய்துள்ளன. மதிய சட்ட அவையில் டாக்டர் அம்பேத்கர் முன்மொழிந்த பிரதிநிதித்துவச் சதவிகிதம் கீழ்க்காணுமாறு; இந்துக்கள் 40, முஸ்லிம்கள் 32, ஹரிஜனங்கள் 20, கிறிஸ்தவர்கள் 3, சீக்கியர்கள் 4, ஆங்கிலோ–இந்தியர்கள் 1, மொத்தம் 100. பம்பாயில் இந்துக்கள் 40, முஸ்லிம்கள் 28, ஹரிஜனங்கள் 28, கிறிஸ்தவர்கள் 2, ஆங்கிலோ–இந்தியர்கள் 1, பார்சிகள் 1; மொத்தம் 100, பழங்குடியினருக்கோ எந்த இடமுமில்லை. 1935 சட்டத்தின்படி பீகார், ஒரிசா, அஸாம் சட்டமன்றங்களில் கணிசமான பிரதிநிதித்துவம் உண்டு. மதராஸ், பம்பாய், மத்திய மாகாணங்களில் குறைவாகவும் மத்தியில் ஒன்றுமில்லாமலும் இருக்கிறது. அவருடைய கடிதத்தில் டாக்டர் அம்பேத்கர் சட்டமன்றத்தில் பழங்குடியினரின் பிரதிநிதித்துவத்தைச் சேர்க்கவில்லை என ஒத்துக்கொண்டுள்ளார். பிரதிநிதித்துவத்தை மறுப்பதை அவர் ஏற்றுக்கொள்கிறார்.

ஆனால் ஒரு விளக்கம் சொல்கிறார். பழங்குடியினர் தங்கள் நலனுக்காக அரசியல் அதிகாரத்தைப் பயன்படுத்தும் விதத்தை இன்னும் கைக்கொள்ளவில்லை என்கிற தனது நம்பிக்கையைச் சொல்கிறார். மேலும் பழங்குடியிலிருந்து ஒரு பட்டதாரியேனும் வெளிவந்திருக்கிறாரா என என்னைக் கோருகிறார். நிச்சயமாகப் பழங்குடியில் படித்தவர்கள் இருப்பதைப் பலதரப்பட்ட மக்களும் அறியாமல் இருக்கிறார்கள். அஸ்ஸாமில் ஒரு வழக்கறிஞரும் ஓர் அமைச்சரும் இருக்கிறார்கள். அந்தச் சமூகத்தில் ராஜாக்களும் நிலப்பிரபுக்களும் இருக்கிறார்கள். பம்பாய் மாகாணத்தின் மாவட்டமான பஞ்சமஹாலில், அங்கு சில வருடங்கள் பணியில் இருந்தேன், மூன்று பட்டதாரிகள் இருக்கிறார்கள். அவர்களின் பெயர்களை என்னால் உடனே குறிப்பிட முடியும். அதில் ஒருவர் பெண். தில்லியிலுள்ள எனது அலுவலகத்தில் இதைவிடக் கூடுதல் தகவல் இருக்கிறது. நிச்சயமாகக் கற்றறிந்த டாக்டர் இது குறித்து அறியாமல் இருக்கிறார் அல்லது அதை விசாரித்தறியாமல் இருக்கிறார்.

டாக்டர் அம்பேத்கர் சொல்வது போலவே இருந்தாலும் இட ஒதுக்கீடானது ஒரு சமூகத்தின் அரசியல், சமூகம், கல்வி, பொருளாதாரத் தகுதிக்குத் தலைகீழ் விகிதத்தில் இருக்க

வேண்டும் என்றால் ஒருவேளை அவர் நினைப்பதுபோல் பழங்குடியினரைவிட ஹரிஜனங்கள் சமூகரீதியாகத் தாழ்த்தப்பட்டவர்களாக இருந்தாலும் பழங்குடியினரைவிட ஹரிஜனங்களுக்கு மேலும் அதிக இடங்களைக் கேட்கலாம். ஆனால் பழங்குடியினருக்கு இட ஒதுக்கீடு மட்டுமல்லாமல் பிரதிநிதித்துவத்தையே மறுப்பது *இந்தியன் சோசியல் ரிஃபார்மர்* பத்திரிகை எண்ணியதுபோல் குறிப்பாக முடிவாக ஓட்டுக் குறித்துச் சொல்லியதுபோல் அதிலும் டாக்டர் அம்பேத்கரிடமிருந்து வருவது மிகமிக இரக்கமற்றது.

ஏ.வி. தக்கார்

பூனா மே 23

124[1]

புது தில்லி,
7 ஜூன் 1945.

அன்புக்குரிய வேவல் பிரபு அவர்களுக்கு,[2]

நிர்வாகச் சபையை இந்தியமயமாக்குவதற்கான உங்கள் முன்மொழிதல் தொடர்பாக, நீங்கள் ஏற்பாடு செய்துள்ள மாநாட்டில் கலந்துகொள்ளுமாறு பட்டியல் சாதியினரின் தலைவர் என்ற முறையில் என்னைக் கேட்டுக்கொண்டதற்கு என்னுடைய நன்றியைத் தெரிவித்துக்கொள்கிறேன். மீண்டும் எடுத்து கூற வேண்டிய அவசியம் தேவைப்படாத காரணங்களுக்காக, உங்களுடைய அழைப்பை என்னால் ஏற்றுக்கொள்ள இயல வில்லையென்று உங்களிடம் தெரிவித்திருந்தேன். எனக்குப் பதிலாக ஒருவருடைய பெயரை முன்மொழியும்படி நீங்கள் பின்னர் விரும்பிக் கேட்டுக்கொண்டீர்கள். உங்களுடைய உத்தேசங்களுக்கு நான் எதிர்ப்புத் தெரிவித்துள்ள போதிலும், உங்களுடைய மாநாட்டில் பட்டியல் சாதியின் ஒரு பிரதிநிதி இருப்பதன் மூலம் அவர்களுக்குக் கிடைக்கும் பலனை நான் மறுக்க விரும்பவில்லை. எனக்குப் பதிலாக ஒருவரின் பெயரைக் குறிப்பிடத் தயாராக இருக்கிறேன். எனக்குத் தோன்றும் பல்வேறு பெயர்களில் பொருத்தமானதை மதிப்பீடு செய்கையில், ராவ் பகதூர் என். சிவராஜ். பி.ஏ.பி.எல்லைத் தவிர வேறு யாரையும் என்னால் எண்ண முடியவில்லை. அவர் அகில இந்தியப் பட்டியல் வகுப்புச் சம்மேளனத்தின் தலைவராகவும், மத்திய சட்டப்பேரவை உறுப்பினராகவும், தேசிய பாதுகாப்புச் சபை உறுப்பினராகவும் இருக்கிறார். நீங்கள் விரும்பினால் பட்டியல் சாதியினரின் பிரதிநிதியாக அவரை மாநாட்டிற்கு அழைக்கலாம்.

---

1. மூலத்தில் க.எண் 141 என்றுள்ளது (மொ—ர்).

2. இந்தியாவின் வைசிராயும் கவர்னர் ஜெனரலும் ஆன பீல்ட் மார்ஷல் விஸ்கவுன்ட் வேவல் அவர்கள்.

2) இப்போதே மற்றொரு விஷயத்தை உங்கள் கவனத்திற்குக் கொண்டுவர வேண்டியது அவசியம் எனக் கருதுகிறேன். அது நிர்வாகச் சபையைத் திருத்தி அமைப்பதற்கான மாட்சிமை தாங்கிய மன்னரின் முன்மொழிதல்களில் பட்டியல் சாதியினரின் பிரதிநிதித்துவம் மிகவும் பற்றாக்குறையாக இருப்பது தொடர்பானதாகும். 9 கோடி முஸ்லிம்களுக்கு 5 இடங்கள், 5 கோடி தீண்டப்படாதோருக்கு[3] ஒரு இடம், 60 லட்சம் சீக்கியர்களுக்கு ஒரு இடம் என்றால் அது வினோதமானதும் வஞ்சமான அரசியல் கணக்கீடுமாகும். நீதியும் பகுத்தறிவும் கொண்ட எனது சிந்தனைக்கு இது சற்றும் உடன்பாடானதல்ல. இதை நான் வழிமொழிய முடியாது. தீண்டப்படாதவர்களின் தேவைகளைக் கணிக்கும்போது அவர்களுக்கும் முஸ்லிம் களுக்குக் கொடுக்கப்பட்டுள்ளதைப் போன்று அல்லது அதற்கு அதிகமான பிரதிநிதித்துவம் கொடுக்கப்பட வேண்டும். தேவைகள் ஒருபுறமிருக்க எண்ணிக்கை அடிப்படையில் எடுத்துக் கொண்டாலும் தீண்டப்படாதோருக்குக் குறைந்தபட்சம் மூன்று இடங்கள் கிடைக்க வேண்டும், மாறாக அவர்களுக்கு ஒரே ஒரு இடம் கிடைத்துள்ளது; இது சகித்துக்கொள்ள முடியாத நிலையாகும்.

ஜூன் 5ஆம் தேதியன்று நடைபெற்ற நிர்வாகச் சபைக் கூட்டத்தில், நிர்வாகச் சபை சம்பந்தமான மன்னரின் அரசு கொண்டுள்ள பிரேரணைகளை நீங்கள் விளக்கிச் சொன்னபோது இவ்விஷயத்தை நான் உங்களின் கவனத்திற்குக் கொண்டுவந்தேன். 6ஆம் தேதி காலையில் நடைபெற்ற கூட்டத்தில், பிரேரணையின் சாதகங்களைக் குறித்து முந்தைய நாள் மாலையில் உறுப்பினர்கள் செய்த விமர்சனத்திற்கு நீங்கள் பதிலளித்தீர்கள். நான் எழுப்பிய பிரச்சினைகளுக்கும் நீங்கள் பதிலளிப்பீர்கள் என இயல்பாகவே எதிர்பார்த்தேன். ஆனால் நீங்கள் அதை முழுவதுமாகப் புறக்கணித்ததோடு அவை குறித்து எத்தகைய குறிப்பும் சொல்லாதது கண்டு வியப்படைந்தேன். நான் போதிய அளவு அழுத்தமாகக் கூறவில்லை என்று சொல்ல முடியாது. நான் அளவுக்கு அதிகமாகவே அழுத்தம் கொடுத்திருந்தேன். அதுபற்றிக் கூறாமல் நீங்கள் தவிர்த்ததிலிருந்து கவனிக்க வேண்டிய அளவுக்கு அது போதிய முக்கியத்துவம் வாய்ந்த விஷயமாக நீங்கள் கருதாமலிருக்கலாம், அல்லது எதிர்ப்புத் தெரிவிப்பதைத் தவிர எனக்கு வேறு நோக்கங்கள் இல்லை என நீங்கள் நினைத் திருக்கக் கூடும் என்ற முடிவுக்கு வந்தேன். இந்த எண்ணத்தைப் போக்கவும், தவறுகளை நிவர்த்திசெய்ய மன்னர்பிரானின் அரசு தவறினால் திட்டவட்டமான நடவடிக்கையை நான்

3. பட்டியல் சாதியினர்

மேற்கொள்ள வேண்டியிருக்கும் என ஐயத்துக்கு இடமின்றி உங்களுக்குத் தெரிவிக்கவே இந்தக் கடிதத்தை எழுதுகிறேன்.

இத்தகைய ஒரு கோரிக்கை காங்கிரசிடமிருந்தோ இந்து மகாசபையிடமிருந்தோ வந்திருந்தால் நான் இந்த அளவுக்குக் காயப்பட்டிருக்கமாட்டேன். ஆனால் இது மாட்சிமை தாங்கிய மன்னரின் அரசாங்கத்தின் முடிவு. சட்டமன்றத்திலும் நிர்வாகச் சபையிலும் பட்டியல் சாதியின் பிரதிநிதித்துவத்தை அதிகரிக்கும் ஏற்பாட்டிற்கு ஆதரவாகவே பொது இந்துச் சமூக அபிப்ராயமும் உள்ளது. சாப்ரூ கமிட்டியின் முன்மொழிதல்களைப் பொது இந்துச் சமூகத்தின் குறியீடாக எடுத்துக்கொள்வதானால் அரசாங்கத்தின் முன்மொழிதல்கள் நிச்சயம் பிற்போக்கானது என மன்னர் ஒத்துக்கொள்ளத்தான் வேண்டும். ஏனெனில் சாப்ரூ கமிட்டி இவ்வாறுதான் கூறுகிறது:

"இந்திய அரசு சட்டத்தில் சீக்கியர்களுக்கும் பட்டியல் சாதியினருக்கும் கொடுக்கப்பட்டுள்ள பிரதிநிதித்துவம் போதுமானதல்ல, மேலும் அது அநீதியானது என்பது தெளிவு. இது கணிசமாக அதிகரிக்கப்பட வேண்டும். அவர்களுக்குக் கொடுக்கப்பட வேண்டிய கூடுதல் பிரதிநிதித்துவத்தின் அளவைத் தீர்மானிக்கும் உரிமை அரசியல் சட்டத்தைத் தயாரிக்கும் அமைப்புக்கு விடப்பட வேண்டும்.

பிரிவின் விதிமுறைகளுக்கு உட்பட்டு யூனியனின் நிர்வாகக் குழு பின்வரும் சமூகங்களின் பிரதிநிதித்துவத்தோடு ஒரு கலப்பு அமைச்சரவையாக இருக்க வேண்டும்.

i) பட்டியல் சாதியினரைத் தவிர்த்த இந்துக்கள்

ii) முஸ்லிம்கள்

iii) பட்டியல் சாதியினர்

iv) சீக்கியர்கள்

v) இந்தியக் கிறிஸ்தவர்கள்

vi) ஆங்கிலோ– இந்தியர்கள்

(ஆ) கூடுமானவரையில் நிர்வாகக் குழுவின் இந்தச் சமூகங்களின் பிரதிநிதித்துவம் சட்டமன்றத்தில் அவர்களின் பலத்தைப் பிரதிபலிப்பதாக இருக்க வேண்டும்.

நிர்வாகச் சபையிலுள்ள என்னுடைய இரண்டு இந்துச் சகாக்கள் இன்று காலை உங்களிடம் சமர்ப்பித்துள்ள கோரிக்கை மனுவில் மேன்மை தாங்கிய அரசாங்கத்தின்

பிரேரணைகளில் பட்டியல் சாதியினருக்குக் கொடுக்கப்பட்டுள்ள பிரதிநிதித்துவம் போதுமானதல்லவென்றும் நியாயமற்றதென்றும் தெரிவித்துள்ளனர். தங்களைப் பட்டியல் சாதிகளின் பாதுகாவலராக மன்னர்பிரான் அரசாங்கம் பிரகடனப்படுத்தியுள்ளபோதும் மீண்டும் மீண்டும் அதைப் பறைசாற்றியபோதும், அதற்கு மாறாக இந்துக்களின் அபிப்பிராயத்தைக் காட்டிலும் மிகவும் மோசமாகத் தங்கள் பராமரிப்பில் உள்ளவர்களின்பால் இவ்வளவு கஞ்சத்தனமாகவும் அநீதியாகவும் நியாயமற்ற முறையிலும் நடந்துகொண்டது அதிர்ச்சியளிப்பதாக உள்ளது. எனவே இந்த முன்மொழிவை உறுதியாக எதிர்ப்பது எனது தலையாய, புனிதமான கடமையாகக் கருதுகிறேன். இந்தப் பிரேரணை தீண்டப்படாதவர்களுக்குச் சாவுமணி அடித்துவிடும், தங்களுடைய விடுதலைக்குக் கடந்த ஐம்பது ஆண்டுகளாகச் செய்யப்பட்ட முயற்சிகளை இது ஒழித்துக் கட்டிவிடும்.

மன்னர்பிரானின் அரசாங்கம் அதனுடைய பல்வேறு அறிவிப்புகளுக்கும் மாறாகத் தீண்டப்படாதவர்களின் நிலையை இந்து – முஸ்லிம் கூட்டணியின் தயவில் ஒப்படைக்க விரும்பினால் தாராளமாகச் செய்துகொள்ளலாம். ஆனால் ஒருபோதும் என் மக்களை ஒடுக்குவதற்கு நான் உடந்தையாக இருக்க முடியாது. இழைக்கப்பட்ட அநீதியை நிவர்த்தி செய்து புதிய நிர்வாகச் சபையில் தீண்டப்படாதவர்களுக்குக் குறைந்தபட்ச இடங்களையேனும் கொடுக்குமாறு மன்னர் பிரானின் அரசைக் கேட்டுக்கொள்கிறேன். அரசு இதை வழங்கத் தயாராக இல்லையெனில் புதிய நிர்வாகச் சபையில் எனக்கு ஒரு இடம் வழங்கப்பட்டாலும் நான் அதில் உறுப்பினராக இருக்க முடியாது என்பதை மன்னர் பிரான் அரசாங்கம் உணர வேண்டும். கடந்த சிலகாலமாகத் தீண்டப்படாதவர்கள் தங்கள் அரசியல் உரிமைகள் முழுமையாக அங்கீகரிக்கப்படுவதை எதிர்நோக்கி இருந்துள்ளனர். மன்னர் அரசாங்கத்தின் இம்முடிவினால் அவர்கள் அதிர்ச்சியடைவார்கள் என்பதில் ஐயமில்லை. எதிர்ப்பைக் காட்டும் விதமாகப் புதிய அரசுடன் எவ்வித உறவும் கொள்வதில்லை எனப் பட்டியல் சாதியினர் முழுவதும் முடிவு செய்தாலும் நான் ஆச்சரியப்படமாட்டேன். அவர்களுக்கு ஏற்பட்டிருக்கிற ஏமாற்றத்தின் விளைவாக நாம் நம் பாதைகளில் தனியே நடப்பதைத் தவிர்க்க இயலாது எனத் திடமாக நம்புகிறேன். மாட்சிமை தாங்கியவரின் அரசின் பிரேரணைகள் திருத்தப்படாவிட்டால் இவ்வாறுதான் அதன் விளைவுகள் ஏற்படும் என்று எதிர்பார்க்கிறேன். என்னைப் பொறுத்தமட்டில் நான் முடிவு செய்துவிட்டேன். எனக்கு இது இறுதி வடிவம் அல்ல, இடைக்கால ஏற்பாடு என்று

கூறப்படலாம். நீண்ட நெடுங்காலமாக அரசியலில் நான் இருந்து வருகிறேன். சலுகைகளும் இணக்க ஏற்பாடுகளும் ஒரு தடவை வழங்கப்பட்டால் அவை நிரந்தர உரிமைகளாக வளர்ந்துவிடுவதையும் ஒரு தடவை ஒத்துக்கொள்ளப்படும் தவறான உடன்படிக்கைகள் முன்னுதாரணங்கள் ஆகிவிடுவதையும் நானறிவேன். என்னுடைய காலடியில் புல் முளைப்பதற்கு நான் அனுமதிக்க முடியாது. சரியாக மதிப்பிடுவதற்கு எனக்கு ஆற்றல் இருக்குமானால் இடங்களை விநியோகிப்பது ஒரு தற்காலிக ஏற்பாடாகத் தொடங்கியபோதிலும் நிரந்தரமானதாகப் போய் முடியும். இறுதியில் வருந்துவதற்குப் பதிலாக தொடக்கத்திலேயே என்னுடைய எதிர்ப்பைப் பதிவு செய்ய வேண்டியது அவசியம் என உணர்கிறேன்.

வருங்கால இந்திய அரசாங்கத்தில் நான் இல்லாமற் போவதையோ பட்டியல் சாதியினர் இடம்பெறாமல் போவதையோ மன்னர் பிரானின் அரசாங்கம் பொருட்படுத்தாமல் இருக்கலாம். இதன் விளைவாக பிரிட்டிஷ் அரசுக்கும் பட்டியல் சாதியினருக்கும் பிளவு ஏற்படுவதைக் குறித்து வருத்தப்படாமல் இருக்கலாம்; ஆனால் இந்த விஷயம் பற்றி நான் சொல்லவந்ததை அரசு தெரிந்துகொள்ள வேண்டுவதும் நியாயமே. நிர்வாகச் சபையில் பட்டியல் சாதியினரின்[4] பிரதிநிதித்துவத்தை அதிகரிக்க வேண்டும் என்ற என் முன்மொழிவையும் அவர்களால் என் கோரிக்கை நிராகரிக்கப்பட்டால் நான் மேற்கொள்ளவிருக்கும் நடவடிக்கை பற்றியும் மன்னர் அரசாங்கத்துக்குத் தெரிவிக்குமாறு உங்களைக் கேட்டுக்கொள்கிறேன்.

உண்மையுள்ள,
பி.ஆர். அம்பேத்கர்.

---

4. இக்கடிதத்தில் பட்டியல் சாதியினர் (Scheduled castes); தீண்டப்படாதவர் (Untouchables) என்ற இரு சொற்களையும் அம்பேத்கர் பயன்படுத்தியுள்ளார். அவையவை அப்படியே மொழிபெயர்க்கப்பட்டுள்ளன. Scheduled caste என்ற சொல் பட்டியல் இனம் என்பதற்குப் பதிலாகப் பட்டியல் சாதி, பட்டியல் வகுப்பு எனப் பெயர்க்கப்பட்டுள்ளது. (மொ-ர்)

125

பீம்ராவ் ஆர். அம்பேத்கர்,
22, பிருத்விராஜ் சாலை,
புது தில்லி.

11 ஜனவரி 1946.

என் அன்புக்குரிய மண்டல்,

தங்களின் இரு கடிதங்களும் வந்தடைந்தன. இருந்தும் உங்களுக்கு என்னால் பதிலளிக்க முடியாமைக்காக வருந்துகிறேன். நீங்கள் அறிந்திருக்கலாம், வைசிராயிடம் பட்டியல் சாதியைச் சேர்ந்த நபர்களை நியமிக்கச் சிபாரிசு செய்துள்ளேன். திரு. பாவுல் அவர்களின் பெயரைச் சேர்த்துள்ளேன். இருந்தும் இது விஷயமாக முடிவு எடுக்க வேண்டிய அதிகாரம் வைசிராயிடமே உள்ளது.

என்னை வங்காளத்துக்கு வரச்சொல்லி நீங்கள் அழைப்பு விடுத்ததைப் பொறுத்தவரை நான் மிகுந்த நேர நெருக்கடியில் உள்ளேன்.

சட்டப்பேரவை வரும் 21ஆம் தேதி தொடங்கி ஏப்ரல் மத்தியில்தான் முடிவடையும். ஆகவே தில்லியிலிருந்து நகர்வது மிகவும் கடினம். இருந்தும் நீங்கள் எனது கல்கத்தா சுற்றுப் பயணத்தை ஒரு திட்டமாகத் தீட்டித் தகுந்த தேதிகளையும் குறிப்பிட்டால் நான் வருவதைக் குறித்து யோசிக்கலாம். எப்படியானாலும் இரு நாட்களுக்கும் மேல் என்னால் செலவிட முடியாது.

தங்கள் உண்மையுள்ள,
பி.ஆர். அம்பேத்கர்.

ஸ்ரீமான்.ஜே.என். மண்டல்[1]
3, கூப்பர் வீதி
கல்கத்தா

---

1. ஜோகேந்திரநாத் மண்டல்: வங்காளத்தைச் சேர்ந்த பட்டியல் சாதித் தலைவர். டாக்டர் அம்பேத்கரின் நெருங்கிய நண்பர். 1937இல் வங்காள அரசுக்கும் பின்னர் 1946இல் இடைக்கால இந்திய அரசுக்கும் முஸ்லிம் லீக் கட்சியின் சார்பாக நியமிக்கப்பட்டவர். பாகிஸ்தான் அரசியலமைப்புக் குழுவின் முதல் தலைவராகவும் அதன்பிறகு தொழிலாளர்துறை, சட்டத்துறை அமைச்சராகவும் பாகிஸ்தான் அரசின் தலையாயப் பொறுப்புகளில் பங்காற்றியவர். எனினும் 1950 அக்டோபரில் தன் பதவியை ராஜினாமா செய்துவிட்டு கல்கத்தாவிற்குத் திரும்பினார். 5 அக்டோபர் 1968இல் மேற்கு வங்காளத்தில் இறந்தார். (ப–ர்)

126

22, பிருத்விராஜ் சாலை,
புதுடில்லி,
தேதி: 3 மே, 1946

பீம்ராவ் ஆர். அம்பேத்கர்
எம்.ஏ.பி.ச்.டி., டிஎஸ்சி., பாரிஸ்டர்–அட்–லா,
உறுப்பினர்,
கவர்னர் ஜெனரலின் நிர்வாகச் சபை

அன்பார்ந்த வேவல் பிரபு அவர்களுக்கு,

  சிம்லாவில் நடைபெற்ற மாநாட்டில், அமைச்சரவைத் தூதுக் குழு, பட்டியல் சாதியினரின் ஒரு பிரதிநிதியை அழைப்பதற்குத் தவறியது, சட்டப்பூர்வமான பாதுகாப்புகளுக்கான தங்களுடைய கோரிக்கைக்கு அமைச்சரவைத் தூதுக்குழு எவ்வாறு பரிகாரம் தேடப் போகிறது என்பது குறித்துப் பட்டியல் சாதியினரின் மனங்களில் அவநம்பிக்கைகளை ஏற்படுத்தியுள்ளது. நிலைமை மோசமாக இருப்பதால், இது தொடர்பாக, பட்டியல் சாதியினரின் எதிர்வினைகளை உங்களிடம் எடுத்துச் சொல்வதற்கு விரும்புகி றேன்.

  பட்டியல் சாதியினரின் ஒரு பிரதிநிதியைச் சிம்லா மாநாட்டிற்கு அழைக்காமலிருந்ததற்குப் பல விளக்கங்கள் கூறப்படக்கூடும். இவ்வாறு கூறப்படத் தோதுள்ள ஒரு விளக்கம் பட்டியல் சாதியினரின் கோரிக்கைகள் பிற கட்சிகளின் நியாய மான உரிமைகளில் தலையிடாதவரை அக்கட்சிகளின் இசைவு அவற்றுக்குத் தேவையில்லை எனக் கூறப்படலாம். குறைந்தபட்சம் அவர்களின் மூன்று கோரிக்கைகள் சம்பந்தமாக நிச்சயமாக இவ்வாறு கூறலாம்.

  அவை வருமாறு: (1) தனித் தொகுதிகள், (2) மத்திய நிர்வாகக் குழுவில் போதிய பிரதிநிதித்துவம், (3) ஓர் இடைக்கால அரசு ஏற்படுவதற்கு முன்னதாக ஒரு நிபந்தனை என்ற வகையில், வருங்கால அரசியல் சட்டத்தில் பட்டியல் சாதியினரின் நலன்களைப் பாதுகாப்பது சம்பந்தமான சில பொதுவான கோட்பாடுகளை ஏற்றுக்கொள்வதாகக் கட்சிகள் உறுதிமொழி அளிக்க வேண்டும்.

  பட்டியல் சாதியினரின் கோரிக்கைகளுக்குப் பிற கட்சிகளின் சம்மதம் தேவையில்லை என்ற கருத்தை, 1946 ஏப்ரல் 5ஆம்

நாளன்று என்னுடைய பேட்டியின்போது அமைச்சரவைத் தூதுக்குழுவிடம் நான் மிகவும் பலமாக வலியுறுத்தியிருந்தேன்.

பஞ்சாப், வடமேற்கு எல்லைப்புற மாகாணம், சிந்து, வங்காளத்திலுள்ள பெரும்பான்மைச் சமூகமாகிய முஸ்லிம்கள் தனித் தொகுதிகள் வேண்டுமென்று கோருவது, பட்டியல் சாதியினரைப் போன்ற ஒரு சிறுபான்மைச் சமூகத்தினரின் கோரிக்கையினின்றும் வேறுபட்டதாகும். ஒரு பெரும்பான்மைச் சமூகத்தினரின் தனித் தொகுதிகளுக்கான கோரிக்கைக்குச் சிறுபான்மைச் சமூகத்தினரின் சம்மதம் அவசியம் தேவை. ஆனால் ஒரு சிறுபான்மைச் சமூகத்தின் தனித் தொகுதிகள் பெரும்பான்மைச் சமூகத்தின் விருப்பங்களைச் சார்ந்ததாக ஒருபோதும் இருக்க முடியாது.

இத்தகைய தொகுதி ஏற்பாடு, அடிப்படையாகவே பெரும்பான்மைக்கு எதிராக ஒரு சிறுபான்மையைப் பாதுகாப்பதற் காக வகுக்கப்பட்டதாகும். இது இவ்வாறிருக்க, ஒரு தேர்தல் தொகுதி கூட்டுத் தொகுதியாக இருக்க வேண்டுமா அல்லது தனித் தொகுதியாக இருக்க வேண்டுமா என்பதை இவற்றில் எது தங்கள் நலன்களுக்கு உகந்தது என்று சிறுபான்மையினர் அறிவார்கள் என்ற அடிப்படையில் அவர்களது முடிவுக்கே முற்றிலும் விட்டுவிட வேண்டும்.

பெரும்பான்மையினர் இந்த விஷயத்தில் எதுவும் சொல்வதற்கு இடமில்லை. சிறுபான்மையோரின் முடிவை அவர்கள் ஏற்றுக்கொள்ள வேண்டும். இதைத் தொடர்ந்து, பட்டியல் சாதியினருக்குத் தனித் தொகுதி இருக்க வேண்டுமா, வேண்டாமா என்பதில் இந்துக்களுக்குச் சொல்வதற்கு ஏதும் இருக்க முடியாது.

தனித் தொகுதிக்கான பட்டியல் சாதியின் கோரிக்கை வேறு எந்தச் சமூகத்தையும், இன்னும் சொல்லப்போனால் இந்துக்களையும்கூடப் பாதிக்காது. அதனால்தான் இந்தக் கோரிக்கையைப் பிற எல்லா சமூகத்தினரும் ஏற்றுக்கொண்டனர். பட்டியல் சாதியினர் இந்துக்களென்றும், எனவே அவர்கள் தனித் தொகுதிகள் கேட்க முடியாது என்றும் இந்துக்கள் வாதிப்பது அர்த்தமற்றதாகும்; ஏனெனில் தனித் தொகுதியானது மெய்யாகவே சிறுபான்மையோரின் பாதுகாப்புக்கான ஓர் ஏற்பாடாகும்.

அதற்கும் மதத்திற்கும் சம்பந்தமில்லை என்ற அம்சத்தை இந்த வாதம் பார்க்கத் தவறுகிறது. இதற்கு ஏதாவது சான்று தேவையெனில், நீங்கள் ஐரோப்பியர்கள், ஆங்கிலோ-இந்தியர்கள்,

இந்தியக் கிறித்தவர்களின் விஷயத்தை எடுத்துக்கொண்டு பார்க்கலாம். இவர்கள் அனைவரும் ஒரே மதத்தைச் சார்ந்தவர்களேயாயினும் அவர்கள் ஒவ்வொருவருக்கும் தனித் தொகுதி இருக்கிறது.

இந்த விவரங்களையும் வாதங்களையும் அமைச்சரவைக் குழு கவனத்தில் எடுத்துக்கொண்டு தனித் தொகுதி முறைக்கு இந்துக்களின் சம்மதம் தேவையில்லை, அதிலும் குறிப்பாகப் பட்டியல் சாதியினரின் பிரதிநிதித்துவத்தைக் கூட்டுத் தொகுதிகள் கேலிக் கூத்தாக்கியிருக்கும் நிலைமையில் இது முற்றிலும் அமைச்சரவைத் தூதுக்குழு முடிவு செய்ய வேண்டிய விஷயமேயாகும் என்ற பட்டியல் வகுப்பினரின் வாதத்தை ஏற்றுக்கொள்வதில் தவறேதும் இருக்க முடியாது.

இடைக்கால அரசில் தங்களுடைய பிரதிநிதித்துவம் முஸ்லிம்களுக்கு வழங்கப்பட்டுள்ள பிரதிநிதித்துவத்தில் ஐம்பது சதவீதமாக இருக்க வேண்டுமென்ற பட்டியல் சாதியினரின் இரண்டாவது கோரிக்கைக்கும், அது வழங்கப்படுவதற்கு முன்னால் இந்துக்களின் சம்மதம் பெறத் தேவையில்லை.

மத்திய நிர்வாகச் சபையில் பட்டியல் சாதியினருக்கு எவ்வளவு பிரதிநிதித்துவம் கொடுக்க வேண்டும் என்பதும் அமைச்சரவைத் தூதுக்குழு முடிவு செய்ய வேண்டிய ஒரு விஷயமாகும். இதுபற்றி முடிவு செய்வதற்கு முன்னால், பட்டியல் சாதியினரின் எண்ணிக்கை, அவர்கள் அனுபவித்துவரும் இழிநிலைகள், பிற முன்னேற்றமடைந்த சமூகங்களுக்கு இணையாக அவர்கள் முன்னேறச் செய்வதற்கு வேண்டிய வழிவகைகள் ஆகியவை கணக்கில் எடுத்துக்கொள்ளப்பட வேண்டும்.

கடந்த சிம்லா மாநாட்டின் சமயத்தில் இந்தப் பிரச்சினையை நான் எழுப்பியது உங்களுக்கு நினைவிருக்கும். அப்பொழுது நீங்கள் பட்டியல் சாதியினருக்கு இரண்டு இடங்கள் தருவதற்குத் தயாராயிருந்தீர்கள். அது முஸ்லிம்களுக்கு வழங்கப்பட்டதில் ஐம்பது சதவீதத்திற்கும் சற்றுக் குறைவானதாகும்.

மூன்றாவது கோரிக்கையில் புதிதொன்றுமில்லை. 1944 ஆகஸ்டு 15ஆம் தேதியிட்ட உங்களுடைய கடிதத்தில் திரு. காந்திக்கு நீங்கள் தெரிவித்திருந்த உங்களுடைய சொந்தக் கருத்தை மீண்டும் வலியுறுத்துவதேயாகும். அந்தக் கடிதத்தின் 5வது பத்தியில் நீங்கள் இவ்வாறு கூறியிருந்தீர்கள்:–

"இந்தச் சூழ்நிலைகளில் நீங்கள் கூறும் அடிப்படையில் விவாதம் நடத்துவதினால் எந்தப் பயனும் ஏற்படாது என்பது தெளிவு. ஆயினும்

> தற்போதைய அரசியல் சட்டத்தின் கீழ் செயல்படும் ஓர் இடைக்கால அரசில் ஒத்துழைப்பதற்கு இந்துக்கள், முஸ்லிம்கள், முக்கிய சிறுபான்மையோரின் தலைவர்கள் தயாராயிருந்தால், நல்ல முன்னேற்றம் ஏற்படலாம் என்று நம்புகிறேன். அத்தகைய ஓர் இடைக்கால அரசு வெற்றியடைவதற்கு, அது அமைக்கப்படுவதற்கு முன்னால், புதிய அரசியல் சட்டம் உருவாக்கப்பட வேண்டுவது குறித்து இந்துக்கள், முஸ்லிம்கள், அனைத்து முக்கிய உறுப்புகளிடையிலும் கோட்பாட்டு ரீதியில் உடன்பாடு ஏற்பட்டாக வேண்டும்."[1]

நீங்கள் எடுத்துக்கூறிய இந்தக் கோட்பாடு மன்னர்பிரான் அரசாங்கத்தின் சார்பில் கூறப்பட்டதாகக் கொள்ள வேண்டும். அந்த வகையில் அது அமைச்சரவைத் தூதுக்குழுவைக் கட்டுப்படுத்த வேண்டும். இந்தக் கோட்பாட்டை அமைச்சரவைத் தூதுக்குழு அமலாக்குவதற்குக் கட்சிகளின் சம்மதம் தேவை யில்லை என்று தோன்றும். இதைத்தான் பட்டியல் சாதியினர் கோரியுள்ளனர்.

இந்த நிலைப்பாடுகள் போதிய வலுவுள்ளதாக இருப்பதால், பட்டியல் சாதியினரின் கோரிக்கைகள்மீது தீர்ப்புக் கூறுவதற்கு முன்னர் இந்துக்களின் சம்மதம் தேவை என்று அமைச்சரவைத் தூதுக்குழு கருதவில்லை. அதனால்தான் தங்களுடைய பிரதிநிதிகளை சிம்லா மாநாட்டுக்கு அனுப்பும்படி பட்டியல் சாதியினர் அழைக்கப்படவில்லை என்ற முடிவுக்கு வருவதற்கு இட்டுச்செல்கிறது என்று கூறுவேன்.

ஆனால் துரதிருஷ்டவசமாக நம் மனத்தில் தோன்றுவது இந்த ஒரு விளக்கம் மட்டுமல்ல. மற்றொரு விளக்கமும் சாத்தியமே. ஓர் இடைக்கால அரசை அமைக்கும் பணியை மேற்கொள்வதற்கும், இந்தியாவின் வருங்கால அரசியல் சாசனத்தை உருவாக்குவதற்குமான ஏற்பாட்டை நிர்ணயம் செய்வதற்கும் பட்டியல் சாதியினரின் கோரிக்கை குறித்து பரிசீலனை செய்வதற்கும் காத்திராமல், காங்கிரசுக்கும் முஸ்லிம் லீகுக்கும் இடையில் ஓர் உடன்பாடு ஏற்பட்டாலே போதும் என்று அமைச்சரவைத் தூதுக்குழு கருதுகிறது என்பதே அந்த விளக்கம்.

பட்டியல் சாதியினர் ஒருவித ஏக்கத்துடன் இருக்கின்றனர். ஏனெனில் தூதுக்குழுவின் திட்டம் என்னவென்று அவர்களுக்குத் திட்டவட்டமாகத் தெரியாது. தூதுக்குழு இரண்டாவதாகக் கூறிய திட்டத்தைக் கடைப்பிடிக்குமென்றால் – அது உண்மையாகவும் இருக்கக்கூடும் – பட்டியல் சாதியினர் இவ்வாறு ஏமாற்றப்பட்டிருப்பதற்கு எதிராகத் தன்னுடைய கண்டனத்தைத் தெரிவிக்காமலும், இதனால் ஏற்படும்

1. அழுத்தம் மூலக் கடிதத்தில் உள்ளபடி

பின்விளைவுகளுக்கு அவர்களே முற்றிலும் பொறுப்பாவார்கள் என்று தூதுக்குழுவிற்குத் தெரிவிக்காமலும் இருந்துவிட்டால் என்னுடைய கடமையிலிருந்து நான் தவறியவனாவேன் என்று உணருகிறேன்.

பட்டியல் சாதியினரின் ஒரு பிரதிநிதி என்ற வகையில் இந்தக் கடிதத்தை எழுதியிருக்கிறேன். தங்கள் அமைச்சரவைத் தூதுக்குழுவின் ஓர் உறுப்பினர் என்ற வகையிலும் இந்தக் கடிதத்தை உங்களுக்கு எழுதுகிறேன். உங்களுடைய சகாக்களுக்கு இந்தக் கடிதத்தை நீங்கள் சுற்றுக்கு விட்டால் நன்றியுடையவனாயிருப்பேன்.

தங்கள் உண்மையுள்ள,
பி.ஆர். அம்பேத்கர்

பெறுநர்,

மேதகு ஃபீல்ட் மார்ஷல்
ரைட் ஹானரபிள் விஸ்கவுண்ட் வேவல்
சைரனைகா மற்றும் வின்செஸ்டர், சிம்லா
ஜி.சி.பி., ஜி.எம்.எஸ்., ஐ.ஜி.எம்.ஐ.இ., சி.எம்.ஜி., எம்.சி.,
இந்தியாவின் வைஸ்ராய் மற்றும் கவர்னர் ஜெனரல்

127

22, பிருத்விராஜ் சாலை,
புதுடில்லி,
தேதி: 14 மே, 1946

பீம்ராவ் ஆர். அம்பேத்கர்
எம்.ஏ., பி.எச்.டி., டிஎஸ்சி., பாரிஸ்டர்–அட்–லா,
உறுப்பினர், கவர்னர் ஜெனரலின் நிர்வாகச் சபை

அன்பார்ந்த திரு. அலெக்ஸாண்டர் அவர்களுக்கு,

காங்கிரசுக்கும் முஸ்லிம் லீகுக்கும் இடையில் ஓர் உடன்பாட்டை ஏற்படுத்துவதற்கு நீங்கள் மேற்கொண்ட முயற்சிகள் தோல்வியடைந்தது குறித்து வருந்துகிறேன். உங்களுக்குப் பரிவும் நன்றியும் செலுத்தக் கடமைப்பட்டுள்ளேன். அதே சமயத்தில் உடன்பாடு ஏற்படுத்துவதற்காகத் தூதுக்குழு மேற்கொண்ட முயற்சியானது ஒரு முதிய பனியா தனது சொத்துக்கு வாரிசு இல்லாத நிலையில், ஒரு வாரிசைப் பெறுவதற்காக ஓர் இளம்பெண்ணைத் திருமணம் செய்து கொண்ட சம்பவமே எனக்கு நினைவூட்டுகிறது என்று என்னால் கூறாமலிருக்க முடியவில்லை. மணமகள் கருவுற்றாள். ஆனால் மணமகன் கடும் நோய்வாய்ப்பட்டான். ஆயினும் குழந்தையைப் பார்க்காமல் தான் மரணமடையப் போவதில்லை என்று உறுதிபூண்ட அவன் பிரசவமாகும் வரையில் காத்திருக்க விரும்பவில்லை. பிரசவமாவதற்கான காலமோ நீண்டிருந்தது. மிகவும் பொறுமை இழந்த அவன் மருத்துவரை அழைத்து, மனைவியின் வயிற்றை அறுத்து, பிறக்கப்போகும் குழந்தை ஆணா, பெண்ணா என்று தனக்குக் காட்டும்படிக் கூறினான். அறுவைச் சிகிச்சையின் விளைவாகக் குழந்தை, தாய் இருவருமே மரணமடைந்தனர். அந்தப் பனியா செய்ததைப் போலவே தூதுக்குழுவும் செய்ய விரும்பியது என்று கூறுவேன். உங்களுக்குத் தெரியாமலிருக்கலாம். ஆனால்

கர்ப்பம் முதிர்ச்சியடைவதற்கு இயற்கையாகத் தேவைப்படும் காலத்திற்கும் முன்பாகவே வலுக்கட்டாயமாகப் பிரசவத்தை ஏற்படுத்தும் பணியில் தூதுக்குழு இறங்கியது என்று என்னைப் போலவே பலர் நினைக்கிறார்கள்.

2. இந்துக்களும் முஸ்லிம்களும் இந்த நாட்டின் வருங்காலம் குறித்து முடிவு செய்வதற்கு மனரீதியில் தகுதியற்றவர்களாக இருக்கிறார்கள் என்று கூறுவது சரியே என்று எனக்குத் தோன்றுகிறது. இந்துக்களும் முஸ்லிம்களும் வெறும் கும்பல்கள். ஒரு கும்பல் கூட்டுமுறையில் பகிர்ந்து கொள்ளும் ஓர் ஆவேசத்தைக் காட்டிலும் பொருளாயத ஆதாயத்தினால் அவ்வளவாகக் கவரப்படுவதில்லை என்று உங்களுடைய அனுபவத்தில் கண்டிருப்பீர்கள். ஏற்படவிருக்கும் அனுகூலங்களை நிதானமாக மதிப்பீடு செய்து அதனடிப்படையில் செயல்படுவதைக் காட்டிலும் ஒரு மக்கள் திரளைக் கூட்டாகத் தியாகம் செய்யும்படி இணங்கவைப்பது எளிதாகும். ஒரு கூட்டம் லாப, நட்டம் பற்றிய உணர்வை இலகுவாக இழந்துவிடுகிறது. அது உயர்வான அல்லது தாழ்ந்த, அன்பான அல்லது காட்டுமிராண்டித்தனமான, கருணையான அல்லது கொடூரமான நோக்கங்களால், உந்துதல்களால் நெகிழ்ந்துவிடுகிறது. ஆனால் எப்போதும் விவேகத்துக்கு அப்பாற்பட்டதாகவோ கீழானதாகவோ இருக்கிறது. அனைவரின் ஆவேச உணர்ச்சியில் ஒவ்வொருவரின் பகுத்தறிவும் இழக்கப்படுகிறது. மரபுரிமைப் பண்பை ஏற்றுக்கொள்வதைக் காட்டிலும் தற்கொலை செய்துகொள்ளும்படி ஒரு கூட்டத்தை இணங்கவைப்பது எளிதானதாகும். நீங்கள் எவ்வாறு முன்செல்ல வேண்டும் என்று உங்களுக்கு ஆலோசனை கூற வேண்டியது என்னுடைய பொறுப்பல்ல. பங்கிபஸ்தியிலும் 10, அவுரங்கசீப் சாலையிலும் தூதுக்குழு கூடுதல் அறிவொளியையும் உயர்வான உத்வேகத்தையும் பெற்றுள்ளது. அத்தகைய அறிவொளியையும் உத்வேகத்தையும் மட்டுப்படுத்தும் வகையில் நான் எதையும் கூறமாட்டேன். ஆனால் அதே சமயத்தில், அவசரப்பட்டுச் செயல்பட்ட முதியவரைப் போன்ற ஒரு பரிதாபகரமான காட்சியைத் தூதுக்குழு வெளிப்படுத்தாமலிருக்க வேண்டுமெனில் (அயர்லாந்தின் சுயாட்சிக்கான தனது பிரச்சாரத்தில் கிளாட்ஸ்டன் ஈடுபட்ட முறையை வர்ணிப்பதற்கு சேம்பர்லேன் உபயோகப்படுத்திய சொற்றொடர்) ராஜதந்திரத்தில் 'நிதானமடைவதற்கான காலகட்டம்' என்று அழைக்கப்படுவதை அனுமதிக்க வேண்டும். அவ்வாறு செய்தால் நிலைமைக்குப் பரிகாரம்

காண்பது அவர்களுக்கு இலகுவாக இருக்கும் என்று நிச்சயமாகக் கருதுகிறேன்.

3. தூதுக்குழு, பெரிய கட்சிகள், பெரிய கட்சிகளிடம் நம்பிக்கை வைத்திருப்பவர்கள் ஆகியோர் சம்பந்தப்பட்ட விஷயம் இது. தீண்டப்படாதவர்களின் பிரச்சினைக்கும் அரசியல் சட்டப்பூர்வமான பாதுகாப்புகள் வேண்டுமென்ற அவர்களது கோரிக்கைக்கும் நீங்கள் எவ்வாறு பரிகாரம் காணப்போகிறீர்கள் என்று தெரிந்துகொள்வதில் நான் அக்கறை உடையவனாக இருக்கிறேன். சிம்லா பேச்சுவார்த்தைகளின் கடைசி நாளன்று தூதுக்குழு வெளியிட்ட அறிக்கையில், தாங்கள் டில்லிக்குத் திரும்பியபின், ஒரு சில நாட்களுக்குள், தாங்கள் மேற்கொள்ள உத்தேசித்திருக்கும் அடுத்த நடவடிக்கை குறித்து அறிவிக்கப்போவதாகக் கூறப்பட்டிருந்தது. அனைத்துப் பட்டியல் சாதியினரும் இந்த அறிவிப்பை ஆவலுடன் எதிர்பார்த்துக்கொண்டிருப்பது தெளிவு. தூதுக்குழு அடுத்து செய்யப்போவது இறுதியாக அவர்களது எதிர்காலத்தை முடிவுசெய்யும். தூதுக்குழுவின் முடிவு, ஒன்று தீண்டப்படாதவர்களுக்கு வாழ்க்கை, விடுதலை, மகிழ்ச்சிக்கான பாதையைத் திறக்கும் அல்லது அது அவர்களது சவப்பெட்டியில் ஓர் ஆணியை அறையும். பிரச்சினை வாழ்வா, சாவா என்றிருப்பதனால், தீண்டப்படாதவர்களின் பிரச்சினையை ஒரு சில நிமிடங்கள் உங்களுடைய கவனத்திற்குக் கொண்டுவருவது தவறாகாது என்று நினைக்கிறேன்.

4. தீண்டப்படாதவர்களின் பிரச்சினையானது அவர்களை எதிர்நோக்கும் மிகவும் கடினமான ஒன்றாகும். ஆனால் அதிர்ஷ்டவசமாகக் கீழ்வரும் உண்மைகளை மனத்தில் பதிய வைத்துக்கொண்டால், அதைப் புரிந்துகொள்வது எளிதாகும். தீண்டப்படாதவர்கள் மிகப்பரந்த இந்து மக்கள் திரளினால் சூழப்பட்டுள்ளார்கள். அவர்கள் பகை உணர்ச்சி கொண்டவர்களாக இருக்கிறார்கள். தீண்டப்படாதவர்களுக்கு எதிராக எத்தகைய அநீதியையும் அட்டூழியத்தையும் இழைப்பதற்கு அவர்கள் வெட்கப்படுவதில்லை. அன்றாடம் நிகழ்ந்து வருகின்ற இந்தக் கொடுமைகளை நிவர்த்தி செய்வதற்குத் தீண்டப்படாதவர்கள் அரசாங்கத்தின் உதவியைக் கோர வேண்டியவர்களாக இருக்கின்றனர். இந்த நிர்வாகத்தின், அரசின் தன்மையும் இயைபும் என்னென்ன? சுருங்கக்கூறின், இந்தியாவிலுள்ள அரசு நிர்வாகம் முற்றிலும் இந்துக்களின் கைகளில் உள்ளது. அது அவர்களின் ஏகபோகமாகும். மேலிருந்து கீழ்வரை அது அவர்களின் கட்டுப்பாட்டில் உள்ளது. அவர்கள் ஆதிக்கம் செலுத்தாத

இலாகாவே இல்லை. காவல்துறை, நீதித்துறை, வருவாய்த் துறை. உண்மையில் அரச நிர்வாகத்தின் அனைத்துத் துறைகளிலும் அவர்கள் ஆதிக்கம் செலுத்துகிறார்கள். நினைவில்கொள்ள வேண்டிய அடுத்த விஷயம் என்னவெனில், நிர்வாகத்தில் உள்ள இந்துக்கள் சமூக–நேசமற்றவர்களாக இருப்பது மட்டுமன்றி, அவர்கள் சமூக–விரோதிகளாகவும், தீண்டப்படாதவர்களின் பகைவர்களாகவும் இருக்கிறார்கள். அவர்களின் ஒரே நோக்கம் தீண்டப்படாதவர்களுக்கு எதிராகப் பாரபட்சம் காட்டுவதும், அவர்களுக்குச் சட்டத்தின் அனுகூலங்கள் கிடைக்காமல் பறிப்பதும் மறுப்பதும் மட்டுமன்றி, கொடுங்கோன்மையிலிருந்தும் ஒடுக்குமுறை யிலிருந்தும் சட்டத்தின் பாதுகாப்பை அவர்களுக்கு மறுப்பது மாகும். இதன் விளைவாக, தீண்டப்படாதவர்கள் இந்து மக்களுக்கும் இந்துக்கள் நிரம்பிய நிர்வாகத்திற்கும் இடையில் வைக்கப்படுகிறார்கள். இவற்றில் ஒருவர் அவர்களுக்கு எதிராக அநியாயங்கள் புரிகிறார்; மற்றொருவர் பாதிக்கப்படுவோரைக் காப்பாற்றுவதற்குப் பதிலாக அநீதி இழைப்போரைப் பாதுகாக்கிறார்.

5. இந்தப் பின்னணியில், காங்கிரஸ் தன்மைகொண்ட சுயராஜ்யம் தீண்டப்படாதவர்களுக்கு என்ன அர்த்தத்தைத் தரமுடியும்? அதன் பொருள் ஒன்றே ஒன்றுதான்: அதாவது, இன்று நிர்வாகம் மட்டும்தான் இந்துக்களின் கைகளில் உள்ளது; சுயராஜ்யத்தின் கீழ் சட்டப்பேரவையும் அரசும்கூட இந்துக்களால் நிரப்பப்பட்டுவிடும். சுயராஜ்யம் தீண்டப்படாதவர்களின் துன்பதுயரங்களை உக்கிரமாக்கப் போவதைக் கூறத் தேவையில்லை. ஏனெனில், பகைமை உணர்வுகொண்ட நிர்வாகத்தை எதிர்கொள்வதோடு கூட, தீண்டப்படாதவர்கள் தமக்குப் பகைமையான அல்லது அசட்டையான சட்டப் பேரவையையும், சொரணையற்ற அரசையும், தீண்டப்படாதவர்கள்பால் கட்டுப்பாடற்ற–கடிவாளமில்லாத நச்சு மனப்பாங்கையும், கொடுமையையும், அநீதியான போக்கையும் கொண்ட ஒரு நிர்வாகத்தையும் அவர்கள் எதிர்கொள்ள வேண்டியிருக்கும். வேறுவிதமாக இதைக் கூறவேண்டுமெனில், காங்கிரஸ் வகைப்பட்ட சுயராஜ்யத்தின் கீழ் தீண்டப்படாதவர்களுக்கு இந்துக்களும் இந்து மதமும் நிர்ணயித்துள்ள இழிவார்ந்த எதிர்காலத்திலிருந்து தப்பிச்செல்வதற்கு வழியே இருக்காது.

6. இந்தச் சுயராஜ்யம் தங்களுக்கு ஒரு பேரழிவாவதிலிருந்து தடுப்பதற்கான ஒரே வழி, சட்டப்பேரவையில் தங்களுடைய பிரதிநிதிகள் இடம்பெறுவதுதான் என்று தீண்டப்

படாதவர்கள் வலியுறுத்தி வருவதற்கான காரணத்தை இது ஓரளவு உங்களுக்குப் புரியவைக்கும் என்று நம்புகிறேன். அப்பொழுதுதான், இந்துக்களினால் இழைக்கப்படும் கொடுமைகளையும் அநீதிகளையும் எதிர்த்து அவர்களால் தொடர்ந்து கண்டனம் தெரிவித்துக்கொண்டிருக்க முடியும். அரசில் தங்களுடைய பிரதிநிதிகள் இருப்பதன் வாயிலாக அவர்கள் தங்களுடைய மேம்பாட்டுக்கான திட்டங்களை உருவாக்க முடியும். அரசுப் பணிகளில் பிரதிநிதிகள் இருப்பதன் வாயிலாக, அரசு நிர்வாகம் முற்றிலும் தங்களுக்குப் பகைமையாக இல்லாமற் செய்ய முடியும். சட்டப்பூர்வமான பாதுகாப்புகள் வேண்டுமென்ற தீண்டப்படாதவர்களின் கோரிக்கையின் நியாயத்தை நீங்கள் ஏற்றுக்கொள்வீர்களானால், தீண்டப்படாதவர்கள் ஏன் தனித் தொகுதிகளை விரும்புகிறார்கள் என்று புரிந்துகொள்வதில் எவ்விதச் சிரமமும் இருக்காது. சட்டப்பேரவையில் தீண்டப்படாதவர்கள் சிறுபான்மையினராக இருப்பார்கள். அவர்கள் சிறுபான்மையாக இருக்குமாறு விதிக்கப்பட்டுள்ளார்கள். அவர்களால் பெரும்பான்மையினரைச் சமாளிக்க முடியாது. இந்தப் பெரும்பான்மையினர் வகுப்புவாதிகளாக இருப்பது நிலையானது, முன்கூட்டியே நிர்ணயிக்கப்பட்டது என்றுதான் கூற வேண்டும். பெரும்பான்மையினருடன் எந்த அடிப்படையில் தங்களால் ஒத்துழைத்துப் பணியாற்ற முடியும் என்ற நிபந்தனைகளை நிர்ணயிக்கும் நிலையில் தங்களை வைத்துக்கொள்வது மட்டுமே அவர்களால் செய்ய முடியும். பெரும்பான்மையினர் விதிக்கும் நிபந்தனைகளை ஏற்றுக்கொள்ளும்படி அவர்களை நிர்ப்பந்தப்படுத்தக்கூடாது. இரண்டாவதாக, பெரும்பான்மையினர் தங்களுடன் சேர்ந்து பணியாற்றுவதற்கு மறுத்து, தங்களுடைய அநீதிகளைப் போக்குவதற்கு இணங்காவிடில், சட்டப்பேரவையில் பெரும்பான்மையினருக்கு எதிராகக் குறைந்தபட்சம் தங்களுடைய கண்டனத்தைத் தெரிவிப்பதற்காவது அவர்களுக்குச் சுதந்திரம் இருக்கும். கண்டனத்தைத் தெரிவிப்பதற்கான தங்களுடைய சுதந்திரத்தைத் தீண்டப்படாதவர்கள் எவ்வாறு நிலைநாட்டுவது? சட்டப்பேரவைகளில் உள்ள தங்களது பிரதிநிதிகள், தாம் தேர்ந்தெடுக்கப்பட்டதற்குப் பெரும்பான்மையினரின் வாக்கு காரணமாயில்லாமல் இருந்தால் மட்டுமே இது சாத்தியம். தனித் தொகுதிகள் வேண்டுமென்ற அவர்களுடைய கோரிக்கைக்கு இதுதான் அடிப்படை.

7. தனித் தொகுதி கிடைத்தாலன்றி தீண்டப்படாதவர்களுக்கு தகுந்தப் பாதுகாப்புகளும் தகுந்த மதிப்புகளும் கிடைக்கப்

போவதில்லை. தனித் தொகுதிதான் பிரச்சினையின் மையமான அம்சமாகும். 1946 ஏப்ரல் 9ஆம் தேதியன்று, தூதுக்குழுவினர் பேட்டிகண்ட மூன்று காங்கிரஸ் ஹரிஜனங்கள் அமைச்சரவைத் தூதுக்குழுவிடம் சமர்ப்பித்த மனுவின் ஒரு நகல் எனக்கு முன்னால் இருக்கிறது. அவர்கள், "இங்கிலாந்தின் மக்களாகிய நாங்கள்" என்று கூறி, நாடாளுமன்றத்திற்கு ஒரு மனுவைச் சமர்ப்பிப்பதற்குத் துணிவுகொண்ட டூலி தெருவின் மூன்று தையற்காரர்களைக் காட்டிலும் எவ்விதத்திலும் மேம்பட்டவர்கள் அல்லர். இதைத் தவிர, பட்டியல் சாதியினரின் சம்மேளனத்தின் சார்பில் என்னால் சமர்ப்பிக்கப்பட்ட கோரிக்கைகளுக்கும் இந்தக் காங்கிரஸ் ஹரிஜனங்கள் முன்வைத்த கோரிக்கைகளுக்கும் எத்தகைய வேறுபாடும் இல்லையென்று உணர்வது உசிதமாகும். இதிலுள்ள ஒரே வேறுபாடு, தேர்தல் தொகுதி களின் பிரச்சினை சம்பந்தமானதேயாகும். காங்கிரஸ் ஹரிஜனங்களின் கோரிக்கைகளை நீங்கள் எவ்வாறு வியாக்கியானம் செய்கிறீர்கள் என்று எனக்குத் தெரியாது. அவை உண்மையில் கோரிக்கைகள் அல்ல. அரசியல் பாதுகாப்புகள் என்ற வகையில் பட்டியல் சாதியினருக்கு காங்கிரஸ் என்ன கொடுப்பதற்குத் தயாராயிருக்கிறது என்பதையே அவை பிரதிநிதித்துவப்படுத்துகின்றன. இது நான் புரிந்துகொண்டிருக்கும் விஷயம் மட்டுமல்ல. இதுதான் நான் அறிந்துகொண்டது. கூட்டுத் தொகுதிகளை ஏற்றுக்கொள்வதற்கு நான் தயாராயிருந்தால், காங்கிரஸ் அதனுடைய பங்குக்கு, என்னுடைய இதர கோரிக்கைகள் அனைத்தையும் ஏற்பதற்குத் தயாராயிருக்கும் என்று காங்கிரசின் மனநிலையை அறிந்த நபர்கள் என்னிடம் தெரிவித்திருக்கிறார்கள். பட்டியல் சாதியினரின் இதர எல்லாக் கோரிக்கைகளையும் வழங்குவதற்குத் தயாராக இருக்கும் காங்கிரஸ் ஒரே ஒரு கோரிக்கையை, அதாவது தனித் தொகுதிகளை மட்டும் ஆட்சேபிப்பது ஏன் என்று நீங்கள் வியப்படைவீர்கள். காங்கிரஸ் என்ன சூழ்ச்சியைக் கையாள்கிறதென்று நீங்கள் அறிந்தால் வியப்படையமாட்டீர்கள். அது மிகவும் ஆழமான சூழ்ச்சியாகும். தீண்டப்படாதவர்களுக்குச் சில பாதுகாப்புகள் வழங்குவதினின்றும் தப்பித்துக்கொள்வதற்கு வழி இல்லாததை உணர்ந்துள்ளதனால் காங்கிரஸ், அந்தப் பாதுகாப்புகளைப் பயனற்றவையாக ஆக்குவதற்கு ஏதாவது ஒரு வழியைக் கண்டுபிடிப்பதற்கு விரும்புகிறது. கூட்டுத் தொகுதிகள் ஏற்பாட்டில் பாதுகாப்புகளைப் பயனற்றதாகச் செய்யும் கருவி அடங்கியுள்ளதாகக் காங்கிரஸ் கருதுகிறது. அதனால்தான் காங்கிரஸ் கூட்டுத் தொகுதிகளை வலியுறுத்தி

வருகிறது. ஏனெனில் கூட்டுத் தொகுதிகள் என்றால், தீண்டப்படாதவர்களுக்கு அதிகாரமில்லாத பதவியைக் கொடுப்பது என்று பொருள். அதிகாரத்துடன் கூடிய பதவியையே தீண்டப்படாதவர்கள் விரும்புகிறார்கள். தனித் தொகுதிகள் மூலமாகத்தான் அவர்கள் இதைப் பெற முடியும். அதனால்தான் அவர்கள் அதை வலியுறுத்தி வருகின்றனர்.

8. பட்டியல் சாதியினருக்குத் தனித் தொகுதித் தேவை எனும் வாதம் மிகவும் உறுதியான வாதமாகும். காங்கிரசைத் தவிர பிற கட்சிகள் அனைத்தும் அதை ஏற்றுக்கொள்கின்றன. தனித் தொகுதிகளுக்கு ஆதரவான வாதங்களை, 1946, மே 3ஆம் தேதியன்று வேவல் பிரபுவுக்கு நான் எழுதிய கடிதத்தில் குறிப்பிட்டிருந்தேன். அதை அவர்கள் உங்களுக்குக் காண்பித்திருப்பார். எனவே அவற்றை மீண்டும் இங்கே எடுத்துக் கூறுவது அவசியமில்லை. பட்டியல் சாதியினரின் இந்தக் கோரிக்கை சம்பந்தமாகத் தூதுக்குழு என்ன செய்யப்போகிறது என்பதே கேள்வி. தீண்டப்படாதவர்களை இந்துக்களின் அரசியல் நுகத்தடியின் கீழிருந்து அவர்கள் விடுவிக்கப்போகிறார்களா? அல்லது காங்கிரசையும் அது பிரதிநிதித்துவப்படுத்துகின்ற இந்துப் பெரும்பான்மையோரை யும் நண்பர்களாக்குவதற்காகக் கூட்டுத்தொகுதிகளுக்கு இரையாக்கப் போகிறார்களா? பிரிட்டிஷ்காரர்கள் வெளியேறிச் செல்வதற்கு முன்னதாகச் சுயராஜ்யம் பட்டியல் சாதியினருக்கு ஒரு கழுத்துச் சுருக்காக மாறாமல் இருப்பதை மன்னர்பிரான் அரசாங்கம் நிச்சயப்படுத்திக் கொள்ள வேண்டும் என்று மன்னர்பிரான் அரசாங்கத்தைக் கேட்டுக் கொள்வதற்குப் பட்டியல் சாதியினருக்கு உரிமை இருக்கிறது.

9. பட்டியல் சாதியினரின்பால் பிரிட்டிஷாருக்கு ஒரு தார்மிகப் பொறுப்பு இருக்கிறது என்று கூறுவதற்கு என்னை அனுமதியுங்கள். எல்லாச் சிறுபான்மையோர்பாலும் அவர்களுக்குத் தார்மிகப் பொறுப்பு இருக்கக்கூடும். ஆனால் அது ஒருபோதும் பட்டியல் சாதியினர்பால் அவர்கள் சார்ந்துள்ள பொறுப்பைக் கடந்து அப்பால் செல்ல முடியாது. மிகச் சொற்பமான பிரிட்டிஷ்காரர்களே இதை உணர்ந்துள்ளதும் மிகக் குறைவான பிரிட்டிஷ்காரர்களே இதை நிறைவேற்றத் தயாராயிருப்பதும் பரிதாபத்துக்குரிய விஷயமாகும். பிரிட்டிஷ் ஆட்சி இந்தியாவில் இருப்பதற்குத் தீண்டப்படாதவர்கள் நல்கிய உதவிதான் காரணமாகும். கிளைவ்கள், ஹேஸ்டிங்குகள், கூட்ஸ்கள் முதலியோரால் இந்தியா வெல்லப்பட்டது என்று பல பிரிட்டிஷ்காரர்கள் நினைக்கிறார்கள். இதைக்

காட்டிலும் பெரிய தவறு வேறொன்றும் இருக்க முடியாது. இந்தியா, இந்தியர்களைக் கொண்ட ஒரு ராணுவத்தால் வெல்லப்பட்டது. அந்த ராணுவத்தில் இருந்த இந்தியர்கள் அனைவரும் தீண்டப்படாதவர்கள். இந்தியாவை வெல்வதற்கு பிரிட்டிஷ்காரர்களுக்குத் தீண்டப்படாதவர்கள் உதவி செய்யாமலிருந்திருந்தால், இந்தியாவில் பிரிட்டிஷ் ஆட்சி சாத்தியமாயிருக்காது. பிரிட்டிஷ் ஆட்சியின் தொடக்கத்திற்கு அஸ்திவாரம் அமைத்த பிளாசி சண்டையை, இந்தியாவை வெல்வதைப் பூர்த்திசெய்த கிர்கி போரை எடுத்துப் பாருங்கள். விதியை நிர்ணயித்த இந்த இரண்டுபோர்களிலும் பிரிட்டிஷ்காரர்களுக்காகப் போரிட்ட படைவீரர்கள் அனைவரும் தீண்டப்படாதவர்களே.

10. தங்களுக்காகப் போரிட்ட இந்தத் தீண்டப்படாதவர்களுக்காகப் பிரிட்டிஷ்காரர்கள் என்ன செய்தார்கள்? அது ஓர் அவமானகரமான வரலாறு. அவர்கள் செய்த முதல் காரியம் அவர்களை ராணுவத்தில் சேர்ப்பதை நிறுத்தியதுதான். இதைக் காட்டிலும் ஈவு இரக்கமற்ற, கருணையற்ற, நன்றியற்ற, கொடூரத்திலும் கொடூரமான செயலை வரலாற்றில் எங்கும் காணமுடியாது. தீண்டப்படாதோருக்கு ராணுவத்தின் கதவை மூடியதில் அவர்களின் ஆட்சியை இங்கு நிறுவுவதற்குத் தீண்டப்படாதவர்கள் அவர்களுக்கு உதவி செய்ததையும், 1857ஆம் வருடக் கலகத்தின்போது சுதேசிப் படைகளின் ஒரு சக்தி வாய்ந்த கூட்டணியினால் பேராபத்துக்குள்ளானபோது அவர்களைப் பாதுகாத்து நின்றதையும் பிரிட்டிஷ்காரர்கள் கவனத்தில் எடுத்துக்கொள்ளவில்லை. இதனால் தீண்டப் படாதோர் எவ்வளவு பாதிப்புக்குள்ளானார்கள் என்பது குறித்து பிரிட்டிஷ்காரர்கள் எவ்விதக் கவலையும் படவில்லை; அதற்கு மாறாக ஒரே ஒரு வரி எழுதி அவர்களின் வாழ்க்கை ஆதாரத்தைப் பறித்துவிட்டு, அவர்களுடைய முந்திய இழிவு நிலைக்குள் மீண்டும் விழும்படிச் செய்தார்கள். அவர்களைச் சமூக இழிவுகளிலிருந்து மீட்பதற்கு எவ்வகையிலாவது பிரிட்டிஷ்காரர்கள் உதவி செய்தார்களா? மீண்டும் இதற்குப் பதில் "இல்லை" என்பதுதான். பள்ளிக்கூடங்கள், கிணறுகள், பொது இடங்கள் முதலியவை தீண்டப்படாதோருக்கு மூடப்பட்டன. பொதுநிதிகளிலிருந்து நிர்வகிக்கப்படும் எல்லா நிலையங்களிலும் அனுமதிக்கப்படுவதற்கு, குடிமக்கள் என்ற வகையில் தீண்டப்படாதவர்கள் தகுதி பெறும்படிச் செய்வதற்கு உதவுவது பிரிட்டிஷ்காரர்களின் கடமையாகும். ஆனால் பிரிட்டிஷ்காரர்கள் அது எதையும் செய்யவில்லை. இன்னும் மோசமானது என்னவென்றால் தீண்டாமையைத் தாங்கள்

தோற்றுவிக்கவில்லை என்று கூறுவதன் மூலம் தங்களுடைய செயலற்ற தன்மையை அவர்கள் நியாயப்படுத்தினர். தீண்டாமை, பிரிட்டிஷ்காரர்களால் தோற்றுவிக்கப்படாமல் இருந்திருக்கலாம். ஆனால் அன்று ஆட்சிபுரிந்த அரசு என்ற முறையில், தீண்டாமையை அகற்றுவது நிச்சயமாக அவர்களின் பொறுப்புத்தான். ஓர் அரசின் செயல்பாடுகள், கடமைகள் குறித்தான உணர்வுள்ள எந்த அரசும் அதைத் தவிர்த்திருக்க முடியாது. பிரிட்டிஷ் அரசு என்ன செய்தது? இந்தச் சமுதாயத்தைச் சீர்திருத்தம் செய்வது சம்பந்தப்பட்ட எந்தப் பிரச்சினையையும் எந்த வகையிலும் தொடுவதற்கு அது மறுத்தது. சமூக சீர்திருத்தம் சம்பந்தப்பட்ட மட்டிலும் தீண்டப்படாதவர்களுக்கு இக்காலத்திய அரசு, அவர்கள் நெற்றி வியர்வை நிலத்தில் விழ உழைத்து, துன்புற்று, வாழ்ந்து, மரணமடைந்துவந்த, மறக்கப்பட்ட வரலாற்றுக் காலத்தியச் சுதேச மன்னராட்சிகளிலிருந்தும் எந்த ஜீவாதார அம்சத்திலும் வேறுபட்டிருக்கவில்லை. அரசியல் நிலைப்பாட்டிலிருந்து பார்க்கும்போது, மாற்றம் பெயரளவானதேயாகும். இந்துக்களின் கொடுங்கோன்மை எப்போதும்போலவே தொடர்ந்து நீடித்தது. பிரிட்டிஷ் ஆட்சியாளர்களால் அது தடை செய்யப்படுவதற்கும் மாறாக, அது தட்டிக்கொடுத்து வளர்க்கப்பட்டது. சமூகக் கண்ணோட்டத்திலிருந்து பார்க்கும்போது பிரிட்டிஷ்காரர்கள், ஏற்கெனவே இருந்து வந்த ஏற்பாட்டை அப்படியே ஏற்றுக்கொண்டு அவற்றைப் பேணிக் காத்தனர். இதற்கு உதாரணமாக ஒரு சீனத் தையற்காரர் செய்ததைத்தான் கூறமுடியும். பழைய கோட்டு ஒன்று அவரிடம் மாதிரிக்காகக் கொடுக்கப்பட்டது. அவர் அதிலிருந்ததைப் போன்றே கிழிசல்களையும், ஒட்டுத் தையல் துண்டுகளையும் கொண்ட, அப்பழையக் கோட்டை போன்றதொரு புதிய கோட்டைத் தைத்துப் பெருமிதத்துடன் கொடுத்தாராம்! இதன் விளைவு என்ன? இந்தியாவில் பிரிட்டிஷ் ஆட்சி ஏற்பட்டு இருநூறு ஆண்டுகள் கடந்துள்ள போதிலும் தீண்டப்படாதவர்கள் தீண்டப்படாதவர்களாகவே இருந்துவருகின்றனர். அவர்களுக்கு இழைக்கப்படும் கொடுமை களுக்குப் பரிகாரம் காணப்படவில்லை. அவர்களது முன்னேற்றம் ஒவ்வொரு கட்டத்திலும் தடுக்கப்பட்டு வருகிறது. உண்மையில், இந்தியாவில் பிரிட்டிஷ் ஆட்சி எதையாவது சாதித்திருக்கிறதென்றால் அது, தீண்டப்படாதவர்களின் நிலையான விரோதியாக இருந்து வருவதும், தொன்றுதொட்டுத் தீண்டப்படாதவர்கள் அனுபவித்துவரும் அனைத்துக் கொடுமைகளுக்கும் பிதாமகராக இருந்து வருவதுமான

பிராமணியத்தை வலுப்படுத்தி, அதற்குப் புத்துயிர் ஊட்டியதேயாகும்.

11. பிரிட்டிஷ்காரர்கள் தங்கள் அதிகாரத்தைக் கைவிட்டுப் போகப்போகிறார்கள் என்று அறிவிப்பதற்காக நீங்கள் இங்கு வந்திருக்கிறீர்கள். "ஆட்சியையும் அதிகாரத்தையும் நீங்கள் யார் கையில் கொடுத்துவிட்டுப் போகப் போகிறீர்கள்?" என்று ஒரு தீண்டப்படாதவர் கேட்டால், அது தவறல்ல. பிராமணியத்தின் ஆதரவாளர்களின் கையிலா? அவ்வாறாயின் இதன் பொருள் என்ன? வன்னெஞ்சக் கொடுங்கோலர்களின், தீண்டப்படாதவர்களைக் கொடூரமாக ஒடுக்குகின்றவர்களின் கைகளில் அதிகாரம் தரப்படுகிறது என்றுதான் இதற்குப் பொருள். இந்தியாவில் பிரிட்டிஷ் சாம்ராஜ்யத்தை ஒழித்துக் கட்டுவதானது பிற கட்சிகளின் உறுப்பினர்களிடையே எத்தகைய மனச்சாட்சி உறுத்தல்களையும் ஏற்படுத்தத் தேவையில்லை. ஆனால் பிரிட்டிஷ் தொழிற்கட்சியின் நிலைப்பாடு என்ன? உரிமைகளற்றவர்களுக்காகவும் சமூகத்தின் அடித்தட்டிலுள்ளவர்களுக்காகவும் நிற்பதாகத் தொழிற்கட்சி உரிமை 'கொண்டாடுகிறது. அது தன் மனச்சாட்சிக்கு உண்மையாக நடந்துகொள்வதென்றால், இந்தியாவின் ஆறு கோடி[1] தீண்டப்படாதவர்களுக்கு ஆதரவாக நிற்கும் என்பதிலும், அவர்களின் நிலையைப் பாதுகாப்பதற்குத் தேவையான யாவற்றையும் செய்யுமென்பதிலும், தமது மதத்தினாலும் தமது வாழ்க்கைத் தத்துவத்தினாலும் நிர்வாகம் செய்வதற்குத் தகுதியற்றவர்களாக உள்ள, உண்மையில் தீண்டப்படாதவர்களின் பகைவர்களாக உள்ளவர்கள் கைகளில் அதிகாரம் போய்ச் சேர்வதற்கு அது அனுமதிக்காது என்பதிலும் எனக்கு எவ்வித ஐயமும் இல்லை. பட்டியல் சாதியினரின் தர்மகர்த்தாக்கள் என்று எப்போதும் தங்களைக் கூறிவரும் பிரிட்டிஷ்காரர்கள், அந்தப் பட்டியல் சாதியினரைப் புறக்கணித்ததற்குப் பிராயச்சித்தமான ஒரு நடவடிக்கையாக இது இருக்கும் என்பதைத் தவிர வேறல்ல.

12. இவ்வளவு விரிவாக இதைப்பற்றி நான் கூறுவதற்கு, தீண்டப்படாதவர்கள் எழுப்பிய சட்டப்பூர்வமான பாதுகாப்புகள் என்ற பிரச்சினை சம்பந்தமாக தூதுக் குழுவினர் சாதித்துவரும் மௌனத்தினால் எழுந்துள்ள கவலையே காரணமாகும். தீண்டப்படாதவர்களுக்கும் சிறுபான்மையோருக்கும் மன்னர்பிரான் அரசினால் கொடுக்கப்பட்டுள்ள உறுதிமொழிகள் சம்பந்தமாகத்

---

1. ஆங்கிலத்தில் Sixty என்றுள்ளது. அது எழுத்துப்பிழை (மொ-ர்)

தூதுக்குழு கடைப்பிடித்துவரும் கண்ணோட்டத்தினால் இந்தக் கவலை ஆழமாகியுள்ளது. இந்த உறுதிமொழிகள் குறித்த தூதுக்குழுவின் கண்ணோட்டம் பால்மர்ஸ்டன் பிரபுவை எனக்கு நினைவுப்படுத்துகிறது. "எங்களுக்கு நிரந்தரமான விரோதிகள் இல்லை; நிரந்தரமான நண்பர்களும் இல்லை. நிரந்தரமான நலன்கள் மட்டுமே உண்டு" என்று அவர் கூறியிருந்தார். இந்தப் பால்மர்ஸ்டனின் கோட்பாட்டைத் தனது வழிகாட்டியாகத் தூதுக்குழு ஏற்றிருக்கிறது என்ற எண்ணம் உருவாகுமேயானால், தீண்டப்படாதவர்களுக்கு இது எவ்வளவு பயங்கரமான எதிர்காலத்தை ஏற்படுத்தும் என்று நீங்கள் ஊகித்துக்கொள்ளலாம். பிரிட்டனின் உரிமைகளற்ற வர்க்கங்களிலிருந்து நீங்கள் வந்துள்ளீர்கள். எனவே இந்தியாவின் உரிமைகளற்ற ஆறு கோடி மக்களுக்கும் செய்யப்படவிருக்கும் உத்தேசத் துரோகத்தைத் தடுப்பதற்கு உங்களாலான எல்லாவற்றையும் நீங்கள் செய்வீர்கள் என்பதில் எனக்கு முழு நம்பிக்கை இருக்கிறது. அதனால்தான் அவர்களின் கோரிக்கையை உங்கள்முன் வைப்பதற்கு எண்ணினேன். தூதுக்குழுவில் உங்களைக் காட்டிலும் மேலான நண்பர் தங்களுக்கு இல்லை என்று தீண்டப்படாதவர்கள் கருதுகிறார்கள் என்று உங்களிடம் கூறுவதற்கு என்னை அனுமதியுங்கள்.

தங்கள் உண்மையுள்ள,
பி.ஆர். அம்பேத்கர்.

பெறுநர்:

ரைட் ஹானரபிள் திரு.ஏ.வி. அலெக்சாண்டர்,
சி.எச்.எம்.பி., உறுப்பினர், அமைச்சரவைத் தூதுக்குழு,
வைஸ்ராய் மாளிகை,
புதுடில்லி.

128

22, பிருத்விராஜ் சாலை,
புதுடில்லி,
22 மே 1946.

அன்புள்ள பெதிக்–லாரென்ஸ் பிரபு அவர்களுக்கு,

அமைச்சரவைத் தூதுக்குழுவின் அறிக்கையை வாசித்ததில், சில விஷயங்கள் மிகவும் ஐயப்பாட்டுக்குரியதாக இருப்பதைக் காண்கிறேன். அவற்றைக் கீழே தருகிறேன்:

(1) அறிக்கையின் 20வது பத்தியில் 'சிறுபான்மையோர்' என்ற சொல் பட்டியல் சாதியினரையும் உட்படுத்துகிறதா?

(2) 20வது பத்தியில் பிரஜைகள், சிறுபான்மையோர், பழங்குடியினருடன் ஒதுக்கப்பட்ட பிரதேசங்களின் உரிமைகள் பற்றிய ஆலோசனைக் குழுவில் சம்பந்தப்பட்டவர்களின் நலன்களுக்கு முழுப் பிரதிநிதித்துவம் கொடுக்கப்பட வேண்டும் என்றுள்ளது. சம்பந்தப்பட்டோரின் நலன்களுக்கு ஆலோசனைக் குழுவில் உண்மையில் முழுப் பிரதிநிதித்துவம் இருக்கிறதா என்று யார் மேற்பார்வையிடுவது?

(3) சம்பந்தப்பட்டவர்களின் நலன்களுக்கு முழுப் பிரதிநிதித்துவம் கிட்டும்படிப் பார்த்துக்கொள்வதற்கு, அத்தகைய நலன்களைப் பிரதிநிதித்துவப்படுத்துகிற, அரசியல் நிர்ணயச் சபைக்கு வெளியிலுள்ள நபர்களைக் குழுவில் கூடுதல் உறுப்பினர்களாகச் சேர்க்கும் உரிமையை மே.தா.ம[1] அரசாங்கம் தன்னிடமே வைத்துக்கொள்ள உத்தேசித்திருக்கிறதா? வெளியிலிருந்து பிரதிநிதிகளை நியமிக்க வேண்டியதன் அவசியம் இன்றியமையாததாகத் தோன்றுகிறதா? ஏனெனில் அவ்வாறில்லாவிட்டால், அரசியல் நிர்ணயச் சபையால் பழங்குடியினருக்கும் ஒதுக்கப்பட்ட பிரதேசங்களுக்குமான பிரதிநிதித்துவத்தையும் உறுதிசெய்வதற்கான வழியேதுமில்லை.

---

1. மேன்மை தாங்கிய மன்னர்.

நியமனம் செய்வதற்கான அவசியம் ஒத்துக்கொள்ளப்பட்டால், அரசியல் நிர்ணயச் சபைக்கு வெளியிலிருந்து பட்டியல் சாதி உறுப்பினர்களை நியமனம் செய்யும் கோட்பாடு, ஆலோசனைக் குழுவில் பட்டியல் சாதியினரின் முழுப் பிரதிநிதித்துவம் பெறுவதற்கு விஸ்தரிக்கப்படுமா?

(4) அறிக்கையின் 22வது பத்தியில் யூனியன் அரசியல் நிர்ணயச் சபைக்கும் பிரிட்டனுக்கும் இடையில், அதிகார மாற்றத்திலிருந்து எழும் சில விஷயங்களுக்கு வகைசெய்யும் ஓர் ஒப்பந்தம் செய்துகொள்வதற்கான ஒரு ஷரத்து இருக்கிறது. இந்த உத்தேச ஒப்பந்தத்தில், கிரிப்ஸ் பிரேரணைகளில் வரையறுத்திருந்தபடி, சிறுபான்மையோரின் பாதுகாப்புக்கான ஒரு ஷரத்தும் சேர்த்துக் கொள்ளப்படுமா? அந்த ஒப்பந்தத்தில் அத்தகைய ஒரு ஷரத்து இல்லாதிருக்குமேயானால், மன்னர்பிரான் அரசாங்கம் ஆலோசனைக் குழுவின் முடிவுகள் அரசியல் நிர்ணயச் சபையை எவ்வாறு கட்டுப்படுத்தும்?

(5) அவ்வறிக்கை ஐரோப்பியர்களை, 'பொது' என்ற பிரிவில் சேர்த்துள்ளது. இதிலிருந்து, அரசியல் நிர்ணயச் சபைக்குப் பிரதிநிதிகளைத் தேர்ந்தெடுப்பதில் ஐரோப்பியர்களுக்கும் வாக்குரிமை உண்டு என்று ஊகித்துக்கொள்ளலாம். அரசியல் நிர்ணயச் சபைக்கான தேர்தலில், ஐரோப்பியர்களை வேட்பாளர்களாக நிறுத்துவதற்கு ஐரோப்பியர்களுக்கு உரிமை உண்டா? அறிக்கையில் இது தெளிவாக்கப்படவில்லை.

இந்தக் கேள்விகளெல்லாம் தெளிவுபடுத்தப்பட வேண்டும். இவற்றுக்குத் தயைகூர்ந்து நீங்கள் பதிலளித்தால் மிகவும் நன்றியுடையவனாயிருப்பேன். நான் இன்றிரவு தில்லியிலிருந்து பம்பாய்க்குப் புறப்படுகிறேன். மேலே குறிப்பிட்ட கேள்விகளுக்கு நீங்கள் அளிக்க விரும்பும் எந்தப் பதிலும் பம்பாயில் என்னுடைய கீழ்வரும் முகவரிக்கு அனுப்பும்படியாகக் கேட்டுக்கொள்கிறேன்:

(முகவரி: ஓய்வறை எண். 27, சென்ட்ரல் ரயில் நிலையம், பி.பி. அண்ட். சி.ஐ. ரயில்வே, பம்பாய்).

தங்கள் உண்மையுள்ள,
பி.ஆர். அம்பேத்கர்.

129

தந்தி
பிரதம மந்திரி அட்லீ லண்டன்

கடந்த ஆண்டு சிம்லா மாநாடு நடைபெற்ற சமயத்தில் வைசிராயிடம் நான் தெரிவித்த ஆட்சேபத்தின்பேரிலும் பிரிட்டிஷ் அரசின் சம்மதத்தின்பேரிலும் இடைக்கால அரசாங்கத்தில் பட்டியல் சாதி மக்களின் பிரதிநிதித்துவத்தைப் பதினான்குபேர்கொண்ட நிர்வாகச் சபையில் இரண்டு இடங்களாக அதிகரிப்பதாக உறுதி அளித்திருந்தார். நான் மூன்று இடங்களைக் கோரியிருந்தேன்; சமரசத்தின் பேரில் இரண்டை ஏற்றுக்கொண்டேன்; ஆனால் இடைக்கால அரசாங்கம் நேற்று அறிவித்த புதிய முன்மொழிதலில் பட்டியல் சாதிக்கு ஒரு இடம் மட்டுமே ஒதுக்கப்பட்டுள்ளது. உரிய ஆலோசனைக்குப் பிறகு அளிக்கப்பட்ட பவித்திரமான வாக்குறுதி முரட்டுத்தனமாக மீறப்பட்டுள்ளது. ஓர் இடம் என்பது மிகவும் அநீதியானது. ஆறுகோடிப் பட்டியல் சாதியினரை நாற்பது லட்சம் சீக்கியர்களுடனும், முப்பது லட்சம் கிறிஸ்தவர்களுடனும் பிரதிநிதித்துவ விஷயத்தில் தூதுக்குழுவானது சமமாகக் கருதுகிறது. பட்டியல் சாதியினருக்கு நியமனம் செய்யப்பட்டுள்ளவர் முற்றிலும் இந்து வாக்குகளால் தேர்ந்தெடுக்கப்பட்டவராக இருந்தால் பட்டியல் சாதியினரைப் பிரதிநிதித்துவப்படுத்துவதில்லை. அவர்கள் காங்கிரசின் கைப்பாவையே. காங்கிரசார் ஒருபோதும் பட்டியல் சாதியினரின் பிரதிநிதிகளாக இருப்பதில்லை; அவர்கள் காங்கிரஸையே பிரதிநிதித்துவப்படுத்துகிறார்கள். அமைச்சரவைத் தூதுக்குழு, பட்டியல் சாதியினருக்குத் தீங்குக்கு மேல் தீங்கு இழைத்துவருகிறது. காங்கிரஸைத் திருப்திப்படுத்துவதற்காகவும் நாட்டின் பொதுவாழ்வில் பட்டியல் சாதிகளின் சுயேட்சையான நிலையை ஒழித்துக்கட்டுவதற்காகவும் அவர்களைப் பலிகடாக்கள் ஆக்குவதில் முனைந்துள்ளனர். தயவுசெய்து இதில் தலையிட்டுப்

பட்டியல் சாதியினருக்கு இரண்டு இடங்களை வழங்குமாறும் அவை சம்மேளனத்தின் பிரதிநிதிகளால் நிரப்பப்பட வேண்டும் என்றும் தூதுக்குழுவுக்கு ஆணையிட்டுத் தவற்றை நிவர்த்தி செய்யுங்கள். சம்மேளனம் மட்டுமே பட்டியல் சாதியினரைப் பிரதிநிதித்துவம் செய்வதைத் தூதுக்குழு அறியும். பட்டியல் சாதியினர் இரண்டு இடங்களை வலியுறுத்துகின்றனர்; இல்லாவிட்டால் எதுவும் வேண்டாம். என்னுடைய நோக்கம் குறித்துத் தவறாகப் புரிந்துகொள்ளப் படக்கூடாது என்பதற்காக நான் இடைக்கால அரசாங்கத்தில் அங்கம் வகிக்கவில்லை. நான் புறத்தே இருந்துகொள்கிறேன். பட்டியல் சாதியினருக்காக நான் போராடிக்கொண்டிருக்கிறேன். பிரிட்டிஷ் அரசிடம் இன்னும் ஓரளவு நீதியுணர்வு இருக்கிறது என்று நம்புகிறேன்.

– அம்பேத்கர்

தேதி: 17–6–1946

பி.ஆர். அம்பேத்கர்
22, பிருத்விராஜ் சாலை
புது தில்லி

130

பாரிஸ், 1 ஆகஸ்டு 1946

அன்பார்ந்த அம்பேத்கர் அவர்களுக்கு,

ஜூலை 1ஆம் தேதிய உங்களுடைய கடிதத்தையும் அத்துடன் இணைத்திருந்த ஆவணங்களையும் கவனமாக ஆய்வு செய்தேன்.[1]

அமைச்சரவைத் தூதுக்குழுவும் வைசிராயும் பட்டியல் சாதியினரின்பால் அநீதியாக நடந்துகொள்கிறார்கள் என்ற கருத்தை என்னால் ஏற்றுக்கொள்ள முடியாது. 1945 சிம்லா மாநாட்டில் கடைப்பிடித்த கொள்கையை அவர்கள் மாற்றிக் கொண்டதற்கான காரணம் கடந்த வசந்த காலத்தில் நடைபெற்ற மாகாணச் சட்டப் பேரவைகளுக்கான தேர்தல்களின் முடிவுகளே என்று நீங்கள் கூறுகிறீர்கள்.

வாக்களிப்புப் புள்ளிவிவரங்களை தூதுக்குழு கவனமாக ஆராய்ந்தது. நானும் அவற்றைப் பரிசீலனை செய்தேன். தற்போதைய தேர்தல் முறை, காங்கிரசுக்கு எதிரான பட்டியல் சாதி வேட்பாளர்களுக்கு நீதி வழங்குவதில்லை என்ற கருத்துக்கு ஆதாரம் இருப்பதை நாங்கள் உணருகிறோம். மறுபுறத்தில் பூர்வாங்கத் தேர்தல்களில் உங்களுடைய சம்மேளனத்தைச் சேர்ந்த வேட்பாளர்களின் சாதனைகள் குறித்து நீங்கள் கூறுவதைப் புள்ளிவிவரங்கள் ஆதாரப்படுத்தவில்லை.[2]

---

1. ஜூலை முதல் தேதியன்று டாக்டர் அம்பேத்கர், திரு. அட்லிக்கு ஒரு நீண்ட கடிதம் எழுதினார். அத்துடன் சமீபத்திய கடிதப் போக்குவரத்து, கோரிக்கை மனு, ஒரு சொற்பொழிவு ஆகியவற்றின் நகல்களையும் வேறு சிலவற்றையும் இணைத்திருந்தார். டாக்டர் அம்பேத்கரின் கடிதமானது, ஜூன் 17இல் திரு. அட்லிக்கு அவர் அனுப்பிய ஒரு தந்தியின் தொடர்ச்சியேயாகும்

2. ஜூலை 1ஆம் தேதியிட்ட தனது கடிதத்தில் டாக்டர் அம்பேத்கர் இவ்வாறு எழுதினார்:

இந்தியாவில் பூர்வாங்கத் தேர்தல்கள் நடைபெற்ற இடங்களிலெல்லாம் அவற்றின் முடிவுகள்படி சம்மேளனம் நிறுத்திவைத்த வேட்பாளர்கள் அதிக வாக்குகள் பெற்று வெற்றியடைந்தார்கள், காங்கிரஸ் நிறுத்திவைத்த வேட்பாளர்கள் மிகவும் குறைவான வாக்குகளைப் பெற்றுத் தோல்வி அடைந்தனர்.

இங்கு இந்த விஷயம் குறித்து நான் விரிவாக வாதிட விரும்பவில்லை. ஆயினும் பூர்வாங்கத் தேர்தல்கள், பட்டியல் சாதியினருக்கு ஒதுக்கப்பட்ட 151 இடங்களில் 43க்கு மட்டுமே நடைபெற்றன என்பதே உண்மை. இந்த 43 முதன்மைத் தேர்தல்களில் பட்டியல் சாதியினர் சம்மேளனம் 22 இடங்களில் போட்டியிட்டு 13 இடங்களை வென்றது.

உங்களுடைய கடிதத்தில் நீங்கள் மூன்று திட்டவட்டமான வேண்டுகோள்களை விடுத்திருக்கிறீர்கள்.[3]

முதலாவதைப் பொறுத்தமட்டிலும் அமைச்சரவைத் தூதுக்குழுவின் மே 16, மே 25 அறிக்கைகளின் ஷரத்துகளுக்கு இசைவான முறையில் அரசியல் நிர்ணயச் சபைக்குச் சாத்தியமான முழுச் செயல் சுதந்திரம் இருக்க வேண்டுமென்பதில் மன்னர் பிரான் அரசாங்கம் ஆர்வம் காட்டிவருகிறது. பட்டியல் சாதியினர் ஒரு முக்கிய சிறுபான்மையினர் என்று நாங்கள் கருதவே செய்கிறோம்; சிறுபான்மையினர் ஆலோசனைக் குழுவில் அவர்கள் பிரதிநிதித்துவம் பெற வேண்டும். ஆனால் நீங்கள் கேட்கும் பிரகடனத்தைப் பட்டியல் சாதியினரோடு மட்டும் நிறுத்திக்கொள்ள முடியாது.

ஆலோசனைக் குழுவில் சிறுபான்மையோர் என்ற வகையில் சேர்த்துக்கொள்ளப்பட வேண்டுமென்று நாங்கள் கருதும் அனைத்துச் சக்திகளுக்கும் சம்பந்தப்பட்ட அறிக்கையாகவே அது இருக்க வேண்டும்.

அது மன்னர்பிரான் அரசாங்கத்தின் ஓர் அபிப்பிராயம் என்று மட்டுமே இருந்தபோதிலும்கூட, அது அரசியல் நிர்ணயச் சபையின் சுதந்திரத்தில் தலையிடுவதாகத் தவிர்க்க முடியாமல் வியாக்கியானம் செய்யப்பட்டுவிடும். அந்தவகையில் அது கடும் அதிருப்தியை ஏற்படுத்தக்கூடும். இந்தச் சூழ்நிலையில், அத்தகைய ஒரு பிரகடனம் பட்டியல் சாதியினரின் நலனுக்கு உகந்ததாக இருக்கும் என்று நான் கருதவில்லை.

---

3. அவையாவன: (1) அமைச்சரவைத் தூதுக்குழு அறிக்கையின் 20வது பத்தியின் பொருள்படி பட்டியல் சாதியினரை ஒரு சிறுபான்மையினர் என்று மன்னர்பிரான் அரசாங்கம் கருதுகிறது என்று வெளிப்படையாகக் கூற வேண்டும்.

2) மாட்சிமை தாங்கிய மன்னரின் அரசாங்கம் பட்டியல் சாதியினர், அரசுரிமை விட்டுக்கொடுக்கும் ஒப்பந்தத்தில் கையெழுத்திடும் முன்பே, பட்டியல் சாதியினர் பெரும்பான்மையினர் குறித்த அச்சமின்றி வாழ்வதற்குத் திருப்திகரமான பாதுகாப்பு அம்சங்களில் கவனம் கொள்ளும்.

(3) இடைக்கால அரசில் பட்டியல் சாதியினர் சார்பில் குறைந்தபட்சம் இரு பிரதிநிதிகள் இடம்பெற வேண்டும். பட்டியல் வகுப்புச் சம்மேளனம் நியமிப்பவர்களாக இவர்கள் இருக்க வேண்டும்.

உங்களுடைய இரண்டாவது வேண்டுகோளைப் பொறுத்தமட்டிலும், காமன்ஸ் சபையில் கடந்த மார்ச் 15ஆம் தேதியன்று நிகழ்த்திய என்னுடைய உரையில், நான் கூறியதாக நீங்கள் சுட்டியுள்ள சொற்கள் இடம்பெறவில்லை.[4]

நான் கூறியதெல்லாம் இதுதான்: "சிறுபான்மையினரின் உரிமைகள் சம்பந்தமாக நாங்கள் மிகவும் கவனமாக இருக்கிறோம். சிறுபான்மையோர் அச்சமின்றி வாழ வேண்டும்."

மன்னர்பிரான் அரசாங்கத்தின் கருத்து இதுவே. மே 25ஆம் தேதிய அமைச்சரவைத் தூதுக்குழுவின் அறிக்கையின் 4வது பத்தியில் இது காணப்படுகிறது. அந்தப் பத்தியில் கூறப்பட்டுள்ளதை விளக்கும் வகையில் இந்தக் கூட்டத்தில் வேறு எந்த அறிவிப்பும் மன்னர்பிரான் அரசாங்கம் வெளியிடுவது விவேகமாக இருக்கும் என்று நான் கருதவில்லை.

இடைக்கால அரசில் பட்டியல் சாதியினர் சார்பில் குறைந்தபட்சம் இரண்டு பிரதிகளாவது இடம்பெற வேண்டும் என்பதும், அவர்கள் பட்டியல் வகுப்புச் சம்மேளனத்தின் பிரதிநிதிகளாக இருக்க வேண்டும் என்பதும் உங்களுடைய இறுதியான வேண்டுகோள். இது சாத்தியம் என்ற வகையில் எந்த நம்பிக்கையும் உங்களுக்கு நான் அளிக்க முடியாததற்காக வருந்துகிறேன்.

அரசியல் நிர்ணயச் சபைக்கு நீங்கள் தேர்ந்தெடுக்கப் பட்டிருப்பது குறித்து மிகவும் மகிழ்ச்சி அடைகிறேன்.

சி.ஆர்.எ[5]

---

4. சிறுபான்மையோரின் பாதுகாப்புக்குப் போதிய வகை செய்யப்பட வேண்டும் என்று அமைச்சரவைத் தூதுக்குழு ஏற்கெனவே கூறியிருப்பதாக டாக்டர் அம்பேத்கர் குறிப்பிட்டிருந்தார்.

இந்த அறிக்கைக்குப் பின்வரும் சொற்கள், அதாவது, 'பெரும்பான்மை பற்றிய பயத்திலிருந்து விடுபட்டுப் பட்டியல் சாதியினர் சுதந்திரமாக வாழ்வதற்கு வகை செய்யும் பாதுகாப்புகள்' – என்ற சொற்கள் சேர்க்கப்பட்டால் அவருடைய இரண்டாவது வேண்டுகோள் பூர்த்தி செய்யப்படும். இந்தச் சொற்களை மார்ச் 15ஆம் தேதிய உரையில் அட்லியே குறிப்பிட்டிருந்தார் என்று டாக்டர் அம்பேத்கர் கூறியிருந்தார்.

5. திரு. கிளமெண்ட் ஆர் அட்லி இங்கிலாந்துப் பிரதமர். தொழிலாளர் கட்சிக்காரர்.

131

"ராஜ்கிரஹா"
தாதர், பம்பாய் – 14
12 ஆகஸ்ட் 1946

அன்பார்ந்த அட்லி அவர்களுக்கு,

1. 1946 ஆகஸ்டு 1ஆம் தேதியிட்ட உங்களுடைய கடிதத்திற்கு நன்றி. 1946 ஜூலை 1ஆம் தேதியிட்ட என்னுடைய கடிதத்திற்குப் பதிலளிப்பதற்கு உங்களுக்கு அவகாசம் இருக்கும் என்று நான் எதிர்பார்க்கவில்லை. எனவே என்னுடைய கடிதத்தில் எழுப்பியிருந்த பிரச்சினைகள் குறித்த உங்களுடைய கருத்துகளை அறியச் செய்வதற்கு அவகாசம் கிடைத்தமைக்கு நன்றி தெரிவித்துக் கொள்கிறேன்.

2. மன்னர்பிரான் அரசாங்கம் பின்பற்றிய கொள்கை 1945 சிம்லா மாநாட்டில் திருத்தப்படுவதை நியாயப்படுத்தி நீங்கள் கூறியுள்ளதை நான் ஏற்றுக்கொள்ள முடியாது. அதுபோன்றே பட்டியல் சாதியினர் விஷயத்தில் தூதுக்குழு நடந்துகொள்ளும் விதத்தையும் நான் ஏற்றுக்கொள்ள முடியாது. பட்டியல் சாதியினரில் பெரும்பான்மையோர் காங்கிரசின் பக்கம் உள்ளனர் என்று காமன்ஸ் சபையில் திரு. அலெக்சாண்டர் கூறியிருப்பது அட்டூழியமானது, உண்மையில் அதற்கு எவ்வித ஆதாரமுமில்லை என்று என்னால் கூறாமல் இருக்க முடியாது. இது என்னுடைய கருத்து மட்டுமன்றி, இந்தியாவிலுள்ள ஒவ்வோர் ஆங்கிலேயரின் கருத்துமாகும். தற்போது இங்கிலாந்திலுள்ள சர் எட்வர்டு பெந்தாலை நீங்கள் கலந்தாலோசித்தாலும் அவர் என்னை ஆதரிப்பார் என்று உறுதியாகக் கூறுகிறேன்.

3. பூர்வாங்கத் தேர்தல்களில் சம்மேளனத்தின் சாதனைகள் குறித்த உங்களுடைய பகுப்பாய்வு சம்பந்தமாக, நான் கூற வேண்டியதெல்லாம், நிலைமையை நீங்கள் தவறாகப் புரிந்து கொண்டிருப்பதை மட்டுமே. மேலும் தேர்வின் முழு விவரங்கள்

அல்லது அது நடந்த வழிமுறை ஆகியவற்றின் முக்கியத்துவத்தை அறியாத எவரும், போதிய விளக்கமில்லாமல், அவற்றின் பொருள் என்னவென்று புரிந்துகொள்ள முடியாது என்று நினைக்கிறேன். நிலைமையின் மறுபக்கத்தைக் காங்கிரஸ் எடுத்துக்கூறியபோது தூதுக்குழு என்னை அழைத்து விளக்கம் கேட்டிருக்க வேண்டியது அவர்களது தலையாயக் கடமையாகும். அதை அவர்கள் செய்யாதிருப்பதே தூதுக்குழுவின் மீது என்னுடைய முக்கியக் குற்றச்சாட்டாகும்.

இதை அவர்கள் செய்திருக்க வேண்டியது நீதியின்பாற்பட்ட தாகும். அவர்களுக்குத் திருப்திகரமான விளக்கம் அளிப்பதற்கு நான் தவறியிருந்தால், அவர்கள் எடுத்துள்ள முடிவு நியாயமாக இருந்திருக்கும். வங்காளத்திலிருந்து அரசியல் நிர்ணயச் சபைக்கு நான் தேர்ந்தெடுக்கப்பட்டதே, தூதுக்குழுவுக்குத் தவறான தகவல் கிடைத்துள்ளதை நிரூபணம் செய்துள்ளது. என்னுடைய செல்வாக்கு பம்பாயிலும் மத்திய மாகாணத்திலும் மட்டுமே உள்ளது என்று தூதுக்குழு காமன்ஸ் சபையில் கூறியுள்ளது. அப்படியெனில் நான் எவ்வாறு வங்காளத்திலிருந்து தேர்ந்தெடுக்கப்பட்டிருக்க முடியும்? என்னுடைய தேர்தல் சம்பந்தமாக, மூன்று விவரங்களை உங்கள் மனத்தில் பதியவைக்க விரும்புகிறேன்.

ஒன்று, நான் மயிரிழையில் வெற்றியடையவில்லை. மாறாக அதிக அளவு வாக்குகள் பெற்று, காங்கிரஸ் கட்சியின் மிக உயர்ந்த வங்காளித் தலைவர் திரு. சரத் சந்திர போஸையே தோற்கடித்திருக்கிறேன். இரண்டாவதாக, வங்காளத்தின் பட்டியல் சாதிச் சமூகத்துடன் எந்த வகையிலும் வகுப்புவாதப் பந்தங்களின் மூலம் நான் இணைந்திருக்கவில்லை. அவர்கள் என்னுடைய சாதியிலிருந்தும் வேறுபட்டவர்கள். உண்மையில், என்னுடைய சாதியைச் சேர்ந்த மக்கள் வங்காளத்தில் இல்லவே இல்லை.

இருந்தபோதிலும் வங்காளப் பட்டியல் சாதியினர் மிகவும் தீவிரமாக என்னை ஆதரித்தனர். அதனால் நான் முதலாவதாகத் தேர்ந்தெடுக்கப்பட முடிந்தது. மூன்றாவதாக, வங்காளத்திலுள்ள பட்டியல் சாதியினர் காங்கிரஸ் வேட்பாளர்களாகத் தேர்ந்தெடுக்கப்பட்டிருந்த போதிலும், காங்கிரஸ்காரர்களைத் தவிர வேறு யாருக்கும் ஓட்டளிக்கக் கூடாது என்று அவர்களது கட்சியின் விதியை மீறி அவர்கள் எனக்கு வாக்களித்தனர். வங்காளத்தில் எனக்கு ஆதரவாளர்கள் யாரும் இல்லையென்றா இது நிரூபணம் செய்கிறது? அமைச்சரவைத் தூதுக்குழு தனது முடிவில் நேர்மையாக இருந்தால், காமன்ஸ்சபையில் அவர்கள்

தெரிவித்த தவறான கருத்தைத் திருத்திக்கொள்ள வேண்டும். சம்மேளனம் குறித்த கருத்தையும் மாற்றிக்கொண்டு, அதற்கு முறையான அங்கீகாரம் அளிக்க வேண்டும்.

4. சிறுபான்மையினர் குறித்த ஆலோசனைக் குழுவில் பட்டியல் சாதியினரின் தகுதியைப் பொறுத்தமட்டிலும் பிரிட்டிஷ் அமைச்சரவை, பட்டியல் சாதியினரை ஒரு முக்கிய சிறுபான்மையினராகக் கருதுவதாக வாக்குறுதி வழங்கியிருப்பது குறித்து மகிழ்ச்சியடைகிறேன். அமைச்சரவைத் தூதுக்குழு ஒரு பகிரங்கமான அறிக்கை விடுத்தாலன்றி, அதுவரையிலும் இந்தக் கருத்து பட்டியல் சாதியினருக்கு உதவி செய்யாது என்று மீண்டும் கூறுவதற்குக் கடமைப்பட்டிருக்கிறேன்.

நான் இதைக் கூறுவதற்குக் காரணம், பேச்சுவார்த்தைகள் முறிந்துபோவதற்கு முன்னால், காங்கிரசின் சார்பில் மௌலானா அபுல் கலாம் ஆசாத் வைசிராய்க்கு எழுதிய கடைசிக் கடிதத்தில், பட்டியல் சாதியினர் ஒரு சிறுபான்மையினர் என்னும் கருத்தை உறுதியாக மறுத்திருந்தார். இந்தக் கருத்தை பிரிட்டிஷ் அமைச்சரவை உரிய காலத்தில் திருத்தாவிட்டால் பட்டியல் சாதியினரின் வாதம் ஆலோசனைக் குழுவில் பரிசீலிக்கப்படாமல் போகக்கூடும் என்று பட்டியல் சாதியினர் அச்சமடைகின்றனர்.

ஏனெனில் அந்தக் குழுவில் காங்கிரஸ்காரர்களே பெரும் எண்ணிக்கையில் இருப்பார்கள் என்பது நிச்சயம். திரு. காந்தி அண்மையில் வெளியிட்ட அறிக்கையைப் பார்க்கும்போது, பட்டியல் சாதியினர் ஒரு சிறுபான்மையினர் என்று கருதப்படாமல், இந்துச் சமூகத்தினுள் ஒரு பிரிவு என்ற நிலைக்குத் தள்ளப்படும் அபாயம் மிகவும் நிச்சயமெனத் தோன்றுகிறது. பிரிட்டிஷ் அரசு பட்டியல் சாதியினருக்கு அவர்களுடைய ஆதரவை அளிப்பதற்கு மறுத்துள்ள நிலைமையில், பட்டியல் சாதியினர் சம்பந்தமாகத் தான் விரும்பும் எதையும் இப்பொழுது செய்ய முடியும் என்று திரு. காந்தி நினைக்கிறார் என்பது தெளிவு.

5. இந்தச் சூழ்நிலைகளில் இந்த விஷயத்தை மறுபரிசீலனை செய்ய வேண்டுமென்றும், புதிய அரசியலமைப்புச் சட்டத்தில் பட்டியல் சாதியினரின் வருங்காலத் தகுதிக்கு ஏற்படவிருக்கும் உத்தேச அபாயத்தைத் தடுப்பதற்கு, பட்டியல் சாதியினரை முக்கியச் சிறுபான்மையினர் என்று ஒரு பிரகடனம் வெளியிட வேண்டுமென்றும் உங்களை வற்புறுத்துகிறேன்.

6. இடைக்கால அரசில் பட்டியல் சாதியினர் இரண்டு இடங்களைப் பெறுவதற்கு நீங்கள் எந்த உறுதியும் வழங்காததை அறிந்து வருத்தமடைகிறேன். இந்த மறுப்பை எவ்விதத்திலும்

நியாயப்படுத்த முடியாது என்று கருதுகிறேன். அவர்களின் (பட்டியல் சாதியினரின்) எண்ணிக்கையின் அடிப்படையிலும் 1945ஆம் ஆண்டில் நடைபெற்ற சிம்லா மாநாட்டின்போது வழங்கப்பட்ட உறுதிமொழியின் அடிப்படையிலும் முன்னிட்டும், சீக்கியர்களுக்கும் பிற சிறிய சிறுபான்மையோருக்கும் வழங்கப்பட உத்தேசித்திருப்பதைக் காட்டிலும் அவர்கள் (பட்டியல் சாதியினர்) கூடுதல் மேம்பட்ட முறையில் நடத்தப்படுவதற்குத் தகுதியுள்ளவர்கள். நான் முன்வைத்துள்ள கோரிக்கை மிகவும் நியாயமானது என்று கருதுகிறேன்.

தங்கள் உண்மையுள்ள,
பி.ஆர். அம்பேத்கர்.

132

இந்தியா அலுவலகம்

மாநிலங்களின் செயலாளர் குறிப்பு

வரிசை எண். 48/46
3 செப்டம்பர் 1946

பிரதம மந்திரி அவர்களுக்கு,

அம்பேத்கர் உங்களுக்கு எழுதியுள்ள ஆகஸ்டு 12ஆம் தேதியிட்ட கடிதம் குறித்த எனது கருத்துகளை நீங்கள் கேட்டிருந்தீர்கள்.

2. அவருடைய இரண்டாவது பத்தியைப் பொறுத்தமட்டிலும், அம்பேத்கரின் முந்தைய கடிதத்திற்கான வரைவுப் பதிலுடன், என்னுடைய தனிச் செயலாளர் உங்களுக்கு ஜூலை 26இல் அனுப்பிய குறிப்பில் ஒடுக்கப்பட்டவர்களுக்கான தேர்தல் முடிவுகள் பற்றிய ஒரு பகுப்பாய்வை நீங்கள் காண்பீர்கள். சுருங்கக்கூறின் உண்மை என்னவென்றால், பூர்வாங்கத் தேர்தல்களில் அம்பேத்கரின் ஸ்தாபனத்தைக் காட்டிலும் அதிக வாக்குகளைக் காங்கிரஸ் பெற்றுள்ளது, அதேபோதில் மேலும் அதிகமான விகிதாச்சார வாக்குகளைச் சுயேச்சை வேட்பாளர்கள் பெற்றிருக்கிறார்கள்; அவர்கள் அம்பேத்கரின் ஆதரவாளர்களாக இருக்கலாம், இல்லாமலும் இருக்கலாம். ஆனால் இதைத் தவிர, மூன்றிலிரண்டு பங்கு இடங்களை காங்கிரஸ் போட்டியில்லாமல் வென்றுள்ளது. இந்தப் புள்ளிவிவரங்கள் முடிவானவையல்லதான். ஆனால் காமன்ஸ் சபையில் அளிக்கப்பட்ட அறிக்கைக்கு "உண்மையில் ஆதாரமில்லை" என்று கூறுவது நியாயமல்ல; அது மிகவும் ஆதாரபூர்வமானது என்றே கருதுகிறேன்.

3. அம்பேத்கர் கடிதத்தின் 3வது பத்தியைப் பொறுத்த மட்டிலும், அவருக்கு பம்பாயிலும் மத்திய மாகாணங்களிலும் மட்டுமே செல்வாக்கு உள்ளது என்று காமன்ஸ் சபையில் கூறப்பட

வில்லை. அவர் வாணிபக் குழுமத்தின் தலைவரது உரையைக் குறிப்பிடுகிறார். அதில் உண்மையில் அவர் கூறிய சொற்கள்: “டாக்டர் அம்பேத்கரின் ஸ்தாபனம் (காங்கிரசோடு ஒப்பிடுகையில்) ஓரளவு அதிக வட்டாரத் தன்மை வாய்ந்ததாகும். பிரதானமாக பம்பாயிலும் மத்திய மாகாணங்களிலும் அதற்குச் செல்வாக்கு இருக்கிறது. அரசியல் நிர்ணயச் சபைக்கு வங்காளத்திலிருந்து நடைபெற்ற தேர்தலில் என்ன நடந்தது என்று விசாரித்தேன். அது விகிதாச்சாரப் பிரதிநிதித்துவத்தின் அடிப்படையில் நடந்ததுதான். அம்பேத்கருக்கு முதல் விருப்ப வாக்குகள் ஐந்து கிடைத்தன. சரத் சந்திர போஸுக்கும் முதல் விருப்ப வாக்குகள் ஐந்து கிடைத்தன. வங்காளத்தில் தேர்தலுக்கான ‘கோட்டா’ நான்கு வாக்குகளாகும். இயல்பாகவே காங்கிரஸ், தனது ஒவ்வொரு வேட்பாளருக்கும் சாத்தியமானவரையில் நான்கு முதல் விருப்ப வாக்குகள் கிடைக்கும் வகையில் தனது வாக்காளர்களை ஒழுங்குப்படுத்திக்கொள்வது உண்டு. விகிதாச்சாரத் தேர்தலில் ‘உயர்ந்தபட்ச’ ஓட்டுகளைப் பெற்றதாகக் கூறுவது உண்மையில் பொருளற்றதாகும். வங்காளத்தில் ஒடுக்கப்பட்டவர்களிடம் அம்பேத்கருக்குச் செல்வாக்கு இருப்பதை யாரும் மறுக்கவில்லை. வங்காளச் சட்டசபையில் இருபத்தைந்து பட்டியல் சாதி உறுப்பினர்கள் உள்ளனர். அவர்களில் நால்வர் சுயேச்சையாகத் தேர்ந்தெடுக்கப்பட்டவர்கள். ஒருவர் அம்பேத்கரின் வேட்பாளர். அரசியல் நிர்ணயச் சபைக்கான தேர்தலில் அனைத்துச் சுயேச்சைகளும் அம்பேத்கருக்கு வாக்களித்தார்களா என்று எனக்குத் தெரியாது. அல்லது, சில ஆங்கிலேய–இந்திய வாக்குகள் அவருக்குக் கிடைத்தனவா என்றும் எனக்குத் தெரியாது.

4. அம்பேத்கரின் 4வது பத்தியைப் பொறுத்தமட்டிலும் பட்டியல் சாதியினரை ஒரு சிறுபான்மையோராக நாம் கருதுவதாகவும், அவர்கள் சிறுபான்மையினர் ஆலோசனைக் குழுவில் பிரதிநிதித்துவம் பெற வேண்டும் என்றும் நாம் ஒரு பொதுப் பிரகடனத்தை செய்ய முடியாது என்று உறுதியாகக் கருதுகிறேன். தனி அரசியல் பிரதிநிதித்துவத்திற்காக அவர்களை காங்கிரஸ் சிறுபான்மையோராகக் கருதாதிருப்பது சரியானதுதான். அதே நேரத்தில் நாம் எப்போதும் அவ்வாறுதான் செய்துவந்துள்ளோம். ஆனால் சிறுபான்மையோர் ஆலோசனைக் குழுவில் அம்பேத்கரின் ஸ்தாபனம் பிரதிநிதித்துவம் பெறச் செய்யும் நிலைமையில் நாம் இல்லை.

5. அம்பேத்கருக்கு ஒரு பதில் அனுப்ப வேண்டியது உண்மையாகவே அத்தியாவசியம் என்று நான் கருதவில்லை. ஆனால் அவ்வாறு பதில் அனுப்ப வேண்டியது கூடுதல் மரியாதையானதாகும் என்று உங்களுக்குத் தோன்றினால்

அதற்காக நான் ஒரு சிறிய முன்வரைவை இத்துடன் அனுப்புகிறேன்.[1] நீங்கள் பார்க்க வேண்டுமென்று விரும்பினால் அதற்காக, காமன்ஸ் சபை விவாதத்தின்போது முதலாவது லார்டும் வாணிகக் குழுமத்தின் தலைவரும் ஆற்றிய உரைகளின் முக்கிய பகுதிகளையும் இத்துடன் அனுப்புகிறேன். என்னுடைய உரையிலும் பின்னால் கூறப்பட்டவரின் உரையில் உள்ளதைப் போன்ற ஒரு பகுதி இருக்கிறது. ஆனால் அது சுருக்கமானது.

பெதிக் – லாரென்ஸ்

---

1. திரு. அட்லி, டாக்டர் அம்பேத்கருக்குப் பதில் எழுதியதாகத் தெரியவில்லை.

133

இந்தியா அலுவலகம்
மாநிலங்களின் செயலாளர் குறிப்பு

வரிசை எண். 51/46
9 செப்டம்பர் 1946

பிரதம மந்திரி அவர்களே,

அரசியல் நிர்ணயச் சபையின் ஆலோசனைக் குழுவில் பட்டியல் சாதியினரின் பிரதிநிதித்துவம் சம்பந்தமாக உங்களுடைய தனிப்பட்ட முறையிலான எண். எம். 296/46, செப்டம்பர் 4ஆம் தேதிக் கடிதம்.

2. ஆலோசனைக் குழுவில் பட்டியல் சாதியினரின் பிரதிநிதித்துவம் இருக்க வேண்டுமென்பதுதான் நிச்சயமாகத் தூதுக்குழுவின் எண்ணமாகும். நான் இதை அம்பேத்கருக்கு இந்தியாவில் எழுதிய கடிதத்தின் வாயிலாகத் தெரிவித்தேன். அவருக்கான ஆகஸ்டு 1ஆம் தேதிய உங்களுடைய பதிலின் மூன்றாவது பத்தியில், பட்டியல் சாதியினர் ஒரு முக்கியச் சிறுபான்மையினர், அவர்கள் ஆலோசனைக் குழுவில் பிரதிநிதித்துவம் பெற வேண்டும் என்று மன்னர் பிரான் அரசாங்கமே கருதுகிற அதே சமயத்தில், இந்த வகையான ஒரு பகிரங்கப் பிரகடனம் வெளியிட வேண்டுமென்ற அவருடைய வேண்டுகோளுக்கு இசைவுதர இயலாது என்று டாக்டர் அம்பேத்கருக்கு நீங்கள் விளக்கியிருந்தீர்கள். ஏனெனில், அத்தகைய எந்தப் பிரகடனமும்,

(அ) சிறுபான்மையினர் என்ற வகையில் ஆலோசனைக் குழுவில் சேர்த்துக்கொள்ளப்பட வேண்டுமென்று மன்னர்பிரான் அரசாங்கம் கருதுகிற பிற அனைத்துக் கூறுகளையும் குறிப்பிட்டுக் கூறவேண்டியிருக்கும்; (ஆ) அரசியல் நிர்ணய சபையின் செயல் சுதந்திரத்தில் தலையிடுவதற்கான ஒரு முயற்சி என்று இது வியாக்கியானம் செய்யப்படக்கூடும்.

3. ஆயினும் நிலைமை என்னவெனில், ஆலோசனைக் குழுவின் இயைபை அரசியல் நிர்ணய சபையே முடிவு செய்யட்டும் என்று நாங்கள் விட்டுவிட்டோம். எனவே அதை இப்பொழுது நாங்களே வரையறுத்துக் கூறமுடியாது. சபைக்குத்

தவறான தகவல் தந்ததாக எங்கள்மீது குற்றம்சாட்ட முடியாது என்று நினைக்கிறேன்; ஏனெனில் ஜூலை 18இல் வாணிகக் குழுமத்தின் தலைவருடைய உரையில் நிலைமை தெளிவாகக் கூறப்பட்டிருந்தது. அதனுடைய பொருத்தமான பகுதி உங்களுக்கு என்னுடைய செப்டம்பர் 3ஆம் தேதிக் கடிதத்துடன் இணைத்து அனுப்பப்பட்டிருந்தது.

4. தனி அரசியல் பிரதிநிதித்துவத்திற்காகப் பட்டியல் சாதியினர் ஒரு சிறுபான்மையினரா அல்லது அவர்களை இந்துக் களுடன் சேர்த்துக் கருத வேண்டுமா என்ற பிரச்சினையின் மீதான சர்ச்சைக்கு ஒரு நீண்ட நெடிய வரலாறு உண்டு. பின்னால் கூறப்பட்ட கருத்தைப் பிரச்சாரம் செய்வதில் காந்தி தன் வாழ்நாளின் பெரும்பகுதியைச் செலவிட்டுள்ளார். செப்டம்பர் 3ஆம் தேதி என்னுடைய குறிப்பின் 4ஆவது பத்தியில், தனி அரசியல் பிரதிநிதித்துவத்திற்காகப் பட்டியல் சாதியினரைக் காங்கிரஸ் ஒரு சிறுபான்மையினராகக் கருதவில்லை என்று நான் கூறியபோது வைசிராய்க்கு ஆசாத் எழுதிய ஜூன் 25ஆம் தேதியக் கடிதம் (மே 16ஆம் தேதி நம்முடைய அறிக்கைக்குச் சில வாரங்களுக்குப் பின்னர் எழுதியது) குறிப்பாக என் மனத்திலிருந்தது. அதை டாக்டர் அம்பேத்கர் உங்களுக்கு எழுதிய இரு கடிதங்களிலும் குறிப்பிட்டிருந்தார். அதில் ஆசாத், "பட்டியல் சாதியினர் ஒரு சிறுபான்மைச் சமூகம் என்று கூறுவதைக் காங்கிரஸ் நிராகரித்துள்ளது, அவர்களை இந்துச் சமுதாயத்தின் ஒருங்கிணைந்த பகுதியினராகவே கருதுகிறது" என்று கூறி யிருந்தார் (சிஎம்டி. 6861இன் 23வது பக்கத்தில் இரண்டாவது பத்தி). இந்த அறிக்கையில் திரு. ஜின்னாவுக்கு வைசிராய் அளித்திருந்த வாக்குறுதி குறிப்பு இருக்கிறது. இடைக்கால அரசில் சிறுபான்மையோரின் பிரதிநிதிகளுக்கு ஒதுக்கப்படும் இடங்களில் ஏதாவது காலியிடத்தை நிரப்புவதற்கு முன்னால் அவர் பிரதான கட்சிகளைக் கலந்தாலோசிப்பார் என்பதே அந்த வாக்குறுதி. பட்டியல் சாதியினரைத் தங்களுடைய சொந்தப் பொறுப்பு என்று காங்கிரஸ் கருதுவதும் பட்டியல் சாதியினரின் பிரதிநிதியை நியமிப்பதில் முஸ்லிம் லீக் அக்கறை காட்டுவதற்காகக் காங்கிரஸ் ஆட்சேபிப்பதும் முற்றிலும் அசாதாரணமானதல்ல.

5. ஆலோசனைக் குழுவில் பட்டியல் சாதிப் பிரதிநிதிகளைப் போதிய எண்ணிக்கையில் சேர்த்துக்கொள்வதற்குக் காங்கிரஸ் விரும்பாது என்று நினைப்பதற்கு எத்தகைய நியாயமான காரணமுமில்லை. இந்தியாவிலும் வெளிநாடுகளிலும் இதுபற்றிக் கண்டனம் எதுவும் எழக்கூடாது என்று அவர்கள் அக்கறை காட்டுவார்கள். பட்டியல் சாதியினரில் சாத்தியமான அளவு அதிகமான சதவீதத்தினரைத் தங்கள் பக்கம் ஈர்ப்பதற்கு அல்லது

குறைந்தபட்சம் அவர்களுடன் சமரசமாகப் போவதற்கு காங்கிரஸ் மிகவும் ஆவலாக இருக்கிறது. ஏனெனில் அவர்கள் முஸ்லிம் லீகுடன் கூட்டுச் சேர்ந்துவிடாமல் தடுப்பதற்கே அது விரும்புகிறது. கமிட்டியானது குடிமக்களின் அதுபோன்றே சிறுபான்மை யோரின் உரிமைகளைக் கவனிக்க வேண்டியிருக்கிறது. ஏனெனில் பட்டியல் சாதியினரின் பிரதிநிதிகளைச் சேர்த்துக் கொள்வதானது, அவர்கள் சிறுபான்மையினரா, இல்லையா என்ற பிரச்சினையை எவ்விதத்திலும் பாதிக்கக்கூடாது. மறுபுறத் தில் டாக்டர் அம்பேத்கரோ அல்லது காங்கிரசை எதிர்க்கின்ற பட்டியல் சாதியினரின் வேறு எந்த உறுப்பினரோ குழுவில் இடம்பெறுவார்கள் என்று சொல்வதற்கு எவ்வித உத்தரவாதமும் இல்லை.

6. தூதுக்குழுவின் மே 16ஆம் தேதி அறிக்கையின் 20ஆவது பத்தியின் பொருளுக்குட்பட்டுப் பட்டியல் சாதியினர் ஒரு சிறுபான்மையினர் என்று பகிரங்கமாக அறிவிக்க வேண்டுமென்ற டாக்டர் அம்பேத்கரின் வேண்டுகோளுக்கு இசைவுதந்து நாம் ஓர் அறிவிப்பு வெளியிடக்கூடாது என்று இப்போதும் கருதுகிறேன். நாம் அவ்வாறு செய்தால், அது அநேகமாக நிச்சயமாக காந்தியுடன் ஒரு சர்ச்சையைக் கிளப்பி விட்டுவிடும். அதன் விளைவாகக் காங்கிரஸ், அதை எதிர்த்து ஓர் ஆர்ப்பாட்டத்தில் இறங்கக்கூடும். பட்டியல் சாதியினரைச் சிறுபான்மையோர் என்று நாம் சொல்லாவிட்டாலும், குழுவில் அவர்கள் சேர்த்துக்கொள்ளப்பட வேண்டும் என்று கூறினாலே நமது அறிக்கை, ஆங்கிலோ – இந்தியர்களுக்கும் பிறருக்கும் ஆதரவாக அதுபோன்ற அறிக்கைகள் வெளியிட வேண்டும் என்ற வேண்டுகோள்களைக் கிளப்பிவிடும்; இது அரசியல் நிர்ணயச் சபை விஷயத்தில் தலையிடுவதாக வியாக்கியானம் செய்யப்படும்; இதைத் தவிர்ப்பதற்கு நாம் மிகவும் ஆவலுடன் இருக்கிறோம். அத்தகைய ஒரு பிரகடனம், பட்டியல் சாதியினருக்கு ஆலோசனைக் குழுவில் காங்கிரஸ் என்ன அந்தஸ்தைக் கொடுக்குமோ அதைக் காட்டிலும் மேம்பட்ட அந்தஸ்தைக் கொடுக்கும் என்பதற்கு எவ்விதச் சாத்தியக்கூறும் கிடையாது; அல்லது அது டாக்டர் அம்பேத்கருக்கு எவ்வித உதவியும் செய்யாது. ஏனெனில் அது பட்டியல் சாதியினரை ஏட்டளவில் மட்டுமே குறிப்பிடச் செய்யும். காங்கிரசை ஆதரிப்பவர்களுக்கும் ஆதரிக்காதவர்களுக்கும் இடையில் எவ்வித வேறுபாட்டையும் காண்பிப்பதில்லை.[1]

பெதிக் – லாரென்ஸ்

1. இந்தக் குறிப்பு குறித்து திரு. அட்லி: ‘மேற்கொண்டு எந்த நடவடிக்கையும் இல்லை’ என்று குறிப்பிட்டார். அட்லி ஆவணங்கள், பல்கலைக்கழகக் கல்லூரி, ஆக்ஸ்ஃபோர்டு.

134

அன்பான ஜாதவ்,[1]

நான் இங்கு 19ஆம் தேதி வந்துசேர்ந்தேன். வரும் வழியில் கடுமையான சளி ஆட்கொண்டதைத் தவிர எனது பயணம் இனிமையாகவும் மகிழ்ச்சியாகவும் கழிந்தது, சளி இன்னும் விட்டபாடில்லை. அது கடும் தொந்தரவை அளிக்கிறது. நுரையீரல் வீக்கம் ஏற்பட்டுவிடுமோ என அஞ்சுகிறேன்.

மொத்த வேலைச்சுமையையும் என்மீது ஏற்றிவிட்டு சிவராஜ்[2] அவர்கள் நான் இங்கு வந்துசேர்ந்த அடுத்த நாள் கிளம்பிச் சென்றுவிட்டதை நீங்கள் அறிவீர்கள்தானே. கோரிக்கை மனுவைத் தயாரிக்க முழுமையாய் ஒரு வாரம் எடுத்துக்கொண்டேன். இந்திய விவகாரங்களில் நாடாளுமன்ற உறுப்பினர்களின் உதாசீனம் பிரசித்திபெற்றது. அவர்கள் முன் ஏதேனும் எழுத்துப்பூர்வமாகக் கொடுக்கப்படுவதற்கு முன்புவரை நடுக்கடலில் தத்தளித்துக் கொண்டிருப்பார்கள். ஆகவே ஒரு கோரிக்கை மனு அறிக்கை இன்றியமையாததாகிறது. உங்களுக்கு அஞ்சல் மூலம் சில பிரதிகளை அனுப்புகிறேன். அதை அச்சிடுவது மிகவும் கடினமான பணியாகிவிட்டது. அச்சுச் செலவு அதிகமாக இருக்கிறது போலவே யாரும் ஒரு மாத காலத்திற்குள் தரத் தயாராக இல்லை, கடுமையான சிரமங்களுக்கிடையே நான் அதைச் சுழலச்சு செய்து பெற்றிருக்கிறேன். இதுவொரு குறுகிய அறிக்கைதான். ஆனால் நம் பிரச்சினைகளை எடுத்துரைக்க போதுமானது.

என்னுடைய வரவு இங்கு பெரும் சூறாவளியைக் கிளப்பியிருக்கிறது. பட்டியல் சாதியினரைக் குறித்துக் கடந்த வார ஞாயிற்றின் *சண்டே அப்செர்வரும் சண்டே க்ரானிக்கிளும்* தலைப்புச் செய்திகளும் பத்திச் செய்திகளும் வெளியிட்டிருந்தன. வரும் வியாழனிலிருந்து முக்கியமான நாடாளுமன்ற உறுப்பினர்களைச் சந்திக்க உள்ளேன். சில பத்திரிகையாளர்களையும், லண்டன் டைம்ஸ் ஆசிரியரும் எனது நண்பருமான ஒருவரையும் சந்திக்க இருக்கிறேன்.

---

1. டி.ஜி. ஜாதவைக் குறிக்கிறது.
2. ராவ் பகதூர் என். சிவராஜ். பி.ஏ.பி.எல்.

நமது இளைஞர்கள் சிலர் என்னைச் சந்திக்க வந்திருந்தனர்; இன்று மாலையும் வரவிருக்கிறார்கள். அவர்கள் என்னை மிகுந்த ஏமாற்றத்திற்கும் சோர்வுக்கும் ஆளாக்கி விட்டார்கள். அற்பத்தனமான சில கேள்விகளால் என்னைக் கோபமூட்டி விட்டார்கள். எப்படியோ கட்டுப்படுத்திக் கொண்டேன். என்ன நடக்கப் போகிறதோ நானறியேன். அதை நினைத்தாலே பயங்கரமாக இருக்கிறது.

திரு. மண்டலைச் சேர்த்துக்கொண்டது ஜின்னாவின் மிகச் சிறந்த வியூகம். நாம் மண்டலுக்குத் துணை நிற்க வேண்டும். அதுகுறித்து நான் அவருக்குத் தந்தி அனுப்பியுள்ளேன். ஆனால் அவரையோ நம்மையோ இந்நிகழ்வில் வாழ்த்திக்கொள்ளக் கூடாது. நாம் ஒரே நேரத்தில் காங்கிரசிடமிருந்தும் லீக்கிடமிருந்தும் விடுதலையை வேண்டி நிற்கிறோம். நமக்கு இரண்டு இடங்கள் இருப்பதால் இரு பெரும்பான்மைக் கட்சிகளுக்கும் நாம் ஒரு சேகரத் திரட்டாக மாறியிருக்கிறோம். திரு. காந்திக்கு வாழ்நாள் பேரிடியாக இது இருந்திருக்கும். இருந்தும் நம்மீதான அவரது கண்ணோட்டத்தை அவர் மாற்றிக்கொள்ள மாட்டார் என்றே நினைக்கிறேன்.

லண்டன் மகிழ்வாக இருப்பதற்கான இடம். இங்கு கடும் குளிர். கடுமையான விலைவாசி. எவ்வளவு சீக்கிரம் திரும்ப முடியுமோ அவ்வளவு விரைவாகத் திரும்ப வேண்டும். முடியுமென்றால் நவம்பர் 10ஆம் தேதி வான்வழியில் வருவேன்.

கல்லூரி நல்ல முறையில் இயங்கிக்கொண்டிருக்கிறது என நம்புகிறேன். மனைவியும் குழந்தைகளும் நலமா?

கனிவான வாழ்த்துகளுடன்,

தங்கள் அன்புள்ள,
பி.ஆர். அம்பேத்கர்

தஸ்கன் ஓட்டல்
ஷாப்ட் ஸ்பரி அவென்யூ
லண்டன்

கமலாகாந்த் மந்தருக்கு என்னை நினைவூட்டுங்கள். சூத்திரர்கள் குறித்த என் புத்தகம் வெளியாகிவிட்டதா?[3, 4]

---

3. புத்தகத் தலைப்பு. யார் இந்த சூத்திரர்கள்? இந்தோ ஆரிய சமூகத்தில் நான்காவது வர்ணமாக அவர்கள் எப்படி ஆனார்கள்? (தாக்கர் & கோ லிட். பம்பாய் 1946)

4. இந்தக் கடிதம் எந்தத் தேதியில் எழுதப்பட்டது என்பதற்கான குறிப்பு மூலத்தில் இல்லை. ஆனால் பொருளடக்கத்தில் 29 அக்டோபர் 1946 என்று கூறியுள்ளார் சுரேந்திர அஜ்நாத் (மொ–ர்)

135

ரகசியம்

'ராஜகிரஹா'
தாதர், பம்பாய்–14
2 ஜுன் 1947

பீம்ராவ் ஆர். அம்பேத்கர்
எம்.ஏ., பி.ஹெச்.டி., பாரிஸ்டர்–அட்–லா

அன்புக்குரிய மண்டல்,

30, மே *1947* நாளிட்ட தங்கள் கடிதத்தை நேற்று திரு. மேஷ்ராம் என்னிடம் அளித்தார்கள். கடந்த மாதம் முழுவதும் எனது இடது காலில் ஏற்பட்ட தீவிர வலியால் பொது விஷயங்களில் கவனம் செலுத்த முடியாத அளவிற்குப் படுக்கையிலேயே கழிக்க வேண்டியதாயிற்று. என்னை மன்னித்துக்கொள்ளுங்கள். நான் தேர்ந்தெடுக்கப்பட்டிருந்த மத்திய அரசியலமைப்பு கமிட்டிக் கூட்டத்திற்கு 4ஆம் தேதி தில்லிக்கு ஆகாய மார்க்கமாக வர நினைத்திருக்கிறேன். அதற்கு என் உடல்நிலை ஒத்துழைக்க வேண்டும். மருத்துவர்கள் என்னை இப்போதும் அசையக்கூடாது என அறிவுறுத்தியிருக்கிறார்கள். வங்காளப் பிரிவினை குறித்த என் கருத்துகளை உங்களுக்கு அறியத் தருவேன். பிரிட்டிஷார் பட்டியல் சாதி மக்களைத் தனியான சுயேட்சையான ஓர் அடையாளம் கொண்டவர்களாகப் பார்க்க மறுத்துவருவதை எப்போதுமே உணர்ந்துவந்திருக்கிறேன். பட்டியல் சாதியினர் எதுவும் செய்ய முடியாத கையறுநிலையில் இருக்கிறார்கள். குறிப்பாகப் பிரிவினை விஷயத்தில் அவர்களால் பிரிவினையைத் துரிதப்படுத்தவோ பிரிவினையைத் தடுக்கவோ இயலாது. பட்டியல் சாதியினருக்கு இருக்கும் ஒரே மார்க்கம் ஒன்றுபட்ட வங்காளத்திலோ அல்லது பிரிக்கப்பட்ட வங்காளத்திலோ தங்களுக்கான பாதுகாப்புக்காகப் போராடுவதே. முஸ்லிம்களும்

இந்துக்களைவிடப் பட்டியல் சாதிகளுக்கு நட்பாய் இல்லை என்பது என்னுடைய எண்ணம். ஆக, தங்கள் சூழ்நிலைகளால் இந்து வங்காளத்திலோ அல்லது முஸ்லிம் வங்காளத்திலோ சிறுபான்மையாக வாழ்வதற்குப் பட்டியல் சாதியினர் விதிக்கப்பட்டால் தங்கள் பாதுகாப்பை ஒவ்வோர் அவசர நிலைகளிலும் உறுதி செய்துகொள்வதைத் தவிர வேறு வழிகள் இல்லை. பிரிவினை வருமென்றால், நீங்கள் குறிப்பிட்டிருந்த காரணங்களுக்காகக் கிழக்கு வங்காளத்தில் உள்ள பட்டியல் சாதியினர் எங்கு இருப்பது என்று தேர்வு செய்வர். பிரிவினை வருமாயின் ஒருவேளை அவர்கள் மேற்கு வங்காளத்திற்குப் புலம்பெயர விரும்பினால், கிழக்கு வங்காளத்தின் பட்டியல் சாதியினருக்கு மேற்கு வங்காளத்தில் தாமோதர் பள்ளத்தாக்குத் திட்டம் பயிர் செய்யும் அளவு முதிரும்போது நிலம் ஒதுக்கீடு செய்ய வேண்டுமென்றும் இந்துக்களிடம் நான் ஏற்கெனவே சொல்லியுள்ளேன். ஆனால் அது மிகவும் அரிதான சாத்தியம் கொண்டது. இடைப்பட்ட நேரத்தில் நீங்கள் லீக்குடன் கூட்டணி அமைத்து அவர்களோடு பணியாற்றித் தேவையான பாதுகாப்பை உறுதிப்படுத்த வேண்டும் என்று ஒத்துக்கொள்கிறேன். பட்டியல் சாதியினருக்கு அரசியல் பாதுகாப்பைத் தருவதில் இந்துக்களின் மனப்பான்மை குறித்து உங்கள் அளவுக்கு எனக்கு அவநம்பிக்கை இல்லை. அங்கு கட்டுப்படுத்தும் மனப்பான்மை உடையவர் எவருமல்லர். நாம் விரும்பும் எல்லாப் பாதுகாப்பு அம்சங்களையும் ஒத்துக்கொள்வார்கள் என்று எனது இதுநாளைய அனுபவத்தில் எண்ணுகிறேன். தனித் தொகுதிக் கோரிக்கையை மட்டும் சற்றே மாற்றியமைக்க அவர்கள் கோருவார்கள் என்றும் நினைக்கிறேன். முஸ்லிம் லீக் பட்டியல் சாதியினருக்குத் தனித் தொகுதி வழங்கத் தயாராகவே இருக்கும்; ஏனென்றால், அவர்களே தங்களின் சமுதாயத்துக்குத் தனித் தொகுதி தேவை என்று இருப்பவர்கள். கிழக்கு வங்காளத்தைப் பொறுத்தவரை சந்தேகமின்றி இது முன்னேற்றம்தான்.

முஸ்லிம் லீக்கோடு என்னவிதமான கோரிக்கைகளை வைக்க வேண்டும் எனக் கேட்டிருக்கிறீர்கள். என்னுடைய கோரிக்கை மனுவில் நான் தேவையான கோரிக்கைகளை உருவாக்கியுள்ளேன். அவை அச்சிடப்பட்டுச் சிறுபான்மை கமிட்டியின் உறுப்பினர்களிடம் விநியோகிக்கப்பட்டுள்ளது. தங்களுக்கு ஒரு பிரதி மேலதிக விவபரங்களுக்காக அனுப்பி வைக்கிறேன். கிழக்கு வங்காளத்தில் மட்டுமல்ல இந்தியாவின் எல்லா மாகாணங்களிலும் நம் பாதுகாப்புக்காக என்ன செய்ய வேண்டும் என்று அந்தக் கோரிக்கை மனுவில் உள்ளது எனக் கருதுகிறேன். முஸ்லிம் லீக்குடனான பேச்சுவார்த்தைகளின்போது

இந்த அறிக்கையை நீங்கள் இயன்றவரை பயன்படுத்திக் கொள்ளுங்கள். கிழக்கு வங்காளத்தில் குறிப்பான சூழல்களைக் கருத்தில்கொண்டு நீங்கள் மேலும் ஏதேனும் பாதுகாப்பு நடவடிக்கைகள் இருக்குமென்றால் அதையும் தாராளமாக அறிக்கையில் சேர்த்துக்கொள்ளுங்கள்.

ஏற்கெனவே லக்னோ சிறையில் சத்யாகிரஹிகளின் ஸ்திதியைக் குறித்து எனக்குத் தெரிவிக்கப்பட்டுள்ளது. லக்னோவிற்கு என்னுடைய பிரதிநிதிகள் இரண்டுபேரை சத்யாகிரஹிகளின் நிலையை விசாரித்து அறிக்கையிட அனுப்பியுள்ளேன். உ.பி பிரதமருக்கும் தெரிவித்துள்ளேன், நம் மக்களும் கௌரவமாகச் சத்யாகிரஹிகளை விடுவிக்கச் சொல்லி உ.பி அரசிடம் சவாலான முறையில் கேட்டுள்ளனர். சிறுபான்மை கமிட்டி நம் பாதுகாப்புக் குறித்து ஏதேனும் ஒப்பந்தத்திற்கு வருவதாயிருந்தால், நிச்சயமாக அவர்களின் விடுதலையைப் பேச்சுவார்த்தையின் ஒரு பகுதியாக மாற்றுவேன்.

கனிவான வாழ்த்துகளுடன்,

தங்கள் உண்மையுள்ள,
பி.ஆர். அம்பேத்கர் .

மாண்புமிகு திரு.ஜே.என். மண்டல்[1]
சட்ட உறுப்பினர் இந்திய அரசு
புது தில்லி

---

1. திரு. மண்டல், இடைக்கால அரசாங்கத்தில் சட்ட அமைச்சராக இருந்தவர்.

136

புது டில்லி, 18 டிசம்பர் 1947

அன்புள்ள ஸ்ரீ ஜவஹர்லால்,

பாகிஸ்தானிலிருந்து இந்தியாவுக்கு வெளியேறிய பட்டியல் சாதியினர்களிடமிருந்தும் பாகிஸ்தான் அரசால் இந்தியாவுக்குத் திரும்பவிடாமல் அடைத்துவைக்கப்பட்டவர்களிடமிருந்தும் எனக்கு ஏராளமான புகார்கள் வந்தவண்ணம் இருக்கின்றன. அவர்களின் துயர் குறித்து உங்கள் கவனத்திற்குக் கொண்டு வருவதற்கு இதுவே சரியான தருணம் என நினைக்கிறேன். அங்கு என்ன நடந்துகொண்டிருக்கிறது, அவர்களுக்கு என்ன தேவை என்றெல்லாம் நீங்கள் அறிந்துகொள்வதற்காகக் கீழே அவர்களின் துயர்களுக்கான காரணங்களையும் அதைத் துடைத்தழிக்கச் செய்ய வேண்டிய வழிமுறைகளையும் தொகுத்து அடுக்கியுள்ளேன்.

I

(1) பாகிஸ்தான் அரசு தங்கள் பகுதியிலிருந்து பட்டியல் சாதியினர் எவரும் வெளியேற முடியாதபடி எல்லா வழிகளையும் தடுத்துவருகிறது. இதன் பின்னணியிலுள்ள காரணம் என்னவாக இருக்குமென்றால், தம்நாட்டில் அடிமட்ட வேலைகள் செய்வதையும் அதன் நிலவுடைமையாளர்களுக்கு நிலமற்ற வேலையாட்களாக இருந்து பணிவிடை செய்வதையும் பாகிஸ்தானியர்கள் விரும்புகிறார்கள். துப்புரவுப் பணியாளர்களைப் பாகிஸ்தான் அரசு பட்டியில் அடைக்கத் தயாராக உள்ளது. அவர்களை அத்தியாவசியப் பணியாளர்கள் என்றும் ஒரு மாத அறிவிப்புக் காலம் முடிந்தபிறகே விடுவிக்க முடியும் என்றும் அறிவித்திருக்கிறது.

(2) நாட்டை விட்டு வெளியேறும் விருப்பம்கொண்ட பட்டியல் சாதி அகதிகளுக்கு ரா.வெ.அ¹ என்னும் அமைப்பு சில உதவிகளைச் செய்துவருகிறது. எனினும் பாகிஸ்தான் அரசு வெளியேறும் எண்ணம்கொண்ட பட்டியல் சாதியினரை நேரடியாக நெருங்கவிடாமல் அனுமதி மறுத்து வருவதை என்னால் புரிந்துகொள்ள முடிகிறது. இதன் பலனாகப் பட்டியல் சாதியினரின் வெளியேற்றம் மிக மெதுவாகவும் சில இடங்களில் அறவே இல்லாமலும் உள்ளது. மேலும் ரா.வெ.அ. வெகு விரைவில் கலைக்கப்படப்போவதாக என்னிடம் சொல்லப்படுகிறது. அப்படி ஒன்று நடக்குமாயின் பாகிஸ்தானிலிருந்து பட்டியல் சாதியைச் சார்ந்தவர்களை மீட்பது இயலாத காரியம்.

(3) செய்யவேண்டியவை என்னவென்றால்:

(அ) பட்டியல் சாதிகளின் வெளியேற்றத்தைத் தடுக்கும் எவ்விதத் தடைகளையும் உண்டாக்கக் கூடாது எனப் பாகிஸ்தான் அரசிடம் கேட்டுக்கொள்வது.

(ஆ) வெளியேறும் எண்ணம்கொண்ட பட்டியல் சாதியினரிடம் ரா.வெ.அ. நேரடியாகத் தொடர்புகொள்வதை அனுமதிப்பது.

(இ) பட்டியல் சாதியினர் வெளியேறும்வரையில் ரா.வெ.அ–ஐ நீட்டிப்பது.

(4) மேற்கு பஞ்சாபில் மீட்பு – மறுவாழ்வு அமைச்சகம் இதுவரையில் ஒரேயொரு பட்டியல் சாதி அதிகாரியையே நியமித்துள்ளது. ஆனால் மற்ற பாகிஸ்தான் மாகாணங்களான N.W.F.P (வ.மே.பி.மா)², சிந்த், பாவல்பூர் ஆகியவற்றில் இப்படி அதிகாரிகள் நியமிக்கப்படவில்லை. இந்த இடங்களுக்கு அதிகாரிகளை நியமிப்பது தொடர்பாக அமைச்சகத்தை வழிநடத்தலாம், அப்படி செய்யும் பட்சத்தில் சிறப்பு அதிகாரிகள் பாகிஸ்தானின் பகுதிகளுக்கு விஜயம் செய்து எங்கெல்லாம் பட்டியல் சாதியினர் வெளியேற முடியாமல் பாகிஸ்தான் அரசால் தடுக்கப்பட்டிருக்கிறார்கள் என்று கண்டுகொள்ளலாம்.

II

கிழக்கு வங்காளத்திற்குப் பாகிஸ்தானிலிருந்து வந்துசேர்ந்த பட்டியல் சாதியினர் புகார் அளித்துள்ளனர். அவர்கள் பாகிஸ்தானில் சிறைப்பட்டிருப்பவர்களையும் வெளியேறியவர்

---

1. ரா.வெ.அ: ராணுவ வெளியேற்ற அமைப்பு என்பதன் சுருக்கம். 1948வரை இந்தியாவிலும் பாகிஸ்தானிலும் அகதிகளைக் குறிப்பிட்டப் பகுதிகளிலிருந்து பாதுகாப்பாக வெளியேற்றுவதற்காக செயல்பட்ட அமைப்பு.

2. North West Frontier Province (வடமேற்குப் பிரதேச மாகாணம் – மொ–ர்)

களையும் விட எண்ணிகையில் கூடுதலானவர்கள். அவர்களின் முக்கிய சாராம்சம் இதோ—

(i)

(1) கிழக்குப் பஞ்சாபிலிருந்து வெளியேறி வந்துள்ள பட்டியல் சாதி அகதிகள் இந்திய அரசாங்கம் அமைத்துள்ள அகதிகள் முகாமில் இல்லை. காரணம் அகதிகள் முகாம் பொறுப்பிலுள்ள அதிகாரிகள், சாதி இந்து அகதிகளுக்கும் பட்டியல் சாதி அகதிகளுக்குமிடையே சாதியப் பாகுபாடுகளைக் கடைப்பிடிக்கிறார்கள்.

(2) மீட்பு – மறுவாழ்வுத் துறையின் நல்வாழ்வு முகாம்களில் தங்கி இருப்பவர்களுக்கு மட்டுமே ரேஷனும் உடைகளும் அளிக்கும்படி விதி அமைக்கப்பட்டுள்ளதாகத் தெரிகிறது. மேலே குறிப்பிட்ட காரணங்களுக்காக அகதிகள் முகாமில் தங்குவது மறுக்கப்பட்டதால் பட்டியல் சாதி அகதிகள் எந்தவொரு மீட்பு உதவிகளையும் பெற முடிவதில்லை. இது மிகப்பெரும் துயர்.

(3) சாதியப் பாகுபாட்டைக் களைய இயலாததால், முகாம்களுக்கு வெளியில் வசிக்கும் பட்டியல் சாதி அகதிகளுக்கும் முகாமில் வசிக்கும் அகதிகளுக்குக் கிடைக்கும் எல்லாவித உதவிகளையும் வழங்கும்படி விதியைத் தளர்த்தலாம்.

(ii)

(1) கிழக்கு பஞ்சாப் அரசின் நில ஒதுக்கீட்டில் பட்டியல் சாதி மக்களின் குரல் செவிசாய்க்கப்படவில்லை. கிழக்கு பஞ்சாபின் நிர்வாகம் முழுவதும் சாதி இந்துக்களின் கைவசம் இருப்பதால், பட்டியல் சாதி மக்களின் மறுவாழ்வு குறித்துத் தனிப்பட்ட அக்கறை செலுத்த அங்கு எவருமிலர்; மேலும் பட்டியல் சாதிகளின் தேவைகளை எடுத்துச்செல்ல இந்திய அரசால் நியமிக்கப்பட்ட எந்த ஓர் அமைப்பும் அங்கு செயல்படவில்லை.

(2) எனவே கிழக்குப் பஞ்சாபில் நிலஒதுக்கீடு நியாயமாகவும் முறையாகவும் நடப்பதை உறுதி செய்யவும் பட்டியல் சாதியினருக்குச் சேர வேண்டிய நியாயமான பங்கு நிலத்தை அவர்களுக்குக் கிடைக்கும்படிப் பார்வையிடவும், இதைச் சிறப்புப் பணியாகச் செய்வதற்கான அதிகாரிகளை இந்திய அரசாங்கம் நியமிக்க வேண்டும்

(3) மாண்புமிகு திரு. நியோஜி அவர்களிடம் இப்பணியைச் சிறப்பாகச் செய்யும் நபர்களை நியமிக்கும்படிக் கோரி, அதற்குகந்த நபர்களின் பெயர்களையும் அளித்துள்ளேன். எனக்குத் தெரிந்தவரையில் அவர்கள் அதைச் சிறப்பாகச்

செயல்படுத்துவார்கள்.

(4) (a) கிழக்குப் பஞ்சாபில் பிரதானநிலையில் உள்ள சீக்கியர்களும் ஜாட்களும் தங்களது வீடுகளையும் நிலங்களையும் முறைப்படுத்தும் பொருட்டுக் கிழக்குப் பஞ்சாப்வாசிகளான பட்டியல் சாதிகளைச் சேர்ந்தவர்களை தங்களது சொந்த வீடுகளிலிருந்து வெளியேற வற்புறுத்துகிறார்கள். தங்களது தேவைகளுக்காகச் சீக்கியர்களும் ஜாட்களும் இழைக்கும் கொடுமைகளுக்கும் ஒடுக்குமுறைக்கும் எவ்வித மருந்தும் பட்டியல் சாதியினருக்குக் கிட்டுவதில்லை. காரணம், கிழக்குப் பஞ்சாபின் நீதித்துறையும் காவல்துறையும் முழுக்கச் சீக்கியர் களாலும் ஜாட்களாலும் நிரம்பி வழிவதே. இயல்பாகவே, தவறு செய்யும் தங்கள் சொந்தபந்தங்களை அவர்கள் பாதுகாக்கிறார்கள். பட்டியல் சாதிகளின் புகார்களுக்குச் செவிகொடுப்பதில்லை.

(b) ஆகவே, அவர்கள் குறைந்தபட்சம் முன்னூறு பட்டியல் சாதி மக்களைப் பொதுக் காவல்துறையில் பணியிலமர்த்த வேண்டும் எனக் கிழக்குப் பஞ்சாப் அரசை வற்புறுத்த வேண்டுவது மிகவும் அவசியமாகும். சமீபத்தியப் பத்திரிகைச் செய்திகளில் கிழக்குப் பஞ்சாப் அரசு முன்னூறு பட்டியல் சாதிக் காவலர்களை நியமித்திருப்பதாகச் செய்திகள் வெளியானது. நான் விசாரித்து அறிந்தவரையில் அப்பணி நியமனம் எல்லைக் காவல் படையினருக்கானது என்றும் சாதாரணக் காவல் படைக்கு இல்லை எனவும் அறிய முடிந்தது. தங்கள் பாதுகாப்பிற்குப் பட்டியல் சாதியினரின் தேவை என்னவென்றால், அது கிழக்குப் பஞ்சாபின் பொதுக் காவல்படையில் தாங்கள் நியமனம் செய்யப்படவதே ஆகும். கிழக்குப் பஞ்சாபின் பொதுக் காவல் படையில் ஒரேயொரு பட்டியல் சாதியினர்கூட இல்லை என்பது எனக்குக் கிடைத்துள்ள தகவல்.

(5) (a) கிழக்குப் பஞ்சாபின் நில வருவாய் அமைப்பு ஒரு கிராமத்தில் வசிப்பவர்களை இரண்டு வகுப்பினராகப் பிரித்து வைத்துள்ளது. ஜமீன்தார்களும் காமினாக்களுமே அத்தகைய வகுப்புகள். கிராம எல்லைக்குள் உள்ள நிலத்தைச் சொந்தமாக வைத்துக்கொள்ள உரிமை படைத்தவர்களாக ஜமீன்தார்களும் தாங்கள் வசிக்கும் கிராமத்தில் சொந்த நிலம் வைத்துக்கொள்ள உரிமையற்றவர்களாக காமினாக்களும் இருக்கிறார்கள். அவர்கள் குடியிருக்கும் வீட்டின் மனைகள் ஜமீன்தார்களுக்குச் சொந்தமானவை. இதன் பலனாக ஜமீன்தார்கள் ஒருங்கிணைந்தால் காமினாக்களைக் கிராமத்தை விட்டு வெளியேற வற்புறுத்துவதற்கு அவர்களால் முடியும். இந்த விதியானது எல்லாக் கிராமங்களிலும் ஜமீன்தார்களின்

கருணைக்கு உட்பட்டவர்களாகக் காமினாக்களை வைத்திருக்கிறது. கிழக்குப் பஞ்சாபின் பட்டியல் சாதியினர் காமினாக்களாக வகுக்கப்பட்டிருப்பதால் கிராமத்தின் ஜமீன்தார்களுக்குச் சேவகர்களாகவே தொடர்கிறார்கள்.

(b) ஆகவே கிழக்குப் பஞ்சாப் அரசு இம்மாதிரியான பிரிவினையை ஒழித்துத் தங்கள் நில வருவாய் முறையை ரயத்வாரி முறையைப் போன்று அனைத்துக் கிராமத்தவரும் சமமாக நிலைப்படுத்திக்கொள்ளவும் தங்கள் தகுதிக்கேற்ப நிலத்தைச் சொந்தம் கொள்ளலாம் எனவும் மாற்றிக்கொள்ள அழைப்பு விடுக்க வேண்டும்.

(6) (a) கிழக்குப் பஞ்சாப் மாகாணத்தில் விவசாயிகளை வட்டிக்குப் பணம் கொடுப்பவர்களிடமிருந்து பாதுகாக்கும் விதமாக நில அந்நியச் சட்டம் என்ற ஒன்று கடைப்பிடிக்கப்படு கிறது. ஆனால் சட்டத்தின் மிக சூழ்ச்சியான ஒருபகுதியாக இதைப் பார்க்க வேண்டியிருப்பதில் சந்தேகம் கொள்ளத் தேவையில்லை. விவசாயி என்கிற வரையறையானது தொழில் சார்ந்ததாக இல்லாமல் சமூகம் சார்ந்ததாக இருக்கிறது. இந்தச் சட்டத்தின்படி ஒரு நபர் அரசு நிர்ணயித்துள்ள விவசாயச் சமூகத்தைச் சார்ந்தவராக இருந்தால் அவர் விவசாயி ஆவார். பழைய பஞ்சாப் அரசு பட்டியல் சாதி மக்கள் ஒவ்வொருவரும் ஒன்று பயிரிடுபவராகவோ அல்லது விவசாயக் கூலியாகவோ இருந்தபோதிலும், மிகக் கவனமாகப் பட்டியல் சாதி மக்களை விவசாயச் சமூகமாக அறிவிக்காமல் இருக்கும்படிப் பார்த்து கொண்டது. இதன் விளைவாகக் கிழக்குப் பஞ்சாபின் பட்டியல் சாதி மக்கள், நிலங்களைச் சொந்தமாக வாங்குவதற்குத் தடை செய்யப்பட்டவர்களாக, நிலமற்ற தொழிலாளர்களாக, இந்து – சீக்கிய – ஜாட் நில உடமையாளர்களைத் தங்கள் வாழ்வாதாரத்திற்காகச் சார்ந்து இயங்கும் நிலைக்குத் தள்ளப்பட்டிருக்கிறார்கள். சட்டப் புத்தகத்தில் இனியும் அனுமதிக்க கூடாத ஒரு கொடூரச் சட்டப் பகுதியாக இதைக் காண்கிறேன்.

(b) விவசாயி என்னும் பதத்தைத் தொழில்சார்ந்து திருத்தம் செய்யுமாறு கிழக்குப் பஞ்சாப் அரசை வலியுறுத்த வேண்டும். அப்படிச் செய்யும் பட்சத்தில் சாதி குல வேறுபாடின்றி யாரெல்லாம் தன் ஜீவனத்திற்காக விவசாயத்தைத் தொழிலாகக் கொண்டிருக்கிறார்களோ அவர்கள் அனைவரும் விவசாயி களாகவும் நிலங்களைச் சொந்தமாக வைத்திருந்து பயிர் செய்பவர்களாகவும் இருக்க இயலும்.

என் பார்வைக்குக் கொண்டுவரப்பட்ட பட்டியல் சாதிகளின்

எல்லாவிதத் துயரங்களையும் அதற்கான தீர்வுகளையும் கணக்கீடு செய்திருக்கிறேன். இவற்றைச் செயல்படுத்தினால் அவற்றை நீக்கிவிடலாம் எனக் கருதுகிறேன். சில தீர்வுகள் இந்திய அரசின் கைகளிலும் மற்றவை கிழக்குப் பஞ்சாப் அரசின் கைகளிலும் இருக்கின்றன. இந்திய அரசின் கைகளில் உள்ளவற்றிற்கான தீர்வுகளுக்கு விண்ணப்பிப்பது அதற்கு அதைச் செயல்படுத்தும் வலிமையின்றி இருந்தாலும் தவறல்ல. கிழக்குப் பஞ்சாபின் கைகளில் உள்ள தீர்வுகளுக்குக்கூட இந்திய அரசு உதவியின்றி இருப்பதாக நினைத்துக்கொள்ளத் தேவையில்லை. ஏனென்றால் மறுவாழ்வுக்கான தொகையை இந்திய அரசு செலவிடுவதால் எல்லா மனிதர்களையும் நியாயமாகவும் சமமாகவும் நடத்த இந்திய அரசு அவசியம் எனக் கருதும் நடவடிக்கைகள் குறித்து வற்புறுத்தும் தார்மீக உரிமை உள்ளது. எனவேதான் கிழக்குப் பஞ்சாப் அரசின் கைகளிலுள்ள தீர்வுகளுக்கும் இந்திய அரசு நடவடிக்கை எடுக்க முடியும் எனச் சேர்த்தே தயக்கமின்றிச் சொல்லியிருக்கிறேன். இதுவரை முஸ்லிம்களுக்கான பிரச்சினை களுக்கு இந்திய அரசு எல்லாக் கவனமும் உபசாரமும் செய்துள்ளது. பட்டியல் சாதிகளின் பிரச்சினைகள் மட்டும், இங்கு நிலவாததாகவோ அல்லது மிகச் சிறிய அளவில் இருப்பதாகவோ அல்லது சிறப்புக் கவனம் பெற வேண்டிய அளவு அவசியமற்றதாகவோ கருதப்படுகிறது. பட்டியல் சாதியினரின் பிரச்சினை குறித்துக் குறிப்பிடுவதற்குச் சிலர் விரும்புவதில்லை. பட்டியல் சாதியினர்பால் கரிசனத்தோடு இருக்கும் எங்களைப் போன்றோருக்குப் பிரச்சினைகள் இருப்பது தெரியும். அது முஸ்லிம்களின் பிரச்சினையைவிடத் தீவிரமானவை என்றும் அறிவோம்.

பாகிஸ்தானிலும் இந்தியாவிலும் உள்ள பட்டியல் சாதி அகதிகளின் பிரச்சினைகளை இந்திய அரசு அலட்சியப் படுத்திக்கொண்டேயிருப்பதை நான் பலமுறை பொதுமக்களின் கவனத்திற்குக் கொண்டுவர விரும்பினேன். சில வெளிப்படையான காரணங்களால் நான் அதைத் தவிர்க்கிறேன். மற்ற விஷயங்களில் முன்னர் தாங்கள் செய்த பணிகளை அறிவேன் என்ற முறையில் இதுகுறித்து உங்கள் மௌனத்தை நான் குறையாகச் சுட்டவில்லை. ஆனால், தங்களை தனிப்பட்ட முறையில் இவ்விஷயத்தில் அக்கறை கொண்டு மீட்பு – மறுவாழ்வுத் துறை அமைச்சருக்கும் ராஜாங்க ரீதியாக அன்றி அமைச்சர்களுக்கும் பட்டியல் சாதி மக்களைத் துயரிலிருந்து விடுவிக்கும் பொருட்டு இங்கு கூறப்பட்டுள்ள என்னுடைய ஆலோசனைகளையோ அல்லது இன்னும் சிறப்பான தீர்வுகளையோ கொண்டு நான் குறிப்பிட்டிருக்கும் பிரச்சினைகளுக்குத் தீர்வு காணும்படிக் கேட்டுக்கொள்வதற்கான

வேளை வந்துவிட்டதாகக் கருதுகிறேன். உடனடியாக உங்கள் கவனத்திற்கு இவ்விஷயத்தை எடுத்துக்கொள்வீர்களானால் நன்றியுடையவனாயிருப்பேன்.

தங்கள் உண்மையுள்ள,
பி.ஆர். அம்பேத்கர்.

மாண்புமிகு பண்டிட் ஜவஹர்லால் நேரு
இந்தியப் பிரதமர், புது தில்லி

137

இந்தியப் பிரதமர் புது தில்லி,
25 டிசம்பர் 1947.

அன்புள்ள அம்பேத்கர்,

பாகிஸ்தானிலிருந்து இந்தியாவுக்கு வெளியேற விரும்பும் பட்டியல் சாதிகளைச் சேர்ந்தோரின் பிரச்சனைகளைத் தாங்கிய தங்களின் டிசம்பர் 18ஆம் தேதியிட்ட கடிதம் பெற்றேன்.

பட்டியல் சாதியினர் பாகிஸ்தானிலிருந்து வெளியேறுவதற்கு, குறிப்பாக அவர்கள் இந்தியா வருவதைத் தடுக்கும் சிந்த் பகுதியிலும் எல்லாவித உதவிகளையும் செய்ய முயன்றுவருகிறோம். எங்கள் உயர் கமிஷனர் அங்கு இப்பிரச்சினையில் தலையிட்டு தொடர்ச்சியாகச் செயல்பட்டு வருகிறார்.

நீங்கள் குறிப்பிடும் மற்ற விஷயங்களைப் பொறுத்தவரை கிழக்குப் பஞ்சாப் அரசிடமே பேச முடியும். நாங்கள் இது குறித்து அவர்களுக்கு நிச்சயமாக ஆலோசனை வழங்குவோம். பட்டியல் சாதி அகதிகளுக்கு எல்லாவித உதவிகளும் போய்ச் சேர்கிறதா என்றும் பார்ப்போம்.

பல்வேறுவிதமான பிரச்சினைகளை எதிர்கொண்டு இருப்பதால் கிழக்குப் பஞ்சாப் அரசிடம் பேச்சுவார்த்தை நடத்த முடியவில்லை. தனிப்பட்ட முறையில் நான் மகிழ்வோடு இவ்விஷயத்தில் கவனம் செலுத்துவேன். மேலும் ராஜாங்கரீதியாக இல்லாமல் அமைச்சரிடம் இதற்குச் சிறப்பு கவனம் கொள்ள வேண்டுகோள் விடுப்பேன்.

உண்மையுள்ள,

ஜவஹர்லால் நேரு.

மாண்புமிகு டாக்டர் பி.ஆர். அம்பேத்கர்

சுரேந்திர அஜ்நாத்

138

அந்தரங்கம்

புது தில்லி,
23 மார்ச் 1948.

அன்பான நியோஹி,

மேற்குப் பஞ்சாபிலிருந்து கிழக்குப் பஞ்சாபிற்குப் புலம்பெயர்ந்திருக்கும் பட்டியல் சாதி அகதிகளுக்கான மறுவாழ்வுப் பணியில் உதவுவதற்காக உங்கள் துறையில் நியமனம் செய்ய சில சமூக சேவகர்களின் பெயர்களைப் பரிந்துரை செய்ய நீங்கள் என்னிடம் கேட்டிருந்ததை நினைவூட்டுகிறேன். இந்தப் பணியில் சேர்த்துக்கொள்வதற்காகப் பெயர்ப் பட்டியலை அளித்திருந்தேன். நீங்கள் அந்தப் பட்டியலில் உள்ள பெயர்களை என்ன செய்தீர்கள் என்று எனக்குத் தெரியாது. எப்பிடியிருப்பினும் நான் பரிந்துரை செய்த இருவரை நீங்கள் நியமிக்கவும் செய்திருக்கிறீர்கள். அவர்கள் திருவாளர்கள் பி.கே. கெய்க்வாட், ஆர்.எஸ். ஜாதவ் ஆவர். அதைக் குறித்தே இந்தக் கடிதம். இருவரும் தங்களுக்கு எந்த வேலையும் வழங்கப்படவில்லை என்றும் தாங்கள் வெறுமனே நேரத்தை வீணாக்குவதாகவும் என்னிடம் புகார் தெரிவித்துள்ளனர். தங்கள் துறையைச் சார்ந்த ஹரிஜனப் பிரிவின் இயக்குநர் திரு. சேவக்ராம் கரம்சந்த் அவர்கள் நம் நாட்டின் பொதுவான அரசியல் குறித்தான இவர்களது பார்வைகளைக் கேட்டுக் குறுக்கு விசாரணை செய்கிறார் என்று இருவரும் என்னிடம் முறையிட்டுள்ளனர். காங்கிரஸ் கட்சியைச் சாராத யாரையும் பணியில் அமர்த்த இந்திய அரசுக்கு விருப்பம் இல்லை என்ற அபிப்பிராயமே அவர்களுக்கு எழுந்துள்ளது என என்னிடம் தெரிவித்துள்ளனர். அதிகாரத்தில் இருக்கும் கட்சியின் அரசியல் கருத்துகளையே எல்லாப் பணியாளர்களும் கொண்டிருக்க வேண்டும் என்று பிடிவாதம் கொள்வது துடுக்குத்தனம். இல்லையென்றால் இது மிகவும் அபத்தமாகத் தென்படுகிறது, திரு. ஷேவக்ராம் கரம்சந்தின் கருத்தையே நீங்களும் கொண்டிருக்கமாட்டீர்கள் என்று கருதுகிறேன். நான் கவனம் கொள்வது இந்த இருவரும் தாங்கள் நியமிக்கப்பட்ட பணியைச் செய்யவிடாமல் தடுக்கப்படுகிறார்கள் அல்லது பணிகளே வழங்கப்படவில்லை. தனது சந்திப்பினூடே

திரு. கரம்சந்த் அவர்கள் ஹரிஜன் லீக்கினால் பரிந்துரை செய்யப்பட்ட நபர்கள் அறவே தகுதியற்றவர்கள் என்றும் எதிர்பார்க்கும் வேலையைச் செய்வதற்குப் பயனற்றவர்கள் என்றும் சொல்லியுள்ளார். பட்டியல் வகுப்புச் சம்மேளனத்தின் உறுப்பினர்கள் தகுதியுள்ளவர்களாக இருந்தும் அவர்களின் அரசியல் நிலைப்பாடு இந்தக் கனவானுக்கு விரும்பத்தகாததாக இருப்பதால் அவர்கள் எந்த வேலைக்கு நியமிக்கப்பட்டார்களோ அதை அவர்களுக்கு ஒதுக்கவில்லை. எனவே அவர்களுக்கு ஏதேனும் தகுதியான பொறுப்பான பணிகளை ஒதுக்குவதற்குத் தங்களுக்கு விருப்பம் உள்ளதா எனக் கேட்கும்படிக்குத் தள்ளப்பட்டிருக்கிறேன்.

அப்படி நீங்கள் செயல்படுவதற்குத் தயாராக இல்லாத நிலையில் அவர்களை விடுவித்து ஏலவே அவர்கள் செய்துகொண்டிருந்த சமூகப் பணிகளைச் செய்ய விடுவதே சரியென நினைக்கிறேன். நான் இப்படி நேரடியான முறையில் தாக்கி எழுதுவதை மன்னியுங்கள். ஒருவரின் பொறுமை தீர்ந்துவிடும்போது வேறு வழிகள் இல்லை.

கனிவான வாழ்த்துகள்.

தங்கள் உண்மையுள்ள,
பி.ஆர். அம்பேத்கர்.

மாண்புமிகு திரு.கே.சி. நியோஹி
நிவாரண, மறுவாழ்வு அமைச்சர்
புது தில்லி

139

அன்புள்ள அம்பேத்கர்,

பத்திரிகைச் செய்திகள் மூலம் தங்கள் திருமணம் இன்று நடைபெற உள்ளதாக அறிந்தேன். என்னுடைய பேரன்பின் வாழ்த்துகளைப் பெற்றுக்கொள்ளுங்கள். இல்லறம் சிறக்க நல்வாழ்த்துகள். பாபு உயிரோடு இருந்திருந்தால் அவருடைய ஆசிகளைத் தந்திருப்பார் என்று உறுதியாக நம்புகிறேன்.

அன்பின் வாழ்த்துகள்.

தங்கள் உண்மையுள்ள,
வல்லபாய் பட்டேல்.

புது தில்லி,
15 ஏப்ரல் 1948.

140

அன்புள்ள சர்தார் பட்டேல்,

எங்கள் திருமண நிகழ்வுக்கு வாழ்த்துத் தெரிவித்த தங்களுக்கு நானும் என் மனைவியும் இணைந்து எங்கள் மனமார்ந்த நன்றியைத் தெரிவித்துக்கொள்கிறோம்.

உண்மைதான். காந்திஜி உயிரோடு இருந்திருந்தால் ஆசி வழங்கியிருப்பார்.

நீங்கள் முழுவதும் குணமாகிவிட்டீர்கள் என நம்புகிறேன்.

17 ஏப்ரல் 1948

தங்கள் உண்மையுள்ள,
பி.ஆர். அம்பேத்கர்

141

புது தில்லி,
10 ஆகஸ்ட் 1951.

அன்புள்ள பிரதமர்[1] அவர்களுக்கு,

எனது உடல்நலம் எனக்கும் என் மருத்துவர்களுக்கும் மிகுந்த கவலை அளிக்கும் விதத்தில் உள்ளது. தொடர்ந்து சிகிட்சை அளிக்க நான் அவர்களுக்கு ஒரு மாதமாவது ஒதுக்க வேண்டும் என எனக்கு அழுத்தம் தந்துகொண்டிருக்கிறார்கள். இச்சிகிட்சைக்கு அவ்வாறு இல்லாமல் ஒத்திப்போட்டால் உடல்நிலையில் மேலும் சிக்கல் ஏற்படும். என் மருத்துவர்களின் கையில் என்னை ஒப்படைப்பதற்கு முன் இந்துத் தொகுப்புச் சட்டத்தை இறுதியாக்கம் செய்துவிட வேண்டும் என ஆவலோடு உள்ளேன். எதிர்த் தரப்பினர் தடையிடும் தந்திரங்களை அனுஷ்டிக்காவிட்டால், இந்துத் தொகுப்புச் சட்டத்திற்கு முன்னுரிமை கொடுத்து ஆகஸ்ட் 16இல் எடுத்துக்கொண்டு செப்டம்பர் 1ஆம் தேதியில் முடித்துவிடலாம் என எண்ணுகிறேன். இந்த விஷயத்திற்கு நான் மிகவும் முக்கியத்துவம் கொடுப்பது உங்களுக்குத் தெரியும். இந்த மசோதாவை நிறைவேற்றுவதற்காக என் உடல்நலத்தில் ஏற்படும் எந்தப் பாதிப்பையும் நான் எதிர்கொள்ளத் தயாராகவே இருக்கிறேன். எனினும் இந்த மசோதாவை விரைவில் நிறைவேற்றினால் இந்த சிரமத்தைத் தவிர்க்க முடியும். அதற்கு உங்களுக்கு எந்தவித ஆட்சேபணையும் இருக்கமுடியாது என்று நிச்சயம் நம்புகிறேன். எனில் நான் இந்தக் கஷ்டத்தைத் தவிர்க்க முடியும். ஆகஸ்ட் 16ஆம் தேதியைத் தேர்ந்தெடுத்ததன் மூலம் உடனடியாக நிறைவேற்றப்பட வேண்டிய மசோதாக்களான பஞ்சாப் சம்பந்தப்பட்ட மசோதா, அவசரச் சட்டங்கள், சி பிரிவு மாநிலங்கள் சம்பந்தமான ஸ்ரீ. கோபால்ஸாமி அய்யங்காரின் மசோதா ஆகியவற்றிற்கு முன்னுரிமை அளித்துள்ளேன்.

---

1. ஜவஹர்லால் நேரு

கடந்த கட்சிக் கூட்டத்தில் இந்த மசோதா செப்டம்பர் முதல் வாரத்தில் எடுத்துக்கொள்ளப்படும் என்று கூறியதாக நான் கேள்விப்பட்டதால் இதை எழுதுகிறேன். அது நிச்சயமாக உங்கள் ஆலோசனையாகத்தான் இருக்கும், உங்கள் முடிவாக அல்ல என நம்புகிறேன்.

கனிவான வாழ்த்துகளுடன்,

தங்கள் உண்மையுள்ள,
பி.ஆர். அம்பேத்கர்.

142

10 ஆகஸ்ட் 1951

அன்புக்குரிய அம்பேத்கருக்கு,

நான் நேற்றுத்தான் இந்துத் தொகுப்புச் சட்டத்தைக் குறித்து உங்களுக்குக் கடிதம் எழுதியிருந்தேன். 10ஆம் தேதியிட்ட உங்கள் கடிதம் இன்று கிடைத்தது.

உங்கள் உடல்நலன் மோசமாக இருப்பதைக் குறித்து வருந்துகிறேன். விஷயங்களை இலகுவாக எடுத்துக்கொள்ளுங்கள் என்று நான் ஆலோசனை கூறுகிறேன்.

இந்துத் தொகுப்புச் சட்டத்தைப் பொறுத்தவரை அவையின் உள்ளே மட்டுமல்ல அவைக்கு வெளியிலும் நமக்குப் பலத்த எதிர்ப்பு உள்ளதை அறிவீர்கள். உலகத்திலேயே தலைசிறந்த மனவுறுதி இருந்தாலும்கூட எதிர்த்தரப்பைப் புறந்தள்ளிவிட்டு, விரைவாக விஷயங்களைச் சாதித்துவிட முடியாது. பெருமளவில் முட்டுக்கட்டையிட்டுத் தாமதம் செய்ய அவர்களுக்கு வலிமை இருக்கிறது. எனவே நாம் சற்றுத் தந்திரத்துடன் இலட்சியத்தை அடையும் நோக்கோடு முன்செல்ல வேண்டும். இந்தக் கூட்டத்தொடரிலேயே இந்த மசோதா நிறைவேற வேண்டும் என்று ஆவலோடு உள்ளேன்.

அமைச்சரவை முடிவின்படி செப்டம்பர் தொடக்கத்தில் இந்த மசோதா எடுத்துக்கொள்ளப்படும். அவைக்குறிப்பிலும் இது பதிவேற்றப்பட்டுள்ளது. கட்சிக் கூட்டத்தில் இதை நான் குறிப்பிட்டேன்; அவர்களும் ஏற்றுக்கொண்டனர். இதை முடுக்கி விரைந்து நிறைவேற்ற நாம் முயற்சி செய்வது நமது எதிராளிகளுக்குத் தேவையற்ற விதத்தில் துணை செய்வது போலாவதுடன் சிக்கலைத் தோற்றுவிக்கவும் செய்யும். சில முக்கிய மசோதாக்களை – அவசரச் சட்டங்களை, C மாநிலங்கள் பற்றிய மசோதா, தொழில்துறை மசோதா ஆகியவற்றை முடித்துவிட்டு செப்டம்பர் தொடக்கத்திலேயே இதை எடுத்துக்கொள்வது

சாதகமாக இருக்கும். இவற்றுக்கு முன் இந்துத் தொகுப்புச் சட்டத்தை எடுத்துக்கொள்ள முயல்வோமானால், மீண்டும் ஓர் அமளி ஏற்பட்டு மற்றவர்களுக்கு இது ஒரு வாய்ப்பாகவும் அமைந்துவிடும். எல்லாவற்றையும் கருத்தில் கொண்டு பார்த்தால், நாம் அறிவித்த தேதியில் அதை முன்கொண்டு செல்வதே சிறந்ததாக இருக்கும் என நினைக்கிறேன். அப்போது நாம் அதிக ஊக்கத்துடனும் குறைந்த எதிர்ப்புடனும் செயல்பட முடியும். நாடாளுமன்றம் அக்டோபர் முதல் வாரம் வரையிலாவது அமர்வில் இருக்கும். எனவே நிறைய நேரம் உள்ளது.

உங்கள் உண்மையுள்ள,

ஜவஹர்லால் நேரு.

143

27 செப்டம்பர் 1951 அன்று டாக்டர் அம்பேத்கர் இந்திய பிரதமர் நேருவிற்கு அனுப்பிய பதிவுத் தபால்.

நீண்ட நாட்களாக அமைச்சரவையிலிருந்து விலக வேண்டும் எனச் சிந்தித்துக்கொண்டிருக்கிறேன். தற்போதைய நாடாளுமன்ற அமர்வு முடியும் முன் இந்துத் தொகுப்புச் சட்டத்தை நிறைவேற்றிவிடலாம் என்ற நம்பிக்கையில்தான் என் விருப்பத்தைச் செயல்படுத்தாமல் இருந்துவந்தேன். அந்த மசோதா திருமணம், விவாகரத்துச் சம்பந்தமான மசோதாவாக உடைத்துத் தடுக்கப்பட்டது. எனினும் நமது உழைப்புக்குக் கிடைத்த குறைந்தபட்ச பலனாக இது இருக்கட்டும் என அதற்கும் நான் ஒத்துக்கொண்டேன். மசோதாவின் இந்தப் பகுதியும் இப்போது ஒழிக்கப்பட்டுவிட்டது. இனி தொடர்ந்து உங்கள் அமைச்சரவையில் ஓர் உறுப்பினராக இருப்பதில் எந்தப் பயனும் இருப்பதாக எனக்குத் தெரியவில்லை.

எனது ராஜினாமாவை உடனடியாக ஏற்றுக் கொள்ள வேண்டும் என விரும்புகிறேன். நீங்கள் என் ராஜினாமாவை ஏற்றுக்கொள்வதில் தடையாக இருக்கக்கூடியவை என் பெயரில் இன்னும் நிறைவேறாமல் இருக்கும் மசோதாக்களும் தீர்மானங்களும்தான். நான் இல்லாமலிருப்பது எவ்விதப் பாதிப்பையும் ஏற்படுத்தாது. ஏனென்றால் உங்கள் அமைச்சரவையில் உள்ள எந்த அமைச்சரும் இந்த மசோதாக்களையும் தீர்மானங்களையும் வழிநடத்திச்செல்ல முடியும். இருப்பினும் என்னுடைய பதவிவிலகலுக்கும் முன்னமே இவற்றை நானே கவனிக்க வேண்டும் என நீங்கள் விரும்பினால் அதை முடிக்கும்வரை நான் இருப்பதற்குத் தயாராக உள்ளேன். ஆனால் முடியும் வரை மட்டுமே. உங்களுக்கும் அமைச்சரவைக்கும் தீர்க்க வேண்டிய கடப்பாட்டை நான் மறுக்கவில்லை. அப்படியானால் என் பெயரில் உள்ள மசோதாக்களுக்கும் தீர்மானங்களுக்கும் முன்னுரிமை கொடுக்கப்பட வேண்டும் என உங்களைக் கேட்டுக்கொள்கிறேன்.

பி.ஆர். அம்பேத்கர்.

144

அதே நாளில், செப்டம்பர் 27, 1951 திரு. நேரு டாக்டர் அம்பேத்கருக்கு எழுதிய கடிதம்:

செப்டம்பர் 27 நாளிட்ட தங்கள் கடிதம் கிடைக்கப் பெற்றேன். இரண்டு நாட்களுக்கும் முன்பு உங்கள் பதவி விலகல் பற்றிய செய்திகள் பத்திரிகைகளில் காணக்கிடைத்தது. அச்செய்தி எனக்கு மர்மமாகத் தெரிந்தது. இந்தக் கூட்டத் தொடரின் துவக்கத்தில் உங்கள் உடலநலக் குறைவைப்பற்றி என்னிடம் கூறியிருந்தீர்கள். நீங்கள் சீரான உடல்நிலையில் இல்லையென்பதை நன்கு அறிவேன்.

உங்கள் உடல் நலமின்மையையும் அமைச்சரவையிலிருந்து நீங்கள் பதவிவிலக விரும்புவதையும் கருத்தில் கொண்டு நீங்கள் தொடர்ந்து பதவியில் நீடிக்க வேண்டும் என நான் வற்புறுத்த முடியாது. அமைச்சரவையில் கடந்த வருடங்களில் நாம் ஒன்றுசேர்ந்து பணியாற்றிய நேரத்தில் நமக்கிடையேயான தோழமையை நான் மெச்சுவதை வெளிப்படுத்தியே ஆக வேண்டும். சில நேரங்களில் நாம் கருத்துவேறுபாடுகள் கொண்டிருந்தோம். ஆனால் நீங்கள் ஆற்றியிருக்கும் சிறந்த பணிகளைப் பாராட்டுவதற்கு அவை தடையல்ல. நீங்கள் விலகுவது குறித்து உண்மையில் நான் வருந்துகிறேன்.

இந்தக் கூட்டத்தொடரில் இந்துத் தொகுப்புச் சட்டத்தை நிறைவேற்ற முடியாமைக்கும், திருமணம், விவாகரத்து என்ற அதன் பகுதியைக்கூட ஒத்திவைக்க நேர்ந்தமைக்கும் நீங்கள் அடைந்த பெருத்த ஏமாற்றத்தைப் புரிந்துகொள்கிறேன். அதை உருவாக்குவதில் உங்களுடைய கடின உழைப்பையும் அதில் நீங்கள் கொண்டிருந்த உணர்வுபூர்வமான ஒன்றுதலையும் நன்கு அறிவேன். அந்த மசோதாவின் பணிகளில் நான் நெருக்கமாகத் தொடர்புகொண்டிருக்காவிட்டாலும் அதன் அவசியத்தை நான் வெகுகாலமாகவே உணர்ந்து அது நிறைவேற்றப்படுவதில்

ஆர்வமாக இருந்துள்ளேன். என்னால் இயன்ற அளவு முயன்றேன். ஆனால் நாடாளுமன்ற விதிகளும் சட்டங்களும் நமக்கு எதிராக இருந்தன. இந்தக் கூட்டத்தொடரில் நாம் செய்யக்கூடிய எதையும் செய்யமுடியாது எனத் தெளிவாகத் தெரிகிறது. தனிப்பட்ட முறையில் நான் இந்தப் போராட்டத்தைக் கைவிடப் போவதில்லை. ஏனெனில் நாம் விரும்பும் பலமுனை முன்னேற்றத்துடனும் மிக நெருங்கிய தொடர்பு கொண்டுள்ளது அது.

உங்களுடைய பதவிவிலகல் உடனடியாகச் செயலுக்கு வர வேண்டும் என்று கோரியுள்ளீர்கள். ஆனால் உங்கள் பெயரிலுள்ள மசோதாக்களும் தீர்மானங்களும் முடிவடையும் வரை தொடர்ந்து பதவியில் நீடிக்க முடியும் என்று நற்பண்போடு கூறியுள்ளீர்கள். இதுகுறித்து நான் கவனம் செலுத்துகிறேன். எப்பிடியிருப்பினும் இந்தக் கூட்டத்தொடர் அக்டோபர் 6ஆம் தேதிவரை மட்டுமே நடைபெறும். அதாவது இன்றிலிருந்து ஒரு வாரத்திற்குக் கொஞ்சம் அதிகம். இந்தச் சில நாட்களில் முன்னுரிமை அளிப்பதற்கான முகாந்திரங்கள் கிடையாது. முடிந்த அளவு உங்கள் பெயரிலுள்ள மசோதாக்களையும் தீர்மானங்களையும் விரைவில் முடிவு செய்ய முயற்சி செய்வோம். எனவே இந்தக் கூட்டத்தொடரின் இறுதிவரை நீங்கள் பதவியில் தொடர்வீர்கள் என்று நம்புகிறேன்.

நல்வாழ்த்துகளுடன்,

ஜவஹர்லால் நேரு.

145

டாக்டர் அம்பேத்கர் 1 அக்டோபர் 1951இல் நேருவிற்கு எழுதியது:

1951 செப்டம்பர் 28ஆம் தேதியிட்ட உங்கள் கடிதம் கிடைத்தது. அதில் என்னுடைய பதவி விலகலை ஏற்றுக்கொண்டதாகத் தெரிவித்துள்ளீர்கள். இந்தக் கூட்டத்தொடரின் இறுதிவரை அதாவது இம்மாதம் 6ஆம் தேதி வரை, நான் பதவியில் தொடர வேண்டும் என நீங்கள் விரும்புவதால் உங்கள் விருப்பத்திற்கு இணங்குகிறேன்.

1951 அக்டோபர் 6 அன்று நாடாளுமன்றத்தில் பதவி விலகும் அமைச்சர் வழக்கமாக அளிக்கும் அறிக்கையொன்றை நான் வழங்க இருப்பதை உங்களுக்குத் தெரிவித்துக்கொள்கிறேன்.

146

3 அக்டோபர் 1951இல் டாக்டர் அம்பேத்கருக்கு நேரு அளித்த பதில்:

இந்தக் கூட்டத்தொடரின் இறுதி நாளில் நிச்சயமாக நீங்கள் அறிக்கை ஒன்றை அவையில் வழங்கலாம். இன்னும் இறுதி நாள் என்றைக்கு என்று உறுதியாகத் தெரியவில்லை. அது பெரும்பாலும் அக்டோபர் 6 ஆக இருக்காது என்று தோன்றுகிறது.

உங்கள் அறிக்கைக்குப் பிறகு நானும் சில வார்த்தைகள் கூறக்கூடும். நீங்கள் அளிக்க முடிவு செய்துள்ள அறிக்கையின் நகலை எனக்கு அனுப்பித் தரமுடிந்தால் நன்றியுடையவனாக இருப்பேன்.

147

திரு. நேருவிற்கு 4 அக்டோபர் 1951 தேதியிட்ட டாக்டர் அம்பேத்கரின் கடிதம்:

அக்டோபர் 3, 1951 தேதியிட்ட தங்கள் கடித எண்[1]- பெற்றுக்கொண்டேன்.

கூட்டத்தொடரின் கடைசி நாளன்று அவையில் நான் அறிக்கை அளிக்கலாமென்று கூறியிருந்தீர்கள். 6ஆம் தேதி நான் அறிக்கை வழங்க வேண்டாம் என்பதுதான் இதன் பொருளா? கூட்டத்தொடரின் இறுதி நாள் 6ஆம் தேதி இல்லையென்றால் நான் என்றைக்கு எனது அறிக்கையை அளிக்க வேண்டுமென்று தெளிவான தகவலைத் தெரிந்துகொள்ள விரும்புகிறேன். ஏனெனில் இதுகுறித்துத் துணை சபாநாயகருக்கு நான் தகவல் கொடுக்க வேண்டும்.

எனக்குப் பிறகு நீங்களும் அறிக்கை அளிக்க விரும்புவ தாகத் தெரிகிறது. நீங்கள் தீர்மானித்தபடி அறிக்கை அளிப்பது வழக்கமில்லாதவொன்று. அலுவல் விதிகள் உங்களுக்குக் கொடுத்துள்ள உரிமைகளைப் பயன்படுத்துவதற்கு உங்களுக்குச் சுதந்திரம் உண்டு. என்னைத் தொடர்ந்து நீங்கள் அறிக்கை வழங்குவதில் எனக்குத் தனிப்பட்ட முறையில் ஆட்சேபணை இல்லை. எனது அறிக்கையின் நகலை முன்கூட்டியே தர வேண்டியிருக்கிறீர்கள். உரைகளையும் அறிக்கைகளையும் எழுதி வைத்துக்கொள்ளும் பழக்கம் எனக்கில்லை. இதுவரை எனது அறிக்கையை நான் எழுதி வைக்கவில்லை. எழுத நேரம் கிடைக்குமானால் உங்களுக்கு முன்னதாகவே ஒரு நகலை அனுப்பித் தருவதில் மகிழ்ச்சி அடைவேன். எவ்வளவு முன்னதாக என்று என்னால் நிச்சயமாகச் சொல்ல முடியவில்லை.

---

1. எண் எதுவும் கொடுக்கப்படவில்லை (மொ–ர்)

148

டாக்டர் அம்பேத்கருக்கு நேரு எழுதிய 4 அக்டோபர் 1951ஆம் தேதியிட்ட கடிதம்:

உங்களுடைய 4ஆம் தேதியிலான கடிதம் கிடைத்தது. கூட்டத்தொடர் 11ஆம் தேதி வரை நடைபெறும் என்று தெளிவாகிவிட்டது. நான் அவைக்கும் அறிவித்துவிட்டேன். இது உங்களுக்குப் பொருத்தமாக இருக்குமானால் அன்றே உங்கள் அறிக்கையை அளிக்கலாம்.

என்னுடைய அறிக்கையைப் பொறுத்தவரை அதை அளிக்க வேண்டும் என்று நிச்சயமாக நான் முடிவு செய்யவில்லை. ஆனால் ஒருவேளை அந்த நேரத்தில் சில வார்த்தைகள் கூறலாம்.

149

4 அக்டோபர் 1951ஆம் தேதியிட்ட டாக்டர் அம்பேத்கரின் கடிதம்:

கடிதம் எண்-3373 – பி.எம். அக்டோபர் 4ஆம் தேதியிட்ட தாங்கள் கூறியுள்ள ஆலோசனையின்படி நான் என் அறிக்கையை நாடாளுமன்றத்தில் அக்டோபர் 11இல் அளிக்க ஒத்துக் கொள்கிறேன். துணை சபாநாயகருடன் பேசினேன், என் பெயரில் இருக்கும் சீர்த்திருத்த ஆணை சம்பந்தமான அலுவல் முடிந்தவுடன் என் அறிக்கையை அளிக்க அனுமதிப்பதற்கு அவர் இசைவு அளித்துள்ளார்.[1]

---

1. நாடாளுமன்ற விவாதங்கள்-16 பகுதி 2, செப்டம்பர் - அக்டோபர் 1951 பக்கங்கள் 4130-37, கடிதங்கள் 143-149 வரை இப்படியான வடிவத்திலேயே அதாவது முன்பகுதியான வணக்கமும் பின்பகுதியான வாழ்த்தும் இன்றியே கிடைக்கப்பெற்றுள்ளது.

150

அன்பான திரு. தத்தா தேஷ்முக்,

பம்பாய் மாநிலச் சட்டமன்றத்திற்கான மாநில கவுன்சில் தேர்தல்கள் வர இருப்பது குறித்து உங்களுக்கு எழுதுகிறேன். நீங்கள் சபையின் அங்கத்தினராக இருப்பதால் உங்களுக்கு வாக்களிக்கும் உரிமை உண்டு.

மொத்தம் பதினேழு இடங்கள் நிரப்பப்பட வேண்டியிருக்கின்றன. தேர்தல் ஒற்றை மாற்று வாக்கின் அடிப்படையில் இருக்கும். பதினெட்டு முன்னுரிமை வாக்குப் பெற்றவர் வெற்றியாளராவார். தேர்தலில் நான் ஒரு வேட்பாளராகக் களமிறங்கியிருக்கிறேன். மற்ற வேட்பாளர்களும் களத்தில் இருக்கின்றனர்.

எனக்குத் தங்களது முதல் முன்னுரிமை வாக்கை அளிப்பீர்களா? உங்களது முடிவில் எந்த வேட்பாளருக்கு நீங்கள் உங்கள் முன்னுரிமை வாக்கை அளிக்கப் போகிறீர்களோ அவரது திறனைப் பரிசீலித்துக்கொள்ளுங்கள். என்னைப் பொறுத்தவரை கடந்த முப்பது ஆண்டுகளாக எனது பொதுச்செயல்பாடுகள் உங்கள் முன் உள்ளன. என்னைக் குறித்து உங்களிடம் மேலும் சொல்ல ஏதுமில்லை.

வரும் 27ஆம் தேதி மாநில கவுன்சில் தேர்தல் நடைபெற உள்ளது. உங்கள் முன்னுரிமை வாக்கை எனக்களித்து மேலும் பொதுச்செயல்பாடுகளை நான் முன்னெடுக்க வாய்ப்பு அளித்தால் நன்றியுடையவனாக இருப்பேன். எனது இந்த வேண்டுகோளைச் சிறப்பாகப் பரிசீலனைசெய்வீர்கள் என நம்புகிறேன்[1].

தங்கள் அன்புள்ள,
பி.ஆர். அம்பேத்கர்.

---

1. இந்தக் கடிதம் பெரும்பாலும் மார்ச் 29, 1952க்கு முன் எழுதப்பட்டதாக இருக்கலாம்.

151

அந்தரங்கம்

1 ஏப்ரல் 1952
26, அலிப்பூர் சாலை
சிவில் லைன்ஸ், தில்லி

பீம்ராவ் ஆர். அம்பேத்கர்
எம்.ஏ., பி.ஹெச்.டி., டி.எஸ்.சி
பாரிஸ்டர்-அட்-லா

அன்புள்ள தேஷ்முக் (தத்தா தேஷ்முக்),

தங்கள் மார்ச் 29ஆம் தேதிக் கடிதத்திற்கு எனது நன்றி. தங்கள் கடிதத்தில் குறிப்பிட்டிருந்த விஷயத்தில் நுழைவதற்கும் முன் மாநில கவுன்சில் தேர்தலில் நீங்கள் எனக்கு அளித்த உதவிக்கு என் நன்றியைத் தெரிவித்துக்கொள்ள விரும்புகிறேன். அது உண்மையில் மிகுந்த மதிப்புமிக்கது.

நான் முதலில் சொன்னதில் இன்னும் தெளிவாகவே இருக்கிறேன்; எனது மனம் வெளிப்படையானது, வெறுமையானது அல்ல. யார் என்முன் என்ன சொன்னாலும் அதை நிதானமாகவும் அமைதியாகவும் கருதத் தயாராகவே இருக்கிறேன். எனது அரசியலில் என் தனிப்பட்ட விஷயங்களுக்கு இடமில்லை. பட்டியல் சாதிகளுக்கு எது நன்மை பயக்குமோ அதுவே எனக்கும். நேரெதிராக இருப்பது என் அரசியல் அல்ல. ஆனால் பட்டியல் சாதிகளிடம் நான் ஒரு பாதையைத் தேர்ந்தெடுக்கச் சொல்வதற்கு முன்னால் அது அவர்களுக்கு உகந்ததா எனத் திருப்தி அடைய வேண்டும்.

சுரேந்திர அஜ்நாத்

தங்கள் கட்சித் திட்டங்களின் நகல் ஒன்று எனக்குக் கிடைக்குமா? அது இன்றி என்னால் ஒரு முடிவுக்கு வர இயலாது. அதை வாசித்து நீங்கள் எழுப்பியிருக்கும் பிரச்சினை குறித்து என் கருத்துகளை உங்களுக்குப் பகிர்வேன் என்று வாக்களிக்கிறேன்.

நல்வாழ்த்துகள்,

தங்கள் உண்மையுள்ள,
பி.ஆர். அம்பேத்கர்.

152

2, கிங் எட்வர்ட் சாலை,
புது தில்லி,
26 மே 1952.

இந்திய அரசாங்கம்
முத்திரை

அன்புள்ள டாக்டர் அம்பேத்கர்,

கொலம்பியா பல்கலைக்கழகம் சட்டத்தில் மதிப்புறு சட்ட முனைவர் பட்டத்தைத் தங்களுக்கு வழங்கியிருப்பதைப் பத்திரிகைகளில் கண்டு பேருவகை கொண்டேன். நமது அரசியல் அமைப்புச் சட்டத்தை உருவாக்குவதில் உங்கள் அபரிமிதமான பணிக்குக் கிடைத்த மிகச்சரியான அங்கீகாரம் இது. எனது நல்வாழ்த்துகள்.

முதல் மணிநேரத்திற்கு இன்றோ நாளையோ கால எல்லை இல்லை. எனவே பொது பட்ஜெட் குறித்து நீங்கள் பேசுவதாயிருந்தால், நீங்கள் இன்றோ நாளையோ மதியத்திற்கு முன் பேசுவது உங்களுக்கு வசதியாக இருக்கும்.

தங்கள் உண்மையுள்ள,
எஸ். ராதாகிருஷ்ணன்[1].

---

1. இந்தியாவின் அந்நாள் துணை குடியரசுத் தலைவர்.

153

26, அலிப்பூர் சாலை,
தில்லி,
27 மே 1952.

டாக்டர்.பி.ஆர். அம்பேத்கர்
மாநிலங்களவை உறுப்பினர்
நாடாளுமன்ற அவை, புது தில்லி
4001–4003

அன்புள்ள டாக்டர் ராதாகிருஷ்ணன் அவர்களுக்கு,

கொலம்பியா பல்கலைக்கழகம் எனக்கு மதிப்புறு சட்ட முனைவர் பட்டம் வழங்கியமைக்கு வாழ்த்துத் தெரிவித்த 26, மே 1952 தேதியிட்ட கடிதத்திற்கு என் ஆழமான நன்றி.

வழங்கப்பட்ட அங்கீகாரத்தைப் பாராட்டும் அளவுக்கு இந்தியாவில் சிலபேர் தயாராக இருப்பது மிகுந்த மகிழ்ச்சி அளிக்கிறது.

உங்களுக்கு என் கனிவான வாழ்த்துகள்,

தங்கள் உண்மையுள்ள,
பி.ஆர். அம்பேத்கர்.

டாக்டர்.எஸ். ராதாகிருஷ்ணன்
இந்திய துணை குடியரசுத் தலைவர்
புது தில்லி.

154

பம்பாய்,
29 மே 1952,

அன்பான திரு ஜோகலேக்கர்,

தங்கள் 22ஆம் தேதிக் கடிதத்தைப் பார்த்தேன். தங்கள் கட்சிக்காரரின் வேண்டுகோளை ஏற்றுக்கொள்கிறேன். ஆனால் எந்த நாளில் அது நீதிமன்றத்தில் வாதத்திற்கு வருகிறது என்பதைப் பொறுத்தது. வரும் ஞாயிறு நான் நியூயார்க் செல்கிறேன். மீண்டும் இயன்றவரை ஜூன் 15ஆம் தேதி திரும்பிவிடுவேன். இந்துக் காலனியில் உள்ள எனது வீட்டில் நீங்கள் என் வருகையைக் குறித்து அறிந்துகொள்ளலாம். பிறகு அங்கேயே என்னைச் சந்திக்கலாம்.

தங்கள் உண்மையுள்ள,
பி.ஆர். அம்பேத்கர்.

155

26, அலிப்பூர் சாலை,
சிவில் லைன்ஸ்,
தில்லி,
24 பிப்ரவரி 1953.

பீம்ராவ் ஆர். அம்பேத்கர்
எம்.ஏ, பி.ஹெச்.டி, டி.எஸ்.சி
பாரிஸ்டர்–அட்–லா
மாநிலங்களவை உறுப்பினர்

அன்பான ஜாதவ்,[1]

உங்கள் கடிதம் வந்து நீண்ட நாட்கள் ஆகின்றன. உடனே பதில் எழுத இயலவில்லை. முதல் காரணம் உடல்நலமின்றி இருந்தேன். டாக்டர் மல்வாங்கர் அவர்களை அழைக்க வேண்டியதாயிற்று. அவர் இன்னும் எனக்குச் சிகிச்சை அளித்துக் கொண்டிருக்கிறார்.

வாழ்வின் ஏற்ற இறக்கங்கள் குறித்து நான் கவலை கொள்வதில்லை. குழந்தைகளாக நாம் நம் தேவைகள் குறித்து எப்போதும் புகார் தெரிவிப்பவர்களாக இருந்திருப்போம். அன்புப் பிள்ளைகளே உங்களுக்குக் குறைந்தபட்சம் உறங்க ஓர் அறை உள்ளது. ஆனால், தெருவில் போர்வையின்றி உறங்கும் ஆட்களைப் பாருங்கள் என்று என் தந்தை எப்போதும் சொல்வதுண்டு. அவர்களைக் கண்டால் நீங்கள் எவ்வளவு மகிழ்ச்சியாக உள்ளீர்கள் என்பதை உணர்ந்துகொள்வீர்கள் என்பார். இந்த அறிவுரையை நான் எப்போதும் மறக்காததால் நல்லதோ தீயதோ எந்தச் சூழலிலும் என்னால் மகிழ்ச்சியாக இருக்க முடிகிறது. இதுபோன்ற மன அமைப்பைப் பெற்றுவிட்டால் நீங்களும் மகிழ்வோடு இருக்கலாம்.

---
1. டி.ஜி. ஜாதவ்

பெரும்பாலான மக்கள் தற்காலிகச் சந்தோசங்களிலும் உடல்பசிசார்ந்த விஷயங்களிலும் தீவிரமாக முயங்கிக்கொண் டிருக்கிறார்கள். ஆனால் ஆன்ம சந்தோசம் என்ற ஒன்று இருக்கிறது. நல்ல, சுயநலமற்ற எண்ணங்களிலிருந்தும் நல்ல, சுயநலமற்ற செயல்களிலிருந்தும் கிடைக்கப்பெறுவது அது. ஒருவர் உலக சந்தோசம் அடையமுடியாது. ஆனால் ஆன்ம சந்தோசம் அடைய முடியும். இதனால் நான் மகிழ்வாக இருக்கிறேன். புத்தர் சொல்வது போல், "ஆரோக்ய பரமா லபா சந்துத்தி பரமம் தனம் வைசாசபரமம் நதி நிப்பானம் பரமம் சுகம்" தம்மபதா, சுகவகோ 8[2]. அடிக்கோடிட்ட பகுதி மிகவும் முக்கியமானது. சந்தோஷ்[3] என்பது பரமம் தனம்[4] சந்தோஷ் இல்லாதவர் எப்போதும் துயரத்திலேயே இருப்பார்.

என்னுடைய எதிர்வினைகளை வேறு மாதிரி உங்களுக்குச் சொல்ல வேண்டும் என்று நினைத்தேன். பெரும்பாலானவர்கள் அதை விரும்பமாட்டார்கள். ஏனென்றால் அவர்களுக்கு மதம் என்பது இல்லை, மேலும் அவர்களுக்கு அது பிடிப்பதில்லை. என்னுடைய தந்தையால் நான் வித்தியாசமாக வளர்க்கப்பட் டிருக்கிறேன் என்பதில் மகிழ்சியடைகிறேன்.

நீங்கள் நலமாக இருப்பீர்கள் என நம்புகிறேன்,

தங்கள் உண்மையுள்ள,

பி.ஆர்.அ.

---

2. AAROGYAPARAMA LABHA SANTHUTHHIPARAMAMAM DHANAM. VISSAASAPARAMA NATI NIBBANAM PARAMAM SUKHAM

- DHAMMAPADA, SUKHAVAGGO 8

(ஆரோக்யம் என்பதே பெரும் லாபம். திருப்தியே பெரும் செல்வம், நம்பிக்கையே நல்ல நண்பன், நிர்வாணமே பெரும் மகிழ்வு)

3. சந்தோஷ் அதாவது திருப்தி

4. பரமம் தனம் அதாவது பெரும் செல்வம் (1, 2, 3, 4 மூலத்தில் ஹிந்தி லிபியில் தரப்பட்டுள்ளது. மொ–ர்).

156

[ஆகஸ்ட் 1953][1]

அன்புள்ள ராமகிருஷ்ண ராவ்,

தில்லியில் உங்களைச் சந்தித்தபோது உங்களிடம் பட்டியல் சாதியினர்க்குப் பருவகாலத்தில் பயிரிடுவதற்காக அளிக்கப்பட்ட நிலம் கையகப்படுத்தப்பட்டது தொடர்பாகவும் அதன் நீட்சியாக ஏற்பட்டிருக்கும் துயரமான பிரச்சினைகள் குறித்தும் பேசியிருக்கிறேன். தங்களது வருவாய்த் துறை அமைச்சருக்கு இதுகுறித்து 29 ஜூலை 1953 அன்று எழுதி உள்ளதையும் உங்களிடம் தெரிவித்திருந்தேன். அவர் பதில் சொல்லுவதாக வாக்களித்திருந்தும் பதிலளிக்கவில்லை.

அவர் வாக்களித்த பதில் நேற்று முன்தினம் கிடைத்தது. அதில் அரசாங்கம் கையகப்படுத்திய வேறு நிலங்களை வழங்க உத்தரவிட்டிருப்பதாகச் சொல்லியிருக்கிறார். வருவாய்த் துறை அமைச்சரின் இந்த உத்தரவு ஔரங்காபாத்தின் குலாபத் தாசிலில் உள்ளது. அரசு உத்தரவின்படிப் பட்டியல் சாதிகளிடம் கையகப்படுத்திய நிலங்கள் எல்லா மாவட்டங்களுக்கும் பொருந்தும்.

ஔரங்காபாத் மாவட்டத்திலுள்ள பட்டியல் சாதியினர் தங்களுக்கு அளிக்கப்பட்ட நிலத்தைத் திருப்பித் தரக் கோரி அரசை வலியுறுத்திச் சத்யாகிரஹம் செய்துவருவதை அறிவீர்கள். கிட்டத்தட்ட 1700 பேர் கைது செய்யப்பட்டிருக்கிறார்கள். அரசாங்கத்தின் எண்ணம் என்னவென்று எனக்குப் புரியவில்லை. ஒருவேளை அவர்களுக்குத் தண்டனை அளித்துச் சிறைக்கு அனுப்புவதாக இருக்கலாம். அப்படியொன்று நடந்தால் அது

1. இந்தக் கடிதத்தின் சாராம்சத்தைக் கொண்டு பார்க்கையில் நவ.6.1953இல் எழுதப்பட்ட கடிதத்திற்கு முந்தையது எனத் தோன்றுகிறது. இக்கடிதம் 29 ஜூலை 1953இல் எழுதப்பட்ட கடிதத்தைக் குறிப்பிடுவதால் எவரொருவரும் இக்கடிதம் 1953 ஆகஸ்ட் மாதத்தின் ஏதோவொரு நாளில் எழுதப்பட்டதாக யூகிக்க முடியும்.

பெரும் துயரமாக இருக்கும். பட்டினியில் கிடக்கும் மக்களை அவர்கள் ரொட்டி கேட்டதற்காகத் தூக்குமேடைக்கு அனுப்புவது அரசாங்கத்துக்கு நன்மதிப்பை அதிகரிக்காது. குலாதாபாத்திற்கு இட்ட உத்தரவைப் போன்று ஏன் மற்றப் பகுதிகளுக்கு வருவாய்த் துறை அமைச்சரால் உத்தரவு இட இயலவில்லை? அதற்குத் தேவையான அரசு நிலங்கள் நிறைய உள்ளன.

1700 சத்யாகிரஹிகளுக்கும் அவர்கள் தலைவருக்கும் தண்டனை வழங்குவதால் பட்டியல் சாதிக்கும் அரசுக்கும் இடையே கசப்பே ஏற்படும். நீங்கள் தண்டனையை ரத்துச் செய்வதற்கும் நிலம் அளிக்கப் பொது உத்தரவு ஒன்றைச் செயல்படுத்துவதற்கும் தயாராக இருந்தால் நான் இடைப்பட்டு சத்யாகிரஹத்தைக் கைவிடும்படி மக்களிடம் கேட்கிறேன். இது குறித்த முடிவை உங்களுக்கே விட்டுவிடுகிறேன்.

நல்வாழ்த்துகளுடன்,

உண்மையுள்ள,
பி.ஆர். அம்பேத்கர்.

ஸ்ரீ. ராமகிருஷ்ண ராவ்,
முதல்வர், ஹைதராபாத் மாநிலம்,
ஹைதராபாத் (டிவிஷன்).

157

26, அலிப்பூர் சாலை,

தேதி: 6 நவ 1953.

அன்பான திரு. பிந்து அவர்களுக்கு,

பட்டியல் சாதியினருக்கு நிலம் வழங்கும் ஹைதராபாத் அரசின் முடிவு குறித்த நகல்களை எனக்கு அனுப்புவதாகத் தில்லியில் நாம் சந்தித்தபோது சொல்லியிருந்தீர்கள். இப்போது ஒரு வாரத்திற்கும் மேல் ஆகிவிட்டது. ஆனால் நீங்கள் இன்னும் நகல்களை அனுப்பவில்லை.

செய்தித்தாள்களில் வெளிவந்திருக்கும் செய்திகளின்படி தங்களுக்கு வழங்கப்பட்டுப் பின்னர் கையகப்படுத்திய நிலத்தைத் திருப்பியளிக்கக் கோரிச் சத்யாகிரஹம் செய்த ஔரங்காபாத் மாவட்டத்தைச் சார்ந்த பட்டியல் சாதி ஆண்களையும் பெண்களையும் கைது செய்து சிறையிலடைத்துள்ளார்கள் எனத் தெரியவருகிறது.

அரசின் நோக்கம் என்னவென்று தெரியவில்லை. ஒருவேளை அவர்களுக்குத் தண்டனை அளித்துச் சிறைக்கு அனுப்புமாறு இருக்கலாம். அப்படி நடந்தால் அது பெருந்துயராக இருக்கும். ரொட்டி கேட்டதற்காகப் பட்டினியில் கிடக்கும் மக்களைத் தண்டித்துச் சிறையில் அடைப்பது அரசின் கண்ணியத்திற்குப் பெருமை சேர்ப்பதாகாது. அவர்களை விடுவித்துச் சட்டத்தை நிலைநிறுத்த வேண்டும் என எண்ணுகிறேன்.

தங்கள் அமைச்சரவையின் ஆணைகள் எங்கள் பார்வையில் திருப்திகரமாக இருக்குமானால், பட்டியல் சாதியினரிடம்

பேசிச் சத்யாகிரஹத்தைக் கைவிடக்கோரி இடையீடு செய்ய என்னால் இயலும்.

தாமதமின்றித் தங்கள் பதிலுக்கு,

தங்கள் உண்மையுள்ள,
பி.ஆர். அம்பேத்கர்.

ஸ்ரீ. பிந்து,
உள்துறை அமைச்சர்
ஹைதராபாத் மாநிலம்
ஹைதராபாத்

158

26, அலிப்பூர் சாலை,
தில்லி,
15 ஜூலை 1954.

ஆசிரியர் அவர்கள்
கேசரி மற்றும் மராத்தா அலுவலகம்
பூனா-2

அன்புள்ள ஐயா,

ஜூலை 5, 1954 தேதியிட்ட தங்கள் கடிதம் பெற்றேன். அதில் கேட்கப்பட்டுள்ள சில கேள்விகளுக்கு என் கருத்துகளைக் கேட்டிருக்கிறீர்கள். மன்னியுங்கள். கல்லூரி வேலைகளில் பரபரப்பாக இருப்பதால் பம்பாயில் இருக்கும்வரை என்னால் இக்கடிதத்திற்குப் பதிலளிக்க முடியாது என நினைக்கிறேன். குன்னூர் ராணுவப் பணியாளர் கல்லூரிக்கு இந்திய அரசியலமைப்புச் சட்டம் குறித்து உரையாற்ற நான் உடனடியாகச் செல்ல வேண்டியிருந்தது. நேற்றுதான் அங்கிருந்து திரும்பினேன்.

தற்போதைய நாட்களில் பொதுவாழ்வில் தனிநபராகச் செயல்படுகையில் வெளியுறவுக் கொள்கைகளில் கவனம் செலுத்துவது கடினமான ஒன்று. ஏனெனில் நாட்டு மக்கள் பிரதமரின் பார்வைக்கு ஒத்துப்போகாத மற்றப் பார்வைகளைக் கேட்கத் தயாராக இல்லை. எனக்கும் ஏறக்குறைய இதே சிக்கல்தான். ஒரு காலத்தில் நான் கவனம் கொண்டிருந்த வெளிநாட்டுக் கொள்கை குறித்து ஆர்வம் காட்டுவதை நான் நிறுத்திக்கொண்டேன். எனவே நீங்கள் எழுப்பியிருக்கும் பிரச்சினைகளில் எனக்குப் போதாமை இருக்கிறது என உணர்கிறேன்.

இதயம் கனிந்த வாழ்த்துகள்.

தங்கள் நம்பிக்கையுள்ள,
பி.ஆர். அம்பேத்கர்.

159

26, அலிப்பூர் சாலை,
சிவில் லைன்ஸ்,
தில்லி,
24 நவ 1954.

பீம்ராவ் ஆர். அம்பேத்கர்
எம்.ஏ,பி.ஹெச்.டி,டி.எஸ்.சி
பாரிஸ்டர்–அட்–லா
மாநிலங்களவை உறுப்பினர்

அன்புக்கினிய அவோடே,

தங்களது இரண்டு கடிதங்களையும் பெற்றுக்கொண்டேன். கடுமையான பணி அழுத்தம் காரணமாக நான் விரும்பியபடிக்கு உங்களுக்கு விரிவாக எழுத இயலவில்லை. காம்ப்ளே[1] குறித்து மட்டும் எழுதுகிறேன். நீங்களோ சம்மேளனமோ அவருக்கு எந்த உதவியும் செய்ய வேண்டாம். அவர் வெறும் கவன ஈர்ப்பு ஆசாமி. இதற்கு ஒரு முற்றுப்புள்ளி வைக்க வேண்டும்.

கனிவான வாழ்த்துகள்.

தங்கள் உண்மையுள்ள,
பி.ஆர். அம்பேத்கர்.

ஸ்ரீ.ஹெச்.டி. அவோடே, பி.எஸ்.சி,எல்.எல்.பி.
நிர்வாக & மேற்பார்வை செயலர்
மத்தியப்பிரதேசப் பட்டியல் வகுப்பு சம்மேளனம்
அபயங்கார் சாலை
சீதாபுல்டி, நாக்பூர்

1. டி.பி. காம்ப்ளே

160

மிலிந்த் மகாவித்யாலயா முகாம்
நாக–சேனா–வனம், ஔரங்காபாத் (பிரிவு)
டிசம்பர் 9, 1955

அன்புள்ள பிள்ளை அவர்களுக்கு,

நீண்ட வருடங்களாக நாம் பிரிந்திருக்கிறோம். என்னைத் தொடர்புகொள்ளவோ என்னைக் குறித்து விசாரித்தறியவோ நீங்கள் முயற்சிசெய்யவில்லை. அதை நீங்கள் வேறொரு பிரதேசத்தில் அதாவது ரஷ்யா, சீனப் பிரதேசங்களில் வாழ்ந்து கொண்டிருப்பதால்தான் என எடுத்துக்கொண்டேன். நான் கொஞ்சம் பழைமையான மனிதன். எனக்குப் பரிச்சயமான பழக்கமான ஜனநாயக உலகில் வாழ்ந்துகொண்டிருப்பவன். உங்களைத் தொடர்புகொள்ள நினைக்கும் ஒவ்வொரு முயற்சியும் தவறாகப் புரிந்துகொள்ளக்கூடியதாக இருக்கும் என நினைத்திருந்தேன். ஆனால் சூழ்நிலை இந்தக் கடிதத்தை எழுத வைத்துவிட்டது. இதை நீங்கள் அவமதிக்கமாட்டீர்கள் என நம்புகிறேன். ஒரு பௌத்தனாகப் பஞ்சசீலம் குறித்துப் பரிச்சயம் கொண்டுள்ளேன். ஆனால் இப்போது புல்கான், குர்ஷ்சேவ், சவுதி அரேபியா அரசர் ஆகியோரின் வாயிலிருந்து பஞ்சசீலக் கொள்கை குறித்த அவர்களின் ஞானத்தை நிறையவே கேள்விப்படுகிறேன். புல்கனினும் குருஷ்சேவும் சவுதி அரேபியா அரசரும் என்ன விதமான பஞ்சசீலத்தை அனுசரிக்கிறார்கள் என்று என் சிற்றறிவுக்கு எட்டவில்லை. நமது பிரதம மந்திரியைச் சந்திக்க இந்தியா வந்தபோது சீனப் பிரதமர் சௌ–என்–லாய் அவர்களும் பஞ்சசீலத்தைக் குறித்து உதிர்த்ததை வாசித்த ஞாபகம் இருக்கிறது. உலகின் முக்கியப் பிரமுகர்களான இந்நால்வரும் சொல்லும் பஞ்சசீலம் குறித்த பனுவல்களைச் சேகரிக்க மிகுந்த ஆவலாக உள்ளேன். உலகச் செய்திகள், குறிப்பாக, வெளிநாட்டுச் செய்திகள் குறித்த மொத்தக்

குத்தகைதாரர் நீங்கள்தான் என்பதால் இந்தக் கடிதத்தை அனுப்ப தகுதியான நபர் நீங்கள் என்று நினைக்கிறேன்.

நான் சிறிது காலம் உடல்நலம் குன்றி இப்போது மெதுவாகச் சீர்பெற்று வருகிறேன். நீங்கள் மேற்கண்ட எனது தற்காலிக முகவரிக்குப் பதில் அனுப்பினீர்கள் என்றால் பெற்றுக்கொள்ள வசதியாக இருக்கும்.

எனது வெளிநாட்டு நண்பருக்கும் அவரது மனைவிக்கும் எனது அன்பின் வாழ்த்துகள்.

தங்கள் அன்புள்ள,
பி.ஆர். அம்பேத்கர்.

ஸ்ரீ.என்.ஆர். பிள்ளை[1]
செக்ரெட்டரி ஜெனரல்
வெளியுறவுத்துறை, இந்திய அரசு, புது தில்லி

1. இந்தியக் குடிமைப் பணி அதிகாரியான திரு. நாராயணன் ராகவன் பிள்ளை சுதந்திர இந்தியாவில் முதல் காபினெட் செயலாளராகவும், இரண்டாவது வெளியுறவுத்துறைச் செயலாளராகவும் பணியாற்றியவர். கேரளத்தின் திருவனந்தபுரத்தில் பிறந்தவர். கேம்ப்ரிட்ஜ் பல்கலையின் கல்வி உதவித்தொகை பெற்று இயற்கை அறிவியலிலும் சட்டக்கல்வியிலும் இளங்கலை பயின்றவர். அம்பேத்கரின் நண்பர். (மொ–ர்)

161

ஹைதராபாத் 10 டிசம்பர் 1955.

அன்புள்ள டாக்டர் அம்பேத்கர்,

இணைத்துள்ள படிவங்கள் விளக்கம் கோராதவை. சாதிப் பிரச்சினைகளை வெளிக்கொணர்வதில் *மேன்கைண்ட்*[1] தனது முழுமைக்கு நேர்மையாக முயற்சிசெய்யும். எனவே தங்களிடமிருந்து ஒரு கட்டுரை வந்தால் மிகுந்த மகிழ்ச்சியூட்டுவதாக இருக்கும். கட்டுரைகளைப் பொறுத்தவரை 2500 இலிருந்து 4000 வார்த்தைகளுக்குள் எதிர்பார்க்கிறோம். எது குறித்து எழுதுவது என்று நீங்களே முடிவு செய்துகொள்ளுங்கள். நம் நாட்டில் பெருவாரியாக நீடிக்கும் சாதி முறைமை குறித்து ஒன்றுக்கும் மேற்பட்ட கோணங்களில் நீங்கள் எழுதுவதாய் இருந்தால் இந்திய மக்கள் கோபத்தில் அல்ல அதிசயிக்கும் விதத்திலும் நீங்கள் எழுத வேண்டும் என விரும்புகிறேன். மத்தியப் பிரதேசத்தில் நாடாளுமன்றப் பிரச்சாரக் கூட்டங்களில் நான் உங்களைக் குறித்து ஆற்றிய உரைகள் என்னுடனே பயணித்த உங்கள் தளபதி மூலம் உங்களுக்குத் தெரியவந்திருக்குமோ என்னவோ எனக்குத் தெரியாது. இப்போதுகூடப் பரிதாபத்தோடு கோபமும் இணைய வேண்டும் என்றே நான் விரும்புகிறேன். மேலும் நீங்கள் பட்டியல் சாதிகளுக்கு மட்டுமன்றி மொத்த இந்திய மக்களுக்கும் உரிய தலைவராக மலர வேண்டும் என்று விரும்புகிறேன்.

மண்டல அரசியல் வகுப்பு முகாமில் தங்களது கட்டுரையும் பயில்வுக்கு உட்படுவது உள்ளபடியே மகிழ்வூட்டக் கூடியது. இணைக்கப்பட்டுள்ள படிவங்கள் உதவிகரமாக இருக்கும். தங்களது உரை குறித்தான சிறு குறிப்பை நீங்கள் முன்னமே தருவீர்களானால் பின்னர் வெளியிட வசதியாக இருக்கும். ஒரு மணிநேர உரையையும் அதைத் தொடர்ந்து அதே அளவு நேரத்தில் விவாதத்தையும் எதிர்பார்க்கிறோம்.

---

1. பத்திரிகையின் பெயர்

சோசலிசக் கட்சியின் அடித்தள மாநாடு குறித்து உங்களுக்கு எந்த அளவுக்கு ஆர்வம் இருக்கும் என்று தெரியவில்லை. நீங்கள் கட்சியின் உறுப்பினர் இல்லையென்றாலும் உங்களைச் சிறப்பு விருந்தினராக அழைக்க மாநாடு விரும்புகிறது. மற்ற விஷயங்களோடு விவசாயத் தொழிலாளர் பிரச்சினை, உடல் உழைப்பாளர்கள் பிரச்சினை, பெண்கள், நாடாளுமன்றப் பணிகள் குறித்து மாநாட்டில் விவாதிக்கப்படும், இவற்றில் எதைக் குறித்தும் நீங்கள் பேசலாம். மாநாட்டின் முன்னேற்பாட்டு நிகழ்வுகளில் பங்கேற்று நீங்கள் மாநாட்டில் விவாதிக்க வேண்டிய ஓரிரு முக்கிய கருத்துகளைச் சொல்வதாக இருந்தால் மாநாடு அதற்குச் சிறப்பு அனுமதி அளிக்கும் என நம்புகிறேன்.

அன்பின் வாழ்த்துகளுடன்,

தங்கள் உண்மையுள்ள,
ராம் மனோகர் லோஹியா.

162

மிலிந்த் மகாவித்யாலயா முகாம்
நாக-சேனா-வனம், ஔரங்காபாத் (பிரிவு)
டிசம்பர் 20, 1955.

பீம்ராவ் ஆர். அம்பேத்கர்
எம்.ஏ., பி.ஹெச்.டி., டி.எஸ்.சி
பாரிஸ்டர்-அட்-லா
மாநிலங்களவை உறுப்பினர்

என் அன்புள்ள நானக் சந்த்,

ஞாபகப்படுத்திப் பார்க்கையில் இதுவரை 26, அலிப்பூர் சாலை முகவரியின் மின் இணைப்புக்கு, ஓட்டுநருக்கு என்ன ஆனது என்று நீங்கள் ஒரு வரிகூட எழுதவில்லை. குறிப்பிட்ட நேரத்திற்குள் கட்டணங்களைச் செலுத்துவதற்கும், சீரான தகவல்களுக்கும் உங்களையே நம்பியிருக்கிறோம். அலிப்பூர் சாலை வீட்டின் ஓட்டுநர் இப்போதும் இருக்கிறாரா அல்லது வேறு எங்காவது வேலைதேடிப் போய்விட்டாரா என்று எனக்கு உறுதியாகத் தெரியவில்லை. நவம்பரில் பாலு அங்கிருந்து வந்தபோது மின்னிணைப்பு துண்டிக்கப்பட்டிருந்ததாகச் சொன்னார். கார் உரிமக் கட்டணம் என்ன ஆனது? மின்னிணைப்பைப் பொறுத்தவரை என் ஓர்மையில் நாம் எதுவும் நிலுவை வைத்ததாகத் தெரியவில்லை. மின்சாரத் துறையைப் புரிந்துகொள்வது சிரமமாக இருக்கிறது. தயவு செய்து அலுவலகத்துக்குச் சென்று விசாரிப்பீர்களா?

அப்படி பாக்கித் தொகை செலுத்த வேண்டியிருந்தால் எனக்குத் தெரிவியுங்கள். ஓட்டுநரைக் குறித்தும் சொல்லுங்கள். அக்டோபர் 1955 வரையிலும் அவருக்குச் சம்பளம் கொடுத்திருக்கிறோம். அக்டோபருக்குப் பிறகும் அவர் வேலையில் இருப்பதாக இருந்தால் அவரது சம்பளத்திற்குக் காசோலை அனுப்பித் தருகிறோம். உங்களது தாமதமில்லாத பதிலை எதிர்பார்க்கிறேன்.

எனது உடல் நிலையில் சற்று முன்னேற்றம் இருக்கிறது. எனினும், ஜனவரி முதல்தேதிவரை நான் தில்லிக்கு வரமாட்டேன்.

காருக்கான பதிவுக் கட்டணம் ரூ. 45/-க்கான காசோலையை இணைத்துள்ளேன்.

அன்பு வாழ்த்துகள்.

தங்கள் உண்மையுள்ள,
பி.ஆர். அம்பேத்கர்.

இணைப்பு:

காசோலை எண்: R 507376
ஸ்ரீ. நானக் சந்த் ராட்டு[1]
B.11/228 (G.D.S)
தேவநகர், புது தில்லி–5

---

1. ஸ்ரீ. நானக் சந்த் ராட்டு அவர்கள் டாக்டர் அம்பேத்கரின் அந்தரங்கச் செயலராக நீண்டகாலம் பணியாற்றினார்.

163

தந்தி[1]

பண்டித ஜவஹர்லால் நேரு
புது தில்லி

நாடாளுமன்றத்திற்கு வரயியலாமைக்கு வருத்தங்கள். தில்லிக்குப் பயணம் செய்வதை எனது மருத்துவர்கள் கடுமையாக எதிர்க்கிறார்கள். மொழிவாரி மாநிலங்கள் குறித்த என் கருத்துகளை வெளிப்படுத்த ஆவலாய் இருந்தேன். வர இயலாததால் இந்தத் தந்தியின் மூலம் தெரிவிக்கிறேன். சம்மேளனத்தின் சார்பில் இதைப் பேசுகிறேன். சம்மேளனம், மகாராஷ்டிராவுடன் பம்பாய் இணைவதை விரும்புகிறது. பம்பாய் தனி மாநிலம் ஆவதிலும் ஆட்சேபணை இல்லை. தனிப்பெரும்பான்மையான ராட்சத மாநிலங்களாக உ.பி, பீகார், மகாராஷ்டிராவை உருவாக்குவதைப் பலமாக எதிர்க்கிறது. மத்திய அரசுக்கு மட்டுமல்ல, சிறுபான்மையினருக்கும் பட்டியல் சாதிகளுக்கும் இந்த மாநிலங்கள் மிகப்பெரும் ஆபத்தாக அமையும் எனச் சம்மேளனம் உணர்கிறது. சம்மேளனம் உ.பியும் பீகாரும் மூன்று மாநிலங்களாகப் பிரிக்கப்பட வேண்டும் என விரும்புகிறது. மகாராஷ்டிராவும் மூன்றாகப் பிரிக்கப்பட வேண்டும். பட்டியல் சாதியினரை மனிதர்களாக அங்கீகரிக்காத நசுக்கும் பெரும்பான்மையினரின் மாநிலங்களின் ஆதரவு நிலை பட்டியல் சாதியினருக்கு எவ்விதப் பாதுகாப்பையும் அளிக்காது. இந்த விஷயத்தில் நீங்கள் தீவிர கவனம் செலுத்த வேண்டும் எனக் கேட்டுக்கொள்கிறேன். பின்விளைவுகள் மோசமாக இருக்குமென்று அஞ்சுகிறேன். அரசியல்ரீதியாகப் பட்டியல் சாதிகளுக்கு இப்போது பாதுகாப்பில்லை; அவர்களது வருத்தம் வன்முறையாக மாறக்கூடும்.

அம்பேத்கர்

---

1. இந்தத் தந்தி டாக்டர் அம்பேத்கரால் ஜனவரி 17, 1956 மாலை 4.00 மணிக்கு பிறகு அனுப்பப்பட்டுள்ளது.

164

26, அலிப்பூர் சாலை, தில்லி,
தேதி: 22 ஏப்ரல் 1956.

அன்புள்ள திரு கோபர்கடே,

கடந்த மாதம் 17ஆம் தேதி ஆக்ராவில் நான் உரையாற்ற இருந்த விழாவிற்கு உங்களுக்கும் அழைப்பு விடுக்கப்பட்டிருந்தது. உ.பி–யில் இதுவரை இல்லாத பிரமாண்டமான ஒரு பொதுக்கூட்ட மாக அமைந்திருந்தது, என்னைப் பொறுத்தவரை அந்தப் பகுதியில் உள்ள நம் மக்களுக்கு உங்களை அறிமுகப்படுத்த மிகத் தோதானதொருக் கூட்டமாக அதை நினைத்தேன். கூட்ட ஏற்பாட்டாளர்களிடம் உங்களை அங்கு வரவழைக்க வலியுறுத்தியிருந்தேன். உங்களுடைய பயணச் செலவுகளை அவர்கள் வழங்கத் தயாராக இருந்தார்கள் என்றும் எனக்குச் சொல்லப்பட்டது. திரும்பத் திரும்ப உங்களுக்கு நினைவூட்டல் கடிதங்களும் தந்திகளும் அனுப்பப்பட்டிருக்கின்றன. என்னுடைய கடிதத்திற்குப் பதிலளிக்கும் குறைந்தபட்ச நாகரிகம்கூட உங்களுக்கு இல்லை. இம்மாதிரியான நடத்தையோடு கட்சியின் செயலாளராக இருப்பது நல்லதல்ல. உங்களைப் போன்றோரால் நான் மிகவும் எரிச்சலடைந்துள்ளேன். இதுபோன்ற உதாசீனங்களையும் பொறுப்பின்மையையும் என்னால் அறவே சகித்துக்கொள்ள முடியாது. புதிய செயலாளராக நீங்கள் பொறுப்பேற்றுக் கிட்டத்தட்ட ஒரு வருடம் ஆகப்போகிறது. தேர்தல் நெருங்குகிறது, இன்னும் உங்கள் முகத்தை இந்தப் பக்கமுள்ள மக்களுக்குக் காண்பிக்கவில்லை. கட்சியைக் குறித்தும் செயற்குழுவின் தீர்மானங்கள் குறித்தும் அவர்களோடு எப்போது பழகி, எப்போது பரிச்சயப்படுத்திக் கொள்வீர்கள் என்று தெரியவில்லை. நமக்கு ஏதேனும் அனுப்பிக்கொண்டிருக்கும் பட்டியல் சாதி – பழங்குடியின கமிஷனரின் அலுவலகத்துக்கு இன்னும் உங்கள் அலுவலக முகவரியை நீங்கள் அளிக்கவில்லை.

எல்லாத் தொடர்புக் கடிதங்களும் பழைய செயலாளரின் முகவரிக்குப் போகிறது. பத்திரிகைத் தொடர்புகள் எல்லாம் என்னிடம் வருகின்றன, ஏனென்றால், உங்கள் முகவரியை நீங்கள் எங்கும் கொடுக்கவில்லை. அமைப்பின் நலன் கருதிப் பத்திரிகைகளிடம் நான் தொடர்புகொள்வதுபோல் நீங்கள் நடந்துகொள்ளக் கூடாது. பி.டி.ஐ, யு.பி.ஐ ஆட்களிடம் நீங்கள் எங்கு சென்றாலும் தகவல் தெரிவியுங்கள். அதைப் பிரசுரிக்க அவர்கள் மறுக்கமாட்டார்கள்.

தங்கள் உண்மையுள்ள,
பி.ஆர். அம்பேத்கர்

ஸ்ரீ.ஆர்.டி. கோபர்கடே
பி.ஏ, பார்-அட்-லா
பொதுச் செயலாளர் அ.இ.ப.சா.கூ
காந்தி வார்ட், சந்தா (ம.பி)

165

மகாராஷ்ட்ராவுக்கான அம்பேத்கரின் செயல்முறைக் குறிப்புகள்[1]

மக்களின் குரல்

மகாராஷ்டிரா–பம்பாய் பிரச்சினை குறித்து ராஜ்யசபாவில் நான் முன்மொழிந்தவை மகாராஷ்டிரியர்களுக்கு ஏற்புடைய தாக இல்லை என்று எனக்குக் கிடைத்த தகவல்கள் மூலம் அறிந்துகொண்டேன். பம்பாய் நகரில் தங்களுக்குப் பெரும்பான்மை கிடைக்காது என அவர்கள் அச்சப்படுகிறார்கள்.

மறுபக்கத்தில் குஜாராத்திகள் நூறு இடங்களுள்ள அவையில் 15 சதவீதம் உள்ள குஜராத்தி மக்கள்தொகைப்படி இரண்டு அல்லது நான்கு இடங்களே பெற முடியும் என நினைக்கிறார்கள். இரு சமூகங்களும் தங்களுக்குள் கைவிடப்படுகிறோம் என்ற எரிச்சலோடு இருப்பர். எனவே வேறொரு ஆலோசனை கூறுகிறேன்.

மகாராஷ்டிரா மாநிலம் இரண்டாகப் பிரிக்கப்பட வேண்டும்; ஒன்றில், (1) பெரும் பம்பாய் (2) தானா மாவட்டம் (3) கோலாபா (4) ரத்னகிரி (5) கோலாப்பூர் (6) மராத்தி பேசும் மாவட்டங்களான சூரத், பெல்காம், கார்வார் மாவட்டங்களைப் பிரிக்கும் கோடாக சாஹ்யத்ரி மலைகள்.

இந்தப் பிரிவினையின் பயன்கள் என்னவென்றால் (1) வடக்கு பம்பாய் வாயிலாகப் பம்பாயில் மகாராட்டியர்கள் பெரும்பான்மை அடையலாம் (2) அது ஒரு தனிப் பண்பாட்டுப் பகுதி (3) தனிமொழிப் பகுதி (4) மொத்தப் பகுதியின் பரப்பளவு

---

1. *ஃப்ரீ பிரஸ் ஜர்னலில்* 31, மே 1956 அன்று பிரசுரமானது

19,800 கன மைல்கள், மொத்த மக்கள்தொகை *9,067,413;* இதனால் அளவில் தகுதியான ஒரு மாநிலமாகத் திகழும்.

ஒன்றுபட்ட மகாராஷ்டிராவை ஏன் பிராமணர்கள் வலியுறுத்துகிறார்கள் என்று புரியவில்லை. அப்படியே இருந்தாலும் அதிகாரத்திற்கான இரு போட்டியாளர்கள் இருப்பார்கள் ஸ்ரீ. பி.எஸ். கிரேவும் ஸ்ரீ. ராமராவ் எம். தேஷ்முக்கும். பெரும் பாலும் டாக்டர் பஞ்ஜாப்ராவ் தேஷ்முக் தனக்கான தனிப்பட்ட பார்வைகளை வைத்திருக்கலாம்.

மகாராஷ்ட்ராவின் இரண்டாம் பகுதியின் தலைநகர் குறித்த பிரச்சினையும் சிக்கலைக் கூட்டுகிறது. தக்காண பிராமணர்களுக்கு பூனா வேண்டும், தற்போதைய மத்தியப் பிரதேசப் பிராமணர்களுக்கு நாக்பூர் வேண்டும். மூன்றாவது மாற்றுவழியாக இந்த இரண்டு நகரிலும் மாற்றிமாற்றிச் சட்டமன்றக் கூட்டங்களை நடத்தலாம் என்ற யோசனை முன்வைக்கப்படுகிறது. மொத்த மூன்று வழிகளையுமே நான் எதிர்க்கிறேன். ஒன்றுபட்ட மகாராஷ்டிரா என்ற பெயரில் நம் நாம் பேஷ்வா காலத்துக்குப் போகப்போவதில்லை. ஒன்றுபட்ட மகாராஷ்டிராவின் தலைநகராக ஔரங்காபாத்தை நான் முன்வைக்கிறேன். முஸ்லிம்களால் அழிக்கப்படும் முன் மகாராஷ்டிரத்தின் தலைநகராக இருந்த தௌலதாபாத்தின் அருகாமை நகரம். அற்புதமான காலநிலை கொண்டது.

இது விரைந்து முடிவெடுக்கப்பட வேண்டியது. காங்கிரஸ் தலைமை என்னதான் சொன்னாலும் ஒருபோதும் ஒரு குஜராத்தி மகாராஷ்ரியனுக்கும் மகாராஷ்ட்ரியன் ஒரு குஜராத்திக்கும் ஓட்டுப் போடுவது சிறிதும் சாத்தியமில்லாத விஷயம்.

டாக்டர் பி.ஆர். அம்பேத்கர்
(புது தில்லி)

166

26, அலிப்பூர் சாலை,
சிவில் லைன்ஸ்,
தில்லி,
தேதி: 12 ஜுன் 1956.

பி.ஆர். அம்பேத்கர்,
எம்.ஏ., பி.ஹெச்.டி., டி.எஸ்.சி., எல்எல்.டி., டி.லிட்,
பாரிஸ்டர்–அட்–லா
மாநிலங்களவை உறுப்பினர்

அன்பார்ந்த ரெகே,

மகாபாரதத்தின் மராத்திப் பதிப்பைத் திருப்பி அனுப்பியுள்ளேன். உங்கள் பிரதிகளோடு எனது பதிப்பும் காணாமல் போய்விட்டது என நினைக்கிறேன். ஆதி பர்வத்தின் மராத்தி மொழியாக்கத்தைப் பதிவுத் தபாலில் அனுப்பிவைக்க முடியுமா? என்னுடைய 'புரட்சியும் எதிர்ப்புரட்சியும்' புத்தகம் தற்காலிகமாக நிறுத்தி வைக்கப்பட்டுள்ளது. விரைந்து அனுப்புங்கள்.

தங்கள் உண்மையுள்ள,
பி.ஆர். அம்பேத்கர்.

ஸ்ரீ.எஸ், ரெகே
நூலகர்
சித்தார்த்தா கல்லூரி
பம்பாய்

167

26, அலிப்பூர் சாலை,
சிவில் லைன்ஸ்,
தில்லி,
தேதி: 8 செப்டம்பர் 1956.

பி.ஆர். அம்பேத்கர்,
எம்.ஏ., பி.ஹெச்.டி., டி.எஸ்.சி., எல்எல்.டி, டி.லிட்,
பாரிஸ்டர்-அட்-லா
மாநிலங்களவை உறுப்பினர்

அன்புள்ள திரு. கோட்போலே,

சிறிதுகாலத்திற்கு முன் மதமாற்ற நிகழ்வுக்கு நாக்பூர் வருவதாக இல்லை என்று எழுதியிருந்தேன். மேலதிகமாக யோசித்ததில் நாக்பூரே மிகச் சரியான இடமாக இருக்குமென்று முடிவு செய்துள்ளேன். ஆகவே விழா சிறப்புற அமையச் செய்வதற்கான வேண்டிய ஏற்பாடுகள் குறித்துக் கலந்தாலோசிக்க நீங்கள் தில்லிக்கு வர வேண்டும் என்று விரும்புகிறேன்.

இதை அவசரப் பணியாகக் கருதவும்.

தங்கள் உண்மையுள்ள,
பி.ஆர். அம்பேத்கர்.

ஸ்ரீ.டபுள்யூ.எம். கோட்போலே
செயலாளர்,
பாரதிய பௌத்த ஜன சமிதி
நாக்பூர் கிளை, கோத்தாரி மேன்ஷன்
சீதாபல்டி, நாக்பூர்

168

26, அலிப்பூர் சாலை,
தில்லி,
தேதி: 14 செப் 1956.

அன்புக்குரிய பண்டிட் ஜி,

நான் இப்போது எழுதி முடித்த 'புத்தரும் அவரது தம்மமும்' என்ற நூலின் உள்ளடக்கப் பகுதியின் அச்சிடப்பட்ட இரண்டு கையேட்டு நகல்களை உங்களுக்கு அனுப்பியுள்ளேன். புத்தகம் அச்சகத்தில் உள்ளது. உள்ளடக்கத்தைப் பார்க்கையிலேயே இது எவ்வளவு கடுமையான உழைப்பைக் கோரும் பணி என்று உங்களுக்குப் புரியும். 1956 செப்டெம்பரில் புத்தகம் விற்பனைக்கு வந்துவிடும். ஐந்து வருடங்கள் இந்தப் புத்தகத்திற்காக உழைத்துள்ளேன். புத்தகத்தின் தரத்தை உள்ளடக்கக் கையேடு சொல்லும்.

அச்சிடுவதற்கு மிகவும் அதிகமாகக் கிட்டத்தட்ட ரூ. 20,000/- வரை செலவாகும். இது என்னுடைய சக்திக்கு மிஞ்சியது. எனவே எல்லாத் தரப்பினரிடமும் விளம்பரம் செய்துகொண்டிருக்கிறேன். புத்தரின் 2500 வருட நினைவைக் கொண்டாடும் இந்த வருடத்தில், அதற்கு அழைப்பு விடுக்கப்பட்டிருக்கும் ஆய்வாளர்களுக்கும் எல்லா நூலகங்களுக்கும் வழங்கும் விதமாக இந்திய அரசு ஐந்நூறு பிரதிகளை வாங்கினால் நன்றாக இருக்கும் என்று நினைக்கிறேன்.

பௌத்தத்தின்மீது தங்களுக்கு இருக்கும் ஆர்வத்தை அறிவேன். எனவேதான் இதை உங்களுக்கு எழுதுகிறேன். இந்த விஷயத்தில் எனக்கு உதவுவீர்கள் என்று நம்புகிறேன்.

தங்கள் உண்மையுள்ள,
பி.ஆர். அம்பேத்கர்.

ஸ்ரீ.ஜவஹர்லால் நேரு
இந்தியப் பிரதமர்
புது தில்லி

169

எண்:2196–PMH/56,
புதுதில்லி,
செப்டம்பர் 15, 1956.

அன்பான அம்பேத்கர்,

    தங்கள் 14ஆம் தேதிக் கடிதத்திற்கு.

    நீங்கள் கேட்டுக்கொண்டபடி அதிக அளவு உங்கள் புத்தகத்தின் பிரதிகளை வாங்க இயலுமா என்பது சந்தேகமே. புத்த ஜெயந்தியில் வெளியீடுகளுக்கென ஒரு தொகையை ஒதுக்கியிருந்தோம். அந்தத் தொகை தற்போது பூர்த்தியாகி விட்டது. உண்மையில் எதிர்பார்த்ததைவிட அதிகமாகிவிட்டது. எங்களால் நிதி அளிக்கப்பட வேண்டிய பௌத்தம் குறித்த சில நூல்கள் இதனால் மறுக்கப்பட்டது. இருந்தும் தங்கள் கடிதத்தைப் புத்த ஜெயந்தி கமிட்டியின் தலைவரான டாக்டர் ராதாகிருஷ்ணன் அவர்களுக்கு அனுப்பிவைக்கிறேன்.

    புத்த ஜெயந்தியின்போது வெளிநாட்டினர் பலரும் வருவார்கள். தில்லியிலோ மற்றெங்கோ விற்பனைக்கு வைப்பீர்களென்றால் அதிக அளவில் புத்தகம் விற்பனையாக வாய்ப்புள்ளது என்று கருதுகிறேன்.

தங்கள் உண்மையுள்ள,
ஜவஹர்லால் நேரு.

டாக்டர் பி.ஆர். அம்பேத்கர். எம்.பி
26, அலிப்பூர் சாலை
சிவில் லைன்ஸ்
தில்லி.

170

26, அலிப்பூர் சாலை,
தில்லி,
24 செப் 1956.

வணக்கத்திற்குரிய பிக்கு சந்திரமணி[1]
குஷிநேரா, கோராக்பூர் மாவட்டம்
உத்தரப் பிரதேசம்

போற்றுதலுக்குரிய பாந்தே,

நானும் என் மனைவியும் பௌத்தம் தழுவ இருப்பதை இதன்மூலம் தெரிவித்துக்கொள்கிறேன். இந்த விழா நாக்பூரில் அக்டோபர் 14, 1956 அன்று நடைபெற இருக்கிறது. இந்தச் சடங்கு காலை 9இலிருந்து 11 மணிக்குள் நடைபெறும். இந்தச் சடங்கை நீங்கள் தலைமையேற்று நடத்தித் தர வேண்டும்; இது எங்களின் பேரவா. இந்தியாவின் முதிய புத்த பிட்சுவான நீங்கள் இந்தச் சடங்கை நிறைவேற்றுவது பொருத்தமாக இருக்கும் என நினைக்கிறோம்.

உங்கள் உடல்நிலையைக் கருத்தில்கொண்டு நாக்பூர் வரை வருவது கடினமானது என்பதை அறிவோம். ஆகவே குஷிநேராவிலிருந்து நாக்பூர்வரை உங்கள் பயணத்திற்கு ரயிலிலோ அல்லது விமானத்திலோ வருவதற்கான ஏற்பாட்டையும்,

1. நீண்ட ஆயுளுக்கு சொந்தக்காரரான பிக்கு சந்திரமணி 1876இல் மியான்மரில் உள்ள அக்யாப் மாவட்டத்தில் பிறந்தார். மகாபோதி சங்கத்தை வழிநடத்துவதற்கு 1891ஆம் ஆண்டு தேர்வு செய்யப்பட்டு இந்தியாவிற்கு வந்தார். புத்தர் மகாநிர்வாணம் அடைந்த குஷிநேராவில் உள்ள பௌத்த மடத்தில் வசித்து வந்தார். தம்மபதத்தை இந்தியிலும், பாலியில் இருந்து பௌத்த சூக்தங்களை இந்தி, சமஸ்கிருதத்திலும் மொழிபெயர்த்தவர். (மொ–ர்)

நாக்பூரில் நீங்கள் தங்குவதற்கான மற்ற எல்லா ஏற்பாடுகளையும் செய்கிறோம். குஷநேராவிலிருந்து நாக்பூருக்கு உங்களை அழைத்துவர ஒருவரையும் அனுப்புகிறோம். எங்கள் இந்த அழைப்பை நீங்கள் ஏற்றுக்கொள்கிறீர்களா என்று தயைகூர்ந்து எங்களுக்குத் தெரிவியுங்கள்.

அன்பான வாழ்த்துக்களுடன்,

உங்கள் உண்மையுள்ள,

பி.ஆர். அம்பேத்கர்.

171

அனைத்திந்தியப் பட்டியல் வகுப்புச்[1] சம்மேளனம்
26, அலிப்பூர் சாலை, சிவில் லைன்ஸ், தில்லி

24 செப்டம்பர் 1956

அன்புள்ள டாக்டர் லோஹியா,

தங்களுடைய இரண்டு நண்பர்கள்[2] என்னைப் பார்க்க வந்திருந்தார்கள், நீண்ட நேரம் நாங்கள் உரையாடினோம், எனினும் உங்கள் தேர்தல் திட்டங்கள் குறித்து எதுவும் பேசவில்லை. 1956 செப்டம்பர் 30ஆம் தேதி அனைத்திந்தியப் பட்டியல்

---

1. பட்டியல் வகுப்புச் சம்மேளனம் என்ற சொல் ஏற்கெனவே புழக்கத்தில் இருப்பதால் Scheduled caste என்ற சொல்லைச் சம்மேளனத்தைக் குறிப்பிடும் இடங்களில் பட்டியல் வகுப்பு எனப் பயன்படுத்தியுள்ளேன் (மொ–ர்).

2. இரண்டு நண்பர்கள் என்பது திரு. விமல் மெஹ்ரோத்ரா, திரு டி.வி. கோஸ்வாமி ஆகியோரைக் குறிக்கிறது. அவர்களுடைய 1956 செப்டம்பர் 27 தேதியிட்ட கடிதத்தில் டாக்டர் ராம் மனோகர் லோஹியாவிற்குத் தங்கள் 'பேச்சை' குறித்துக் கீழ்க்காணும் அறிக்கையை அனுப்பியிருக்கின்றனர். 27-9-1956:

அன்புள்ள டாக்டர் சாஹேப்,

எங்களது ஒரு நண்பர் மூலம் நாங்கள் தில்லிக்கு, டாக்டர் அம்பேத்கரைச் சந்திக்க அழைக்கப்பட்டிருந்தோம். அந்த நண்பர் டாக்டர் அம்பேத்கருக்கு மிகவும் நம்பிக்கைக்குரியவர். அவரோடு 75 நிமிடங்கள் உரையாடினோம். அந்தச் சந்திப்பு தனிப்பட்ட முறையிலானது என்று நாங்கள் தெளிவுபடுத்தியிருந்தோம்.

நீங்கள் எப்போது தில்லிக்கு வந்தாலும் உங்களைச் சந்திப்பதற்கு டாக்டர் அம்பேத்கர் விருப்பத்தோடு இருக்கிறார். அவர் வயதானவராகவும் உடல்நலம் குன்றியும் இருக்கிறார். ஊன்றுகோலின் உதவியோடுதான் நடக்கிறார்.

நமது கட்சியின் அத்தனை வெளியீடுகளையும் மேன்கைண்ட் பத்திரிகையின் அனைத்துப் பிரதிகளையும் அவர் வேண்டுகிறார். அதற்கு அவர் பணம் தரவும் தயாராக இருக்கிறார். (கட்சி அமைப்பு விதிகள், கொள்கை மற்றும் திட்டங்கள் குறித்த வெளியீடுகள்).

நேரு அனைத்துக் கட்சிகளையும் கவிழ்க்க நினைப்பதால் அதனால் எதிர்க்கட்சிகள் வலிமையாக இருக்க வேண்டியதன் அவசியத்தைக் குறித்த நமது கருத்துகளை அவர் ஆமோதித்தார்.

வலிமையான வேர்களைக் கொண்ட புதிய அரசியல் கட்சி ஒன்றின் அவசியத்தையும் அவர் ஆதரித்தார்.

அவர் மார்க்சிய வழியிலான கம்யூனிசமும் சோசியலிசமும் இந்தியாவிற்கு எந்த நன்மையையும் பயக்காது என்ற நிலைப்பாட்டில் இருந்தார். ஆனால் நமது நிலைப்பாட்டை எடுத்துச் சொன்னபிறகு அவர் ஆர்வம் கொண்டார்.

சுரேந்திர அஜ்நாத்

வகுப்புச் சம்மேளனத்தின் செயற்குழுக் கூட்டம் நடைபெற இருக்கிறது. உங்கள் நண்பர்கள் முன்மொழிந்த விஷயங்களை நான் செயற்குழுவில் முன்வைப்பேன். செயற்குழு முடிந்தபின் உங்களுடைய கட்சியின் முக்கியப் பொறுப்பாளர்களுடன் கலந்துபேசி நாம் இணைவதன் மூலம் என்ன செய்ய முடியும் என்பதைக் குறித்தான முடிவுக்கு வரலாம். எனவே நீங்கள் தில்லிக்கு, செவ்வாய் 2ஆம் தேதி அக்டோபர் 1956 அன்று என்னுடைய வீட்டுக்கு வந்தால் மகிழ்வடைவேன். நீங்கள் வருவதாகயிருந்தால் எனக்குத் தந்தி மூலம் தகவல் தாருங்கள். செயற்குழுவின் உறுப்பினர்கள் சிலரை உங்களுடனான சந்திப்பிற்காக நான் ஆயத்தப்படுத்தி வைக்க முடியும்.

தங்கள் அன்புள்ள,

பி.ஆர். அம்பேத்கர்.

டாக்டர் ராம் மனோகர் லோஹியா,
சோசியலிஸ்ட் கட்சி மத்திய அலுவலகம்,
3–6–19, ஹிமாயத் நகர்,
ஹைதராபாத்.

கான்பூர் நகரப் பொது நாடாளுமன்றத் தொகுதியில் தேர்தலைச் சந்திக்க அவருக்கு அழைப்புவிடுத்தோம், இந்த யோசனையை அவர் மறுக்கவில்லை, ஆனால் இந்திய அளவிலான நோக்கோடு உங்களிடம் பேச வேண்டும் என்றார். நமது கொள்கைப்படி எந்தக் கட்சியோடும் கூட்டணி இல்லை என்பதையும் தெளிவுபடுத்தினோம். தன்னுடைய பட்டியல் வகுப்புச் சம்மேளனம் குறித்து எவ்விதப் பிரமையும் கொண்டவராகத் தெரியவில்லை. அதன் பொதுக்குழு தில்லியில் 30ஆம் தேதி கூடுகிறது. நேரு குறித்த உண்மைகளில் (*மேன்கைண்டில்* வெளிவந்த சினிமா அலங்காரம், தலைவருக்கே மாநிலம் சொந்தம் போன்றவற்றில்) மிகுந்த ஈடுபாடு காட்டினார். மேலும் இந்த உண்மைகளைப் பரவலாக்குவதற்குப் போதுமான முயற்சி எடுக்க வேண்டினார். தில்லியிலிருந்து ஒரு தினசரியைக் கைக்கொள்ள ஆர்வம் கொண்டிருந்தார்.

மிகவும் மென்மையான, வாஞ்சையுள்ளவராகவும் நமது பார்வைகளை விரிவாகப் புரிந்துகொள்ள ஆவலுள்ளவராகவும் இருந்தார். ஒரு வேட்பாளரைத் தேர்ந்தெடுப்பதில் இங்கிலாந்தின் ஜனநாயக முறைமைகளை மிக விரிவாக விளக்கினார். ஜனநாயகத்தில் பெரும் நம்பிக்கை கொண்டவராக உள்ளார்.

எங்கள் சந்திப்பின் சாராம்சம் இது. உங்களிடம் நேரில் அறிக்கையிட இயலவில்லை, ஏனெனில், நீங்கள் எங்கு இருக்கிறீர்கள் என்று தெரியவில்லை. மேலும் எங்களிடம் பணம் இல்லை. 23–9–56 அன்று ஹைதராபாத் கட்சி அலுவலகத்துக்குத் தொலைபேசியில் அழைத்தும் யாரும் எடுக்கவில்லை.

டாக்டர் அம்பேத்கரின் முகவரி: 26, அலிப்பூர் சாலை, தில்லி

தங்கள் உண்மையுள்ள,

விமல் மெஹ்ரோத்ரா, டி.வி.கோஸ்வாமி.

172

தொலைபேசி: 2742,
எண்: 8821,
ஹைதராபாத், 1 அக்டோபர் 1956.

சோசியலிஸ்ட் கட்சி மைய அலுவலகம்,
3–6–19, ஹிமாயத்நகர்,
ஹைதராபாத் (பிரிவு).

அன்புள்ள டாக்டர் அம்பேத்கர்,

தங்கள் 24ஆம் தேதியிட்ட கனிவான கடிதத்திற்கு என் நன்றி. ஹைதராபாத்திற்கு இன்றுதான் திரும்பியதால் இப்போதுதான் தங்களது கடிதத்தைப் படிக்க முடிந்தது. ஆகவே நீங்கள் தில்லியில் ஆலோசித்திருந்த சந்திப்பிற்குச் சொன்ன நேரத்திற்கு வர முடியவில்லை. எனினும் வெகுசீக்கிரம் உங்களைச் சந்திக்கும் சந்தர்ப்பத்தை எதிர்நோக்கியிருப்பேன். அக்டோபர் மத்தியில் உத்தரபிரதேசத்தில் நான் இருப்பேன். அப்போது உங்களைத் தில்லியில் 19 அல்லது 20 அக்டோபரில் சந்திக்க முடியும் என்று நினைக்கிறேன். 29 அக்டோபரில் நீங்கள் பம்பாயில் இருப்பதாக இருந்தால், உங்களை அங்கேயே சந்திக்கிறேன். எந்தத் தேதிகள் உங்களுக்கு தோதுவாக இருக்கும் என்று எனக்குத் தயைகூர்ந்து தந்தி மூலம் தெரிவியுங்கள்.

நண்பர்களின் மூலம் உங்கள் உடல்நிலை குறித்து அறிந்தேன். தேவையான சிகிச்சைகளை நீங்கள் மேற்கொள்கிறீர்கள் என நம்புகிறேன்.

தனியாக உங்களுக்கு எடுத்துவைத்த *மேன்கைன்ட்* பழைய மூன்று இதழ்கள் என்னிடம் இருக்கின்றன. அரைமனத்தோடு உங்களுக்குச் சொல்வதற்கு ஒரு விஷயம் இருக்கிறது. ஆனால் அப்படிச் சொல்வதைத் தவிர்க்கிறேன். மூன்று *மேன்கைண்ட்* இதழ்களும் நீங்கள் எழுத விரும்பும் விஷயத்தை உங்களுக்குத்

தூண்டும். நாட்டில் அறிவுப்பாதையின் வீழ்ச்சியைக் குறித்து நான் பிரத்தியேகமாகக் குறிப்பிட விரும்புகிறேன். இது தற்காலிகமானது என நம்பினாலும் தங்களைப் போன்ற ஒருவர் இப்போது தடையின்றிப் பேசுவதற்கான தேவை முக்கியமாகிறது.

தங்கள் உண்மையுள்ள,
ராம் மனோகர் லோஹியா.

டாக்டர் பி.ஆர். அம்பேத்கர். எம்.பி,
தலைவர், அனைத்திந்தியப் பட்டியல் வகுப்புச் சம்மேளனம்,
26, அலிப்பூர் சாலை, சிவில் லைன்ஸ்,
தில்லி.

173

26, அலிப்பூர் சாலை,
சிவில் லைன்ஸ்,
தேதி: 5 அக்டோபர் 1956.

முன்னுரிமை அதிகாரி,
சிவில் ஏவியேஷன் தலைமை இயக்குநர் அலுவலகம்,
தல்கடோரா சாலை,
புது தில்லி.

ஐயா,

11 அக்டோபர் 1956 அன்று காலை நாக்பூருக்கு ஆகாய மார்க்கமாகச் செல்ல விரும்புகிறேன். என் மனைவியும் ஒரு உதவியாளரும்[1] என்னோடு வரவிருக்கிறார்கள். என்னால் துணையின்றி நடக்க இயலாததால் அவரது உதவி அவசியம் ஆகும். தில்லியிலிருந்து நாக்பூருக்குப்[2] போகவும் 11ஆம் தேதி காலை திரும்பி வரவும் மூன்று இருக்கைகளுக்கு நீங்கள் முன்னுரிமை வழங்கி உதவினால் நன்றியோடு இருப்பேன்.

இதை அவசர உதவியாகக் கருதவும்.

தங்கள் உண்மையுள்ள,
பி.ஆர். அம்பேத்கர்.

---

1. டாக்டர் அம்பேத்கரின் மதிப்புமிகு அந்தரங்கக் காரியதரிசியாக இருந்த திரு. நானக் சந்த் ராட்டு அவர்களைக் குறிக்கிறது.
2. 14 அக்டோபர் 1956 அன்று டாக்டர் அம்பேத்கர் நாக்பூரில் பௌத்த மத ஏற்பை மேற்கொண்டார்.

174

26, அலிப்பூர் சாலை,
தில்லி,
5 அக்டோபர் 1956.

அன்புள்ள டாக்டர் லோஹியா,

அக்டோபர் 1, 1956 தேதியிட்ட தங்களுடைய கடித எண்: 8821 பெற்றுக் கொண்டேன். நீங்கள் 10ஆம் தேதி என்னைச் சந்திக்க விரும்புவதாக இருந்தால் சந்திக்கலாம். நான் தில்லியில்தான் உள்ளேன். எப்போது என்று தொலைபேசியில் உறுதிப்படுத்திக் கொண்டால் போதும்.

தங்கள் உண்மையுள்ள,
பி.ஆர். அம்பேத்கர்.

டாக்டர். ராம் மனோகர் லோஹியா,
சோசியலிஸ்ட் கட்சி மத்திய அலுவலகம்,
3-6-19, ஹிமாயத் நகர்,
ஹைதராபாத்(பிரிவு).

175

கான்பூர், 5 அக்டோபர் 1956.

மரியாதைக்குரிய டாக்டர் சாஹேப்,

நானும் எனது நண்பர் திரு. டி.வி. கோஸ்வாமியும் தங்களைக் கடந்த மாதம் தில்லியில் சந்தித்தோம், பிறகு அச்சந்திப்பின்போதான நம் உரையாடலை டாக்டர் லோஹியா அவர்களுக்குத் தெரிவித்தோம்.

பட்டியல் வகுப்புச் சம்மேளனத்தின் பொதுக்குழுக் கூட்டத்தின் முடிவுகளைக் கூர்மையாக அவதானித்துக் கொண்டிருந்தேன். அது மூன்று முக்கியப் பிரச்சினைகளை நாட்டு மக்களின் சிறப்புக் கவனத்திற்குக் கொண்டுவந்திருக்கிறது.

(அ) புதிய கட்சியின் தேவையை உணர்த்தும் விதமாக உங்கள் கமிட்டி இந்தியக் குடியரசுக் கட்சி எனப் பெயர் சூட்டியிருக்கிறது. புதிய கட்சியின் கொள்கையோ திட்டமோ அரசியல் தத்துவமோ எங்களுக்குத் தெரியாத நிலையில் அது குறித்து மக்கள் அபிப்பிராயம் ஏதும் உருவாக்கிக்கொள்ளவில்லை. எனினும் தற்போதைய நமது துன்பங்களுக்கான தீர்வுகளை தங்களைப் போன்ற அறிவுஜீவி ஒருவரின் பார்வையிலிருந்து அறிந்துகொள்ள இந்த நாடு எதிர்பார்த்துக்கொண்டிருக்கிறது. என்னைப் போன்றவர்கள் உங்களுக்கு அறிவுரை சொல்வது சரியல்ல என்றாலும் ஏற்கெனவே இங்கு நிலைகொண்டிருக்கும் அரசியல் கட்சிகளின் கொள்கைகளையும் திட்டங்களையும் நீங்கள் கவனம் கொண்டிருக்கலாம்; அவற்றைக் குறித்த உங்கள் அவதானிப்புகளை வெளிப்படுத்தியிருக்கலாம் என இந்த நாட்டு மக்கள் மிகவும் விரும்பியிருப்பார்கள்.

(ஆ) தேர்தல் கூட்டணி குறித்த உங்கள் கமிட்டியின் கொள்கையை என்னால் புரிந்துகொள்ள முடியாததை வெளிப்படையாக ஒத்துக்கொள்ளுவதற்காக என்னை மன்னியுங்கள். நான் முழுவதும் குழப்பமடைந்துள்ளேன். உ.பி.ப.சா.ச.[1]த்தின் நாடாளுமன்றத் தொகுதிகளுக்கான மக்கள் தொடர்பாளர், பட்டியல் வகுப்புச் சம்மேளனம் இடதுசாரிக் கட்சிகளுடன் தேர்தல் கூட்டணி வைக்காது என்று அறிக்கை விட்டிருக்கிறார். செய்தி அறிக்கைகளிலிருந்து சரியாக விளங்கிக் கொள்ளப்பட்டிருந்தால் உங்கள் கமிட்டி தேர்தல் இணக்கங்கள், கூட்டணிகள் குறித்து ஆதரவாகவே கருத்துத் தெரிவித்திருந்தது. சோசலிசக் கட்சி கொள்கை அளவில் எவ்விதத் தேர்தல் கூட்டணிக்கோ இணக்கத்திற்கோ இடம்கொடுக்கவில்லை, மொத்தத் தொகுதியிலும் உறுப்பினர் எண்ணிக்கை ஒரு சதவீதம்கூட இல்லாத நிலையிலும் வாக்குச்சாவடிகள் இருக்கும் பகுதிகளில் ஒன்றில் மூன்று பகுதி பரவலாக்கப்படாத நிலையில் அந்தத் தொகுதியில் போட்டியிடாது. சோசலிஸ்ட் கட்சியைப் பொறுத்தவரை எந்தவொரு கட்சியையும் எதிர்க்கட்சியாகக் கருதவில்லை; எனினும் மேற்கண்ட முடிவின் மூலம் தன்னியல்பாகத் தேர்தல் இணக்கத்தை எதிர்க்கட்சிகளாகக் கருதப்படும் கட்சிகளோடு ஏற்படுத்திக்கொள்கிறது. இதனால் நாங்கள் 500 முதல் 600 தொகுதிகளில் போட்டியிட்டும் 3000 தொகுதிகளில் போட்டியிடாமலும் இருக்கிறோம்.

(இ) சூயெஸ் குறித்த உங்கள் கமிட்டியின் தீர்மானம் முதன்மையாக நாட்டு நலனுக்கானதாக இருக்கலாம், ஆனால் நீண்டகால அடிப்படையில் நாட்டுக்கு இது நன்மை பயக்குமா என்று எனக்குச் சந்தேகமாக இருக்கிறது. இந்தியாவில் செய்யப் பட்டிருக்கும் அந்நிய முதலீட்டை அந்நாட்டினர் சம்மதிக்காமல் தேசியமயமாக்கமாட்டோம் என்று நினைக்கத் தோன்றுகிறது.

பட்டியல் வகுப்புச் சம்மேளனத்தின் தீர்மானங்களின் நகல்களை எங்களுக்கு அனுப்பித் தர இயலுமா எனச் சம்மேளன அலுவலகத்திடம் தாழ்மையோடு வேண்டிக்கொள்கிறேன்.

டாக்டர் லோஹியா உங்களைச் சந்திக்க இருந்தார், ஆனால் உடனடியாக அவர் உங்களைச் சந்திக்க இயலும் என்று தோன்றவில்லை. தங்கள் விலைமதிப்பற்ற நேரத்தை ஒதுக்குவீர்கள்

1. உ.பி.ப.சா.ச – ஜூலை 19 1942இல் அம்பேத்கரால் நிறுவப்பட்ட அனைத்திந்தியப் பட்டியல் வகுப்புச் சம்மேளனத்தைக் குறிக்கிறது. டிச. 6 1956 டாக்டரின் இறப்பிற்குப் பிறகு இந்தியக் குடியரசுக் கட்சி என அழைக்கப்பட்டது. உ.பி. என்பது உத்தரப்பிரதேசத்தைக் குறிப்பிடுகிறது.

என்றால் நான் உங்களை வந்து சந்தித்து விவாதிக்கத் தயாராக உள்ளேன்.

உங்கள் உடல்நலம் அதற்கு அனுமதிக்கும் என நம்புகிறேன்.

தங்கள் உண்மையுள்ள,

விமல் மெஹ்ரோத்ரா.

நகல்: (1) ஸ்ரீ.டி.வி. கோஸ்வாமி, சிவில் லைன்ஸ், அலஹாபாத்.

(2) டாக்டர். ராம் மனோகர் லோஹியா, ஹைதராபாத்[2].

---

2. அம்பேத்கரிடமிருந்தும் அம்பேத்கரைக் குறித்துமான கடிதங்களைப் படித்துவிட்டு 6 டிசம்பர், 1956 அவரது மரணத்திற்கு பின் டாக்டர். ராம் மனோகர் லோஹியா மது லிமாயே அவர்களுக்குக் கீழ்க்காணும் கடிதத்தை எழுதுகிறார்.

ஹைதராபாத், 1–7–1957

அன்புள்ள மது,

டாக்டர் அம்பேத்கரிடமிருந்து வந்திருக்கும் கடிதங்களையும் அவரைக் குறித்துமான மற்றைய கடிதங்களையும் உங்களுக்கு அனுப்பியுள்ளேன். டாக்டர். அம்பேத்கரின் திடீர் மரணம் எனக்குத் தனிப்பட்ட முறையிலான துயரம் என்பதைப் புரிந்துகொண்டிருப்பீர்கள். அமைப்புரீதியாக மட்டுமன்றித் தத்துவார்த்தரீதியாகவும் நமது தரப்பிற்கு அவரைக் கொண்டு வர வேண்டும் எனும் ஆசை என்னுள் இருந்தது. அந்தக் கணம் அண்மையிலிருந்தது. இது நமது பொதுவான இழப்பெனும் பின்னணியை மறுத்து ஒரு கணம்கூட நீங்கள் யோசிக்காமல் இருக்க வேண்டும் என எண்ணுகிறேன். டாக்டர் அம்பேத்கர் என்னைப் பொறுத்தவரை இந்திய அரசியலில் மிக முக்கியமான ஆளுமை. காந்திஜியைத் தவிர்த்துப் பார்த்தால், சாதி இந்துக்களில் தலைசிறந்தவர்களுக்குச் சளைத்தவர் அல்லர். இந்த உண்மை எப்போதும் சாதி முறைமையை ஒருநாள் ஒழிக்க முடியும் என்கிற ஆறுதலையும் நம்பிக்கையையும் எப்போதும் எனக்குத் தந்திருக்கிறது.

அடிப்படைக் கொள்கையாகவே நான் எப்போதும் இந்தியாவின் ஹரிஜனங் களோடு தொடர்புகொள்ள விரும்பியிருந்திருக்கிறேன். டாக்டர் அம்பேத்கரும் ஸ்ரீ ஜெகஜீவன்ராமும் இந்தியாவின் இரண்டுவிதமான நவீன ஹரிஜனங்கள். டாக்டர் அம்பேத்கர் சிறந்த கல்விமான், நேர்மையானவர், தைரியமும் சுதந்திரச் சிந்தையும் கொண்டவர். நிமிர்ந்து நிற்கும் இந்தியாவின் சின்னமாக வெளி உலகிற்குக் காண்பிக்கப்பட வேண்டியவர், ஆனால் கசப்பானவர், ஒதுங்கிக்கொள்ளும் இயல்பு கொண்டவர். ஹரிஜன் அல்லாதவர்களின் தலைவராக இருக்க ஒப்புக்கொள்ளாதவர். கடந்த ஐயாயிரம் வருடத் துன்பத்தையும் ஹரிஜனங்களுக்குள் இன்னும் தொடரும் அதன் வீரியத்தையும் என்னால் நன்றாகப் புரிந்துகொள்ள முடிகிறது. ஆனால் இதுதான் பிரச்சினை. டாக்டர் அம்பேத்கரைப் போன்ற மாபெரும் இந்தியர் இந்தச் சூழலிலிருந்து மேலெழும்பி வருவார் என்று நம்பினேன், ஆனால் மரணம் முந்திக்கொண்டது. திரு. ஜெகஜீவன்ராம் எல்லா இந்தியர்களோடும் இந்துக்களோடும் நல்லவிதமான தெளிவான உறவைக் கொண்டிருக்கிறார், எனினும் சாதி

(3) ஜி.என். சக்சேனா, சோசலிசக் கட்சி, பண்டரிபா, லக்னோ

இந்துக்களிடம் முகஸ்துதி செய்கிறவராகப் பணிந்து வணங்குபவராக அறியப்படுகிறார். தனிப்பட்ட ஹரிஜனக் கூட்டங்களில் கசப்பின் மொழியில் வெறுப்பின் பாடலைப் பாடுபவராகவும் அறியப்படுகிறார். இது ஹரிஜனங்களின் முன்னேற்றத்திற்கோ இந்தியாவின் முன்னேற்றத்திற்கோ பயன்படாது. ஆனால் டாக்டர் அம்பேத்கரின் தன்மையையும் மாற்றத்தான் வேண்டும்.

பட்டியல் வகுப்புச் சம்மேளனத்தை இப்போது யார் வழிநடத்துகிறார்கள் என்று எனக்குத் தெரியாது. இந்தியப் பட்டியல் வகுப்பினரைக் கடந்த நாற்பது வருட இந்திய அரசியலில் உருவான அறிவார்ந்த மதிப்பீட்டோடு இணங்கச்செய்து அதனை நிறைவேற்ற வேண்டும் என விரும்புகிறேன். அவர்கள் டாக்டர் அம்பேத்கரைத் தங்கள் சின்னமாகக்கொண்டு அஞ்சலி செலுத்தவும் அவரைப் பின்பற்றவும் வேண்டும் என விழைகிறேன். அவரது சுதந்திரத்தை, அவரது கசப்பையல்ல, ஹரிஜனங்களுக்கு மட்டுமல்லாது இந்தியா முழுமைக்கான ஒரு தலைவராக இருக்கும் டாக்டர் அம்பேத்கரை அவர்கள் பின்பற்ற வேண்டும் என்றும் விழைகிறேன்.

தங்கள் பாசத்துக்குரிய,
ராம் மனோகர் லோஹியா

176

26, அலிப்பூர் சாலை,
தில்லி,
தேதி 27 அக்டோபர் 1956.

அன்புக்குரிய திரு. காமத்,

பார்வை–அக்டோபர் 21ஆம் தேதியிட்ட தங்கள் கடிதம். பம்பாயிலிருக்கையில் உங்கள் கல்லூரி முதல்வர் அனுப்பிய கடிதம் கிடைத்தது. நான் சிகிச்சையிலிருக்கும்போது அது வந்ததால் அதற்குப் பதிலளிக்க மறந்துவிட்டேன். உங்கள் முதல்வருக்கு எனது மன்னிப்புக் கோரலைச் சொல்லிவிடுங்கள்.

தங்கள் அழைப்பிற்கு நான் மிகவும் நன்றிக்கடன்பட்டவனாக இருக்கிறேன். நான் இப்போது வெகுதொலைவில் இருப்பதால் அழைப்பை ஏற்று வருவதாக இருந்தால் அது நீண்ட பயணமாக இருக்கும். தற்போதைக்கு அது கடினமாக இருக்கும். ஆகவே என்னை மன்னியுங்கள். உங்கள் அழைப்பை ஏற்க நீங்கள் வற்புறுத்தினால் முடிந்த அளவுக்கு வரப்பார்க்கிறேன்.

தங்கள் உண்மையுள்ள,
பி.ஆர். அம்பேத்கர்.

177

26, அலிப்பூர் சாலை,
சிவில் லைன்ஸ்,
தில்லி,
தேதி 4 டிச 1956.

பீம்ராவ் ஆர். அம்பேத்கர்,
எம்.ஏ., பி.ஹெச்.டி., டி.எஸ்.சி,
பாரிஸ்டர்–அட்–லா,
மாநிலங்களவை உறுப்பினர்.

அன்புள்ள திரு கார்டாக்,

தங்களது 12 நவம்பர் 1956ஆம் தேதியிட்ட கடிதத்தின்படி. பௌத்தத் திருமண முறை வெகு எளிமையானது. ஹோமமோ சப்தபதியோ கிடையாது. சடங்கின் முக்கிய அம்சம் என்னவென்றால் புதிதாய்ச் செய்த மண்பானையை மணமகனின் அருகில் ஒரு பலகையில் வைத்து அதன் விளிம்புவரை தண்ணீரை நிரப்பிவைக்க வேண்டும். மணமகனும் மணமகளும் பானையின் இரு பக்கங்களிலும் நிற்க வேண்டும். பருத்தி நூலொன்றை நீர்ப்பானையில் வைத்து இருவரும் ஒவ்வொரு முனையைப் பற்றிக்கொள்ள வேண்டும். யாரேனும் மங்கள சூக்தத்தை[1]ப் பாட வேண்டும். மணமக்கள் இருவரும் வெள்ளை ஆடை அணிய வேண்டும்.

தங்கள் உண்மையுள்ள,
பி.ஆர். அம்பேத்கர்

ஸ்ரீ. V.S. கார்டாக்
14–2, மூன்றாவது மரைன் தெரு,
பம்பாய் –2

1. ஒரு பௌத்தப் பனுவல்.

178

அன்பிற்கினிய ஆத்ரே[1] / ஜோஷி[2] இருவருக்கும்,

உங்களது கடிதம் பெற்றேன். உங்களுக்கு வாக்களித்தபடி உங்களைச் சந்திப்பேன் என நம்புகிறேன். ஆனால் இப்போது நீங்கள் தில்லிக்கு வருவது போல் தெரியவில்லை. சம்யுக்தா கட்சியின் தலைவரும் நீங்களும் அந்தக் கேள்வியை மிக எளிதாக எடுத்துக்கொண்டிருக்கிறீர்களோ என்று அஞ்சுகிறேன். இந்த அச்சம் நீங்கள் தலைமையேற்கும் உங்கள் இயக்கம் ஏதேனும் நன்மை அளிக்குமா என்கிற சந்தேகத்தை ஏற்படுத்திவிட்டது.

உங்களது அனைத்துச் செய்தித்தாள்களையும் யாரோ ஒருவர் எனக்கு அனுப்பிக்கொண்டிருப்பதற்கு மன்னியுங்கள். வாசிப்பதற்குச் சுவாரசியமாக இருந்தாலும் நீங்கள் எடுத்துக் கொண்ட பொருளை அதுவொரு விஷயமே இல்லை என்பதுபோல் அணுகுகிறீர்கள். இதை நாங்கள் மராத்தியில் கன்மத்[3] என்று சொல்லுவோம். நான் அதை மிகவும் முக்கியத்துவம் அளிக்க வேண்டிய பிரச்சினை என்றும் மிகுந்த அக்கறையோடு நீங்கள் அணுக வேண்டுமென்றும் கருதுகிறேன்.

உங்கள் கட்சியின் திட்டங்கள் என்னவென்று எனக்குத் தெரியாது. சம்யுக்தா மகாராஷ்டிராவைத் தவிர்த்து வேறேதும் இருக்கிறதா? ஏனைய அரசியல், சமூக, பொருளாதாரப் பிரச்சினைகள் குறித்த அணுகுமுறைகள் என்ன? தேர்தலுக்குப் பின் நாம் பிரிந்துவிடப் போகிறோமா? அல்லது அவரவர் வழிக்குச் செல்லப்போகிறோமா? கட்சிகளை இணைக்கப் போகிறோமா? என்னவிதமான ஒழுங்குக்கு வரப்போகிறோம்? இது குறித்து எனக்கு எதுவும் தெரியவில்லை. வேட்பாளர்களைத் தேர்ந்தெடுப்பது யார், பல்வேறு குழுக்களுக்கு எத்தனையெத்தனை

---

1. பி.கே. ஆத்ரே
2. எஸ்.எம். ஜோஷி
3. 'கன்மத்' என்றால் கிண்டல் என்று அர்த்தம்

வேட்பாளர்களை ஒதுக்கீடு செய்வது? நீங்கள் இதுபற்றி எதுவும் சொல்லவில்லை. வேறு எங்கும் இதுபற்றி விவாதங்கள் நடந்ததாகவும் தெரியவில்லை. நீங்கள் அறிவது போல் நான் எனது அரசியலை மிகத் தீவிரமாக எடுத்துக்கொள்பவன். தேர்தலில் பலமுறை சம்மேளனம் வெற்றி வாய்ப்பை நழுவவிட்டிருக்கிறது. மக்கள் சம்மேளனத்தை ஒரு பொருட்டாக மதிக்கவில்லை. ஆனால் சம்மேளனத்தைச் சார்ந்த எங்களுக்கு எங்களைக் குறித்து வேறு அபிப்ராயங்கள் உண்டு. எங்கள் கொள்கையில் உறுதியாக இருப்பதாலேயே நாங்கள் தோல்வியைத் தழுவுகிறோம். நாங்கள் விற்பனைக்குரியவர்கள் அல்லர். நாங்கள் கட்சி மாறக் கூடியவர்கள் அல்லர். எங்களோடு நாங்கள் பிணைந்திருக்கிறோம். எங்கள் கால்களில் நிற்கிறோம், இனியும் நிற்போம். யாரேனும் தேர்ந்தெடுக்க இருந்தால் நாங்கள் அவர்களது கொள்கையையும் குணநலனையுமே கருத்தில் கொள்வோம். அப்படியில்லை என்றால் தனித்து நிற்கவே முன்னுரிமை அளிப்போம்.

நான் உங்களிடம் விவாதிக்க விரும்பிய விஷயங்கள் இவைதாம். சரியானவற்றைச் சரியான வழியில் செய்வதற்கு இந்தச் சுமையை ஏற்பதாக இருந்தால் நீங்கள் தீவிரமாக இருக்கக் கற்றுக்கொள்ளுங்கள். இதை நாம் செயல்படுத்துவதற்கு முன் என் மக்களிடம் எந்த உத்தரவையும் இட முடியாது. சம்யுக்தா கமிட்டி சம்மேளனத்தின் துணையை நாடினால் அதைச் செய்ய முடியும் என்று உறுதி கூறுகிறேன்.

தங்கள்,

[கையொப்பம் இல்லை][4]

(பி.ஆர்.அம்பேத்கர்)

ஸ்ரீ ஆத்ரே / ஜோஷி
பம்பாய்

4. திரு.என்.சி. ராட்டு (மரியாதைக்குரிய அந்தரங்கக் காரியதரிசி) அவர்களின் குறிப்பின்படி இந்தக் கடிதம் டாக்டர் அம்பேத்கரால் 4–12–1956 அன்று சொல்லச் சொல்ல எழுதப்பட்டது. டாக்டரின் விருப்பப்படிப் பின்னர் சரிபார்க்க 5–டிசம்பர் அன்று இரவு மேஜையில் வைக்கப்பட்டிருந்தது. ஆனால் அது நடக்கவில்லை. அதைப் பார்க்காமலேயே நிரந்தர நித்திரையில் ஆழ்ந்துவிட்டார். இறுதியாக இது கையொப்பமிடப்படாமல், தபாலில் சேர்க்கப்படாமல் அப்படியே மிஞ்சிவிட்டது. இது அவரது கடைசிக் கடிதம்.

பி.கே. ஆத்ரேக்கும் எஸ்.எம். ஜோஷிக்கும் தான் தொடங்கவிருக்கும் இந்தியக் குடியரசுக் கட்சியில் இணையும்படிக்கு அழைப்புவிடுத்து இரண்டு கடிதங்கள் எழுதியிருப்பதாக திரு. குபேர் அவர்கள் டாக்டர் அம்பேத்கர் சொல்லுகிறார். [டபிள்யூ.என். குபேர், பி.ஆர். அம்பேத்கர் (1978) ப–90].

பிற்சேர்க்கை I

2a

18 போர்செஸ்ட்டர் டெரஸ் டப்ளியூ,
30 ஜூன் 1916,

அன்புள்ள ஐயா,

வரும் ஞாயிறு காலை 11.30 மணிக்கு மேற்காணும் முகவரிக்கு வர இயலுமா? நீங்கள் வருவதை உறுதிப்படுத்தி அஞ்சலட்டை அனுப்ப முடியுமா?

தங்கள் உண்மையுள்ள,
லயோனல் ஆபிரகாம்[1]

பெறுநர்

திரு. பி.ஆர். அம்பேத்கர்

---

1. சர். லயோனல் ஆபிரகாம் இந்திய மாநிலங்களின் நிரந்தர உள்துறைச் செயலர்.

3a

லண்டன் பல்கலைக்கழகம்,
தெற்கு கென்சிங்டன்,
தென் மேற்கு. 7,
19 ஜூலை 1917.

அன்புக்குரிய ஐயா,

18 ஜூலை 1917 அன்று நடந்த பொதுநிர்வாகச் சபைக் கூட்டத்தில், எம்.எஸ்.சி (பொருளியல்) பட்டப்படிப்பைத் தாங்கள் இடைநிறுத்தம் செய்வது தொடர்பாக 12 ஜூன் 1917 தேதியிலான தங்கள் விண்ணப்பமும் கூடவே இணைக்கப்பட்ட கடிதமும் (16 ஜூன் 1916) பரிசீலனைக்கு எடுத்துக்கொள்ளப்பட்டன. லண்டன் ஸ்கூல் ஆஃப் எகானாமிக்ஸின் நிர்வாகிகள் அதுகுறித்துக் கீழ்க்காணும் தீர்மானத்தை நிறைவேற்றியிருக்கிறார்கள் என்பதைத் தெரிவித்துக்கொள்கிறேன்.

பீவ்ராவ் ராம்ஜி அம்பேத்கர் அக்டோபர் 1917லிருந்து நான்கு வருடங்களுக்கு மிகாமல் தனது படிப்பை இடைநிறுத்தித் தொடர ஆட்சேபணை இல்லை.

அவரது படிப்பைத் தொடரும் பட்சத்தில் சாசன விதிகள் 113 129இன் பிரிவு. 4இன் படி ஒரு பருவம் முழுவதும் வருகைப் பதிவிலிருந்து இவருக்கு விலக்கம் அளிக்கப்படுகிறது. அதன் ஆசிரியர்கள் அவரது விதிவிலக்கத்தை இந்தியாவில் அவரது ஆய்வுத் தரவுகளைக்கொண்டு பயனுள்ள முறையில் கழிக்கிறார் என்று சான்றளிக்கும் பட்சத்தில் இது செல்லுபடியாகும்.

தங்கள் உண்மையுள்ள,
பி.ஹெச். ஹர்டாக்[1],
பதிவாளர்.

பீவ்ராவ்[2] ராம்ஜி அம்பேத்கர்,
லண்டன் ஸ்கூல் ஆஃப் எகனாமிக்ஸ்,
கிளார் மார்க்கட், டபிள்யூ.சி. 2.

---

1. பி.ஹெச். ஹர்டாக் லண்டன் பல்கலையின் பதிவாளர்
2. திரு. ஹர்டாக் பீம்ராவை பீவ்ராவ் எனத் தவறாக எழுதியிருக்கிறார்.

62a

பாட்னா,
பிப்ரவரி 13, 1932.

அன்புள்ள கவாய்[1],

லக்னோவிலும் பாட்னாவிலும் உங்களை எதிர்பார்த்திருந் தேன். நீங்கள் ஏன் வரவில்லை என்று உங்கள் கடிதம் கிடைத்த பிறகே அறிந்தேன். உங்கள் உடல்நிலை அதனை அனுமதிக்காததை அறிந்து வருத்தங்கள்.

தகவலுக்காக அறிக்கையையும் அது குறித்த என் பார்வை களையும் கொண்ட நகலை உங்களுக்கு அனுப்பியிருக்கிறேன். சமூகப் பிரச்சினைகள் குறித்து எங்கள் கமிட்டியோ அதனால் உங்கள் கமிட்டியோ விவாதிக்க "முடியாது" என்று குறிப்பிட்டிருப்பதை அறிக்கையின் கடைசிப் பத்தியில் நீங்கள் பார்க்கலாம். பிரதமரின் கடிதமும் கமிட்டி வெளியிட்ட கேள்வி பதிலும் இதைத் தெளிவுப்படுத்துகிறது. தில்லியிலும் லக்னோவிலும் எங்கள் கமிட்டித் தலைவர் இந்தப் பிரச்சினையைக் குறித்துத் தீர்ப்பளித்திருப்பது இதன்படியே. ஆகவே உங்கள் கமிட்டி இது குறித்து விவாதிக்க வேண்டாம் என்று தெரிவியுங்கள். அப்படி விவாதிக்க விரும்பினால் அதை மறுத்துவிடுங்கள்.

தனித் தொகுதியா பொதுத் தொகுதியா என்பது குறித்த தங்கள் தீர்மானம் கமிட்டியின் முடிவுக்கு வெளியே இருப்பதால் அது குறித்து விவாதிக்க இயலாது என்று எளிமையாகச் சொல்லிவிடலாம். உங்கள் இயக்கமும் ஒரு கேள்வி பதில் தாளைக் கொண்டிருப்பதை அறிவேன். ஒன்றே ஒன்றை மட்டும் சொல்லிக்கொள்ள விரும்புகிறேன். திரு. ராஜா தன்னுடைய

---

1. திரு. ஜி.ஏ. கவாய் சட்ட மேலவை உறுப்பினர். அகில இந்திய ஒடுக்கப்பட்டோர் சம்மேளனத்தின் பொதுச் செயலாளராக இருந்தவர்.

கருத்துகளை மாற்றிக்கொண்டு பொதுத் தொகுதிகளை ஆதரிப்பதை அறிந்து அதிர்ச்சியுற்றேன். தங்கள் இயக்கம் தற்கொலைக்குச் சமமான அவரது கொள்கைகளைப் பின்பற்றாது என நம்புகிறேன். அப்படி நடக்குமாயின் நமக்கிடையே நிரந்தரமாக முறிவு ஏற்படும். நான் எந்த விலை கொடுத்தாவது தடுக்க நினைக்கும் 'நம்மிடையேயான' யுத்தத்தைத் தவிர்க்க முடியாது என்பதையும் சொல்லிக்கொள்கிறேன். ஆகவே, அதில் பிடிவாதம் பிடிக்காதீர்கள். நான் அறியாமலும் என்னுடைய சம்மதமில்லாமலும் எதையும் நீங்கள் செய்யமாட்டீர்கள் என்பது குறித்து மகிழ்ச்சியடைகிறேன். வாக்குரிமை குறித்த கேள்வி பதிலுக்கு நான் விரிவாகப் பதிலளித்துள்ளேன். தட்டச்சு செய்தவுடன் உங்களுக்கு ஒரு நகலை அனுப்புகிறேன்.

கேள்வி பதில் தாளுக்கான என்னுடைய பதில் அறிக்கையை உங்கள் பயன்பாட்டிற்கு அனுப்பியுள்ளேன். மறுதிருத்தம் செய்யப்பட்ட கேள்விகளின் ஒரு பிரதியை அனுப்பியுள்ளேன். மொத்தக் கேள்விகளும் நீக்கப்பட்டிருப்பதைக் காண்பீர்கள்.

(தங்கள் உண்மையுள்ள,
பி.ஆர். அம்பேத்கர்)

75a

உயர்நீதிமன்ற நூலகம்,
பம்பாய்,
24.4.33

அன்பிற்கினிய தத்தோபா,

நான் கோலாப்பூருக்கு வர இருந்ததால் உங்கள் கடிதத்திற்குப் பதில் அனுப்பவில்லை. துரதிர்ஷ்டவசமாக அந்த வழக்கு ஒத்தி வைக்கப்பட்டுள்ளது

இன்று லண்டனுக்குச் செல்கிறேன். என்னுடைய இந்தப் புறப்பாட்டுக்கு முன் உங்களிடம் கேட்க விரும்புவது உங்கள் சாதியினரின் செயல்பாடுகள் நீங்கள் விரும்பும் ஒற்றுமையைக் கொண்டுவரும் என நம்புகிறீர்களா? நீங்கள் உங்கள் சாதியினர்மீது கொண்ட பற்றால் மௌனமாக இருந்து இந்த நடவடிக்கைகளை ஆதரித்தீர்களென்றால் நீங்கள் தவறாக வழிநடத்தப்பட்ட ஒரு மனிதர் என்று நான் உறுதியாக நம்புவேன். உங்கள் நண்பர்களை அவர்கள் விரும்பியபடிச் செய்யவும் உங்களோடு பணியாற்றவும் நீங்கள் அனுமதித்திருப்பது இரண்டு வழிகளில் நடக்க முயல்வது. அது இயலாது. நீங்களே இந்தக் கேள்வி எழுப்பியிருப்பதால் நான் இப்படி கடுமையான தொனியில் எழுத வேண்டியதாகிவிட்டது.

நீங்கள் நலம் என நம்புகிறேன்.

தங்கள் உண்மையுள்ள,
பி.ஆர். அம்பேத்கர்.

128a

டாக்டர் அம்பேத்கருக்கு பெதிக் லாரன்ஸின் கடிதம்

28 மே 1946.

உங்களுடைய மே 22ஆம் தேதியிலான கடிதத்திற்கு நன்றி. அதில் நீங்கள் சமீபத்திய அறிக்கையின் சில விஷயங்கள் குறித்துத் தெளிவுபடுத்த வேண்டுமென்று கேட்டுக்கொண்டுள்ளீர்கள்.

சுதந்திர இந்தியாவிற்கான தங்கள் சொந்த அரசியலமைப்பை இந்தியர்கள் உருவாக்கிக்கொள்வதற்கான சட்டகத்தை ஏற்படுத்துவதுதான் தூதுக் குழுவின் நோக்கமாயிருப்பதை நீங்கள் ஏற்றுக்கொள்வீர்கள் என்று நம்புகிறேன். எங்கள் அறிக்கையின் குறிக்கோள், அந்த நோக்கத்திற்காகக் கட்சிகள் ஒன்றுபடுவதற்கான அடிப்படையை உருவாக்குவதே ஆகும். சம்பந்தப்பட்ட யாவரும் இதை ஏற்றுக்கொண்டு செயல்படுத்துவார்கள் என நம்புகிறோம். அந்த நோக்கத்திற்குத் தேவையான அளவில் அறிக்கையை நாங்கள் சுருக்கிக்கொண்டோம். மேலும் எழக்கூடிய பிற விஷயங்கள் அரசியல் நிர்ணயச் சபையால் முடிவு செய்யப்பட வேண்டும்.

அறிக்கையின் பத்தியில் இடம்பெறும் சிறுபான்மையினர் என்ற சொல் நிச்சயமாகப் பட்டியல் சாதிகளையும் உள்ளடக்க வேண்டும் என்பதே எங்கள் நோக்கம். மறுபுறம் ஆலோசனைக் குழுவை அமைப்பதும் அரசியல் நிர்ணய சபையின் பணியாகும். அது முழுப் பிரதிநிதித்துவம் கொண்டதாக இருக்க வேண்டும் என்றே நாங்கள் கருதுகிறோம்.

அரசியல் நிர்ணயச் சபையில் தலையிடுவது எங்கள் நோக்கமல்ல. ஆயினும், எங்களுடைய அறிக்கையில் ஆலோசனைக் குழுவின் உறுப்பினர்கள் அரசியல் நிர்ணயச் சபையின்

உறுப்பினர்களிடமிருந்து மட்டுமே தேர்வு செய்யப்பட வேண்டும் என்று நாங்கள் வரம்பு எதையும் நிர்ணயம் செய்யவில்லை.

உங்களுடைய இதர கேள்விகளுக்கு எங்களுடைய கூடுதல் அறிக்கை பெருமளவு பதிலளிக்கிறது. அந்த அறிக்கையைத் தூதுக்குழு சனிக்கிழமையன்று வெளியிட்டது. அதனுடைய நகலை இத்துடன் இணைத்துள்ளேன்.

திரு. அலெக்ஸாண்டருக்கு நீங்கள் சமீபத்தில் எழுதிய கடிதம் கிடைத்ததென்றும் அதற்கு நன்றி தெரிவிக்குமாறும் என்னிடம் கேட்டுக்கொண்டார். அவர் தற்போது தில்லியில் இல்லை. ஒரு சில நாட்கள் பயணமாக சிலோன் சென்றுள்ளார். திரும்பிவந்ததும் உங்களுக்குப் பதில் எழுதுவார்.

137a

சவிதா அம்பேத்கராகிய லக்ஷ்மி கபீருக்கு

தேதி: 1 ஜன 1948.

நான் கடினமானவன். சாதாரணமாகத் தண்ணீரைப் போல் அமைதியாகவும் புல்லைப் போல் பணிவாகவும் இருப்பவன். ஆனால் கோபம் கொள்கையில் கட்டுக்கடங்காதவனாகவும் சமாளிக்க முடியாதவனாகவும் இருப்பேன். நான் மௌனமானவன். நான் பெண்களிடம் பேசுவதில்லை என்கிற குற்றச்சாட்டு இருக்கிறது. எனக்கு நெருக்கமாக இல்லையென்றால் நான் ஆண்களிடமே கூடப் பேசுவதில்லை. நான் மனோநிலைகளின் மனிதன். சிலவேளைகளில் முடிவின்றிப் பேசுவேன்; சில வேளைகளில் ஒரு வார்த்தைகூடப் பேசமாட்டேன். சில வேளைகளில் மிகவும் தீவிரமாக இருப்பேன்; சில வேளைகளில் மிகுந்த நகைச்சுவை உணர்வில் திளைப்பேன்; நான் மகிழ்வின் மனிதன் அல்ல. உலக சந்தோஷங்கள் என்னை ஒருபோதும் ஆட்கொண்டதில்லை. எனது கட்டுக்கோப்பின், துறவுத்தன்மையின் சுமையை என் நண்பர்கள் பொறுத்துக்கொள்ள வேண்டியிருக்கும். எனது புத்தகங்களே எனது நண்பர்களாக இருந்து வந்துள்ளன. மனைவியையும் குழந்தைகளையும் விட அவையே என் நேசத்துக்குரியவை.

137b

மேலே குறிப்பிடப்பட்டவருக்கு

தேதி: பிப் 8, 1948.

பெண்களின் எழுச்சிக்கும் விடுதலைக்கும், எனது சமூகத்தின் எழுச்சிக்கும் விடுதலைக்கும் நான் ஒரு சாதனையாளனாக இருந்துவந்திருக்கிறேன். பெண்களின் நிலையை உயர்த்த என்னால் முடிந்த அளவுக்குப் பாடுபட்டிருக்கிறேன், அது குறித்து நான் உள்ளூரப் பெருமையடைகிறேன்.

ஒரு மகாராஷ்டிரியனின் கைகளால் காந்தி கொல்லப்பட்டிருக்கக்கூடாது என்பதில் உன்னோடு நான் உடன்படுகிறேன். மேலும் சொல்வதாக இருந்தால் இப்படியான கோழைத்தனமான செயலை யாரும் செய்திருக்கக்கூடாது. என்னுடைய ஆன்மீக, நல்லொழுக்கச் சமூக வளர்ச்சியில் திரு. காந்தி எந்தவிதப் பங்களிப்பையும் செய்யவில்லை, அவருக்கு நான் எவ்விதத்திலும் கடன் பட்டவனல்லன் என்றும் உனக்குத் தெரியும். நான் எனது மொத்த இருப்புக்கும் ஒருவருக்குக் கடன்பட வேண்டுமானால் அது கௌதம புத்தருக்கு மட்டுமே. என்றாலும் காந்தியின் படுகொலையைக் கேள்வியுற்று மிகவும் வருந்தினேன். அவர் என்மீது கொண்ட வெறுப்பையும் தாண்டிச் சனிக்கிழமையன்று பிர்லா மாளிகைக்குச் சென்றிருந்தேன். அவரது உடலை எனக்குக் காட்டினார்கள். காயங்களை என்னால் பார்க்க முடிந்தது. அவை மிகச்சரியாக இதயத்தில் இருந்தன. அவரது இறந்த உடலைப் பார்த்து வெகுவாகத் துயருற்றேன். இறுதி ஊர்வலத்தில் சிறிதுதூரம் சென்றுவிட்டு நடக்க இயலாததால் வீடுவந்து பின் மீண்டும் யமுனை நதிக்கரையில் இருக்கும் ராஜ்காட்டிற்குச் சென்றிருந்தேன். ஆனால் மக்கள் கூட்டத்தின் நெரிசலில் எரியூட்டப்படும் இடத்துக்குப் போக முடியவில்லை. எனது சொந்த அபிப்பிராயத்தில் சிறந்த மனிதர்கள் நாட்டிற்குச் சிறந்த சேவையை அளித்திருக்கிறார்கள். ஆனால் அவர்களே சில

நேரங்களில் நாட்டின் முன்னேற்றத்திற்குப் பெரும் தடையாகவும் இருந்திருக்கிறார்கள். ரோம வரலாற்றில் நடந்த ஒரு நிகழ்வு இந்தச் சந்தர்ப்பத்தில் என் ஞாபகத்துக்கு வருகிறது. சீசரின் மரணம் முடிந்த நிலையில் சிசரோவிடம் தகவல் தெரிவிக்கப்படுகிறது, சிசரோ தகவல் கொணர்ந்த தூதுவர்களிடம் சொல்கிறான், "ரோமானியர்களிடம் சொல்லுங்கள் அவர்களது விடுதலையின் நேரம் வந்துவிட்டது". திரு. காந்தியின் படுகொலை ஏற்படுத்திய வருத்தங்கள் ஒருபுறம் இருந்தாலும் சீசரின் மரணத்தில் சிசரோ சொன்ன வாக்கியங்களின் எதிரொலியை ஒருவர் தன் உள்ளத்தில் உணர முடியும். இந்த நாட்டிற்குத் திரு. காந்தி ஒரு நேர்மறையான அபாயமாக மாறிவிட்டார். எல்லாச் சுதந்திரச் சிந்தனைகளையும் சாம்பலாக்கிவிட்டார். தீய, தன்னலமிக்க சமூகக் கேடுகளைத் தன்னகத்தே கொண்ட, சமூக நல்லொழுக்கக் கொள்கைகளைக் கொண்டு, சமூக வாழ்வை நிர்ணயிப்பதை ஒத்துக்கொள்ளாமல், திரு. காந்தியைப் போற்றியும் முகஸ்துதி செய்தும் மட்டுமே காலம் தள்ளும் சேர்மானமான காங்கிரசை, உடையவிடாமல் கட்டிக்காத்துக்கொண்டிருந்தார். இப்படியான ஒரு அமைப்பு நாட்டை நிர்வகிக்கத் தகுதியற்றது. விவிலியம் சொல்லுவதுபோல் "தீமையிலிருந்து சிலவேளைகளில் நன்மை நடக்கும்." ஆக திரு. காந்தியின் மரணத்திலிருந்து சில நன்மைகள் நடக்கலாம் என எண்ணுகிறேன். அது ஒரு சாகச நாயகனின் பிடியிலிருந்து மக்களை விடுவிக்கக் கூடும். இது தங்களுக்காக அவர்களைச் சிந்திக்கவைக்கும். தனது சொந்தத் திறமைகளில் நிற்க அவர்களை வற்புறுத்தும்.

137 c

மேலே குறிப்பிடப்பட்டவருக்கு

தேதி: மார்ச் 1948.

எனக்கு இலக்கியத்தின் மேல் குறிப்பாக சுயசரிதைகள் மேல் தீராத காதல் உண்டு. எல்லா ஆண் பெண் வாழ்வும் மிக அற்பமானது. அதன் பாதை குறுகலானது. அதுபோல் தனிமனிதர்களின் வாழ்வு மட்டுப்படுத்தப்பட்டது. இந்த எல்லைக்குட்பட்ட அனுபவம் குறுகிய இரக்கங்களையே பெற்றுத் தரும். இப்படியானவர்கள் வாழத் தகுதியற்றவர்கள். ஒருவரது வாழ்வில் வெவ்வேறு விதமாக வாழ்ந்துகொண்டிருப்பவர்களைச் சந்திப்பதும் அவர்களது அனுபவங்களைச் சேகரித்துக் கணக்கிட்டுக்கொள்வதும் கட்டாயமானது. மற்றவர்களின் அனுபவங்களைக் குறித்து அவதானிப்பு இல்லையென்றால் வாழ்வின் மதிப்பில் எந்தவிதச் செழுமையும் மதிப்பும் இருக்கப்போவதில்லை. டால்ஸ்டாய் என் ஆதர்ஷம் கிடையாது. உண்மையில் எந்த எழுத்தாளரும் என் ஆதர்ஷம் அல்லர். நான் மிகவும் தேர்ந்தெடுத்து வாசிக்கக்கூடியவன். எந்த முக்கிய எழுத்தாளரிடமிருந்தும் பிரயோஜனமுள்ள விஷயங்களை எடுத்துக்கொண்டு என் சுயத்தில் அவற்றைக் கலந்து என் சொந்த ஆளுமையை உருவாக்கிக் கொள்வேன். சொல்வதென்றால் எவ்வளவு உயர்ந்தவராக இருந்தாலும் இது யாரையும் பார்த்தொழுகுதல் அல்ல, இது என் சொந்த அசலான சுயம்.

பிற்சேர்க்கை II

கடித எண் 4இல் குறிப்பிடப்பட்டுள்ள டாக்டர் அம்பேத்கருக்குக் கொடுக்கப்பட்ட அறிமுகக் கடிதங்கள்

பேராசிரியர், கொலம்பியா பல்கலைக்கழகம்,
நியூயார்க்,
அரசியல் அறிவியல் துறை,
மே 23 1916.

திரு. சிட்னி வெப்,
4, க்ராஸ்வீனர் சாலை,
வெஸ்ட்மினிஸ்டர் கரை,
லண்டன், இங்கிலாந்து.

அன்புக்குரிய வெப்,[1]

என்னிடம் படித்த மாணவர்களில் ஒருவரான திரு. பீம்ராவ் ராம்ஜி அம்பேத்கரை உங்களுக்கு அறிமுகம் செய்ய அனுமதிப்பீர்களா? பரோடாவிலிருந்து அரசாங்கச் சலுகையில் இங்கு வந்து மூன்று வருடங்களாக எங்களுடன் இருக்கிறார். இந்தியப் பொது நிதி வரலாறு குறித்த தன் ஆய்வேட்டை இறுதி செய்ய ஒரு வருடம் லண்டனில் செலவிட இருக்கிறார். அவர் மிகச்சிறந்த மாணவர், அருமையானவர். நிதானமும் அகன்ற பார்வையும் திறமையும் கொண்டவர், அவரது ஆய்வுத் தேடலில் தாங்கள் மகிழ்வோடு உதவி செய்வீர்கள் என நம்புகிறேன்.

தங்கள் உண்மையுள்ள,
எட்வின். ஆர்.ஏ. செலிக்மேன்[2].

---

1. சிட்னி வெப் தனது அறிவார்த்தத்திற்காகவும் திறனுக்காகவும் நடமாடும் பல்கலைக்கழகம் என்று அறியப்பட்டவர். ஃபேபியன் சொசைட்டியை உருவாக்கியவர். பிரிட்டனின் மிகச்சிறந்த பொருளாதார அறிஞர், சோசலிசச் சிந்தனையாளர். சமூக, தொழில்மய நிலைகளைக் குறித்து முதன்முதலாக ஆய்வு செய்தவர்.

2. பேரா. எட்வின் ஆர்.ஏ. செலிக்மேன் அமெரிக்காவின் கொலம்பியா பல்கலைக்கழகத்தின் மிகச்சிறந்த பொருளியல் பேராசிரியர். அம்பேத்கரின் பேராசிரியர். ‘பிரிட்டிஷ் இந்தியாவின் மாகாணப் பொதுநிதியின் பரிணாமங்கள்’ என்கிற அம்பேத்கரின் முனைவர்பட்ட ஆய்வேடு பின்னர் நூலாக வந்தபோது அதற்கு முகவுரை எழுதியவர்.

சர். லயோனல் ஆப்ரஹாம்[1]

திரு. பி.ஆர். அம்பேத்கர் லண்டன் ஸ்கூல் ஆஃப் எகனாமிக்ஸில் ஒரு மாணவராகச் சேர்ந்திருக்கிறார். இந்திய அலுவல்கள் நூலகத்தில் அவர் வாசிக்க விரும்புகிறார். அனுமதிக்கப்பட்டுள்ள எல்லாவித வசதிகளையும் அவருக்கு நீட்டித்து வழங்க நீங்கள் உதவுவீர்கள் என்றால் மிகவும் நன்றியுடையவனாக இருப்பேன்.

தங்கள் உண்மையுள்ள,
சிட்னி வெப்.

---

1. சர். லயோனல் ஆபிரஹாம் இந்திய மாநிலங்களின் நிரந்தர உள்துறைச் செயலர்.

கடித எண்: 60இல் குறிப்பிடப்பட்டுள்ள தந்தியின் உள்ளடக்கம்

பெறுநர்:

திரு மேக் டொனால்ட், தலைவர்,
இந்திய வட்டமேசை மாநாடு, லண்டன்,
மகாத்மா காந்தி, இந்திய வட்ட மேசை மாநாடு,
டாக்டர் அம்பேத்கர், இந்திய வட்ட மேசை மாநாடு.

அக்டோபர் 11 அன்று எனது தலைமையில் நடைபெற்ற ஐயாயிரம்பேர் பங்குகொண்ட நாசிக் மாவட்ட ஒடுக்கப்பட்டோர் பொதுக் கூட்டத்தில் அவர்களது அரசியல் கோரிக்கைகளின் பால் காந்தியின் அணுகுமுறையைக் கடுமையாகக் கண்டிப்பது என்று ஒரு மனதாகத் தீர்மானம் இயற்றப்பட்டது. மேலும் அவர்களது பிரதிநிதிகளான டாக்டர் அம்பேத்கரும் ராவ் பகதூர் சீனிவாசனும் முன்வைத்த கோரிக்கைகளை உள்ளடக்காத எந்தவோர் அரசியலமைப்பும் அவர்களுக்கு ஏற்புடையது அல்ல என்றும் உறுதியாக அறிவிக்கப்படுகிறது.

– அமிர்த்ராவ் ரணகாம்பே,
நாசிக் (இந்தியா).

பின்னிணைப்பு I

லண்டன் ஸ்கூல் ஆஃப் எகனாமிக்ஸ் & பொலிடிகல் சயின்ஸ்,
(லண்டன் பல்கலைக்கழகம்)
கிளேர் மார்க்கட், லண்டன், மத்திய மேற்கு,
24 நவம்பர் 1917.

நியூயார்க் கொலம்பியா பல்கலையைச் சார்ந்த எனது நீண்ட கால நண்பரான பேராசிரியர் சீகர் அவர்களின் பெரும் சிபாரிசின் பேரில் திரு. பி.ஆர். அம்பேத்கர் ஜூன் 1916இல் லண்டன் வந்தார். அவருடைய அமெரிக்கச் சாதனையைக் கருத்தில் கொண்டு உடனடியாக அவரை லண்டன் பல்கலை எம்.எஸ்.சி. (பொருளியல்) மாணவராகச் சேர்த்துக்கொண்டது. அவரது ஆய்வு என்னுடைய மேற்பார்வையில் நடைபெறவுள்ளது. 'இந்திய மாகாணப் பொதுநிதி வளர்ச்சி' என்னும் தலைப்பில் ஆய்வை முன்மொழிந்துள்ளார். எனினும் இந்தியாவிற்குத் திரும்ப வேண்டியிருப்பதால் சிறிது காலம் அவர் விடுமுறை எடுத்துக் கொள்ள இருக்கிறார். அவர் இந்தியாவிற்குச் செல்லும்முன் சிறப்பான ஓர் ஆய்வை அவர் மேற்கொள்வார் என்கிற நம்பிக்கையை எனக்கு ஏற்படுத்தியிருக்கிறார். அவரது பாடத்தை, ஓர் அடிமட்டத் தொழிலாளி எப்படி அடித்து நொறுக்குவாரோ அப்படி நொறுக்கித் தனது வெற்றியை உறுதி செய்திருக்கிறார். மேலும் அவரால் இயன்றது எது என்று அவர் நினைக்கிறாரோ அவற்றையும் அவ்வாறே செய்துவிடுவார்.

எட்வின் கேனன்[1],
அரசியல் பொருளாதாரப் பேராசிரியர்,
லண்டன் பல்கலைக்கழகம்.

---

1. டாக்டர் அம்பேத்கரின் பேராசிரியராக லண்டன் ஸ்கூல் ஆஃப் எகானமிக்ஸில் பணியாற்றிய பேராசிரியர் எட்வின் கேனன், உலகப் புகழ்பெற்ற பொருளாதார நிபுணர். டாக்டர் அம்பேத்கர் டாக்டர் ஆஃப் சயின்ஸ் பட்டம் பெறக் காரணமாக இருந்த 'ரூபாயின் பிரச்சினை' என்கிற ஆய்வேட்டிற்கு முன்னுரை எழுதியவர்.

11, சேட்லிங்டன் சாலை,
ஆக்ஸ்ஃபோர்ட்,
ஏப்ரல், 1918.

அன்புள்ள அன்ஸ்டே,[1]

தங்களின் 9ஆம் தேதியிலான கடிதம் இன்று கிடைத்தது. இருவருமே சிறப்பானவர்கள். என்னிடம் ஓர் ஆய்வை மேற்கொள்ள வந்து என்னோடிருந்து ஆய்வைக் கையாண்ட விதத்தில் அவருக்கு அசாதாரணமான நடைமுறைத் திறன் இருப்பது வெளிப்பட்டது. இதைத் தவிர அம்பேத்கரைக் குறித்து எனக்கு அதிகம் தெரியாது. 'என்னையும்' என்று நான் சொன்னது ஏனென்றால் அவருக்குப் பல்கலைக் கழகத்தில் ஏதேனும் வேண்டுகோளோ வேறெதுவோ தேவையென்றால் அதற்குத் தேவையான தரவுகளை அவரே விவரித்துவிடுவார். என்னைத் தொந்தரவிற்கு உள்ளாக்கியதில்லை. அவரே அவரது ஆய்வுக்குரிய பாடத்தைத் தேர்வு செய்வார், பின் அது தொடர்பான பணியை எந்த உபத்திரவமுமின்றித் தொடர்வார். நான் பார்த்தவரை (அவரது பாடத்தைக் குறித்து எதுவாக இருந்தாலும் எனக்குத் தெரியாது என்று ஒத்துக் கொள்கிறேன்.) அவர் சிறப்பாகச் செய்துகொண்டிருந்தார். அவரது எம்.எஸ்.சி பட்டத்தைக் குறிப்பிட்ட காலத்திற்குள் மிக எளிதாக முடித்திருப்பார். "அவர் எங்களோடு ஒரு வருடகாலம் இருந்தார்" என்று கூறுவது தவறான தகவல்; அப்படியே இருந்திருந்தாலும் அது மிகவும் துண்டுதுண்டான காலங்களே. மொத்தத்தில் அவரை மூன்றுமுறைக்கு மேல் பார்த்திருக்கமாட்டேன். அவர் முழுமையான இந்தியரா என்று எனக்குச் சந்தேகம் உண்டு, தோற்றத்தில் கொழுத்த இந்தியராக இருந்தாலும் அவரது குணநலன்கள் ஸ்காட்டிஷ் – அமெரிக்கத் தன்மை கொண்டிருந்தது.

1. பெர்சி அன்ஸ்டே: பம்பாய் சிடன்ஹாம் பொருளியல் கல்லூரியின் முதல்வர்.

இன்னொருபுறம் ஜோஷி[2] தாங்கிக்கொள்ளக் கூடிய அளவுக்கு ஆரோக்கியமாகவும் நன்றாகச் சாப்பிடுவார் என்று சொல்லும் அளவுக்கு மெலிதாகவும் இருக்கிறார். ஐரோப்பியத் தன்மை எதுவும் அவருக்கு இல்லை. எப்போதும் ஆழ்ந்த சிந்தனையில் இருப்பவர், என்னிடமிருந்து அதிக மதிப்பெண்களைப் பெறுபவர். எங்கள் எல்லாருக்கும் அவரைப் பிடிக்கும்— சொல்லப்போனால் அங்கிருந்த எல்லா இந்தியர்களிலும் இவரே எல்லாரின் விருப்பத்துக்கும் உரியவர். தன்முனைப்பு அற்றவர். அம்பேத்கர் ஒரு வேலையைத் தனது ஆர்வத்தின் பொருட்டுச் செய்வாரென்றால் ஜோஷி அந்த வேலையின் பொருட்டு அதைச் செய்வார். இருவரில் யார் சிறந்த ஆசிரியர் என்று முடிவெடுப்பது எனக்குக் கடினமானது. அம்பேத்கர் தேவையான எல்லாவற்றையும் மிக எளிதாகக் கொண்டுசேர்த்துத் தன்னை நம்பிவந்த மாணவரைத் தேர்வில் பாதுகாப்பாய்க் கரைசேர்ப்பார். ஆனால் ஜோஷி மிகவும் ஊக்கமளிப்பவராக இருப்பார் (நீங்கள் உங்கள் பேராசிரியர்களால் ஊக்குவிக்கப்பட்டிருக்கிறீர்களா—ஏ. எல். ஸ்மித்தைத் தவிர எனக்குச் சொல்லிக்கொள்ள யாருமில்லை.) இந்த ஒரு உதவியே உங்களுக்குச் செய்ய முடியும் என்று நினைக்கிறேன். உங்கள் மாணவர்களின் தன்மை குறித்து உங்களுக்குத்தான் தெரியும். எனக்குத் தெரியாது, ஏனென்றால் இந்தியர்கள் மற்றவர்களைப் பிரதிபலிப்பவர்கள் அல்லர்.

உங்கள் உண்மையுள்ள,
எட்வின் கேனன்

கே.டி. ஷா[3] என்று நீங்கள் சொன்னது நம்முடைய ஷாவையா? ஜோஷி அவரைவிட மூன்று நான்கு வகுப்புகள் மேலே இருக்கிறார்.

---

2. ஆர்.எம். ஜோஷி: சிடன்ஹாம் கல்லூரியின் தற்காலிகப் பேராசிரியராகப் பணியாற்றியவர். அவர் லண்டன் ஸ்கூல் ஆஃப் எக்னாமிக்ஸில் மேற்படிப்புக்காகச் சென்றுவிட்டதால் அவரது பணியிடம் காலியாக இருந்தது.

3. கே.டி. ஷா, ஆர்.எம். ஜோஷியின் இடத்தில் விரிவுரையாளராக நியமிக்கப் பட்டிருந்தவர். ஆனால் ராஜினாமா செய்துவிட்டார். தொடர்ந்து பூனா விளம்பரப் பிரிவுத்துறை இயக்குநருக்கு, இப்பதவி வேண்டி டாக்டர் அம்பேத்கர் விண்ணப்பித்தார்.

லண்டன் ஸ்கூல் ஆஃப் எகனாமிக்ஸ் &
பொலிடிகல் சயின்ஸ்,
கிளேர் மார்க்கட், லண்டன் மத்திய மேற்கு –2,
14 மே 1918.

அன்பார்ந்த திரு. ஆஸ்ட்லே,

திரு. ஜோஷியையும் திரு. அம்பேத்கரையும் அவர்களது திறன்களை ஒப்பிட்டு நீங்கள் கேட்டிருந்த கடிதத்திற்கு இதுவரை இங்கு நடந்த உரைகளிலிருந்து சேகரித்ததைக்கொண்டு பதில் தர இயக்குநர் என்னைப் பணித்திருக்கிறார். திரு. ஜோஷி நிச்சயமாகப் பரிந்துரை செய்யப்பட வேண்டிய நபர். திறன்மிகுந்த, நிதானமான, கடின உழைப்புக்கும் நம்பிக்கைக்கும் உரியவர்.

திரு. அம்பேத்கரைக் குறித்து முடிவாக எதுவும் சொல்ல முடியாதபடிக்கு அவருக்கும் ஸ்கூலுக்குமான அன்னியோன்யம் போதுமானதாக இல்லை. அவரைப் பலமுறை பார்த்துள்ள பேராசிரியர் கேனன், நல்ல திறமையுள்ளவர் என்றும் நன்றாக உள்வாங்கிக்கொண்டவரென்றும் தன்னடக்கம் உள்ளவரென்றும் சொல்லியிருக்கிறார்.

திருமதி. அன்ஸ்டேக்கு என்னை நினைவூட்டுங்கள். கனிவான வாழ்த்துகள்.

தங்கள் உண்மையுள்ள,
சி.எஸ். மாக்டக்கார்ட்,[1]
செயலர்.

1. சி.எஸ். மாக்டக்கார்ட் லண்டன் ஸ்கூல் ஆஃப் எகனாமிக்ஸ் & பொலிடிகல் சயின்ஸின் செயலாளர்.

பரோடா கல்வி ஆணையர், கல்வி ஆணையம், அவர்களின் கடிதத்திற்கு சிடன்ஹாம் வணிகவியல் – பொருளியல் கல்லூரி முதல்வர் பதிலளித்த, 23 டிசம்பர் 1918 தேதியிட்ட கடிதம்.

டாக்டர் அம்பேத்கர் பரோடா அரசின் பணியில் சேர விருப்பமின்றி இருக்கிறார். ஏனெனில் அங்குள்ள சூழலில் அவரது சாதியைச் சேர்ந்த ஒருவருக்கு அங்கு வாழ்வு கடினமானதாக இருக்கும் என்று நினைக்கிறார். அதே நேரம் மாட்சிமை தாங்கிய மன்னரின்[1] பேரில் மிகுந்த பணிவோடு இருப்பதை ஓர்மிக்கிறார், அவருக்கு அளிக்கப்பட்ட தொகையை நிரந்தர வேலையொன்று கிடைத்தவுடன் திருப்பி அளிப்பதாக உறுதி அளித்திருக்கிறார்.

பரோடா மாநிலத்தின் கல்வித் துறை ஆணையருக்கு சிடன்ஹாம் வணிகவியல் – பொருளியல் கல்லூரி முதல்வர் அனுப்பிய 26 மே 1919 தேதியிட்ட கடிதம்

டாக்டர் அம்பேத்கருக்கு இதன் உள்ளடக்கத்தைத் தெரிவித்து நீங்கள் விரும்பியதை அவருக்கு அறிவுறுத்துகிறேன். டாக்டர் அம்பேத்கர் முகவரி எதையும் விட்டுச்செல்வதில்லை. எனவே எழுத்து மூலம் அவரைத் தொடர்புகொள்ள இயலாது.

---

1. மாட்சிமை தாங்கிய மன்னர் என்றால் அது மகாராஜா சாயாஜிராவ் கெய்க்வார் அவர்களைக் குறிக்கும். டாக்டர் அம்பேத்கர் அமெரிக்கா சென்று உயர்கல்வி கற்பதற்காகக் கல்விக்கடன் அளித்தவர்.

கோலாப்பூர்,
23 ஜூன் 1920.

சத்ரபதி,
கோலாப்பூர் மகாராஜா,
ஜெய் பவானி[1].

அன்புக்குரிய சர் ஆல்பிரட் பீஸ் அவர்களுக்கு,[2]

மஹர் என்னும் தீண்டப்படாத சமூகத்தைச் சார்ந்த என்னுடைய நண்பரான டாக்டர் அம்பேத்கரை இதன்மூலம் அறிமுகம் செய்கிறேன். அவர் நியூயார்க்கின் கொலம்பியா பல்கலைக் கழகத்தில் பி.ஹெச்.டி பெற்றவர். பம்பாயின் சிடன்ஹாம் வணிகவியல்–பொருளியல் கல்லூரியில் பேராசிரியராக இருந்தவர். அவர் தற்போது இன்ஸ் கோர்ட்டிலிருந்து லண்டன் ஸ்கூல் ஆஃப் எகனாமிக்ஸில் கல்வி பயில வரவிருக்கிறார். பிராமண அதிகார வர்க்கத்திற்கும் பிற்படுத்தபட்டவருக்குமான வித்தியாசங்களைக் குறித்து அவர் உங்களுக்கு விளக்கமளிப்பார். கூடவே கனிவுகொண்ட ஒருவர் பிற்படுத்தப்பட்டோரை உயர்த்தும் ஜனநாயகக் கொள்கை கொண்டவராக, ஆனால், தங்களுடைய எதேச்சதிகாரத்தை மட்டுமே இலக்காகக் கொண்ட அதிகாரவர்க்கப் பிராமணர்களின் கையில் சிக்கி எவ்வாறு துயரப்படுவார் என்பது குறித்தும் உங்களுக்குச் சொல்லுவார். சுயாட்சி என்பது உண்மையில் பிராமணர்கள் பல காலத்துக்கு முன் தாங்கள் இழந்த அதிகாரத்தை மீட்டுருவாக்கும் நோக்கம் கொண்டது என்கிற பிராமணரல்லாத இந்துக்களின் ஒட்டுமொத்தக் கருத்தை இங்கிலாந்தின் அறிவார்ந்த பொதுமக்களிடம், அவர் முன்வைக்க விரும்புகிறார். இப்போதைய இந்தியச் சுயாட்சி முறை மக்களைச் சுதந்திரமாகவும் சமமாகவும் நடத்தாது; மாறாகப் பிராமணர்களையே வலிமை மிக்கவர்களாக மாற்றும். அரசியல் அதிகாரம் கொண்ட ஒரு பிராமண– எதேச்சதிகாரம் நிச்சயம் பேரரசிற்குத் தீமையாகவே இருக்கும்.

1. அசல் கடிதம் தேவநாகிரியில் உள்ளது.

2. சர். ஆல்பிரட் பீஸ் கோலாபூர் மகாராஜா ஷாஹு சத்ரபதியின் லண்டன் வாழ் நண்பர்களில் ஒருவர்.

மேலும் இந்திய மக்களின் முன்னேற்றத்திற்கும் ஒரு சறுக்கலாக இருக்கும். நிர்வாக மட்டத்திலிருந்து பிராமணரல்லாதோருக்கு எவ்வித செவிசாய்ப்பும் கிட்டவில்லை. எனவே பிரிட்டிஷ் பொதுமக்களின் அனுதாபத்தை நம்பிக் கோருகிறோம். இதை, டாக்டர் அம்பேத்கரிடம் பொறுமையோடு கேட்கும்படியும் உங்களால் முடிந்த உதவிகளைச் செய்யும்படியும் தாழ்மையோடு கேட்டுக்கொள்கிறேன்.

    தங்களைத் தொந்தரவு செய்வதற்கு மன்னிக்கவும்,

என்னை நம்புங்கள்,

தங்கள் உண்மையுள்ள,

ஷாஹு சத்ரபதி.

காமாத்திபுரா, 5வது தெரு,
பூனா முகாம்,
பிப்ரவரி 1930.

பெறுநர்:
செயலாளர்,
அனைத்திந்திய ஒடுக்கப்பட்டோர் மாநாடு,
நாக்பூர்.

அன்புள்ள ஐயா,

தங்களுடைய பிப்ரவரி 1, 1930 தேதி அச்சிடப்பட்ட கடிதம் கிடைக்கப்பெற்றேன். 'அனைத்திந்திய ஒடுக்கப்பட்டோர் மாநாட்டை' கான்பூரில் விரைவில் நடத்த இருப்பதைப் படித்து மகிழ்ச்சியடைந்தேன்.

எதிர்வரவுள்ள மாநாட்டின் தலைவராகத் தேர்ந்தெடுக்கப் பட்டமைக்கு வாழ்த்துகளைத் தெரிவித்துக்கொள்வதோடு டாக்டர் அம்பேத்கரின் பெயரைச் சிபாரிசு செய்கிறேன். மேலும் லண்டன் வட்ட மேசை மாநாட்டிற்கும் ஒடுக்கப்பட்டோரின் பிரதிநிதியாக அவரையே அனுப்ப வேண்டும் என்றும் முன்மொழிகிறேன்.

சாதி இந்துக்களால் பல காலமாக அடித்தட்டில் தள்ளப்பட்ட ஆறு கோடி சக சகோதரர்களின் முன்னேற்றத்திற்காக நீங்கள் எடுக்கும் எல்லா முயற்சிகளும் வெற்றியடைய என்னுடைய வாழ்த்துகள்.

என்றும் தங்கள் உண்மையுள்ள,
ஷிவ்ராம் ஜே. காம்ப்ளே[1].

---

1. ஷிவ்ராம் ஜனாபா காம்ப்ளே: பூனாவைச் சேர்ந்த தீண்டப்படாதோர் தலைவர். தீண்டப்படாதோர் மாநாட்டை இந்தியாவில் முதல்முறை ஒருங்கிணைத்தவர். பூனாவிலிருந்து வெளியான *சாமவன்ஷிய மித்ரா* என்கிற பத்திரிகையின் ஆசிரியர்.

(முத்திரை)

பொதுமக்கள் அவை

31–12–30

அன்புள்ள திரு. டக்கன்,

தங்களுடைய கடிதத்திற்கும் பின்னிணைப்புக்கும் நன்றி, இதுபோன்ற பாராட்டுகள் மிகுந்த ஊக்கத்தை அளிக்கின்றன.

தனது நாட்டின் தீண்டப்படாதவர்களையும் ஒடுக்கப் பட்டோரையும் பிரதிநிதித்துவப்படுத்தும் விதமாக நமது ஆங்கிலோ–இந்திய மாநாட்டிற்கு வருகைதரும் திரு. அம்பேத்கரை உங்களுக்கு அறிமுகப்படுத்த விழைகிறேன். ஐக்கிய அமெரிக்க நாட்டில் வரும் மார்ச்சில் ஒரு சிறு உரையை நிகழ்த்த அவர் விரும்புகிறார். போதுமான ஏற்பாடுகளைத் தயார் செய்ய நேரம் இல்லை. மேலும் உரைகளுக்கான ஆண்டின் இறுதிக்கு வந்துவிட்டோம் என்பதையும் அறிவேன். இருந்தும் அவரைப் பரிவோடும் நம்பிக்கையோடும் உங்களிடம் அறிமுகப்படுத்த விரும்புகிறேன். சமீபத்தில் அவையின் அனைத்துக் கட்சி நாடாளுமன்ற உறுப்பினர்கள் இருந்த ஒரு பிரதிநிதித்துவக் கூட்டத்தில் அவரது சமூகப் பிரச்சினைகள் குறித்து அறிக்கை யிட்டார். அவரது நேர்மையான, பழகுவதற்கு எளிதான ஆளுமையாலும், தெளிவான பிசிரற்ற அவரது உரையாலும் வந்திருந்தவர்கள் அனைவரையும் கவர்ந்துவிட்டார்.

நான்கு வருடங்கள் கொலம்பியா பல்கலைக் கழகத்திலும், தொடர்ந்து லண்டன் பல்கலைக் கழகத்திலும் இன்ஸ் கோர்டிலுமாக[1] அவரது இருப்பு அவருக்கு வலுவான நன்மையை வழங்கியிருக்கிறது.

1. லண்டனின் பாரிஸ்டர்களுக்கான தொழில்முறை அமைப்பு. 1320களிலிருந்தே தொடர்ச்சியாகச் செயல்படும் பழைமையான அமைப்பு. க்ரேஸ் இன், லிங்கன்ஸ் இன், இன்னர் டெம்பிள், மிடில் டெம்பிள் ஆகியன இதன் பிரிவுகள். அம்பேத்கர் இவற்றுள் க்ரேஸ் இன்னின் உறுப்பினர். இந்த அமைப்பின் உறுப்பினரான முதல் இந்தியர் அம்பேத்கர்தான் (மொ–ர்).

இந்தக் கடிதத்தோடு அவரது முழு விவரங்களையும் டாக்டர் அம்பேத்கரிடம் சொல்லி உங்களுக்கு அனுப்பச் சொல்கிறேன்.

ஜெர்மனிக்கு அங்குள்ள நிலைமையை ஆராய இருவாரப் பயணமாகச் செல்கிறேன். தங்களுக்கும் உங்கள் எல்லாப் பணியாளர்களுக்கும் எனது வரவேற்பும், 1931க்கு என் நல்வாழ்த்துகளும்.

தங்கள் உண்மையுள்ள,
ரென்னி ஸ்மித்[2].

பெறுநர்:

டாக்டர். ஸ்டீபன் டக்கன்,
சர்வதேச கல்வி அமைப்பு,
2, வ, 45-வது தெரு, நியூயார்க்.

---

2. திரு. ரென்னி ஸ்மித் பொதுமக்கள் அவையின் செயலகத்தில் அதிகாரியாக இருந்தவர். ஒடுக்கப்பட்டோர் விடுதலை குறித்த டாக்டர் அம்பேத்கரின் பெரும் குறிக்கோள் பற்றி ஆழமான ஆர்வம் கொண்டிருந்தவர்.

26–11–1931

பெறுநர்:

பி.ஆர். லீலே[1],

அன்புக்குரிய ஐயா,

தங்கள் கடிதம் கிடைக்கப் பெற்றேன்.[2] தங்களை எது காயப்படுத்தியது எனத் தெரியவில்லை. டாக்டர் அம்பேத்கர் குறித்துத் தனிப்பட்ட தாக்குதல் எதையும் நான் செய்ததாகத் தெரியவில்லை. அவரை நான் நேரில் சந்தித்ததும் இல்லை; சமீப காலங்களைத் தவிர அவரைக் குறித்துக் கேள்விப்பட்டதும் இல்லை. ஆகவே அவர்மீது தனிப்பட்ட விரோதம் கொள்ள எந்த முகாந்திரமும் இல்லை. அவரது கொள்கைகளும் மனப்பான்மையும் நாட்டிற்கும் ஒடுக்கப்பட்டோருக்கும் காயத்தை ஏற்படுத்தும் என்று கடுமையாக அவற்றை விமர்சனம் செய்தேன். காந்திஜியிடம் அவர் நடந்துகொள்ளும் விதம் மிகவும் அநாகரிகமானது என்றும் குறிப்பிட்டேன்[3]. இந்த உண்மைகள் தவறு என்றால் என் குறிப்பை மகிழ்ச்சியோடு திரும்பப் பெற்றுக்கொள்கிறேன்.

---

1. பி.ஆர். லீலே பம்பாயைச் சேர்ந்த ஒரு வழக்கறிஞர்.

2. திரு. லீலே கல்கத்தாவில் நிகழ்த்திய உரையொன்றில் திரு. நேரு டாக்டர் அம்பேத்கரை அலட்சியமாகப் பேசியதை எதிர்த்துக் கடிதம் எழுதியிருக்கிறார்.

3. டாக்டர் அம்பேத்கர் 8 அக்டோபர் 1931 அன்று வ.மே.மா–ல் சொன்னது "என்னையும் என் சகாக்களையும் விட காங்கிரஸே ஒடுக்கப்பட்டோரின் பக்கம் நிற்கிறது என்றும் காங்கிரஸ்தான் ஒடுக்கப்பட்டோரைப் பிரதிநிதித்துவம் செய்கிறது என்றும் மகாத்மா உரிமைகோரி வருகிறார். இந்த உரிமை கோரலுக்கு நான் சொல்ல விரும்புவதெல்லாம் பொறுப்பற்ற சிலபேரின் தொடர்ச்சியான பொய்யான கோரிக்கைகளில் இதுவும் ஒன்று. எனினும் இந்தக் கோரிக்கையை வைப்பவர்கள் இதை ஒருமித்து மறுக்கவும் செய்கிறார்கள்." பின்னர் அவர் எழுதினார் "துரதிர்ஷ்டவசமாக திரு. காந்தியைக் காங்கிரஸ் தன் பிரதிநிதியாகத் தேர்வு செய்திருக்கிறது. இந்தியத் தலைவிதியை வழிநடத்த இதைவிட மோசமான ஒரு நபர் இருக்க முடியாது. ஒருமித்தவொரு சக்தியாக அவர் தோல்வியடைந்தவர். திரு. காந்தி தன்னை மனிதநேயம் மிக்கவராக முன்னிறுத்துகிறார். ஆனால் வட்ட மேசை மாநாட்டில் அவரது நடத்தை திரு. காந்தி வெற்றியின்போது மிக அற்பமான மனநிலை கொண்டவர் என்று வெளிச்சமிட்டுக் காட்டிவிட்டது.

எனக்குப் பாதகம் என்றாலும் நீங்கள் என் குறைகளை டாக்டர் அம்பேத்கரோடு ஒப்பிட்டுச் சொல்லியிருப்பது சரியாக இருக்கலாம். டாக்டர் அம்பேத்கரை எனக்குத் தெரியாததால் என்னால் ஒப்பீடு செய்ய முடியவில்லை. ஆனால் என்னைக் குறித்து நன்றாகவும் என்னுடைய பல போதாமைகளைக் குறித்து மனச்சாட்சியோடும் அறிந்திருக்கிறேன். நீங்கள் சொன்னதுபோல் டாக்டர் அம்பேத்கர் உயர்நீதிமன்ற நீதிபதியாக வந்திருப்பார் என்று நம்புகிறேன். நிச்சயமாக என்னால் ஒருபோதும் எந்த நீதிமன்றத்திலும் நீதிபதியாக முடியாது. ஆனால் டாக்டர் அம்பேத்கரின் விசேஷத் திறன்களும், என்னுடைய பலவீனமும் எதேச்சதிகாரமும் நாட்டின் பிரச்சினைகளில் எந்தவிதமான விளைவையும் ஏற்படுத்தாது. மேலும் எந்த நிகழ்விலும் நற்பண்புக்குக்குப் பதிலியாக அவை ஆக முடியாது.

தங்கள் உண்மையுள்ள,
ஜவஹர்லால் நேரு.

எரவாடா மத்திய சிறைச்சாலை

15 டிசம்பர் 1932.

அன்புள்ள கன்ஷ்யாம்தாஸ்,[1]

இன்று டாக்டர் அம்பேத்கரின் நண்பர்களும் ஆதரவாளர்களுமான ஏழு நபர்களைச் சந்தித்தேன். அவர்கள் புகாராக அல்லது அறிக்கையாக (ஏனென்றால் அவர்கள் இது புகார் அல்ல அறிக்கை என்று சொன்னார்கள்) மரியாதைக்குரிய தக்கார் அவர்களுக்கு டாக்டர் அம்பேத்கர் கப்பலில் வரும் வழியில் எழுதிய கடிதத்தில்[2] இருந்த சில ஆலோசனைகள் பூனாவில் வாரியக் கூட்டத்தில் குறிப்பிடப்பட்டதாகச் சொன்னார்கள். அங்ஙனம் குறிப்பிடப்பட்டது எனக்குத் தெரியாது என்று அவர்களிடம் சொன்னேன். மேலும் அந்தக் கடிதம் வாரியத்தால் பரிசீலனைக்கு உட்படுத்தப்படும்; அல்லாமல் நிறைவேற்றப்படாது என்றும் சொன்னேன். நீங்கள் தயவுசெய்து எனக்கோ அல்லது அவர்களுக்கோ அந்தக் கடிதத்திற்கு என்ன நேர்ந்தது என்று கேட்டு எழுதுங்கள்.

இந்த நண்பர்கள் நமது அமைப்பு ஹரிஜனங்களுக்கு இடையே பிரிவினையைத் தக்க வைப்பதாகவும் எப்போதெல்லாம் சந்தர்ப்பம் வாய்க்கிறதோ அப்போதெல்லாம் ராஜாவின் கட்சியை ஆதரிப்பதாகவும் குறிப்பிட்டார்கள். நான் அவர்களிடம் ஒருபோதும் எங்கள் நோக்கம் அதுவல்ல என்றேன். வாரியத்தைப் பொறுத்தவரை கட்சி வேறுபாடுகளைக் களைந்து பணியாற்றுவதே என்றும் வாரியத்தினதும் அதன் கிளைகளினதும் முயற்சிகள் அனைத்து இடங்களிலும் இரண்டு கட்சிகளுக்குமிடையேயான இந்த உறவைச் சரிசெய்வது தானென்றும் சொன்னேன். இப்போது கேள்வியின் அரசியல் பகுதி சரிசெய்யப்பட்டுவிட்டது, இது முழுமையாகத் தேவையானதும் கூட.

தங்கள் உண்மையுள்ள,

பாபு[3].

---

1. ஜி.டி. பிர்லா
2. இத்தொகுப்பில் 72-வது கடிதமாக இது சேர்க்கப்பட்டுள்ளது
3. எம்.கே. காந்தி

அன்புள்ள ராஜாராம்,[1]

தங்களது அஞ்சலட்டை கிடைத்தது. உங்கள் உடல்நிலை ஒத்துவருமாக இருந்தால் நீங்கள் கல்லூரிப் படிப்பை முடிப்பது குறித்து எனக்கு ஆட்சேபணை இல்லை. ஆனால் டாக்டர் அம்பேத்கரைச் சந்தித்த பிறகு ஒரு முடிவுக்கு வாருங்கள்.

உண்மையுள்ள,

பாபு.

---

1. ஆர்.ஆர். போலே கடித எண்: 67இல் உள்ள அடிக்குறிப்பைப் பார்க்கவும்.

வர்தா,
14 செப் 35.

அன்புள்ள ராஜாராம்,

உங்கள் கடிதம் கிடைத்தது. எப்படியோ இறுதியாக டாக்டர் அம்பேத்கரைச் சந்தித்ததை அறிந்து மகிழ்ந்தேன். சட்டப் படிப்பைப் பொறுத்தவரை அவர் சொல்வதே சரியாக இருக்கும். என்னுடைய குற்றச்சாட்டு என்னவென்றால் படிப்பின் அழுத்தங்களை உங்களால் தாங்கிக்கொள்ள இயலாது என்பதுதான். என்னுடைய பரிவு எப்படியிருப்பினும் உங்களது உடல்நலத்தைப் பணயம் வைக்க முடியாது. கிராமங்களுக்குச் செல்லுவது குறித்து எனக்குப் பயமொன்றுமில்லை. சங்கம் உங்களுக்குக் கொடுக்கப்பட்ட வேலைக்காக உங்கள் உடல்நலனை அபாயத்திற்கு உட்படுத்தாது. எனினும் சமூகச் சேவையே உங்களுக்குத் திருப்தி தரும் என்றாலும் ஒருமுறை இந்த வாய்ப்பைப் பயன்படுத்திக் கொள்ளுங்கள். எப்போது உங்கள் உடலுக்கு இது ஒவ்வாமையை ஏற்படுத்துகிறதோ அப்போதே இதை விட்டுவிடுங்கள். சங்கத்தின் நிலையின்மையைக் குறித்த பயத்தை வெளியேற்றுங்கள். நீங்கள் நிரந்தரமாக எந்த நடவடிக்கையும் எடுக்க வேண்டாம். சங்கம் அழிந்துவிட்டால் நீங்கள் எந்த அபாயகரமான காரியத்தையும் செய்யத் தேவை இருக்காது.

தங்கள் உண்மையுள்ள,
பாபு.

பின்னிணைப்பு II

தேதி: 16 பிப் 1955.

கல்வியறிவற்ற மக்களின் மதமாற்றம் உண்மையில் மதமாற்றமே அல்ல என்று கருதுகிறேன். அது பெயரளவிலானது மட்டுமே. புத்தர்கள் என்று தங்களை அழைத்துக்கொள்ளும் பாமர மக்கள் புத்தருடன், பௌத்தத்தை அழிக்கப் பிராமணர்கள் உண்டாக்கிய கடவுள்களையும் பெண் தெய்வங்களையும் தொழுகிறார்கள். பாமர மக்களின் இந்த நிலையற்ற மனப்பாங்கினால்தான் இந்தியாவிலிருந்து பௌத்தம் மறைந்துபோனது. இந்தியாவில் இனிமேல் பௌத்தம் உறுதியாக நிலைபெற வேண்டுமென்றால் கல்வியறிவற்ற மக்களை அத்தோடு வலுவாகப் பிணைக்க வேண்டும். கடந்த காலத்தில் இது ஏன் நடக்கவில்லையென்றால் பௌத்தத்தில் சங்கத்தில் சேருவதற்கான சடங்கு இருந்ததே ஒழிய, தம்மத்தில் சேருவதற்கான சடங்குகள் இல்லை. கிறிஸ்தவத்தில் இரண்டு சடங்குகள் இருக்கின்றன. (1) கிறிஸ்தவ மதத்தில் சேருவதற்கான ஞானஸ்நானம். (2) பாதிரியார் ஆவதற்கான தயாரிப்புச் சடங்கு. இந்த அடிப்படையில் இந்தியாவின் புதிய பௌத்தப் பிரச்சார இயக்கம் கிறிஸ்தவத்தைப் பார்த்தொழுக வேண்டும். இந்த அபாயகரமான தீமையைக் களைய நான் தம்ம தீட்சா என்கிற முறையைத் தயாரித்திருக்கிறேன். இதன்படி பௌத்தத்தில் சேர விரும்பும் எல்லாரும் முழுமையான சடங்குகளைப் பின்பற்ற வேண்டும். இல்லையெனில் அவரைப் பௌத்தராக அங்கீகரிக்கக் கூடாது.

பி.ஆர்.அ.

பெறுநர்:

டி. வாலி சின்ஹா,
பொதுச் செயலாளர்,
மஹாபோதி சங்கம்,
கல்கத்தா.

தேதி: 23 ஜுலை 1956.

மதமாற்றத்திற்குப் பம்பாயைத் தவிர தோதான இடம் இருக்காது என நினைக்கிறேன். இதனால் நான் நாக்பூருக்கு வரமாட்டேன் என்று அர்த்தமல்ல. உண்மையில் நான் பெரும் மக்கள் திரள் மதமாற்றத்திற்குத் தயாராக இருக்கும் எல்லா இடங்களுக்கும் வரத் தயாராகவே இருக்கிறேன். நாக்பூரையும் மனத்தில் வைத்துள்ளேன். முழுப் பயணத்திட்டத்தையும் நான் பின்னர் விரிவாகத் தெரிவிக்கிறேன். பௌத்தம் தழுவுவதில் உங்களுக்கும் உங்கள் நண்பர்களுக்கும் இருக்கும் உற்சாகம் உள்ளபடியே எனக்கு உவப்பாக உள்ளது.

பி.ஆர்.அ.

டப்ளியூ.எம்.கோட்போலே,
பொதுச் செயலாளர்,
மதமாற்றக் குழு,
நாக்பூர்.

26, அலிப்பூர் சாலை,
சிவில் லைன்ஸ்,
தில்லி,
தேதி: 26 ஆகஸ்ட் 1956.

பி.ஆர். அம்பேத்கர்,
எம்.ஏ., பி.ஹெச்.டி., எல்.எல்.டி.,
டி.லிட், பார்–அட்–லா,
மாநிலங்களவை உறுப்பினர்.

ஸ்ரீ.என்.ஆர். அஹ்மத்,
முதல்வர்,
எல்பின்ஸ்டன் கல்லூரி விழாக்குழு,
எல்பின்ஸ்டன் கல்லூரி,
பம்பாய்–1.

அன்புள்ள ஐயா,

எல்பின்ஸ்டன் கல்லூரியின் நூற்றாண்டுக் கொண்டாட்டத்தின் கூட்டத்தில் பங்கேற்க எனக்கு அழைப்பு விடுத்த தங்களது 16, ஆகஸ்ட், 1956 நாளிட்ட கடிதம் கிடைக்கப் பெற்றேன். தங்களது அழைப்பை மகிழ்வுடன் ஏற்கிறேன். நான் உரையாற்ற முடிவு செய்துள்ள தலைப்பு 'ஜனநாயகம் என்றால் என்ன; இந்தியாவில் அதன் பயன்கள் என்ன' என்பதாகும். தாங்கள் ஆலோசித்துள்ள தேதியில் எனது உரையின் பிரதியை உங்களுக்கு அனுப்புகிறேன்.

என்னுடைய உடல்நலமின்மையின் காரணமாக என்னால் நேரில் வந்து உரையாற்ற முடியும் என்று உறுதியாகச் சொல்ல முடியவில்லை. என்னுடைய பார்வையும் மிகவும் பழுதடைந்துள்ளதால் மருத்துவர்கள் கண்ணுக்கு அதிக அழுத்தம் கொடுக்கக் கூடாது என்று அறிவுரை சொல்லியிருக்கின்றனர். எனினும் அந்த நேரத்தில் என் கண்பார்வை சரியாகிவிட்டால் நான் நிச்சயம் விழாவில் கலந்துகொள்வேன்.

தங்கள் உண்மையுள்ள,
பி.ஆர். அம்பேத்கர்.

41–2, 3வது மெரைன் தெரு,
பம்பாய்–2,
தேதி: 26 செப்டம்பர் 1956.

வி.எஸ். கர்டாக் எம்.ஏ.,

அன்புக்குரிய பாபாசாஹேப்,

பம்பாயில் நமது கல்லூரியில் தத்துவவியல், தர்க்கவியல் கற்றுக்கொடுக்கும் முழு நேர உதவிப் பேராசிரியர் நான். சித்தார்த்தா இரவுப் பள்ளி தொடங்கப்பட்டதிலிருந்தே அதன் உதவித் தலைமை ஆசிரியராகவும் உள்ளேன். நீங்கள் நன்கு அறிந்த திரு. ஆர்.ஆர். பவார் அவர்களின் மகளை வரும் 9, டிசம்பர் 1956 மாலை 5.00 மணியளவில் மன்மத்தில் உள்ள டாக்டர் அம்பேத்கர் வித்யார்த்தி ஆஷ்ரமத்தில் வைத்துத் திருமணம் செய்ய இருக்கிறேன்.

14 அக்டோபர் 1956 அன்று நானும் எனக்கு நிச்சயிக்கப்பட்ட மணமகளும் சேர்ந்து நாக்பூரில் உங்கள் முன்னிலையில் பௌத்தம் ஏற்றோம். எங்களது பதிவு எண்கள் 6704, 6705. இயல்பாகவே எங்கள் திருமணத்தைப் பௌத்த முறைப்படி ஈடேற்ற விரும்புகிறோம். இந்த விஷயத்தில் எங்களுக்கு வழிகாட்ட உங்களை விட்டால் யாருமில்லை.

எங்களைப் போன்ற படித்த இளம் பௌத்தர்கள் நமது இயக்கத்தை அனுஷ்டித்து வலிமைப்படுத்த வேண்டும். மொத்த நாசிக் மாவட்டமுமே இந்தப் புதுமையான திருமணத்திற்குச் சாட்சியாக இருக்கும். மேலும் அவர்கள் இதைக் காண ஆவலாக உள்ளனர்.

நீங்கள் எனக்கு வழிகாட்டுவீர்கள் என்று நம்புகிறேன். எனவேதான் இந்த வேண்டுகோளை விடுக்கிறேன்.

உங்களுடைய பதிலைக் காலதாமதமின்றி எதிர்பார்க்கிறேன். மன்மத்துக்கு நான் 8, டிசம்பர் 1956 அன்று கிளம்ப வேண்டும்.

தங்கள் உண்மையுள்ள,
சி.எஸ். கர்டாக்.

உச்சநீதிமன்றம்,
பர்மா யூனியன்,
தேதி: 22 நவம்பர் 1956.

அன்புள்ள டாக்டர் அம்பேத்கர்,

பௌத்த சாசனத்தை இந்தியாவில் மறுகட்டமைப்பு செய்த மாபெரும் கொடைக்கு என்னுடைய மனமார்ந்த வாழ்த்துகளை ஏற்றுக்கொள்ளுங்கள். இந்த ஜெயந்தி வருடத்தில் பர்மாவின் பௌத்த மனங்கள் உங்களது மறக்கவியலாச் சாதனையால் ஈர்க்கப்பட்டிருக்கின்றன. உங்கள் தலைமையில் புத்தரின் நாட்டினர் இப்போது மீண்டும் அவர் தூண்டிவிட்ட ஒளியை நோக்கித் திரும்புவதில் புத்த சாசனக் குழுமமும் பர்மீயப் பௌத்தர்களும் அளவுகடந்த மகிழ்ச்சியடைகிறார்கள். இந்தியாவின் அனைத்துப் பகுதிகளிலும் பௌத்த சாசனம் மீண்டும் நிறுவப்படும் என்று உறுதியாக நம்பிக்கைகொள்கிறோம்.

கடந்த மாதம் 28ஆம் தேதி பர்மாவில் நடைபெற்ற உலகப் பௌத்த மாநாட்டில் நீங்கள் தொடங்கியிருக்கும் விஷயத்தின் விளைவைச் சிறிதளவு பார்க்க முடிந்தது. மகாதேரர்கள், அமைச்சர்கள், பௌத்தத் தலைவர்கள் முன்னிலையில் சட்ட சங்கையான பெரிய குகையில் நிகழ்ந்த மிகவும் குறிப்பிடத்தகுந்த சடங்குகளில் கலந்துகொண்டு கிட்டத்தட்ட ஐயாயிரம் தமிழர்கள் பௌத்தத்தைத் தழுவினார்கள். உங்கள் தலைமையைப் பின்பற்றி ரங்கூனிலும் பர்மாவின் பல இடங்களிலும் தமிழர்கள் எழுச்சியுற்றிருக்கிறார்கள்.

தங்களுக்கு முன்னமே எழுத முடியாமல் போனதற்கு மன்னிப்புகளையும் விளக்கங்களையும் உரித்தாக்குகிறேன். நான் சட்ட சங்கையாள் பணிகளிலும் குறிப்பாக ஜப்பானிலும் உலகின் மற்றப் பகுதிகளிலும் பௌத்தத்தைப் பரப்பும் பணிகளில்

பரபரப்பாக இருந்துவருகிறேன். ஜப்பானில் தேரவாதப் பௌத்தத்தை நிறுவ ஒரு சங்கத்தைக் கட்டியெழுப்பும் அளவிற்குச் செல்வாக்குள்ள பௌத்தத் தலைவர்களை நான் பெற்றுள்ளதை அறிந்தால் நீங்கள் மகிழ்ச்சி அடைவீர்கள். மே 1957இல் மூன்று மையங்களை பர்மாவின் 15 மகாதேரர்களைக் கொண்டு நிர்மாணிக்க இருக்கிறோம். மோஜி, இசோஷிரா ஆகிய பகுதிகளில் கட்டட வேலைகள் நடந்துகொண்டிருக்கின்றன. ஜப்பானியச் சங்கம் ஒன்று, கடந்த 27லிருந்து என்னுடன் விவாதித்து வருகின்றது. பௌத்தம் குறித்த உங்கள் வெளியீட்டின் தொகைக்கான நன்கொடையைப் பொறுத்தவரை ஆசிய பௌண்டேஷனில் புதிய நிர்வாகி மாறிவிட்டதால், எனக்குக் கிடைக்கவில்லை. அதனால்தான் முன்னமே உங்களுக்கு எழுதவில்லை. நீங்கள் இங்கு வந்திருந்தபோது உங்களுடன் பேசிய நிர்வாகி மணிலாவுக்குச் சீக்கிரமாக மாற்றலாகிப் போய்விட்டார். இப்போதுள்ளவர் இது மாதிரியான விஷயங்களுக்கு முக்கியத்துவம் கொடுப்பதாக இல்லை. என்னால் முடிந்த எதையேனும் செய்யலாம் என்று நம்பியிருந்தேன். ஆனால் இப்போதைக்கு எதையும் செய்ய முடியவில்லை.

மாணவர்களுக்கான கட்டுரைப் போட்டி பரிசுத் தொகையைப் பொறுத்தவரை பௌத்த சாசனக் குழு முக்கிய உறுப்பினர்கள் இந்தத் திட்டத்தை வரவேற்கிறார்கள். ஆகவே இத்திட்டத்தைக் குறித்த விரிவான அறிக்கையைச் சங்கத்துக்கு அனுப்பித்தர திருமதி அம்பேத்கரிடம் வேண்டுகிறோம்.

தலைமை நீதிபதி யூ நூ, யூ தீய்ன், நான் உட்பட ஒன்பது பேர் இந்திய ஜெயந்தி விழாக் குழுவின் சார்பில் புது தில்லியில் நடைபெறவிருக்கும் ஜெயந்திக் கொண்டாட்டங்களில் பர்மா சார்பாக நாங்கள் கலந்துகொள்ள இருக்கிறோம். 4வது உலகப் பௌத்த மாநாட்டில் கலந்துகொள்ளப் பர்மாவிலிருந்து பத்து உறுப்பினர்களோடு காத்மண்டுவிற்குச் செல்ல இருக்கிறேன். என் மனைவியும் என்னுடன் வருகிறார். லும்பினியிலிருந்து புது தில்லி வழியாக வருகிறோம். இந்த மாதம் 22ஆம் தேதி புது தில்லிக்கு நீங்கள் வருவதை எதிர்பார்ப்போம்.

திருமதி அம்பேத்கருக்கும் உங்களது மற்ற நண்பர்களுக்கும் என்னுடைய வாழ்த்துகளைச் சொல்லுங்கள்.

தம்ம வழியில் உங்களோடு,

சந்தூன்,
உச்சநீதிமன்ற நீதிபதி,
ரங்கூன், பர்மா யூனியன்.

டாக்டர்.பி.ஆர். அம்பேத்கர்,
எம்.ஏ., பி.ஹெச்.டி., டி.எஸ்.சி., எல்எல்.டி., டி.லிட்,
பாரிஸ்டர்–அட்–லா,
மாநிலங்களவை உறுப்பினர்,
26, அலிப்பூர் சாலை, சிவில் லைன்ஸ்,
புது தில்லி, இந்தியா.

26, அலிப்பூர் சாலை,
சிவில் லைன்ஸ்,
தில்லி,
26 நவம்பர் 1956.

டாக்டர். பி.ஆர். அம்பேத்கர்,
எம்.ஏ., பி.ஹெச்.டி., டி.டி.எஸ்சி., எல்எல்.டி.,
பாரிஸ்டர்-அட்-லா,
மாநிலங்களவை உறுப்பினர்.

அன்புள்ள ஐயா,

தங்கள் தந்தி கிடைத்தது. திரு. காமத் அவர்களிடம் ஏற்கெனவே தங்கள் வருடாந்திரக் கூட்டத்திற்கான அழைப்பை ஏற்றுக்கொண்டதை உறுதிசெய்துள்ள நிலையில் இந்தத் தந்தியின் தேவை என்னவென்று புரியவில்லை. திரு. காமத் அவர்களுக்கு எனது கடிதம் கிட்டாமல் இருந்திருக்கலாம். எப்படியோ இதை எனது சம்மதமாக எடுத்துக்கொள்ளுங்கள்.

தங்கள் உண்மையுள்ள,
பி.ஆர். அம்பேத்கர்.

பெறுநர்:

முதல்வர்,
எல்பின்ஸ்டன் கல்லூரி,
பம்பாய்.

அருஞ்சொற்பொருள்

பனியா	:	வணிகர், கடை முதலாளி
பிராமணியம்	:	சாதியம்
சாதி இந்துக்கள்	:	உயர்சாதி இந்துக்கள்
ஒடுக்கப்பட்டோர்	:	இன்றைய பட்டியல் சாதி மக்கள்
தேவ தரிசனம்	:	தெய்வங்களைப் பார்வையிடுவது
கன்மத்	:	கிண்டல்
ஹரிஜனங்கள்	:	எம்.கே. காந்தியால் பட்டியல் சாதி மக்களுக்குச் சூட்டப்பட்ட பெயர். தற்போது அரசால் தடை செய்யப்பட்டிருக்கிறது.
ஹோமம்	:	பலி, புனித நெருப்பில் படையலை இடுவது.
ஜெய் பவானி	:	பவானி தெய்வத்திற்கே (துர்கைக்கு) வெற்றி.
காமினா	:	கருமி. சொந்த நிலம் வாங்குவதற்கு உரிமை மறுக்கப்பட்டவர்கள்.
கர்மா	:	செயல், தலைவிதி.
மஹர்	:	ஒரு பட்டியல் சாதியின் பெயர்.
மங்கள சூத்ரா	:	மங்கள நிகழ்வுகளில் ஓதப்படும் பாலி மொழியிலுள்ள திரிபீடகத்தின் ஒரு பகுதி.
பூஜா	:	வழிபாடு.
பூசாரி	:	இந்துத் துறவி, வழிபாடு செய்பவர்.
ராமநவமி	:	ராமன் பிறந்த சித்திரை மாதத்தின் பிரகாசமான பகுதியின் ஒன்பதாவது நாள்.
ரத்	:	தேர்

சனாதனிகள்	:	ஆச்சார இந்துக்கள்.
சப்தபதி	:	திருமணத்தின்போது ஏழுமுறை தீயை வலம் வரும் சடங்கு.
சத்யாகிரஹம்	:	பொது ஒத்துழையாமை, மறைமுக எதிர்ப்பு
சத்யாகிரஹி	:	மறைமுக எதிர்ப்பைக் கைக் கொள்பவர்
சவர்ணர்கள்	:	உயர்சாதி இந்துக்கள்
ஸ்வராஜ்	:	சுய ராஜ்யம்
தீண்டப்படாதவர்கள்	:	பட்டியல் சாதி மக்கள்
வேதம்	:	இந்துக்களின் புனிதப் பிரதி. ரிக், யஜுர், சாம, அதர்வண வேதம் என நான்கு வேதங்கள்.
ஜமீன்தார்கள்	:	நில உடைமையாளர்கள். இந்திய சுதந்திரத்திற்கு முன் நிலத்தை உடைமையாகக் கொண்ட வர்க்கத்தைச் சேர்ந்தவர்கள் ஜமீன்தார்கள் என அழைக்கப் பட்டனர். காமினாக்களுக்கு எதிர்ப்பதமாக வழங்கப்பட்டது.

●●●

சுட்டி

அட்லி, க்ளமென்ட், 291, 293, 294, 300, 303

அமைச்சரவைத் தூதுக்குழு, 271–275, 281, 286–289, 291–293, 295, 296

அம்பேத்கர், (திருமதி) சவிதா, 385

அம்பேத்கர், பீம்ராவ் ராம்ஜி (பாபா சாஹேப்)

–ஒடுக்கப்பட்டோர் வேலைவாய்ப்புக் குறித்து, 153

–ஔரங்காபாத் சத்யாகிரஹம், 341, 342

–காந்தியின் படுகொலை குறித்து, 386

–காலா ராம் கோயில் சத்யாகிரஹம் குறித்து 109, 110, 132, 166, 170

–சமூகத்தின் மீதான கண்மூடித்தனமான நேசம், 372

–தனித் தொகுதிகள், 271–273

–தன்னைப்பற்றி, 385, 388

–தீண்டப்படாதவர்கள் பிரிட்டிஷ் ஆட்சியும், 283

–நாளிதழ் வியாபாரம், 244

–பஞ்சசீலம், 347

–பட்டியல் சாதியினரும் பிரிவினையும், 309–314

–புத்தகங்களைப்பற்றி, 385

–பெண் விடுதலை குறித்து, 386

–பெரிய மனிதர்கள் பெரும் தடை, 386

–பௌத்த பாமரர்கள், 411

–பௌத்தத் திருமணச் சடங்குகள், 375

–மகனின் இறப்புக் குறித்து 71

–மகாராஷ்டிரா மாநிலம் குறித்த சிந்தனைகள், 356, 357

–மகிழ்ச்சியான வாழ்வுக்கான வழிகள், 339

–மனத்தின் வலிமையின்மை குறித்து, 168

–மனித உரிமைகள் குறித்து, 215

–மஹர் படையணி குறித்து, 231, 232

–மிரட்டல் கடிதங்கள், 236

–வட்டாரப் பெருமை, 253

அம்பேத்கர், யஷ்வந்த் ராவ், 189

அம்பேத்கர், ராம்ஜி மாலோஜி, 79

அலெக்சாண்டர், ஏ.வி., 286

அவோடே, ஹெச்.டி., 346

அஹ்மத், என்.ஆர்., 409

ஆசாத், அபுல் கலாம், 296

ஆத்ரே, பி.கே., 376, 377

ஆபிரகாம், சர் லயோனல், 52, 378

ஆஸ்குயித், ஹெச்.ஹெச்., 229

இந்திய சிவில் உரிமை கழகம், 216

இந்தியக் குடியரசுக் கட்சி, 93, 370, 371, 377

இந்தியன் சோசியல் ரிஃபார்மர், 263, 264

இந்திரா சிங், 192

அம்பேத்கர் கடிதங்கள் 417

இந்து நாளேடு, 228

இந்து மகாசபா, 246

இந்துத் தொகுப்புச் சட்டம், 321, 323–326

உப்ஷம், 187

எஃப்.எக்ஸ், 67, 68, 211, 215

ஒடுக்கப்பட்டோர் லீக், 213, 214

ஒடுக்கப்பட்டோர், 77, 89, 118, 124, 128, 143, 148, 150, 154–158, 162–164, 166, 170, 171, 223, 240, 391, 401

ஔரங்காபாத் சத்தியாகிரஹம், 101–103, 116, 118, 129, 143

ஃபிக்ரி, டாக்டர், 60

ஃப்ரீ பிரஸ் ஜர்னல், 356

கங்காவானே, 74

கட்ரேகா, பாஸ்கர் ராவ், 131

கணேசாச்சார்யா, 95, 182

கணேஷ் தத் சிங் (சர்), 212

கபீர், லக்ஷ்மி, 358

கம்மிங் (மத போதகர்), 139

கரம் சந்த் சேவக்ராம், 317

கவாய், 380

கவாலி, ஆர்.டி., 187

காங்கிரஸ், இந்திய தேசிய, 46, 58

காங்ளே, பேராசிரியர், 176

காட்போலே, டப்ளியூ.எம்., 359, 408

காட்ரேக்கர், பி.ஆர்., 187

காந்தி, எம்.கே. (மகாத்மா, பாபு), 59, 115, 136, 147, 148, 150, 161, 174, 186, 223, 226–228, 241, 259, 273, 296, 302, 303, 305, 320, 372, 386, 387, 391, 402, 404

காமத், பேராசிரியர், 374, 414

காம்ப்ளே, டி.பி., 346

காம்ப்ளே, ஷிவ்ராம் ஜே., 399

கார்டாக், வி.எஸ்., 375

காலா ராம் கோயில் (நாசிக்), 76, 101, 103, 109, 110, 113, 118, 132, 155, 166, 170

காலே துளசிராம், 135, 256

கானேகர், பி.ஜி., 187

கிட்டிங்ஸ், எஃப்.ஹெச், 52

கிராந்தி, 191

கிரானிக்கல், 148, 150

கிருஷ்ணசுவாமி, எம்.வி., 70

கிரே, பி.எஸ்., 351

கிர்கி போர், 283

கிளார்க்கே, ஏ.பி., 57

கிறிஸ்தவம், 407

குப்தே, 100, 187

குரு நானக், 189

குருவாயூர் கோயில் (மலபார், கேரளம்), 155

குர்செட்ஜி, 61

குர்த்கோடி, டாக்டர்., 96, 116

குர்ஷ்சேவ், 347

குல்வே, 93

கெட்கர், ஸ்ரீதர், வி., 55

கெய்க்வாட், பாவுராவ் கிருஷ்ணராவ், 74, 86, 93, 101, 102, 254, 258, 317

கெர், பி.ஜி., 76

கேசரி, 58

கேல்கர், என்.சி., 88

கேனன், எட்வின், 392, 394

கோத்ரஜ், 61

கோபர்கடே, ஆர்.டி., 354

கோலப், 59

கோஸ்வாமி, டி.வி., 364, 365, 370, 372

சக்சேனா, ஜி.என்., 373

சண்டே கிரானிக்கல், தி, 304

சண்டே, அப்சர்வர், தி, 304

சத்ரபதி சாஹு (கோலாப்பூர் அரசர்), 65, 397, 398

சந்திரமணி பிக்கு, 362

சந்தேஷ், தி, 58

சமதா சைனிக் தளம், 187, 250, 252, 256

சமர்த், எம்.பி., 235

சமாஜ் சமத சங்கம், 89, 90

சமூகப் பிரதிநிதித்துவம், 220

சர்க்கார், என்.என்., 161–163

சவான், ஜி.ஜி, 183, 187

சவுதார் குளம் (மஹவுத்), 85, 105, 107, 122, 155

சஹஸ்ஹரபுதே, ஜி.என்., 187

சாந்த் ராம் (பி.ஏ.) 191, 192, 194, 196, 202, 230

சாப்ரு, சர் தேஜ் பகதூர், 116, 247

சார்பா, டிப்னிஸ், 82

சார்வே, 94

சாவந்த், எம்.ஜி., 169, 251, 255

சாவர்க்கார், 165

சான் ஹூடுன், 394

சிசரோ, 387

சிடன்ஹாம் வணிகவியல் – பொருளியல் கல்லூரி, 51, 52, 57, 83, 396, 397

சித்ரே, ஏ.வி, 187, 284

சித்ரே, கமலாகாந்த், வி., 86, 172, 187

சிம்லா மாநாடு, 271, 273, 274, 289, 291, 294, 297

சிவராஜ், என். (ராவ் பகதூர்), 265, 304

சின்ஹா, டி. வாலி, 407

சீகர், பேராசிரியர், 392

சீக்கிய பிரச்சார மாநாடு, 205

சீசர், 387

சீனத் தையல்காரன், 284

சுதந்திர தொழிலாளர் கட்சி, 206

சுபேதார், ஆர்.ஜி., 122

சுப்பிரமணியம், எம்., 70

சுயராஜ்யம், 279, 282

செலிக்மேன், இ.ஆர்.ஏ., 62, 289

சேத்வுட், சர் பிலிப், 127

சைக்ஸ், பிரெடரிக், 109

சைமன் கமிட்டி, 93

சோசலிசக் கட்சி, 371

சோலங்கி, டாக்டர், 186

சௌ–என்–லாய், 347

டக்கன், டாக்டர் ஸ்டீபன், 400, 401

டால்ஸ்டாய், 158, 388

டி.பி., 93

டிராட்மேன், 106

டெலிக்ராப், தி, 210

டைம்ஸ் ஆஃப் இந்தியா, தி, 88, 113, 150, 206, 209, 211, 217, 226, 231, 259–262, 304

டோய்போடே, ஆர்.எம்., 242

டோலஸ், 187

ட்ரிபியூன், தி, 230

ட்ரெஷேர், மில்ட்ரட், 224, 225

தக்கார், ஏ.வி., 152, 160–164, 175, 259–261, 404

தபா, பார்மர் கோவிந்த், 186

தம்ம தீட்சா, 407

தம்மம், 407, 412

தனித் தொகுதி, 159, 177, 178, 271, 272, 280–282, 307

தாமோதரன், 221

தாமோதர் பள்ளத்தாக்கு திட்டம், 307

தால்வி, 65, 66

தானி சாந்தாபாய், 251

தானி, சவலேராம் பாபுஜி, 135, 208

தியான் பிரகாஷ், 87

திலகர், பி.ஜி., 58

திலக், ஸ்ரீதர்பந்த் பலவந்த், 87–91

தீண்டப்படாதவர்கள், 68, 126, 158, 159, 165, 216, 223, 231, 259, 261, 266, 268, 269, 278–286, 397, 399, 400

தீண்டாமைக்கு எதிரான லீக், 212–214

தெங்கே, ரவாபா பஞ்சாஜி, 108

தேஷ்முக் பஞ்ஜாப்ராவ், 357

தேஷ்முக், தத்தா, 333, 334

தேஷ்முக், ராமராவ், எம்., 357

தோழி, 67

நரங், டாக்டர் கோகல் சந்த், 194

நரேந்திர நாத், ராஜா, 194

நவால், எம். பதேனா, 59

நாயக், டி.வி., 152, 187

நியோஜி, கே.சி., 311, 317, 318

நேரு, ஜவஹர்லால், 309, 315, 316, 321, 324, 327, 353, 360, 361, 403

பகரே, டி.என்., 187

பகிஷ்கிரித் பாரத், 77, 118

பகிஷ்கிரித் ஹிதகரிணி சபை, 69, 71, 77

பஞ்சசீலம், 347

படேல், வல்லபாய், 319

பட்டியல் வகுப்பு சம்மேளனம், 265, 281, 290–294, 296, 318, 346, 353, 364, 365, 367, 370, 371, 373

பரமானந்த், பாய், 194

பரன் ஜாபே, எஸ்.எம்., 88

பவார், ஆர்.ஆர்., 410

பவார், தத்தோபா சாந்தாராம், 59, 60, 71, 73, 80, 84, 94, 95, 138, 146, 168, 176, 179, 181, 182, 184, 382

பாகிஸ்தான், 230, 241, 270, 309–311, 314, 316

பாட்டேல் ஆர்.எஸ்., 130

பாட்டேல், மிந்தே, 187

பாண்டியா, என்.ஹெச்., 75, 76

பார்வே, சங்கரதாஸ் நாராயணதாஸ், 77

பாலா ராம, 234

பால்கே, 187

பால்மர்ஸ்டன், பிரபு, 286

பாவுராவ் (பார்க்க: கெய்க்வாட்)

பிந்து, 343, 344

பிரதான், டி.வி., 133, 186, 187

பிராமணியம், 199, 285

பிரிட்டிஷ் தொழிலாளர் கட்சி, 285

பிர்லா, ஜி.டி, 115, 404

பிளாசி போர், 283

பிள்ளை, என்.ஆர்., 348

பிள்ளை, தாணு, 222

பீஸ், சர் ஆல்பிரட், 397

புத்த சாசனக் குழு, 411

புத்த ஜெயந்தி, 361

புத்தரும் அவரது தம்மமும், 360

புத்தர், 170, 340, 362, 407

புல்கனின், 347

புவா, மட்கே, 255, 256

பூனா ஒப்பந்தம், 115, 116, 152, 161–164, 175, 177, 178

பெரி, அன்ஸ்டே, 393, 395

பென்தால், எட்வர்ட், 294

போலே, ஆர்.ஆர், 251, 405

போல், கங்காதர், 73

போஸ், சரத் சந்திர, 295, 299

போஸ், சுபாஷ் சந்திர, 88

பௌத்த திருமணச் சடங்கு, 375, 410

பௌத்தம், 360–362, 368, 407, 408, 410–412

மகாபாரதம், 358

மகாராஜா சாஹேப், மா.பொ (பரோடா), 54, 56, 65, 130

மகாராஷ்டிரா ஞான கோஷா, 55

மண்டல், ஜே.என்., 270, 308

மந்தர், கமலாகாந்த், 305

மராத்தா அலுவலகம், 88, 345

மல்வாங்கர், டாக்டர், 339

மனோகர் (எம்.பி.சிட்னிஸ்), 241

மஹர்கள், 58, 122, 208, 231, 232

மாக்டக்கார்ட், சி.எஸ்., 395

மாளவியா, எம்.எம்., 178

மான்சஸ்டர் கார்டியன், தி, 144

முல்லிக், எம்.பி., 163, 164

முஸ்லிம் லீக், 246, 270, 302, 307

மூக் நாயக் தி, 59, 61

மூஞ்சே, டாக்டர் பி.எஸ்., 116

மெஹ்ரோத்ரா, விமல், 364, 365, 372

மேக் டொனால்ட், 391

மேத்தா, பி.எம்., 46, 47

மேனன், கே.பி., 216

மேன்கைண்ட், தி, 349, 364, 366

மோஃபால் ராபர்ட், ஜே., 50

மோரே, ஆர்.பி., 186

யவேலா மாநாடு, 166

யூ தீய்ன் மாவுங், 412

யூ நூ, 412

ரணகாம்பே, அமிர்தராவ், 93, 96, 97, 115, 206–209, 391

ரணவாரே, சதாசிவராவ், 183

ராட்டு, நானக் சந்த், 352, 368, 377

ராணுவ வெளியேற்ற அமைப்பு, 310

ராதாகிருஷ்ணன், எஸ். (டாக்டர்), 336, 337, 361

ராவ், ராமகிருஷ்ண, 341, 342

ராஜகோபாலாச்சாரி, சி., 228

ராஜா, எம்.சி., 380

ராஜாவின் கட்சி, 404

ராஜ்போஜி, பி.என்., 87

ரெகே, எஸ்., 358

ரோஹாம் பிரபாகர், 209

லாரன்ஸ், பெதிக் பிரபு, 287, 300, 303, 383

லாலிங்கர், 251, 255

லான்ஸ்பரி, 126,

லிமாயே, மது, 183, 372

லின்லித்கோ, பிரபு, 237, 240

லீலே, பி.ஆர்., 402

லும்பினி, 412

லோடேகர், எஸ்.பி, 186

லோஹியா, டாக்டர் ராம் மனோகர், 186, 364–367, 369, 370–373

வட்ட மேசை மாநாடு, 123, 126, 128, 168 391, 399, 402

வன்மல்லே, ஆர்.என்., 187

வாடியா, 59, 60

விவித விருத்தா, 87, 211

விவிலியம், 71, 387

வெப், சிட்னி (பேராசிரியர்), 52, 388, 390

வேதம், 196, 199

வேவல் விஸ்கௌன்ட், பிரபு, 265, 271, 282

வைத்யா, மார்த்தாண்ட தத்தாத்ரேயா, 81

ஜகதீஷ் பிரசாத், சர், 246, 247

ஜமேதார் ஷிவனாக் கோனாக், 43

ஜனதா, 131, 134

ஜாதவ், டி.ஜி., 242, 304, 339

ஜாத் பாத் தோடக் மண்டல், 191–194, 201, 230

ஜின்னா, எம்.ஏ., 302, 305

ஜெகஜீவன் ராம், 214, 372

ஜெய் பவானி, 58, 77, 81, 103, 107, 109, 116, 397

ஜெய்ஸ்வால் பால்டியோ பிரசாத், 213

ஜோகலேகர், 338

ஜோஷி, ஆர்.எம்., 377, 394, 395

ஜோஷி, எஸ்.எம்., 376, 377

ஸ்ப்ரிங்க்பீல்ட் ரிபப்ளிசியன், 139

ஸ்மித், ஏ.எல்., 394

ஸ்மித், ரென்னி, 401

ஸ்ரீ நாராயணன் சுவாமி, 223

ஸ்ரீநிவாசன், ராவ் பகதூர், 126, 152, 213, 391

ஸ்ரீனிவாசன், ஆர். (ராவ் பகதூர், திவான் பகதூர்), 152, 213, 265, 304

ஷா, கே.டி., 394

ஷிண்டே, பி.பி., 91

ஷிவ்தர்கார், எஸ்.என்., 71, 85, 186, 188

ஷேக்ஸ்பியர், 44

ஹரிஜனங்கள், 174, 192, 219–223, 262–264, 281, 372, 373, 404

ஹரிஜன் லீக், 318

ஹர் பகவான், 197, 200, 201

ஹர்டாக், பி.ஹெச்., 379

ஹன்ஸ் ராஜ் மஹாத்மா, 194

• • •